# 'सोबत'चे पहिले पान

## खंड - १ : सत्ता

'दिलीपराज प्रकाशन प्रा. लि. 'च्या नवीन पुस्तकांची यादी व माहिती हवी असल्यास आपला पत्ता, दूरध्वनी क्रमांक किंवा *Email* आमच्या *diliprajprakashan@yahoo.in* या *Email address* वर पाठवावा किंवा आमच्याशी दूरध्वनी क्रमांक फॅक्ससहित : ०२०-२४४८३९९५/२४४९५३१४ /२४४७१७२३ यावर संपर्क साधावा. आमच्या वेबसाईटला एकदा अवश्य भेट द्या.

**Website:** *www.diliprajprakashan.com*

# 'सोबत'चे पहिले पान

### खंड पहिला : सत्ता

## ग. वा. बेहेरे

### दिलीपराज प्रकाशन प्रा. लि.
२५१ क, शनिवार पेठ, पुणे - ४११ ०३०.

**प्रकाशक**
राजीव दत्तात्रय बर्वे,
मॅनेजिंग डायरेक्टर,
दिलीपराज प्रकाशन प्रा. लि.,
२५१ क, शनिवार पेठ, पुणे - ४११ ०३०

**© श्री. रवि बेहेरे**

४०/२१, भोंडे कॉलनी, पुणे ४११ ००४
Email : ravirajprakashan@gmail.com

**प्रकाशन दिनांक** : १५ सप्टेंबर २०१३

**प्रकाशन क्रमांक** : २०४६

**ISBN : 978 - 93 - 82988 - 25 - 0**

**मुद्रक**
Repro India Limited, Mumbai.

**टाइपसेटिंग**
मधुराज प्रिंटर्स अॅण्ड पब्लिकेशन्स प्रा. लि.
स. नं. २९/८-९, पारी कंपनीजवळ,
धायरी, पुणे - ४११ ०४१

**मुखपृष्ठ** - अनिल उपळेकर

**आतील सजावट** - रेषविश्व अॅड, सागर नेने

पांडित्याने न वाकलेल्या,
परंतु ज्ञानमार्गी ऋषितुल्य
धों. वि. देशपांडे यांना–
गरिबीत राहण्याचे
त्यांनी पसंत केले म्हणून...

# अनुक्रमणिका

# अनुक्रमणिका

# १

# मेंढपाळ यशवंती नेतृत्व संपले पाहिजे

दोन्ही काँग्रेसची अधिवेशने पार पडली. गर्दी जमवण्याकडे दोघांचा कल होता. दोन्ही काँग्रेस पक्ष पैशाच्या थैल्या मोकळ्या सोडून अडाणी मेंढरे, आयाळ गळालेले सिंह, मस्तावलेले बैल, झूल घातलेले हत्ती आदी सर्कसखाना जमवीत होते. सरकारी काँग्रेसने तर फेटेवाले पहेलवान, रिक्षावाले, कामगार आणि तमासगीर माणसे रोजावर नेमून टाकली. या मंडळींचे अधिवेशनाचे प्रसंगी वास्तविक काय काम होते, देव जाणे! मेंढरे हाकावीत तसे सर्व गणेगणपे हाकून आणून, इंदिराराणीच्या मनावर यशवंतरावांनी मराठी ताकद ठसवली आणि मध्यंतरी जी लोंबळकणारी अवस्था नशिबी आली होती, तीतून सुटका करून घेतली.

वास्तविक, पक्षातील सर्वांत महत्त्वाची माणसे भावी कार्यक्रम ठरवण्यासाठी एकत्र येतात– विशेषत: पक्षातले अध्वर्यू पक्षात नसताना– तेव्हा जरा गंभीरपणे वागण्याची गरज होती. आता सरकारी काँग्रेस पक्षात उरलेली मंडळी तारुण्याचे उसने अवसान आणणारी वृद्ध आहेत किंवा ज्यांना परिस्थितीचा अंदाजच नाही, अशी उतावळी व पोरकट बाळे आहेत. भारतीय राजकारणातले पुढच्या पंचवीस वर्षांतले स्वरूप काय आहे याविषयी त्यांना मते नाहीत, मार्ग तर ठाऊक नाहीतच नाहीत. शब्दांच्या वावड्या उडवाव्यात, अव्यवहार्य व उदार दृष्टिकोनाचे फवारे उडवावेत, जातीय राजकारणाचा अवलंब करून स्वत:ची व स्वत:च्या नातेवाइकांची स्थाने मजबूत करावीत– यापरते यांपैकी कोणाचे म्हणून खास व्यक्तिमत्त्व नाही. सर्व अर्थोत्पादक केंद्रे सरकारी करावीत, अशा तऱ्हेचे गोड स्वप्न पाहणाऱ्यांना आजची सरकारी यंत्रणा कशी दीर्घसूत्री,

सेवाभावरहित व जबाबदारी-टाळू आहे– हे ठाऊक का नाही? सरकारी कामात तत्परता, नम्रता, निर्णयक्षमता असावी, अशीही अपेक्षा दिसत नाही. स्वत:ची नोकरी टिकविण्यासाठी मंत्र्यांच्या सूचनेनुसार अव्यवहार्य योजना निर्माण करणे, मंत्र्यांच्या चुकांचे समर्थन करणे, त्या पोटात घालण्यासाठी नवी पापे करणे, हाती लागेल तो पैसा खिशात घालणे, शासकीय पक्षाच्या वाढीसाठी इतरांच्या मुसक्या आवळणे, यातच आजचे सरकारी अधिकारी दंग आहेत. सरकारी अधिकारी जोपावेतो देशहिताला जपत नाहीत, जनताभिमुख कार्यक्रमाला तयार नाहीत व कायद्यापेक्षा व्यवहार पाहू इच्छित नाहीत; तोवर राष्ट्रीयीकरण हे विनाशाचे साधन होईल, पण या वेड्या कोकरांना त्याचे काय होय! नवे खेळणे दाखवून लोकांना भुलवणे, यालाच आज राजकारण म्हणतात.

संस्थानिकांचे तनखे रद्द करून त्यांना त्यांच्या वार्षिक तनख्याच्या बारापट रकमा देण्याची योजना विचाराधीन आहे; याएवढी मूर्ख गोष्ट कोणतीच नसेल. एक लाख तनखा असणाऱ्या संस्थानिकाला एकवट बारा लाख रुपये मिळाले, तर त्याचा त्यात फायदाच आहे. या बारा लाखांवर त्याला दर वर्षी एक लाख काय, पण उलट दीड लाख रुपयेही व्याज मिळवता येईल. सरकारी तिजोरीतून कोट्यवधी रुपये संस्थानिकांना देऊन अशा तऱ्हेची तनखाबंदी करणारे खरोखरीच दीडशहाणे म्हटले पाहिजेत.

पण सारासार विवेक, शक्यता आणि मनुष्यस्वभाव यांचा विचार करावयाचा नाही असे जर कोणी ठरवले, तर त्याला आपण काय करणार?

ते राहो. पण किमान देशप्रीती तरी या सर्वांकडून अपेक्षावी की नाही?

मुसलमान, ख्रिश्चन आदी अल्पसंख्याकांच्या खास एकवटलेल्या मतांसाठी त्यांना तसेच धर्मांध ठेवण्याचा यत्न आज सरकारी काँग्रेसकडून केला जात आहे. ते उद्या जर इथल्या राष्ट्रीयत्वात मिसळले, तर इंडिकेटवाल्यांना राखीव मते कशी मिळणार? म्हणून हल्ली इंदिराजींचे नवे भाट मुसलमानांच्या भारतीयीकरणाला विरोध करीत आहेत. पक्षहितापेक्षा या देशाचे हित मोठे असावे, एवढेही शहाणपण या पागल माणसांना नाही आणि त्यांचे पाठीराखे असे अडाणी की, हे पुढारी काय बोलतात याचा विचार कोणीच करीत नाहीत. यशवंतराव परवा छगलांना उत्तर देताना जे बोलले व त्याच सुरात मंत्री शुक्ल बोलले, त्याचा अर्थ इथल्या बहुजन समाजाला समजला पाहिजे.

परवा 'राबात' निषेधाचा ठराव चर्चेला आला असता, काँग्रेसजनांनी किंवा तथाकथित समाजवाद्यांनी निर्लज्ज दिनेशसिंगचे समर्थन मान्य केले व त्याच्या फाजील

उत्साही आगाऊपणाचा साधा निषेधही केला नाही, हे खरोखर चिंतनीय आहे. त्यांचा स्वाभिमान, राष्ट्रप्रेम, स्वत्व या सर्वच गोष्टींबद्दल माझ्या मनात दाट शंका उत्पन्न झाली आहे. दिनेशसिंगाचा निषेध म्हणजे समाजवादाचा पराभव, असे थोडेच होते? दिनेशसिंगाचा निषेध हा नादान आणि पायघोळ परराष्ट्रनीतीचा निषेध होता. निषेधाचा ठराव पास करावा, असे मी म्हणू शकत नाही; कारण परराष्ट्रधोरणाचा निषेध म्हणजे सरकारचाच निषेध होतो व त्यामुळे सरकारच कोलमडते. पण चर्चेच्या वेळी जी सर्व मंडळी तोंड मिटून बसली, त्या सर्वांना सरकारचे हे मुसलमानधार्जिणे धोरण मान्य होते का? मग ही मूग गिळून का बसली? म्हणे, ती एका पक्षाच्या धोरणाला बांधलेली होती. लोकशाहीत 'पक्ष' हवेत; ते प्रबळही हवेत. त्यांची संघटनासुद्धा काही तत्त्वांवर जडली पाहिजे. त्यातील गटांत काही मुद्द्यांवर मतभेद असले, तरी किमान कार्यक्रमावर श्रद्धा हवी व किमान आदर हवा. पण म्हणून राष्ट्रीय अपमानाचे वेळी कसली ही खुळी पक्षनिष्ठा! मग संजीव रेड्डी या पक्षपुरस्कृत उमेदवाराच्या निवडीच्या वेळी ही भुक्कड पक्षनिष्ठा कोठे गेली होती?

पण आता काँग्रेसचे जे दोन तट पडले, त्याचे कारण वरिष्ठ नेते दोन मतप्रणालींचे होते म्हणून ते दोन तट पडले, असे भासवण्याचा यत्न जारीने चालू आहे. जणू काही मोरारजी -पाटील - निजलिंगप्पा हे अमेरिकेकडून पैसे खाऊन देश विकतात किंवा इंदिरा, जगजीवन राम, चव्हाण हे मात्र पवित्र, निष्पाप, निष्कलंक आहेत. इंदिरा गांधींचे एक सोडा. ती बाई आज कसल्या तरी असाध्य रोगाने पछाडलेली रुग्ण स्त्री आहे. तिला तपासणारा डॉक्टर या देशात उपलब्ध नाही. जणू काही मोरारजी, पाटील आदी मंडळींच्यापुढे सीमाप्रश्न, हिंदू-मुसलमान प्रश्न, अन्न-स्वावलंबन, प्रांतीयता, फुटीरता आदी प्रश्न अडकून पडले होते. जणू काही ही सर्व स्वार्थी मंडळी स्वतःच्या तुंबड्या भरीत गरीब जनतेला अन्नान्न करायला लावीत होती. आणि आता ही मंडळी काँग्रेस पक्षातून गेली, म्हणजे केवळ गरिबांचे राज्य येऊ घातले आहे! हे सारे खोटेच आहे. दोन्ही पक्षांत संस्थानिक आहेत, भांडवलवाले आहेत, चोर आहेत, प्रतिगामी आहेत.

गरिबांचा कळवळा ही आजकाल एक फॅशन आहे. कुणीही उठावे आणि कामगार-किसानांच्या पंच्याला हात लावावा. ४० कोटी अर्धपोटी, अज्ञानी, हतबद्ध आणि धर्मामुळे निष्क्रिय झालेल्या लोकांचे प्रश्न सोडविण्याची लायकी स्वार्थांध अशा या पुढाऱ्यांत आहे, यावर कोणी तरी विश्वास ठेवील काय? यशवंतराव चव्हाणांचे नातेवाईक महाराष्ट्रात किती मातले आहेत व त्यांचे काय चाळे चालू आहेत, हे पाहिले की; मोरारजींना त्यांच्या मुलाच्या दुष्कृत्यांबद्दल जाब विचारणे किती अवघड आहे,

हे लक्षात येईल. काँग्रेसचे निवडून आलेले लोकसभा उमेदवार यांनी निवडणुकीसाठी लागणारे दरेकी एक लाख रुपये कोठून उभारले, याचा खरा हिशोब ते थोडाच देऊ शकणार आहेत? आणि आता स. का. पाटलांना गमावून किंवा साखर कारखानदारांचे राष्ट्रीयीकरण करून या निवडणुका कुणाच्या पैशावर लढवता येतील, याचाही विचार करणे क्रमप्राप्तच आहे. पण या ना त्या नात्याने जातीयता, लाच, वशिला यांचे पीक सर्वत्र इतके अमाप आहे की, ज्याचे हात बरबटलेले नाहीत असा सत्ताधीश पक्षातील माणूस कष्टानेच शोधावा लागेल.

पण स्वार्थ करूनसुद्धा देशाचा अभिमान सांभाळायला काय हरकत आहे? 'राबात'सारख्या लज्जास्पद प्रसंगातसुद्धा ज्यांची मने अविचलित राहतात, त्यांच्या स्वार्थीपणाला अमानुषतेचेही फाटे फुटले, असेच म्हणावे लागेल.

हे होण्याचे मुख्य कारण तथाकथित मोठ्या नेत्यांचे जोडे पुसणे, एवढेच कार्य या होयबांना करावे लागते. हे केल्याने जबाबदारी टळते, इमानदारी वाढते, पापांना क्षमा होते, चारितार्थाची सोय होते, नातेवाइकांना पोटाला लावता येते. बरे, या मंडळींचे अस्तित्व पुष्कळ वेळा जात, पंथ, धर्म यांवर अवलंबून असते. ही नालायक मंडळी 'जाती'चाही उद्धार करू शकत नाहीत, कारण त्यांना मुदलात समज बेताची असते. हरितक्रांती, समाजवाद, राष्ट्रीयीकरण आदी गोष्टींबद्दल वरिष्ठ नेत्यांच्या सांगीनुसार थोडी-फार पोपटपंची करण्यापलीकडे यांना त्या विषयात रसही नसतो. कालचे सिंडिकेटवादी चव्हाण आज इंदिरावादी होतात आणि महाराष्ट्रातील सर्व मेंढरे आपलाही रंग पुसून विदूषकांची फौज उभी करतात. ज्या आवेशाने रघुनाथराव खाडिलकर किंवा तुळशीदास जाधव यांची या साहेबानुयायी आमदारांनी हुर्रेवडी उडवली, त्यांनीच साहेब फिरताच इंदिराजींच्या जयजयकारार्थ हमामा सुरू केला.

आणि म्हणूनच 'राबात'चा पराभव, अपमान व हतवीर्यताही पचवण्याइतका मुर्दाडपणा या समाजात येऊ शकतो. एके काळी चव्हाण मार्क्सवादी– त्यातही रॉयवादी– असल्याचा बकवा करण्यात येत असे. महाराष्ट्रातल्या जातिसंस्थेचा अर्थ मार्क्सवादी कसा लावतात, हे त्यांनी स्वत:लाच विचारून पाहावे. या जातीयवादावर महाराष्ट्र काँग्रेसचा किल्ला बुलंद उभा आहे. त्या जातीयवादात मार्क्सवादाला केवढी जागा आहे?

स्वत:ची खुर्ची सांभाळण्यासाठी वेळप्रसंगी शीर्षासन घालून उभे राहावयासही साहेब कमी करणार नाहीत. महाराष्ट्रातली काँग्रेस दरोबस्त ताब्यात राखण्यासाठी साखर कारखान्यांचा पैसा, जातीय द्वेषाचे जलाल विष व पक्षातील दोन गटांतील

वितुष्ट यांचा सुखनैव वापर ते करीत आहेत. हे त्यांचे राज्य फार काळ सुरक्षित राहणार नाही. समाजवादाच्या नावाखाली नवे धनिक निर्माण करण्याचा त्यांचा कारखानाही फार काळ चालू राहील, असे दिसत नाही. ज्यांच्या ताटात भाकरीचा तुकडाही पडलेला नाही, ते यशवंतरावांच्या सहकारी ताटातील साखरभात ओरबाडून घेतल्यावाचून मुळीच राहणार नाहीत, हे त्यांनी पक्के ओळखून राहावे.

पण तेवढ्यानेही मानी, स्वाभिमानी, पुरुषार्थी महाराष्ट्रीय समाज सुखी होणार नाही. केवळ पोटासाठी माणूस तडफडत नाही; समाज, धर्म, परंपरा, इतिहास व आदर्श या सर्वांच्या गोतावळ्यात त्याचा जीव अडकून पडलेला असतो. मात्र त्याची दखल मुळी हे शासन घेतच नाही. चुकीचे औदार्य, अकारण धर्मनिरपेक्षता आणि गोड शब्दांनी काढलेले समाजसमृद्धीचे अवास्तव चित्रण यामुळे मनोभंग झालेला हा अस्वस्थ समाज सत्तावाद्यांची आसने शाबूत ठेवू देणार नाही. नाव शिवाजीचे लावायचे आणि करणी सूर्याजी पिसाळाची करायची, हे हा महाराष्ट्र किती काळ खपवून घेईल? अजूनही शिवाजीऐवजी पिसाळच गादीवर आहेत. महाराष्ट्रापेक्षा त्याची नेहरूनिष्ठा मोठी होती व आजही आहे. अशा पक्षनिष्ठेचे तुणतुणे वाजवून राष्ट्रघातक निर्णय घेतले जात आहेत. पण तीच पक्षनिष्ठा स्वार्थाआड आली की, पायदळी तुडवली जाते व मन:पूत वर्तन केले जाते.

निष्ठा नसलेल्या 'निष्ठावंत' नेतृत्वाला नामोहरम केले पाहिजे. उद्या - आज - आत्ताच!

*(१९ जुलै, १९७०)*

-०-०-०-

२

## सोन्याच्या पिंजऱ्यातील पोपट

आम्हा मराठी माणसांच्या दृष्टीने आम्ही आणखीनच बदनाम झालो आहोत. आम्ही गर्विष्ठ होतो, उद्दाम होतो, अरसिक होतो; पण घट्ट होतो जिद्दी होतो. बाळ ठाकरे यांच्या चळवळीतही महाराष्ट्राचा भांडखोरपणा उफाळून आला. बरे असो वा वाईट असो– मराठी माणसाचा हिसका भारतीयांना थोडा-फार कळला. मला स्वत:ला महाराष्ट्राच्या या अस्मितेचा फारसा लोभ नाही. भारतीयत्वात विरघळून गेलेले एकप्रांतीयत्व हेच माझ्या लेखी मोलाचे. परंतु 'सह्याद्री हिमालयाच्या मदतीला धावला' किंवा 'महाराष्ट्र मेला तरी राष्ट्र मेले' यांसारख्या आरोळ्यांतला शब्दार्थ अतिरेकी असतो. जेव्हा नेहरूंना महाराष्ट्रापुढे नमविण्याचा प्रसंग होता, तेव्हा या आरोळ्या आम्ही गोड मानल्या. तेव्हाचे ठीक होते; पण आज अनेक आरोपांबरोबर महाराष्ट्रीय बेभरवशाचे आहेत, हा नवा आरोप आला आहे.

लोकमान्य टिळकांनंतर भारतीय राजकारणात मराठी माणसे हळूहळू निष्प्रभ झाली. सत्ताधीश पक्षातून त्यांना फुटावे लागले. काँग्रेसेतर पक्षांत आजही सर्व जागी महाराष्ट्रीय आहेत. पण सत्तारूढ पक्षात महाराष्ट्राचा पराभव झाला, हे मानले पाहिजे. महाराष्ट्रात सर्वांत मोठे नेते काकासाहेब गाडगीळ. त्यांच्या नशिबी जीवनाच्या अखेरीस काय उपेक्षा आली, ती सर्वश्रुत आहे. भारतीय पातळीवर काकासाहेब स्वत:च्या वकुबावर उभेही नव्हते.

यशवंतरावांचे नेतृत्व निर्माण होईपर्यंत सर्व महाराष्ट्राला एकमुखी असा सर्वमान्य नेता नव्हता, असे म्हणावे लागेल. एक तर बाळासाहेब

खेर, मोरारजी हे तसे मऱ्हाटी नव्हते. भाऊसाहेब हिरे यांच्या अकाली मृत्यूनंतर बहुजन समाजाला पसंत, त्यांच्या जातीचा, पुरोगामी असा नेता म्हणून यशवंतराव पुढे आले आणि आपल्या गोड बोलण्यामुळे, संघटनकौशल्यामुळे त्यांनी महाराष्ट्रात एकमुखी सत्ता काबीज केली. आजच्याइतके त्या वेळेस चव्हाण चौकस नव्हते, चौरसही नव्हते. पण त्यांनी इथल्या जमातीची नाडी ओळखून आपले आसन बळकट केले. आज जातीयतेचा आरोप चव्हाणांवर कुणी करीत नाही. तरी एक काळ असा होता की, त्या लाटेवर तेही स्वार झाले होते. त्यांच्या कृपेने मोठे झालेले किती तरी अजून जात्यंध आहेत. त्यांचा व्यक्तिगत चारित्र्यविषयक लौकिक बरा असला तरी त्यांचे नातेवाईक व स्नेही यांची पापे त्यांनाच पचवावी लागतात. व्यक्तिगत लाभ आणि लोभ यांसाठी ते बदनाम झाले नसले, तरी लोभात आकंठ बुडालेले धनिक हेच त्यांचे या घटिकेला तरी सर्वांत जवळचे सहकारी आहेत.

टिळककाळानंतरच्या महाराष्ट्रातील पराभूत वृत्तीतून संयुक्त महाराष्ट्राच्या चळवळीत महाराष्ट्र प्रथम बाहेर पडला. पण तरीही 'नेहरूच महाराष्ट्रापेक्षा मोठे' मानणाऱ्याच्या हाती सत्ता गेली. नेहरू गेले - आता नेहरूपुत्री आली. दिल्लीचे तख्त जिंकण्यापेक्षा तिथून वकील इ. मुतालिकची वस्त्रे आणवण्याची जी पेशवाई परंपरा होती, तीच चव्हाणांनी चालू ठेवली. दिल्लीश्वराचे जोडे पुसण्याच्या कलेतले प्रावीण्य आजही आपल्या नेत्यांजवळ आहे, का केवळ इतिहासाचा दस्तूर मानण्याची त्याची धारणा आहे; देव जाणे! गमतीची गोष्ट अशी की, हे सारे शिवाजीमहाराजांचा वारसा सांगून चालू आहे. कशासाठी ही लाचारी? असे कोणते वैचारिक धन आज नेहरूपुत्रीजवळ आहे? आडमुठ्या मोरारजीच्या हाती सत्ता जाऊ नये, म्हणून कामराजांनी उभी केलेली ही एक चिंधीची बाहुली. पण सत्ता आली आणि एरवी निस्तेज असणाऱ्या या बाहुलीला एकदम कंठ फुटला. पक्ष, लोकशाही शिष्टाचार हे निष्ठावंतांसाठी असतात; वेडावलेल्या व झपाटलेल्या माणसांसाठी नसतात. ते असतील, असे गृहीत धरून टाकलेले संथ पवित्रे घातक ठरतात आणि तेच झाले. इंदिराजींच्या बाबतीत साऱ्याच निर्णयाला उशीर झाला आणि तेवढ्यात मोरारजींचा राजकीय वध करून ही चंडिका उग्र झाली. शब्दावर विश्वास ठेवणाऱ्या मूढ जनतेला नव्या शब्दाने तिने मोहित केले. नेहमीप्रमाणे महाराष्ट्रीय नेतृत्व सिंहासनापेक्षा वकील, इ. मुतालिकपदावर खूश झाले. चंडिका महाराणी झाली; प्रतिशिवाजी वजीर झाले.

आयुष्यात दैव तुमच्यापुढे अनेक आमिषे ठेवते. अनेक संधी प्राप्त करून देते. अनेक निर्णायक क्षण पुढे करते. शूर माणसे त्या क्षणावर झेप घेतात. दैव त्यांची साथ करते. पण तुम्ही दैवाला हाक तर दिली पाहिजे? चव्हाणांच्या आयुष्यात

दिल्लीश्वर होण्याचा मोका आला होता, पण चव्हाणांना तो स्वीकारता आला नाही. भारताचे पंतप्रधानपद सांभाळणे हे तसे कठीणही आहे. त्यासाठी आपली प्रतिमा मऱ्हाटी न ठेवता भारतीय करावयास हवी. सर्व प्रांतांना आकृष्ट करू शकेल, असे व्यक्तिमत्त्व चव्हाण निर्माण करू शकत नाहीत. महाराष्ट्रात त्यांचा जीव इतका अडकलेला असतो की, भारतीय स्तरावर काम करायला त्यांच्याजवळ वेळच नसतो. त्यांनीच एके काळी लावून दिलेली गावागावांतील दोन्ही गटांची भांडणे सोडवणे, हा त्यांचा मजेचा खेळ आज त्यांच्या अंगावर येऊ पाहतो आहे. वास्तविक, गृह मंत्रालयासारखे महत्त्वाचे मंत्रालय सांभाळणाऱ्या माणसाला फजूल गोष्टींसाठी वेळ कसा मिळावा? चंदीगड, तेलंगण, बेळगाव यांसारखे हद्दींचे प्रश्न, बंगालमधील अराजक, केरळमधील कम्युनिस्टांची घटनाविरोधी वक्तव्ये आणि भारतातील मुसलमानांच्या अराष्ट्रीय चळवळी, पाकिस्तानचे पंचमस्तंभी– असे एक का अनेक प्रश्न उत्तरे मागत नव्या दिल्लीत उभी असताना चव्हाण पांचट आणि पोचट आश्वासने देत महाराष्ट्रात भिरभिरत असतात. गृहमंत्री म्हणून संधी मिळाल्यावर त्या प्रश्नांना योग्य ती उत्तरे ते देऊ शकते, तर भारतीय स्तरावर ते उंच-उंच चढू शकले असते. पण दुसऱ्यांच्या ओंजळीने पाणी पिणाऱ्या व वजिरीवर खूश असणाऱ्या चव्हाणांनी दैवाने पुढे केलेली संधी लाथाडली आहे आणि आता हातची वजिरी जाऊ नये व इथल्या आमदार-खासदारांची घट्ट मोळी सुटू नये, म्हणून ते केविलवाणे धडपडत आहेत.

यशापेक्षा अपयश हेसुद्धा कित्येक वेळेस लोभसवाणे असते. मंत्रिपदाची रेशमी वस्त्रे फेकून देण्याचे धाडसही पंतप्रधानकीची वस्त्रे आणणारे वरदान ठरेल. नियतीच्या खेळात धोका पत्करावा लागतो. सारखेच कुंपणावर बसून पीक हाती येत नाही. एका सोनेरी पिंजऱ्यातले लाजिरवाणे जिणे जगून शिवाजीचे नाव लावता येणार नाही. शब्दाची फिरवाफिरव करून विरोधकांना सदैव गारद करता येणार नाही. मालकिणीच्या समाजवादाच्या गोड शब्दांची पोपटपंची करून हा मिठूमिया एखादी पेरूची फोड मिळवत असेल; पण वसंताचे वारे आले की, मग मात्र सोनेरी काटेरी पिंजऱ्यात त्याचा कंठ कायमचा बंद होईल.

*(२६ जुलै, १९७०)*

-०-०-०-

## ३

# नव्या समाजासाठी शब्दांना नवे अर्थ द्या

प्रिय बाळासाहेब देसाई यांसी,

स. न. वि. वि.

परवा तुमचा षष्ट्यब्दीपूर्ती समारंभ यशवंतराव चव्हाणांच्या हस्ते साजरा झाला. यशवंतराव तुमच्या गुणगौरवपर बोलले, ते ठीक आहे. कारण तुम्हीच म्हणता की, त्यांनी तुम्हाला आजच्या पदवीवर नेऊन ठेवले. बरे, चव्हाणांचे मोठेपणसुद्धा तुम्ही, वसंतरावजी, शंकररावजी आदी बळकट स्तंभांवर अवलंबून. चव्हाणांशिवाय तुम्हाला अस्तित्व नाही आणि तुम्हा सर्वांच्या एकसंध गढीकोटातील फौजफाट्याशिवाय चव्हाण बिचारे एकाकी काय करणार? आजवर तुमचे सर्वांचे बरे चालले आहे. क्वचित थोडी कुजबुज झाली, मतभेद झाले; तरी सर्किट हाऊसच्या बाहेर तुम्ही ते येऊ दिले नाहीत. इतर प्रांतांतील वातावरण बघता महाराष्ट्रात अजूनही दोन आवाज नाहीत. परस्परांनी परस्परांची योग्य ती ताकद जोखली, म्हणजे हे असे अभंग राज्य उभे राहते. म्हणून तुम्हा सर्वांचेच त्या प्रसंगी अभिनंदन करायला हवे.

या प्रसंगात भाऊसाहेब खांडेकरही वक्ते होते. त्यांनीही तुमची प्रशंसा केली. भाऊसाहेबांची प्रशंसा विकत मिळवण्याजोगी नसावी. एक तर आयुष्यातील यशावर ते संतुष्ट आहेत. त्यामुळे तुमच्याकडून त्यांना मिळण्याजोगे किंवा मिळवण्याजोगे काही नाही आणि त्यांची मन:प्रकृतीही अनृताची वा पापाची शिफारस करणारी नव्हे. चारदोनशे रुपयांच्या मानधनासाठी किंवा एखाद्या क्षुद्र हक्कासाठी तुमची किंवा चव्हाणांची युगप्रवर्तक म्हणून भलावण करणारे या महाराष्ट्रात अमाप विचारवंत

आहेत. प्रत्येकाचे हात कुठे तरी अडकलेले असतात. तुम्ही दोघेही असे शहाणे आहात की, विरोधकांशी युद्ध खेळून त्यांना पराभूत करण्यापेक्षा उपकृत करून तुम्ही त्यांना ओशाळे करता. या महाराष्ट्र राज्यातील संपादक, लेखक, तर्कतीर्थ, महामहोपाध्याय आणि विचारवंत म्हणवणारे प्राध्यापक अनेक वेळा तुम्ही ओशाळे करून जिंकले आहेत. मधून-मधून न्यायीपणाची ऐट मिरवण्याकरता एखादा संपादक जहाल स्फुट लिहितो. पण केवळ फोनवर तुम्ही त्याच्या लेखणीचे टोक मोडून तरी टाकता किंवा दौतीतील शाई पातळ तरी करता. मला तुमच्या कर्तृत्वाचे आणि चतुराईचे नेहमीच कौतुक वाटत आलेले आहे. मी-मी म्हणणारे आणि अन्य वेळेला आपल्या पांडित्याच्या वा स्वाभिमानाच्या वल्गना करणारे गावठी केसरी आज तुमच्या दरबारात शेळ्या झाले आहेत. यशवंतरावांचे महाराष्ट्रात एक अनन्यसाधारण स्थान आहे. याचा फायदा तुमच्या नेतृत्वाला मिळतो, हे तर खरेच; पण तुमचेही काही गुण आहेतच की नाही!

यशवंतरावांचे एक बरे आहे की; ते दिल्लीला काय बोलतात, कसे वागतात, कोणत्या गटात सामील होतात, कुणाचा अनुनय करतात, यावर त्यांची इथली लोकप्रियता अवलंबूनच नाही. वस्तुत: महाराष्ट्रातला त्यांचा अनुनायीवर्ग मुख्यत्वे क्षत्रिय मराठा समाज हा अहिंसा मानणारा नाही- मुसलमानांचे लाड चालू देणारा नाही- कम्युनिस्टांचा सहप्रवासी नाही. तो ठोशास ठोशा देणारा, धर्मावर अतीव प्रेम करणारा आणि घट्ट राष्ट्रवादी आहे. एक तर राष्ट्रवादी म्हणवणाऱ्या पक्षांना इथल्या बहुजन समाजाचा अनुनय करणे जमलेले नाही किंवा यशवंतरावांचे दिल्लीतील चाळे आणि स्वरूप त्यांना समजावून सांगणे जमलेले नाही. तेव्हा त्या समाजावर आज तरी एकमुखी राज्य चव्हाणांचेच राहणार, असे दिसते. दिल्लीतील राजकारण गल्लीतील माणसांना कळतही नाही आणि त्यांच्यापर्यंत पोहोचतही नाही. शिवाय महाराष्ट्रातील वृत्तपत्रे यशवंतरावांनी केव्हाच पचवून टाकलेली आहेत. ती दिल्लीतील राजकारणाचा अर्थ चव्हाणांच्या सोईनुसार लावतात आणि म्हणून चव्हाणांच्या कारकिर्दीतच भारताची अनेकदा नामुश्की झाली. पण चव्हाणांचे स्थान अजून घट्ट आहे. चव्हाणांच्या कारकीर्दीतच ताश्कंदचा करार झाला व आमच्या सह्याद्रीनेच– सैनिकांनी प्राणार्पण करून जे मिळवले, ते आपल्या मुत्सद्देगिरीने गमावले. सह्याद्री हिमालयाच्या मदतीला धावला, असे आपण म्हणतो. पण हिमालयाच्या गेलेल्या भूमीतली एक तसूभरही जमीन सह्याद्रीला सोडवता आली नाही; उलट भूतान -सिक्कीम, नेपाळ इथे भारताबद्दल अप्रीती उत्पन्न झालेली आहे. ज्या गृह खात्यावर आमचा सह्याद्री हक्क सांगतो, त्या गृह खात्याच्या पत्रकानुसार या देशात गढूळलेले वातावरण व दंगे

मुसलमानच करतात; पण तरीही आमचा सह्याद्री मुसलमानांच्या भारतीयीकरणाला कडाडून विरोध करतो. दिल्लीतले सारे राजकारण आज चव्हाणांचा विचार न करता चालते आहे. पण एकसंध महाराष्ट्र जोपर्यंत चव्हाणांच्या मागे उभा आहे तोपर्यंत सह्याद्री दिल्लीत सुरक्षित आहे आणि सह्याद्री दिल्लीत खडा आहे तोपर्यंत महाराष्ट्र त्याच्याशी इमान सोडणार नाही. म्हणून कसेही करून दिल्लीत असणे हे चव्हाणांच्या लेखी आज राजकारणाचे एकमेव सूत्र बनले आहे. ते कसोशीने ते टिकवीत आहेत.

आता इथले त्यांचे सुभेदार आपापले सुभे कसोशीने शाबूत ठेवीत आहेत. त्या सर्व सुभेदारांत बाळासाहेब– आपण फार थोर आहात. परवाचा तुमचा षष्ट्यब्दीसमारंभ दणक्यात झाला. त्यात तुमचेही स्वत:चे गुण कारणीभूत आहेत. भाऊसाहेब खांडेकरांसारख्या भल्या माणसाला तुमची स्तुती करावीशी वाटते, यातच मला सर्व पावले. तुमच्याबद्दल फेरविचार करायचा, तर पुष्कळ गोष्टींचा फेरविचार करायला हवा. पापपुण्य - लाच - बक्षिशी - बाईबाजी– या साऱ्यांचा पूर्वीचा अर्थ आता इतिहासजमा झाला आहे. निष्क्रिय, पराभूत आणि मूर्ख माणसे नीती-अनीतीचा बागुलबोवा करतात. बहुजन समाजाचे प्रतिनिधित्व करावयाचे म्हणजे त्यांच्या गुणांबरोबर दोषांचेही प्रतिनिधित्व करावयास नको काय? हा खरा समाजवादी सिद्धान्त होय. लोकांच्या लायकीनुसार त्यांना त्यांचे नेते मिळतात, या सुप्रसिद्ध वचनाचा अर्थ समजावून घ्यावयास हवा आणि म्हणून आजच्या जमान्यातील पुष्कळ शब्दांचा अर्थ आपण बदलला पाहिजे. पाप काय किंवा पुण्य काय, अगोदर त्यांचा बडेजाव कशासाठी? आणि करायचाच, तर अखेरीस त्या केवळ कल्पनाच नसतात काय? त्यात कालमानानुसार बदल व्हायचेच. स्वातंत्र्य-संपादनानंतर त्याग, सेवा, विनंती- अर्ज, सत्याग्रह, हृदयपरिवर्तन आदी शब्द नाही का आपण मोडीत टाकले? पुन्हा इंद्रियदमन - औदार्य - त्याग वगैरे भानगडीत नाक खुपसायचे... तर मग स्वातंत्र्य आपण मिळवले तरी कशाला? पूज्य बाळासाहेब, आज राष्ट्राला गरज आहे ती या शब्दांना नवे रूप देण्याची. नव्या जमान्याला शोभेल असा समाजवादी, प्रगमनशील अर्थ या शब्दांना देण्यासाठी आपण पुढे झाले पाहिजे.

आता तुम्ही तर दरिद्रीनारायणच आहात. तुमच्या स्वत:च्या खात्यावर एक पैसा नाही, असे तुम्हीच परवा जाहीर केलेत. कुठल्याही थिएटरात, हॉटेलात, एजन्सीत तुमची भागीसुद्धा नाही. म्हातारपणी राजकारणातून निवृत्त झाल्यावर मग तुमचे कसे होणार? जरी तुम्हाला किरकोळ मानधन मिळाले, तरी त्यात तुमचे भागणार कसे? येणाऱ्या-जाणाऱ्याला मदत करावी, त्याचे अश्रू पुसावेत, ही तुम्हाला लागलेली सवय तुम्हाला म्हातारपणी भारी जड जाणार. आता लोक म्हणतात–

**नव्या समाजासाठी शब्दांना नवे अर्थ द्या / १९**

तुमच्या मुलांच्या नावे खूप गडगंज संपत्ती आहे. पण त्याला तुम्ही तरी काय करणार? मुलांनी उद्योग करून पैसा मिळविला, तर त्याला अगदी मंत्री असला म्हणून बाप कसा अडवणार? शिवाय बापाचे ऋण फेडण्यासाठी मुलाला हे सारे करणे मुळी भागच आहे. लोक खरोखरी नतद्रष्ट आहेत.

काही लोक तर असे डँबिस आहेत की, ते म्हणतात की, मंत्रीलोक पैसे खातात. मी म्हणतो की, खातात; पण पैसे खाऊन काम करतात की नाही? मग यात लबाडी कुठेय! हा तर शहाजोग व्यवहार झाला. योग्य त्या कष्टांचा मोबदला का मिळू नये? असा मोबदला घेणे, ही खरे तर आजच्या काळाची गरज आहे. नवनव्या गरजा उत्पन्न होताहेत. लोकांजवळ खूप पैसा आहे. त्यांची पुष्कळ कामे अडून राहिलेली आहेत. अशा वेळेस कोणताही कार्यतत्पर मंत्री गप्प कसा बरे बसेल? या हरामखोर पैसेवाल्यांचे– लायसेन्सवाल्यांचे पैसे गरिबांपर्यंत पोचवण्याचा हा नवा रस्ता स्वातंत्र्यप्राप्तीनंतर आपल्याला सापडला आणि आपल्या सामाजिक जीवनात क्रांती झाली. प्रिय बाळासाहेब, लाचलुचपत-प्रतिबंधक कायदे सत्वर रद्द करून 'लाचलुचपत' या शब्दाऐवजी 'मेहरबानी' हा शब्द रूढ करून तमाम पुढाऱ्यांचे तुम्ही दुवे घ्यावेत. 'मेहरबानी' खाऊन काम किती दिवसांत करावे, दोन्ही पक्षांकडून मेहरबानी घ्यावी काय, मेहरबानी घेतलीच तर पक्षाच्या खाती किती हिस्सा जमा करावा व किती स्वतःकडे किंवा स्वतःच्या मुलांच्याकडे ठेवावा– यासंबंधी एखादी श्वेतपत्रिका प्रसिद्ध करून सर्वांची प्रशंसा साधावी. माधवराव बागलांच्या सूचनेनुसार, अंधश्रद्धा- देव-पूजा-अर्चा यांचा नायनाट करण्यासाठी उरलेले आयुष्य घालवण्याच्या फंदात न पडता तुम्ही गंजलेल्या शब्दांना नवे अर्थ देऊन समाजवादाची वाटचाल सोपी करावी, ही नम्र विनंती आहे.

जाता-जाता कल्पना सुचली म्हणून लिहितो. कोणत्याही पुरुषाला– कर्तबगार पुरुषाला– बदनाम करण्यासाठी लोक नाना तऱ्हेच्या वावड्या उडवतात. 'दारू आणि बाई' या दोन गोष्टी अशा आहेत की, कोणीही उठावे आणि एखाद्याला बदनाम करावे! मी म्हणतो, खरे तर ही उठाठेव हवी कशाला लोकांना? ही मर्द पुरुषसिंहाची कामे. दारू पिऊन रस्त्यावर लोळत नाही आणि जोपर्यंत ती बाई बोंब मारून उठत नाही तोपर्यंत या लोकांना ओरडण्याचे कारण काय म्हणतो मी? कुणाला एक भाकरी, तर कुणाला चार भाकरी लागतात. हा केवळ गरजेचा प्रश्न आहे. पण लोकांनी चारित्र्याचा मधुघट यातच बुडवून ठेवला आहे. तुमच्या बाबतीत या दोन्ही गोष्टींचा संबंध नाही म्हणा. पण मला हे समजत नाही की, आता या कल्पनेत नको का बदल करायला? एखाद्या नटीला चित्रपटाचा कर माफ करून हवा

असतो, कुणाला हाउसिंग बोर्डात ब्लॉक हवा असतो; तेव्हा अशा कोणी अडलेल्या बाया काही मागायला आल्या, तर मी म्हणतो, लोकांचा यात संबंध काय? शिवाय चार घटकांची सोबत जन्मभर थोडीच सांभाळायची असते? बात केवढी क्षुल्लक अन् लोक मात्र त्याचा गाजावाजा फार करतात. खरे सांगू? मोठ्यांच्या व्यथा या लोकांना कळायच्या कशा? बाळासाहेब, या बाबतीत आपण लक्ष घालावे व बदललेल्या समाजाच्या नव्या भुका जाग्या होत आहेत, त्या पुऱ्या करणे हे कोणाचे काय काम आहे ते लोकांना समजावून द्यावे. मला वाटते, स्त्री-पुरुष संबंधांबाबत एवढा गहजब लोकांनी का करावा? मंत्री हा का माणूस नसतो? पुढारी हा का पुरुष नसतो?

बाळासाहेब, आपल्या वयाला साठ वर्षे झाली, याबद्दल अभिनंदन! लोकादर, लोकप्रियता यांत तुम्ही अग्रेसर आहात, याबद्दल अभिनंदन. कोणाचेही, कोणतेही काम तुमच्याकडून होऊ शकते, याबद्दल अभिनंदन. लोकांच्या सर्व गुण-दोषांसकट तुम्ही त्यांचे खरेखुरे कनवाळू प्रतिनिधी आहात, याबद्दल अभिनंदन. बहुजन समाजाच्या दृष्टीने एक बलदंड पुरुष, विचारवंतांच्या दृष्टीने यथार्थ लोकप्रतिनिधी आणि सर्वच जनतेच्या दृष्टीने गुणावगुणांचे एक सामूहिक प्रतीक– असे तुमचे व्यक्तिमत्त्व माझ्यासमोर उभे आहे. तुमच्यावाचून या महाराष्ट्र देशाला शोभा नाही. नव्या काळाची नवी गरज ओळखून समाजजीवन जगणारा, सेवाभावी, जागरूक, दरिद्रीनारायण असा एक पुढारी म्हणून मी तुमच्यापुढे नम्र आहे.

आपला,
ग. वा. बेहेरे

*(२ ऑगस्ट, १९७०)*

-०-०-०-

## ४

## इंदिरा सरकारचा एक खुनी प्रयत्न

संसद भवनाच्या आसमंतात पोचलेल्या संयुक्त समाजवादी पक्षाच्या मोर्चाची दिल्ली पोलिसांनी जी ससेहोलपट केली, त्यावरून त्या देशात मतभेद व्यक्त करण्याचा सभ्य मार्ग इंदिरा गांधींना मान्य नाही, असे आम्हाला कळून चुकले आहे. संयुक्त समाजवादी पक्ष पुष्कळदा रांगडेपणाने वर्तन करतो, ही गोष्ट खरी. त्याच्या कार्यक्रमाशी पुष्कळ वेळा जुळते घेण्याची शक्यता नसते, हेही खरे. पण या गरीब देशात पुढाऱ्यांनी आपला दैनंदिन जीवनव्यवहार कसा ठेवावा याचा वस्तुपाठ या पक्षातल्या काही पुढाऱ्यांकडून जरूर घेता येईल, असे साधे वर्तन हे पुढारी ठेवतात. आज काँग्रेसचे पुढारी मोगल सम्राटाच्या मग्रुरीने, मस्तीने, विलासाने आणि स्वच्छंदीपणाने वागत आहेत. एका महादरिद्री देशातल्या नागरिकांचे प्रतिनिधित्व करणाऱ्या पुढाऱ्यांवर थोडी वेगळी जबाबदारी आहे, याची जाणीव त्यांनी बिलकुल ठेवलेली नाही.

कम्युनिझमचा प्रसार या देशात धीरे-धीरे वाढतो आहे, याला जी अनेक कारणे आहेत; त्यांपैकी सत्ताधीश पक्षाच्या पुढाऱ्यांची नीती, चारित्र्य आणि वर्तन हेही कारणीभूत आहे. सार्वजनिक संपत्तीची लूटमार करावी, नागरिकांपेक्षा निराळ्या तऱ्हेने दैनंदिन व्यवहार करावेत... मोठमोठी घरे, आलिशान गाड्या, नाचगाणी... शे-पन्नास शिपायांचा फौजफाटा, विमानांचा प्रवास... लक्षावधी रुपयांची मालमिळकत... अशा तऱ्हेने जिणे जगणाऱ्या पुढाऱ्यांबद्दल एक प्रकारची चीड आता लोकांच्या मनात येऊ लागली आहे. सामाजिक क्रांती, जातिनिर्मूलन, जमिनीचे वा संपत्तीचे समान वाटप– हे साऱ्या व्याख्यानांतून उगाळायचे; पण प्रत्यक्ष

जीवनात जुन्या परंपरा धरून ठेवायच्या, फोटो काढकाढून विठोबाच्या महापूजा बांधायच्या, वास्तुशांतीचे समारंभ घडवायचे, जातिसंस्थांत जाऊन व्याख्याने द्यावयाची, स्वत:च्या नातेवाइकांनी व मुलाबाळांनी अन्य जातीत लग्न ठरवले तर येनकेन प्रकारेण दडपण आणून ते लग्न मोडायचे– अशा तोंडदेखल्या सुधारकांकडून सामाजिक क्रांती वगैरे काही होणे शक्य नाही, या निर्णयाला लोक आले आहेत आणि आपले प्रश्न मग कोण सोडवील, या दृष्टीने जनता वेगवेगळ्या पक्षांतील पुढाऱ्यांचा वकूब, चारित्र्य आणि कर्तृत्व यांची चाचपणी करीत आहे.

प्रत्येक पक्षाला आपले प्रश्न घेऊन संसदेवर जाण्याचा हक्क आहे. इंदिरा गांधींना जर रिक्षावाले-टांगेवाले यांच्याकरवी मोर्चे आणता येतात, तर इतर पक्षांना काय ते शक्य नाही? इंदिरा गांधींना अशा मोर्चासाठी रोजी देऊन माणसे आणावी लागली, ती परिस्थिती निदान संयुक्त समाजवादी किंवा जनसंघ यांच्या बाबतीत नाही. पक्षाशी इमान बाळगणारे, कार्यक्रमावर श्रद्धा ठेवणारे, क्रियाशील सर्वस्व देणारे अनेक चारित्र्यसंपन्न नेते व अनुयायी या पक्षांजवळ आहेत. मोर्चे, निषेधसभा, पत्रके, निरोधने आणि पार्लमेंटमधील प्रतिनिधींकरवी विरोध– हे सारे मार्ग लोकशाहीत अपरिहार्य आहेत. तेच नाकारायचे असतील, तर लोकशाही गुंडाळून ठेवून 'इंदिराशाही' सुरू केली, असे जाहीर करावयास हरकत नाही.

सत्ता ही मद्यासारखी आहे. एकदा चटक लागली की, तिच्यावाचून भागत नाही आणि सुरसुरी आली की, मग ती हस्तगत करावयासाठी कोणत्याही पवित्र गोष्टीला धिक्कारण्याची कुबुद्धी होते. मद्याचा घोट पोटात जाताच मद्यप्याला निराळेच अवसान चढते. त्या अवसानात समोरच्या माणसापेक्षा आपण फार मोठे आहोत, असे त्याला वाटते. बढाईची भाषा आणि उसना आवेश यायोगे त्यांचे ध्यान मोठे विचित्र दिसते. सत्तेचे मद्य प्यायलेल्या प्रियदर्शिनीचे आजचे रूप असेच महाभयंकर आहे आणि तोल सुटलेल्या कैदाशिणीची कळा दुर्दैवाने तिला आली आहे.

अत्यंत शांततेने येणाऱ्या संयुक्त समाजवादी पक्षाच्या मोर्चावर हिटलर-सालाझारला शोभेल अशा तऱ्हेने पोलिसांनी हल्ला केला. म्हणजे, इंदिरा गांधींनी तो हल्ला केला. तो हल्ला पूर्वनियोजित होता. बऱ्याच दिवसांचा सूड या हल्ल्यात उगवून घ्यायचा होता. फर्नांडिस हे तर खुनी हल्ल्याचे मुख्य केंद्र होते. मुंबईत काँग्रेसवाल्यांचा मुखभंग फर्नांडिसनी अनेक वेळा केला होता. लोकसभेत मधू लिमयांनी काँग्रेस पुढाऱ्यांना नागवे केले होते. हे सारे इंदिरेच्या लक्षात होते. विरोधकांशी वागण्याची नवी पद्धत त्या संयुक्त समाजवादी पक्षाच्या मोर्चाच्या वेळी इंदिरादेवी वापरून पाहणार होत्या.

होय, इंदिरा गांधींनी फर्नांडिसचा खून करण्याचा यत्न केला. त्या प्रकाराला दुसरा शब्द वापरता येणार नाही. पोलीस ऑफिसरची एरवी भलती-सलती हिम्मत झाली नसती. इंदिराजींच्या खास सूचना असल्याशिवाय एवढ्या प्रमाणावर अशी निर्घृणपणे मारहाण करण्याची त्या शिपुरड्याची काय माय व्याली आहे! शिपुरड्यांनाही संसार आहे, बायको-मुले आहेत. त्यांनाही समाजात सुखाने जगायचे आहे, नोकरी टिकवायची आहे. इंदिराजींची आज्ञा नाकारून त्यांचे कसे चालणार? 'सिंग'सारख्या गुंड सचिवाच्या आज्ञा ते कशा धुडकावणार?

पण इंदिराजींचे सरकार अमरपद घेऊन आलेले नाही. कोणतेही सभ्य - असभ्य मार्ग वापरून हे सरकार मोडले पाहिजे. हे उन्मत्त, निर्दय आणि श्रीमंत रस्त्यावरून चालू लागले म्हणजे तेव्हाचे सरकार त्यांचा हिशोब जरूर चुकवील. फर्नांडिस व मधू लिमयांच्या अंगावरच्या प्रत्येक वळाचा हिशोब जरूर चुकता होईल. सूडाला सूडाचीच फळे लागतात. द्वेषातून द्वेषच पिकतो. दुष्टाव्यातून धुमसतो तो अंगार. सर्वांना भरपूर आयुष्य लाभणार आहे. गाडे उलटणार आहे. काँग्रेसच्या पांढऱ्या टोप्या चिखलात भिजणार आहेत. रस्त्यावरून हे एके काळचे नबाब चालू लागतील, तेव्हा रांडापोरे त्यांच्या दिशेने थुंकून पुढे जातील आणि इथल्या बँकांतून किंवा परदेशी बँकांतून साठविलेला त्यांचा पैसा सरकारजमा होईल. मग एक दिवस संसद भवनावर असहाय स्थितीतील त्या पराभूत पांढऱ्या टोप्या जमावाने येतील. तेव्हाचे शासन इंदिरा काँग्रेसजनांचा हिशोब पुरा करून घेईल, जरूर घेईल. मी त्या दिवसाची वाट पाहत आहे. उद्याचे सरकार जनसंघाचे का कम्युनिस्टांचे– हा प्रश्न नाही. माजलेल्या या बैलांची चरबी तेव्हा बाहेर पडणार आहे, हे निश्चित. आज ज्या कम्युनिस्टांच्या बळावर इंदिरा पुंडारली आहे, ते कम्युनिस्ट क्षणाची उसंत न देता गावोगावचे ग्रामगांधी आणि इंद्रप्रस्थातील इंदिरा गांधी– या सर्वांचा निकाल पहिल्या दिवशी लावतील आणि राष्ट्रवाद्यांचे सरकार आले तर?

–पण स्वप्ने करण्यापेक्षा तो दिवस जवळ आणण्यासाठी खटपट केली तर?

*(९ ऑगस्ट, १९७०)*

-०-०-०-

## ५

# बाळासाहेब काय बोलतील?

महाराष्ट्रातील एक जबरदस्त मंत्री श्री. बाळासाहेब देसाई यांनी मंत्रिपदाचा राजीनामा तडकाफडकी दिला. मंत्रिमंडळात राहून काम करणे अशक्य झाल्यामुळे आपण मंत्रिपद सोडले, एवढेच त्यांनी जनतेला सांगितले. तेवढ्यापुरती खूप खळबळ माजली. पण लवकरच सारे कसे शांत-शांत झाले. बाळासाहेब यानंतर पुणे, सातारा, कोल्हापूर, नागपूर, मुंबई अशी मुलूखगिरी करून परतही आले. पण 'आपण जनतेत राहूनच जनतेची सेवा करणार आहोत' यापलीकडे ते काही बोलतच नाहीत; म्हणजे हा आहे तरी काय प्रकार? 'जोशी काय बोलतील' नाटकाप्रमाणे 'बाळासाहेब काय बोलतील?' ही धास्ती काँग्रेसच्या लोकांना पडली आहे काय? का आपण आपल्या सहकाऱ्यांची कुलंगडी बाहेर काढली तर आपणही खलास झालो, असे बाळासाहेबांना वाटते आहे? ते काही असू द्या– बाळासाहेबांनी आता प्रत्यक्ष कामाला सुरुवात केली पाहिजे. जनतेची जी काही सेवा आहे, तिला प्रारंभ केला पाहिजे. बाळासाहेबांनी पुढे काय करावे, यासंबंधी बऱ्याच लोकांनी आपली मते आमच्याकडे परवाच व्यक्त केली. त्यांतील काही सखोल अभिप्राय असे :

बाळासाहेबांचे खरे स्थान इंडिकेटमध्येच आहे. नेहरू घराण्यातील हुकूमशाही वृत्ती, अरेरावीपणा आणि स्वत:ला जास्त शहाणे समजण्याचा प्रकार– हे सगळे बाळासाहेबांच्या प्रकृतीला फर्स्ट क्लास जुळण्यासारखे आहे! नेहरू राजवटीशी त्यांचे नक्कीच शंभर टक्के जमेल. त्यांनी काही दिवस गप्प बसावे. इंदिराकाकू ज्याप्रमाणे समाजवाद, गरिबांचे कल्याण, आर्थिक उद्धार, राष्ट्रीयीकरण वगैरे फालतू गोष्टी नुसत्या बोलत असतात;

त्याप्रमाणे बाळासाहेबांनीही तूर्त जनतेची सेवा, इत्यादी गोष्टी नुसत्या बोलत राहाव्यात. आमच्या इंडिकेटचे हेच वैशिष्ट्य आहे. येथे 'झुकानेवाला' पाहिजे. 'दुनिया झुकती है' हे आमच्या पार्टीचे तर ब्रीदवाक्यच आहे. म्हणून बाळासाहेबांच्या सध्याच्या वक्तव्यावर आपण बेहद्द खूश आहोत. राम आणि इंदिरा यांच्या काँग्रेसवर आपली पूर्ण निष्ठा असल्याचे त्यांनी जाहीर केलेच आहे. ती करेक्ट पॉलिसी आहे. आता काही दिवस त्यांनी असेच दबा धरून राहावे, निवडणुका जवळ येऊन द्याव्यात; मग त्यांचे भाग्य फळफळलेच म्हणून समजा! यशवंतराव हे 'इमिटेशन इंडिकेटवाले' आहेत. त्यांना दंडा मारायला काकू संधीचीच वाट पाहत आहेत. ते कुई-कुई करीत पळाले की, दक्षिणेची सुभेदारी बाळासाहेबांना मिळालीच म्हणून समजा. म्हणून म्हणतो बाळासाहेब, बापूजींवर निष्ठा ठेवा; सध्या मौन पाळा. मौनं मुख्यमंत्रिसाधनम्!

बाळासाहेब, असंतुष्ट काँग्रेसवाल्यांची जागा 'सिंडिकेट' ही आहे! आज आमची चलती नसेल, महाराष्ट्रातही आज आम्हाला कोठे भाव नसेल; पण उद्याची बात काही निराळीच आहे. काकूंचा यशवंतरावांवर डोळा आहे. त्यांना हाकलले की, साहेब सिंडिकेटमध्ये दाखल झालेच म्हणून समजा. जिकडे साहेब, तिकडे महाराष्ट्र काँग्रेस. साहेबांना पंतप्रधान करू, असे आश्वासन आम्ही मागेच देऊन ठेवले आहे. ते वर पंतप्रधान झाले की खाली तुम्हीच मुख्यमंत्री! साहेबांची काळजी करू नका. मतभेद मिटवण्यात, जुनी वैरे विसरण्यात आणि गळ्यात गळे घालण्यात साहेब फारच पटाईत आहेत. तेव्हा त्यांचे-आपले कसे जमेल याची बिलकुल चिंता करू नका. सगळे काही व्यवस्थित जमेल! फक्त पुन्हा एक समारंभ करायचा. तुमचा वाढदिवस किंवा त्यांचा वाढदिवस. त्या समारंभात साहेबांनी सांगायचे– 'बाळासाहेब हे मला थोरल्या भावाप्रमाणे आहेत. ते जनतेचे खरेखुरे सेवक आहेत. त्यांच्या हाती महाराष्ट्र सुरक्षित आहे.' मग तुम्ही म्हणायचे– 'यशवंतरावांचे नेतृत्व मी नेहमीच मानीत आलो आहे ते राम आणि मी लक्ष्मण आहे. त्यांची आज्ञा मला नेहमीच शिरसावंद्य आहे.' बस्स! एवढा समारंभ केला की पुरे; बाकी पुढचे सगळे सुरळीत होईल. तेव्हा तुम्ही निवडणुकीपर्यंत तरी सिडिंकेटमध्ये दाखल व्हा. याल तर हसाल, न याल तर फसाल.

बाळासाहेब आमच्या पाटणचे. जनतेचे अनभिषिक्त वगैरे पुढारी. गेल्या खेपेस आम्ही त्यांना बिनविरोध निवडून दिले. आमच्या तालुक्याचा मनुष्य मुख्यमंत्री होईल, अशी आम्हाला आशा वाटत होती. पण त्यांनी मंत्रिपदच सोडून दिले! छे:– छे:! बाळासाहेब आता मंत्री नाहीत, ही कल्पनाच आम्हाला सहन होत नाही.

तरीही ते जनतेची सेवा करणारच आहेत, असे म्हणतात. पण मंत्री असल्याशिवाय जनतेची सेवा कशी करणार, तेच आम्हाला समजत नाही. म्हणून जनसेवा करण्यासाठी बाळासाहेब पुन्हा मंत्रीच झाले पाहिजेत, अशी आमची दणदणीत मागणी आहे.

आमच्या बाळासाहेबांची ताकद अफाट आहे. त्यांनी माकडांची माणसे आणि माणसांचे सरदार केले आहेत. नक्की माहीत नाही; पण कोयनानगर येथे झालेला भूकंप बाळासाहेबांनीच घडवून आणला होता, असे जगले-वाचलेले लोक अजून सांगतात. यावरून त्यांच्या अचाट शक्तीची तुम्हाला कल्पना येईल. म्हणून बाळासाहेब, तुम्ही आपली ताकद पुन्हा सर्वांना दाखवा आणि मुख्यमंत्री व्हा. बाळासाहेब गेले आणि तेव्हापासून महाराष्ट्रात समाधानकारक पाऊस पडलेला नाही, ही भीषण गोष्ट सर्वांनी लक्षात घ्यावी. उद्या महाराष्ट्राच्या काही भागांत दुष्काळ पडला, तर मग बाळासाहेबांना दोष देऊ नका. उद्या त्यांनी पुन्हा एकदा भूकंप घडवून आणला तर? बाळासाहेब दाखवाच आपली ताकद!

बाळासाहेब मंत्रिमंडळातून गेल्यापासून मराठी सिनेमा-धंद्यावर फार मोठे अरिष्ट कोसळले आहे. बाळासाहेब होते तोपर्यंत आम्ही लोक निर्धास्त होतो. सिनेमा कसाही काढा– बाळासाहेबांनी किल्ली फिरवली की, तो टॅक्सफ्री झालाच म्हणून समजा. प्रोड्यूसर, नट, नटी या सगळ्यांनाच त्यांचा फार आधार होता. बाहेर पब्लिकला ठाऊक नाही, पण बाळासाहेबांनी राजीनामा दिल्यावर कित्येक नट्या (नेहमीच्या सवयीने) ढसाढसा रडल्या; इतके त्यांचे या धंद्यावर प्रेम होते! असो. आता मराठी इंडस्ट्रीचे पुढे काय होणार, हा एक प्रश्नच आहे.

आमची अशी सूचना आहे की, आपल्या रिकाम्या वेळेचा बाळासाहेबांनी सदुपयोग करावा आणि आमच्याप्रमाणे प्रोड्यूसर व्हावे. मराठी सिनेमे काढावेत. मंत्र्याला जशी बुद्धीची, व्यासंगाची वगैरे जरूर नसते; त्याप्रमाणेच मराठी सिनेमालाही आजकाल स्टोरीची, पैशांची विशेष जरूरी नसते, हे आम्ही त्यांना सांगितले पाहिजे, असे नाही. इकडच्या-तिकडच्या उलाढाल्या करून व मूर्खांना टोप्या घालून आपले काम साधून घेणे, हेच राजकारणाप्रमाणे सिनेमा-धंद्यातलेही 'टेक्निक' असते. आजकाल राजकारणाचा सिनेमा आणि सिनेमाचे राजकारण झाले असल्याने बाळासाहेबांना या धंद्यात उडी घेणे, तसे फारसे अवघड नाही. असा सिनेमा त्यांनी काढल्यास पुन्हा नट-नट्यांना आश्रय मिळेल आणि मराठी इंडस्ट्री जोमाने वाढेल. अनेक ठिकाणी त्यांची किंवा त्यांच्या नातेवाइकांचीच सिनेमा थिएटर्स असल्यामुळे हा चित्रपट कोठे

दाखवावा, याचीही पंचाईत पडण्याचे कारण नाही. शिवाय हा चित्रपट टॅक्स-फ्री होईलच. तसे झाल्यास पैसेही मिळून जातील व त्या पैशाचा सदुपयोग पुढील निवडणुकीच्या वेळी त्यांना चांगला करता येईल. म्हणून म्हणतो बाळासाहेब, आपण फिल्म प्रोड्यूसरच व्हा.

बाळासाहेब नाटक लिहिणार असतील किंवा बसवणार असतील, तर विषय सुचवण्यास आमची तयारी आहे. आजकाल स्टेजवर ऐतिहासिक व पौराणिक नाटकांची चलती आहे. थोडेसे संगीत व थोडासा विनोद असला म्हणजे असली नाटके चालतात. एकदम 'ट्रान्सफर सीन' कसा करावा, हे तर त्यांना ठाऊकच आहे. तेव्हा फारसे नडणार नाही. येऊन-जाऊन उरला नाटकाचा विषय. ऐतिहासिक नाटक घेणार असाल, तर 'भाऊबंदकी' हा विषय मी सुचवितो. पौराणिक नाटक असेल, तर 'सुंदोपसुंदी' हाही विषय उत्तम आहे. बाळासाहेबांनी या सूचनेचा विचार करावा, अशी आमची आग्रहाची विनंती आहे.

*(१६ ऑगस्ट, १९७०)*

-०-०-०-

# ६

## महाभारतातील 'जमीन - बळकाव' प्रकरण

─────────────────────

"या जगात जे काही आहे, ते सगळे महाभारतात आहे; महाभारतात नाही, असे काहीही नाही!'' आमचे एक प्रोफेसर मित्र आम्हाला एकदा म्हणाले. आम्हाला काही ते खरे वाटले नाही. असे कसे होईल? जग किती तरी पुढे गेले आहे. किती तरी नव्या गोष्टी आमच्या जीवनात आल्या आहेत, त्या सगळ्या महाभारतात कशा असतील? आता, उदाहरणार्थ– समाजवादी मंडळींनी सुरू केलेली 'जमीन-बळकाव' आंदोलनाची धामधूम घ्या! ती कोठे आहे महाभारतात?

पण शंका नको, म्हणून आम्ही एके दिवशी महाभारताची जुनी पोथी काढली आणि वाचू लागलो!

आणि काय आश्चर्य!.....

त्या ग्रंथात ही चळवळ आम्हाला जशीच्या तशी सापडली. तुम्हालाही खरे वाटत नाही? मग ऐका तर ही गोष्ट–

हजारो वर्षांपूर्वीचा काळ तो. त्या वेळची समाजरचना जरा जुनीच होती. शंभर कौरवांच्या ताब्यात राज्य होते. पांडव पाच होते आणि ते भिकेला लागले होते. कौरव हे 'भू-पती' असल्यामुळे सगळी जमीन त्यांच्याच ताब्यात होती. संख्या जास्ती, हातांत सत्ता– मग वैभवही कौरवांच्याच बाजूला असणार, हे उघड होते. पांडव वनवासात आहेत, हे पाहून त्यांच्या मालकीची भूमीसुद्धा त्यांनीच बळकावली होती. या जमिनीत कोठे ऊस, कोठे द्राक्षे वगैरे पिकांची लागवड करून पैसा मिळवण्याचा सपाटा चालू होता.

पांडव वनवासातून परत आले अन् आपली जमीन परत मागू लागले. पण एवढी लागवडीला आणलेली जमीन आता कौरव परत देणार काय? त्यांनी देण्याचे नाकारले. अखेर भगवान श्रीकृष्णही जमीन मागण्यासाठी कौरवांच्या दरबारात गेले. त्यांनी प्रश्न केला–

"कौरव बांधवहो, पांडवाची जमीन तुम्ही कशासाठी बळकावली आहे?"

"आम्ही ती मुळीच बळकावलेली नाही, पांडवांना तिचा काहीच उपयोग नव्हता. ती पडीकच होती. आम्ही ती उत्पादनासाठी ताब्यात घेऊन तिच्यातून पिके काढतो आहोत. राष्ट्राचे नुकसान आम्ही टाळले आहे. देशाचा एक प्रकारे फायदाच केला आहे. हा: हा:!" दुर्योधन म्हणाला.

कौरवांचा मामा शकुनी (जुगारफेम) राजकारणी माणसाला शोभेल असे हास्य करून म्हणाला,

"श्रीकृष्णा, हा तू कौरवांवर व्यर्थ आरोप करतो आहेस! कायद्याच्या दृष्टीने तुझ्या म्हणण्याला काही अर्थ नाही. दुर्योधन, दु:शासन यांनी ही जमीन घेतलेलीच आहे. ती जमीन त्यांच्या बायकांच्या नावावर आहे. दुर्योधनाची बायको भानुमती हिच्या नावाने जमिनीचे एक खरेदीखत आहे; दु:शासनाची बायको–"

श्रीकृष्ण कपाळाला आठ्या घालून म्हणाले, "अरे, हे काय बोलणे झाले? एखादे लहान पोर तरी अशा आर्ग्युमेंटने फसेल काय? तुम्ही काय अन् तुमच्या अर्धांग्या काय– एकच. राज्यकर्त्यांच्या बायका म्हणून समाज त्यांच्याकडे पाहतो. तुम्ही असल्या लबाड्या करणं तर फार वाईट! शूर पुरुषांनी बायकांच्या मागे कधी लपू नये."

"पण कृष्णा, तू ती जमीन तरी एकदा जाऊन पाहा. केवढा चेंज झालाय, ते डोळ्यांनी पाहा तर खरे. अरे, जिकडे-तिकडे आम्ही हरितक्रांती करून सोडली आहे. सगळीकडे ऊस नुसता डोलतो आहे. त्यांचे तुरे देशभक्तांच्या पांढऱ्या टोप्यांप्रमाणे सुंदर झुलताहेत. द्राक्षांच्या बागाच्या बागा हारीने लागल्या आहेत. पोतीच्या पोती खत रानात टाकलेले आहे. सरकारची माणसे आणि यंत्रे दिवसरात्र तिथे राबताहेत. नुसती मजा येऊन राहिली आहे. तू बघ अन् बोल." आंधळा धृतराष्ट्र म्हणाला.

दु:शासनाला हळूच डोळा घालून शकुनीमामा म्हणाला, "खरेच कृष्णा, तू चलच तिकडे. द्राक्षे खा. उसाचा ताजा रस पी. मोठेमोठे पुढारी, परदेशी पाहुणे, पत्रकार यांना तिकडे आम्ही नेतो. मग आम्हाला पाहिजे तशा बातम्या येतात."

श्रीकृष्ण कपाळावर हात आपटून संतापाने म्हणाले,

"छे:– छे:! भलतेच काही तरी! मी शिष्टाई करण्यासाठी आलो आहे. मला काय तुम्ही लाच खाण्यासाठी आलेला सरकारी अधिकारी समजलात? ते काही नाही– पांडवांची जमीन पांडवांना परत मिळालीच पाहिजे."

"मिळणार नाही!" दु:शासन ओरडला.

"अरे, थोडी जमीन द्या; तेवढ्यानेसुद्धा पांडव गप्प राहतील."

"नाही मिळणार."

"हे तुमचे अखेरचे उत्तर?"

"होय. या पाइपाच्या टोकावर मावेल एवढीसुद्धा जमीन आम्ही पांडवांना परत देणार नाही. या बाटलीत मावेल एवढेसुद्धा पाटाचे पाणी तुम्हास मिळणार नाही." असे दुर्मती म्हणाला.

शकुनीमामा म्हणाला,

"एक द्राक्ष मिळणार नाही, लेको."

"उसाचे एक कांडेसुद्धा देणार नाही! सगळा ऊस आम्ही जवळच्या सहकारी साखर कारखान्याला दिलेला आहे." दु:शासनाने माहिती पुरवली.

शिष्टाई असफल झाली. निराश होऊन भगवान श्रीकृष्ण परत आले. पांडवांच्या गोटात संताप धुमसू लागला. धर्मराज आणि भीम यांचे तसे पटत नव्हतेच. धर्मराज हा नुसताच बोलणारा मनुष्य होता. भीममहाराज फक्त दन्नादन्नी करण्याचेच जाणीत होते. विचार ही गोष्ट कधी त्यांच्या डोक्यात येत नसेच. पण या वेळी दोघेही एक झाले. सगळ्यांनी मिळून एकमताने निर्णय केला की, कौरवांच्या ताब्यातून आपली जमीन हिसकावून परत घेतली पाहिजे. बऱ्या बोलाने काही हे काम होणार नाही; तेव्हा आपण आपल्या जमिनीत सरळ घुसायचे आणि जमिनीचा ताबा घ्यायचा. 'जमीन-बळकाव' आंदोलन सुरू केलेच पाहिजे.

प्रारंभी धर्मराज, थोडा चुळबुळ करीत होता. पण जेव्हा भीम हाताच्या मुठी वळवून म्हणाला, "आतापर्यंत आम्ही वनवासात दिवस काढले. झाडाखाली राहिलो, झोपडीत राहिलो; ज्याला-त्याला हा धर्मराज झाड अन् झोपडी दाखवतो, पण एकाच्या हृदयाला पाझर फुटत नाही! अहो, असल्या मार्गांनी कुठे राज्ये मिळतात काय? या कौरवांची टाळकीच सणासण फोडली पाहिजेत. त्यांच्या अंगावर पेपरवेट फेकून मारले पाहिजेत. त्यांची राजसभा उधळून लावली पाहिजे. हस्तिनापूर बंद केले पाहिजे. राज्य चालवणे त्यांना अशक्य करून सोडले पाहिजे! तर, आपली जमीन आपल्याला मिळेल; आपणही राज्यकर्ते होऊ. नाही तर बसा ठणाणा करीत! चौदा वर्षे गेली– आणखी चौदा वर्षे. तोपर्यंत ह्यांच्या इस्टेटी होताहेत जोरदार."

पांडवपार्टीचा असा निर्णय ठरला. त्याबरोबर कौरवपार्टीतही खूप खळबळ उडाली. त्यांनी आपले सैन्य जमिनीभोवती ठिकठिकाणी पेरून ठेवले. पांडवांनीही आपली सेना गोळी केली आणि मोठी धामधूम सुरू केली. राजधानीजवळच कुरुक्षेत्र म्हणून एक बागाईत गाव होते. तिथली भूमी कौरवांनी बळकावून त्याला मोठे कुंपण घातले होते. आत खतांची पोती पडली होती. 'अतिट्रॅक्टरी', 'महाट्रॅक्टरी' नावाचे लोक तेथे जोरात काम करीत होते. त्या मोक्याच्या ठिकाणी नेमकी पांडवांनी आपली पार्टी उभी केली. कौरवांचे सैनिक आणि पांडवांच्या पार्टीतले लोक एकमेकांसमोर उभे राहिले. मोठमोठ्यांदा घोषणा होऊ लागल्या नि मग–

अरेच्या! पोथीचे पान फाटले वाटते! पुढचीही पाने गहाळ झालेली दिसताहेत. एकूण सगळे युद्धपर्वच दिसत नाही. काही हरकत नाही. या माहितीवरूनही महाभारतातील गोष्टीचे मर्म ध्यानात यायला हरकत नाही.

*(२३ ऑगस्ट, १९७०)*

-०-०-०-

# ७

# युवराज संजयचा मोटारीसाठी हट्ट

इंदिरा गांधी यांचा सुपुत्र संजय हा एक भारताचा भाग्यवान नागरिक आहे. एक तर आजच्या भारताच्या सर्वोच्च, सर्वेसर्वा, हुकूमशहाचा (हुकूमशहाजादीचा) तो एक लाडका पुत्र आहे, भारताचे शहेनशहा पंडित पंतप्रधान यांचा तो नातू आहे. अशा थोर कुळात जन्म पावल्यामुळे त्याचे भाग्य थोर आहे, यात मुळीच शंका नाही. 'सोन्याचा चमचा' तोंडात घेऊनच युवराज संजय जन्माला आले. नेहरू कुटुंबाचा वारसा तो पुढे चालवणार आहे आणि वंशपरंपरेने दिल्लीचे सुलतानपद त्याला मिळणार आहे. आज जरी शक्यता दिसत नसली, तरी एक दिवस अशी अस्मानी सुलतानी घडेल की संजयच्या जीवनाला राजकीय अर्थ येईल. इंदिरा गांधी या त्यांच्या आईचे असेच नाही का घडले! शास्त्रींच्या मंत्रिमंडळात वास्तविक सामान्य मंत्री म्हणूनसुद्धा वर्णी लावून घेणे जिला शक्य झाले नाही, ती शास्त्रींच्या नंतर पंतप्रधानच झाली! आधी आपल्याकडे मंत्रिपदाला पांडित्य, राजकारणाचा अभ्यास, चारित्र्य वगैरे भानगडींची गरज नाही. तुम्ही किती खासदारांना विकत घेऊ शकता, तुम्हाला लोकांना फसवणारी वक्तव्ये करता येतात किंवा नाही आणि अन्य प्रतिस्पर्ध्यांचे चारित्र्यहनन तुम्ही केवढे करू शकता, यावर तुमचे दिल्लीतील राजकीय स्थान अवलंबून आहे. संजय बेटा, तुझ्या मातेच्या पावलावर पाऊल टाकून तू लवकरात लवकर राजकारणात तरबेज होशील, अशी आम्हाला उमेद आहे. तुझे भवितव्य थोर आहे.

गंमत अशी आहे की, केवळ या कारणास्तव संजयकुमारला (नट नव्हे, तर खटनट) पुष्कळ शत्रू होऊ पाहत आहेत. पाकिस्ताननिर्मितीच्या

वेळेस माऊंटबॅटन कुटुंबाने- विशेषत: लेडी माऊंटबॅटनने व रूपयौवना पॅमेलाने- काय काय कामगिरी केली; हे बेटा संजय, तुला अवगत असले पाहिजे. स्त्रिया राजकीय उलढालीत फार महत्त्वाची कार्ये करू शकतात. तुझ्या भावाच्या पत्नीमुळे भारताला एका इटालियन राजदूतच प्राप्त झाला आहे. त्या स्वार्थत्यागाची नोंद भारत अवश्यमेव करील.

आणि बेटा संजय, तुझे बहुतेक शिक्षण परदेशात झाले- जसे तुझ्या आजोबांचे झाले. तिथल्या शिक्षणामुळे आपल्या गचाळ संस्कृतीपेक्षा हैदराबादची संस्कृती, पाँडेचरीची संस्कृती, गोव्याची संस्कृती आपोआपच श्रेष्ठ वाटते. भारतीय एकात्मता हा आजच्या युगाचा धर्म होय. त्या कामी सोपा उपाय भारतीय संस्कृती विसरणे होय. या घटकेला या स्थित्यंतराची देशाला खूप गरज आहे. सारे वाद संपून जातील. पाश्चिमात्य रीतिरिवाज, स्त्रिया, पैसा यांचा ओघ भारताकडे वाहू लागेल.

पण लोक मूर्ख आहेत. त्यांना त्यांचे हित कळत नाही. ते संजय गांधीबद्दल आकस धरून आहेत. इथल्या गावंढळ शाळेत न शिकता तो इंग्लंडमध्ये शिकला, हे त्यांना अभारतीय वाटले. श्रीमंतांनी इथल्या शाळांत शिकावे कसे? खासदार, मंत्री, कारखानदार यांना इथली गचाळ शाळा-कॉलेजेस कशी चालतील?

पाश्चिमात्यांशी दळणवळण ठेवण्यासाठी त्यांच्याशी शरीरसंबंध करण्याइतका सोपा मार्ग नाही. लग्नसंबंधांतून अनेक गोष्टी घडू शकतात. हेच पाहा ना, इथल्या लोकांना नवे विज्ञानतंत्र हवे, तर ते या मार्गाने सत्वर येईल. भावाच्या लग्नसंबंधांमुळेच भारताला आता इटलीतील ऑटोमोबाईल (मोटार) तंत्रज्ञान उपलब्ध होत आहे. संजयला मोटारीचा कारखाना काढण्याची प्रेरणा केवळ त्यामुळेच उत्पन्न झाली आहे. याच प्रकाराने वेगवेगळ्या देशांतील नवे ज्ञान व कारखानदारी प्राप्त होईल. त्यासाठी अर्थात इंदिराजींचे नातेवाईक असणे चांगले. द्विभार्याप्रतिबंधक कायदा जर संजयच्या बाबतीत ढिला केला, तर त्यालाही काम चौफेर वाढवता येईल. निदान मुसलमानांच्या एवढ्या, म्हणजे चार तरी औरती त्याला करू द्याव्यात, असे वाटते.

आपल्या लाडक्या लेकाने हट्ट करावा अन् तो आई-बापांनी पुरवावा, यात गैर असे काही नाही. पूर्वी रामाने प्रत्यक्ष चंद्रासाठी हट्ट केला, तरीही रामराज्यातले लोक काही कौसल्येच्या नावाने ओरडले नाहीत. मुलांनी हट्ट करायलाच हवा आणि आईने हर प्रयत्न करून तो पुरवायलाच हवा. आपण नाही का खेळण्यातल्या रंगीबेरंगी मोटारी आपल्या मुला-लेकांना आणून देत? इंदिराजींनीही आपल्या लाडक्या मुलाचा हट्ट पुरवायचे ठरवले आहे. वास्तविक, त्यात बिघडले तरी काय? या

नतद्रष्ट देशात एका चिमण्या जीवाची एखादी मागणी पुरवण्याबाबत एवढा गदारोळ व्हावा? यात कसला पक्षपात? यात कसली वशिलेबाजी? आपण आपल्या लेकराला एखादी 'मोटार' देतो, तेव्हा समाजातल्या अन्य मुलाला ती कोठे देतो? इंदिराजींनी असे मोटारींचे कारखाने भारतातल्या सर्वांनाच काढून द्यावेत, ही अपेक्षाच चुकीची आहे. हा चक्क वेडेपणाच होय. एवढासा मोटार कारखाना तो काय– शिवाय त्या कारखान्यातल्या मोटारी हे भारतीयच ना वापरणार– मग गाडी कुणी केली याला महत्त्व काय! सर्वच गाड्या काही नेहरू कुटुंब वापरणार नाही. मोठ्या मनाने भावाच्या सासुरवाडीच्या तंत्रज्ञानावर व लोकांच्या भांडवलावर गरीब बिचारा संजय भारतीय लोकांची सोय पाहत आहे, तर त्यात गैर काय? अन्य पुष्कळ जणांचे अर्ज नाकारून म्हणे संजयचा अर्ज मंजूर झाला. पुष्कळ लोकांचे उमेदवारीचे अर्ज नाकारून जर आपला उमेदवार निवडला जातो, तर मग मोटार परवाना देताना रिवाज का मोडायचा आणि संजयइतकी आर्थिक पात्रता व हुंडणावळीची शक्यता अन्य कोणाजवळ असू शकेल?

बेटा संजय, तू भाग्यवान आहेस. तू धरलेला रस्ता उत्तम आहे. या रस्त्यानेच भारताचे सिंहासन तुला लाभेल. तुझ्या नव्या कार्यात तुला यश येवो. तुझ्या मोटारीला भारत सरकार अधिक किंमत वाढवून देवो. तुझ्या गाडीची भारतीय लोकांच्या लायकीनुसारच रचना होवो.

तुझ्यासारख्या तरुणाच्या उत्साहावर पाणी टाकण्याचे कुकर्म तुझ्या आईने केले नाही, याबद्दल तिचेही अभिनंदन केले पाहिजे. नाही तर इतर पुष्कळ लोक त्या भावनेची कदर करीत नाहीत. तुला कारखान्याचा परवाना दिला नसता, तर समस्त भारतीय तरुणवर्ग हिरमुसला झाला असता. भारतीय तरुणांचा मनोभंग होऊ देणे, या घडीला परवडण्याजोगे नाही. तुझ्या रूपाने भारतीय तारुण्य आता भराला आले आहे. सर्व तरुणांत आता एक नवे चैतन्य उसळू लागेल. तमाम तरुण आता नवनव्या साहसाला सामोरे जाणार.

फक्त त्या तरुणांना इंदिराजींसारखी आई आणि चाचा नेहरूंसारखे आजोबा मिळायला हवेत.

–जमल्यास भावाला एखादा इटॅलियन सासराही.

तोपर्यंत मंडळी, एकवार म्हणा– युवराज संजय चिरायु होवो - युवराज संजय जिंदाबाद!

*(२२ नोव्हेंबर, १९७०)*

-०-०-०-

८

# एक गाय - एक वासरू

---

येत्या निवडणुकीसंबंधी काही लिहावे, असे खरोखरीच मला वाटत नव्हते. ही निवडणूक मुळात खोटी, व्यक्तिगत प्रतिष्ठेसाठी आणि सर्वथा अयोग्य तऱ्हेने घेतली जात आहे, अशी माझी धारणा आहे. एका हेकट बाईच्या लहरीसाठी त्रास सहन करावा, कोट्यवधी रुपयांची उधळण करावी, नवी वैमनस्ये निर्माण करावीत, मुस्लिम अनुनयामुळे नव्या धर्मयुद्धाची पूर्वतयारी करावी– हा काय तमाशा आहे? पण आपण सारेच घोषणावादी असल्यामुळे अधिक उंच स्वरात घोषणा देणाऱ्याचे राज्य यावे, यात आश्चर्य ते काय? आपल्या राष्ट्रापुढील खऱ्या समस्या कोणत्या आणि आपली स्वप्ने कोणती– हे पाहिले की, शेख महंमदाची आठवण येते.

पहिली समस्या– या देशातला आळस झटकून लोकांना उद्योगी करण्याची. दुसरी समस्या– कागदी अन् पोकळ घोषणांत गुदमरलेल्या समाजवादाला खरे पाहता 'समाजहित'वादाला प्रत्यक्षात आणण्यासाठी स्वार्थ सोडलेल्या– किंबहुना, सर्वस्व सोडलेल्या– कार्यकर्त्यांची फौज निर्माण करण्याची. तिसरी समस्या– उत्पादनात वेग कमी करणारी नोकरशाही, कायदेबाजी, हुल्लडबाजी, संप, घेराव यांना आळा घालण्याची. चौथी समस्या– कृषिव्यवस्थेत कायापालट करण्याची. पाचवी समस्या– दैववादावर विश्वासून ऐहिकापासून पळ काढणाऱ्या पारमार्थिकांची, आणि सर्वांत मोठी समस्या– हिंदू समाजाच्या संघटनेची. या सहाही समस्यांना व्यावहारिक पद्धतीने हाताळणे भाग आहे. प्रत्येक समस्या सोडविण्यासाठी प्रत्येक पक्षनेत्याने, अनुयायाने व पक्षातीत असणाऱ्या पोटार्थी नागरिकाने

स्वत:पासून यत्न केले पाहिजेत आणि या समस्या सोडवण्यासाठी युद्धप्रयत्न केले पाहिजेत.

पण त्याऐवजी प्रत्येक पक्ष शेवटच्या अवस्थेत असणाऱ्या या राष्ट्राला, लोकांना भारावून टाकणाऱ्या आरोळ्यांची चाटणे देण्यात गुंग आहे. इंदिराजींच्या सभा म्हणजे तर नव्याने अफूगोळी घेण्याची सार्वजनिक जागा. जे घडवायचे नाही, करावयाचे नाही किंवा घडत असेल तर वेगाने चालावे म्हणून यत्नही करावयाचे नाहीत– असा भंपक शब्दसंभार इंदिराजी आणि त्यांचे चेले देत आहेत. आलिशान इमारतीत राहावे, वेगवान परदेशी बनावटीच्या वाहनांतून प्रवास करावा, दीड-दोनशे रुपये किमतीचे सेन्ट्स वापरावेत, बँकांत लक्षावधी रुपये स्वत:च्या– पत्नीच्या– जावयाच्या किंवा सुनेच्या नावावर जमा करावेत आणि सभेतून मात्र तोंडाला फेस येईतो 'गरिबी हटाव' म्हणून घोषणा करावयाच्या– इंदिरामित्रांचा आज परिपाठ आहे.

इंदिराजींचे सच्चे चेले आपली घरे भरतात ती दरिद्री लोकांच्या तोंडचा घास काढूनच. वसंतराव नाईकांनी जमिनी केल्या, त्या कोणा तरी गरीब शेतकऱ्याकडून त्याला अल्पस्वल्प पैसा (तोही वाममार्गाने मिळवलेला) देऊनच. हे कसचे दारिद्र्य हटवतात! गरिबांचे प्रश्न 'सह्याद्री' बंगल्यात बसून कसचे सुटतात; त्यासाठी साधे जीवन पत्करले पाहिजे, सामान्य माणसाची व मंत्री-पुढारी यांची राहणी सारखी असली पाहिजे.

कारण मातीत राबणाऱ्याला स्वच्छता हवी असली तरी ती परीटघडी परवडणारी नाही आणि त्या परीटघडीत स्वच्छता नाही तर नाईकबाजी आहे– श्रीमंतीचा दर्प आहे– सत्तेची घमेंड आहे. या सर्वांना त्यांच्या खुर्च्यांतून ओढून खरोखरीच रस्ते झाडायला लावायला हवेत. एअरकंडिशन्ड इमारतीतल्या या सधन व माजोर गलेलठ्ठ शेतकऱ्यांना श्रम करायला लावून घाम आणला पाहिजे. पूर्वी हव्यकव्य करणारे व देवाची गाठ घालून देणारे पुजारी, बडवे, भटभिक्षुक हे जसे आयतोबा बनून समाजाला कुरतडत गलेलठ्ठ बनले होते; तशीच ही नव्या आयतोबांची जात.

महाराष्ट्र सरकारचे हे सर्व धनाढ्य मंत्रिमंडळ आज समाजवादाच्या घोषणा देत आहे आणि अशा या आयतोबांनी जेव्हा दरिद्री लोकांची कड घेऊन पुरोगामित्वाचा बुरखा घेतला, तेव्हा मी-मी म्हणणारे फसले. एक तर सत्तेमुळे सरकारी यंत्रणा, गाड्या, अधिकारपदे, पदव्या, परवाने हे सर्व हातांतच आहे. त्यामुळे या शक्तीपुढे हांजी-हांजी करणारे असणारच आणि त्यातही पुष्कळांच्या डोळ्यांत धूळ फेकणारा हा झिरझिरीत समाजवादी पडदा. या पडद्याआड पाहा कसे एकेक श्रीमंत बागाईतदार,

नवे वतनदार, कारखानदार बसले आहेत. त्यांचा उल्लूपणा आता उताला आला तर त्यात नवल नाही. तथाकथित समाजवादी किंवा अर्धेकच्चे समाजवादी त्या उल्लूपणात सामील झाले, यातही गैर नाही. पण राष्ट्रीयत्वाची भूमिका पत्करणारे, शिवाजीची कुळी सांगणारेसुद्धा सामील झाले... थू त्यांच्या जिनगानीवर!

वरचे विवेचन एवढ्यासाठी केले आहे की– ज्यांना प्रसन्न करण्यासाठी देशबुडवा पवित्रा शिवसेनाप्रमुखांनी घेतला, त्या नाईकांना मुंबईत व महाराष्ट्रात जनसंघाने यश मिळवायला नको आहे. त्यांना इंदिराजींचे पाय चाटताना चुकून-माकून एखादीसुद्धा पणती प्रकाश देताना दिसू द्यावयाची नाही आणि त्यांनी आजवर बाळासाहेबांवर जी कृपा केली, त्याची परतफेड त्यांना या वेळेसच करून घ्यावयाची होती. मुंबईच्या स्थानिक राजकारणात अन्याय दूर करताना मुख्यमंत्र्यांची मदत लागते, ती बाळासाहेबांनी घेतली म्हणून काही बिघडले नाही. सरकारी कर्मचाऱ्यांच्या संपाच्या वेळी संपाचे यश अराष्ट्रीय पक्ष किंवा साम्यवादी लाटतील, म्हणून त्यांना संप मागे घ्यायला लावला आणि वसंतरावांच्या यशात एक लकलकणारा तुरा खोचला; तेव्हाही आम्ही ठाकऱ्यांचीच बाजू घेतली. कामगारांचे हित केव्हाही करता येईल; पण पुन्हा लालभाई डोके वर काढतील, ही भीती नको होती. मुंबई बंद करावयाची ती फक्त महाराष्ट्रासाठी– आणि मराठी माणसांनी, हेही मला मंजूर आहे. कारण या देशात आम्हाला साम्यवादी नामोहरम करावयाचे आहेत. तेवढ्यासाठी कामगारांना वसंतरावांपुढे बाळासाहेबांनी नाक घासावयास लावले, तेव्हा आम्ही बाळासाहेबांची बाजू घेतली. पूर्वीचे शिवसेनेचे अनेक प्रमाद पोटात घातल्यावाचून आम्हाला शिवसेनेची बाजू घेणे अशक्य होते. शिवाय शिवसेनेत काही बदल झाले होते. केवळ स्थानिक प्रश्नांहून अधिक उच्चतर प्रश्नांवर श्री. ठाकरे भूमिका घेऊ पाहत होते. मुसलमानांचा रानदांडगेपणा ठेचण्याची त्यांनी प्रतिज्ञा केली.

कम्युनिस्टांना सर्व पातळ्यांवर नष्ट करण्याचा विडा उचलला. भारतीय एकात्मतेसाठी दाक्षिणात्य- द्वेष सोडला... मग त्यांची बाजू घेणे क्रमप्राप्त झाले आणि त्यांची बाजू घेतली, त्याबद्दल आम्हाला खंत वाटली नाही. पश्चात्ताप वाटत नाही. पण म्हणून आम्ही शिवसेनेचे भाट बनलेलो नाही. जेव्हा कोणाच्या तरी सूत्रावर चालून राष्ट्रीयत्वाचा, राष्ट्रवादी पक्षाचा, हिंदूंचा आणि शिवाजीच्या राजकारणाचा ठाकरे त्याग करतील; तेव्हा आपल्या अल्पशक्तीनुसार त्यांनाही जनतेसमोर उभे केले पाहिजे. हिंदुत्ववादी शिवसैनिकांना सत्य सांगितले पाहिजे आणि वाऱ्याप्रमाणे पाठ फिरवणारा शिवसेनेचा भगवा ध्वज परत ठिकाणावर आणला पाहिजे.

या निवडणुकीत शिवसेनेने जनसंघाची फार क्रूर चेष्टा केली आणि त्यांच्या या कृतीला कसलीही क्षमा शक्य नाही. वास्तविक, शिवसेनेचा एखाददुसरा खासदार दिल्लीत पाठवून शिवसेनेचे काहीच साधणार नव्हते. शिवसेनेचा आजचा वकूब मुंबई, मुंबई उपनगरे, मुंबईत राहणारे कोकणनिवासी व त्यांच्यामुळे कुलाबा-ठाणा विभाग यातच आहे. इतर काही ठिकाणी शिवसेना शाखा स्थापन झाल्या असल्या तरी त्यांची दखल या निवडणुकीचे वेळी घ्यावी, एवढी त्यांची ताकद नाही. शिवसेनेचा उद्गम, विकास आणि चलती झाली ती मुख्यत्वेकरून तिने घेतलेल्या मुंबईतील मराठी माणसांवर झालेल्या अन्यायाबाबतच्या भूमिकेमुळे. हा प्रश्न मुख्यत्वेकरून मुंबईपुरताच मर्यादित आहे. समक्ष भेटीत श्री. बाळासाहेब ठाकरे यांना मी हा प्रश्न विस्ताराने पटवून दिला होता. मुंबईवर दाक्षिणात्यांचे आक्रमण हा मुद्दा मराठी माणसाने उत्साहाने उचलला; पण महाराष्ट्र हा एक दक्षिणी देश आहे, हेच आपण विसरलो आणि एका बँकेचे नाव दक्षिणी ब्राह्मण को-ऑपरेटिव्ह बँक असे आहे व ती बँक महाराष्ट्रीयांची आहे. शिवाय डी. एम. के. च्या चळवळीमुळे मद्रासमधून हाकलले गेलेले तमिळी ब्राह्मण परत न जाण्यासाठी, महाराष्ट्रीय बनण्यासाठी आता मुंबईत आले आहेत. ते मराठी शिकायला तयार आहेत. परतीची वाट त्यांनी बंद केली आहे. हा सर्व विचार मी श्री. ठाकरे यांना जेव्हा विस्ताराने समजावून सांगितला; तेव्हापासून मला वाटते– दाक्षिणात्य-द्वेष, उडपी-द्वेष आता शिवसेनाप्रमुखांनी सोडला आहे. किंबहुना, त्यामुळेच 'सोबत'ची आणि ठाकऱ्यांची सोबत घडली.

पण आपली ही संघटना कोणत्या प्रश्नावर स्थिर करावी आणि त्या संघटनेचे बलस्थान कोणते घ्यावे, यासंबंधी श्री. ठाकरे यांच्या मनात पुष्कळ गोंधळ आहे. मुसलमान-प्रश्नावर सडेतोड गोष्टी बोलण्याची भाषा ते वापरतात, पण उर्दू माध्यमाच्या शाळेच्या उद्घाटनाला ते जातात. महाराष्ट्रात सरकारी, म्युनिसिपालिटीच्या किंवा सार्वजनिक पैशावर चालणाऱ्या सर्वच शाळांचे माध्यम मराठीच हवे, हाही विवेक ते विसरतात. मुसलमानांनी आपल्याला बोलावले, यातच त्यांना धन्यता वाटते. मुसलमान आपल्याला बोलावतात ते तुमच्यामागच्या शक्तीला. त्यांना भय वाटते– उद्या तुम्ही मुस्लिमविरोधी भूमिका घ्याल याची. तुम्हाला बोटचेपे करावे, ही त्यांची मनीषा. आपण राष्ट्रवाद्यांनी असे भाबडे बनून चालणार नाही. मुसलमानांइतकाच कडवेपणा, मुसलमानांइतकाच हिंसाचार, मुसलमानांइतकाच माथेफिरूपणा हिंदू समाजात येईल; त्या दिवशी मुसलमान-हिंदू संघर्ष संपेल. शिवसेनेजवळ हे सर्व आहे, असे समजू. ते तुमच्याशी गोडी करतात. अशा वेळेस तुमच्यासारख्याच अन्य सर्व शक्ती तुम्ही एकत्र करावयाच्या, का त्यांनाच कमजोर करावयाचे?

आणि म्हणून, शिवसेनेने जर गोडीची भूमिका घ्यायचीच तर ती संघटना काँग्रेस किंवा स्वतंत्र पक्षाशी नव्हे. कारण उद्या शिवसेनेवर गदरोळ उठला, तर त्यांपैकी कोणीच शिवसेनेच्या बाजूला राहणार नाही; राहिले तर जनसंघाचे लोकच राहतील.

जनसंघाला महाराष्ट्रात एकही जागा मिळू देणार नाही, हे जे वचन वसंत-रावजींनी इंदिराजींना दिले आहे; ते पुरे करण्याची जिम्मेदारी शिवसेनेने कशासाठी घेतली? जनसंघ हा भारतीय पक्ष आहे. गेल्या दहा वर्षांत त्या पक्षाने खूपच प्रगती केलेली आहे. त्या संघटनेचा तोंडावळा बदलत चालला आहे. नव्या तरुण नेतृत्वाने काळाची पावले ओळखून नवी राजकीय तत्त्वे अवलंबिली आहेत. तो भारताचा एकमेव राष्ट्रीय पक्ष आहे. इंदिराजींनी हे ओळखले आहे, कम्युनिस्टांनी हे ओळखले आहे आणि म्हणूनच जनसंघाला बदनाम करणे नामोहरम करणे, एवढेच उद्दिष्ट आज इंदिराजींनी आपल्यापुढे ठेवले आहे. लोकसभेत अटलजींच्या तोफखान्यापुढे इंदिराजींची जीभ लुळी पडते. जनसंघाचे वाढते सामर्थ्य ही कोसिजिनचीसुद्धा चिंता आहे. महाराष्ट्रातल्या जातीय राजकारणामुळे जनसंघाचे कार्य हवे त्या गतीने येथे होऊ शकत नाही. पण अखेरीस जनसंघ या सर्वांवर मात करून इथल्या जातीय राजकारणाचे स्वरूप बदलतो आहे. दक्षिण महाराष्ट्रात बहुजन समाजातील एका नव्या चळवळीमुळे तरुण शिक्षित मराठा समाज राष्ट्रीय होतो आहे आणि अशा वेळी जनसंघाला नामोहरम करण्यात बाळासाहेब, आपण सिद्ध झालात– ही नामुष्कीची गोष्ट आहे.

श्री. बाळासाहेब, तुम्ही तुमच्या परमपवित्र आदरस्थानाला स्मरून सांगा– तुमचे आणि नाईकांचे काय खलबत झाले? तुम्ही नाईकांना कोणते आश्वासन दिलेत? तुम्हाला नाईकांनी कोणते अभय देऊ केले? कृष्णा देसाई प्रकरणातले सर्व आरोपी सुटतील काय? वसंतराव नाईक तुमचा उपयोग मुंबईतील कम्युनिस्टांचे राज्य संपविण्याच्या कामी करीत आहेत. कम्युनिस्ट हतप्रभ झालेच आहेत; आता तुम्हाला ते जनसंघावर सोडत आहेत.

पण लक्षात ठेवा की, जनसंघानंतर वेळ शिवसेनेची आहे. शिवसेनेच्या मागे असणाऱ्या शक्तीत बुद्धिभेद होऊ शकत नाही काय? कामगार चळवळीत शिवसेनेने केवढे खिंडार पाडले, तीच गोष्ट शिवसेनेत होऊ शकते आणि सत्ता तेवढे काम करू शकते. शिवाय शिवसेनेने म्हटल्याप्रमाणे काहीही केलेले नाही. शिवसेनेने सीमाप्रश्नावर केवढ्या गर्जना केल्या– केवढी दमदाटी केली– केवढी अंतिमोत्तरे दिली! वसंतराव नाईकांच्या सूचनेवरून तुम्ही सीमाप्रश्नातले अंग काढून घेतलेत. तुम्हीही इंदिराजींच्या

पावलांवर पाऊल टाकून, पार्लमेंटपुढे हा प्रश्न आहे, यापरते काही करता येत नाही म्हणून गप्प राहिलात. राबात घडले, भिवंडी घडली, इंदिराजी-लीग युती झाली, विमाने पळविली. खरे तर या वेळेस तुम्ही इंदिरा सरकारला सळो की पळो करून सोडावयाचे, मुंबई बंद करावयाची, इंदिराजींचे चपराशी वसंतराव नाईक यांना अडचणीत टाकायचे, राष्ट्रवाद्यांना रस्ता साफ करून द्यावयाचा; पण हे तुम्ही केले नाहीत, याचे कारण तुम्हाला वसंतराव नाईकांना अडचणीत टाकायचे नाही. त्यांची, म्हणजेच गृह खात्याची तुम्हाला अवकृपा नको आहे. मटकावाल्या दादांची मी तुम्हाला एक यादी देतो. तुम्ही थांबवता का राजरोस जुगार? तोही तुम्हाला थांबवायचा नाही. कारण नाईकांनाही हे दादा हवे आहेत. निवडणुकीसाठी पैसा उभा करायला साखर कारखानदार, संस्थानिक, परवानाधारक, कारखानदार लागतात तसे स्मगलर, हातभट्टीवाले आणि मटकावाले लागतात.

पोलीस खात्यातील पोलिसांना त्यांच्या पगारापेक्षा दसपट हप्ते मिळतात, म्हणून ते पगारवाढसुद्धा मागत नाहीत; तर फक्त नोकरीवर ठेवा अन् बदली करू नका, एवढेच मागतात. मराठी माणसांना लागलेल्या या मवाली जळवा तुम्हाला का समजत नाहीत? पण नाईकांच्या अन् पोलिसांच्या मर्जीसाठी तुम्ही शिवाजी पार्कवर आरडाओरडा करता आणि या बदमाशांकडे काणाडोळा करता. जो आवेश, जी गर्जना, जी आव्हाने शिवाजी पार्कवर होतात; ती काय लोकांकडून टाळ्या मिळण्यासाठी, गर्दी जमण्यासाठी– का करमणूक म्हणून? तुमच्या भाषणाची कृपया टेप करून ठेवीत चला आणि प्रत्यक्षात त्यांपैकी किती वल्गना तुम्ही खऱ्या केल्यात, ते मनाशी तरी ताडून पाहत जा. एक बोलघेवडा, आढ्यताखोर सेनापती अशी तुमची प्रसिद्धी व्हायला फार वेळ लागणार नाही आणि मग इमानाने तुमच्याशी चिकटून असलेले सच्चे मराठे तुम्हाला सोडून जातील.

मला वाटते, आज मिळालेल्या यशामुळे तुमची बरे-वाईट याची निवड करण्याची शक्ती लोपत चालली आहे. जनसंघाने पूर्वी काय केले, हे मनात बाळगून तुम्ही चर्चेला बसलात– ही पहिली चूक. जनसंघाशिवाय आमची तडजोड कोणाशीही होणार नाही, या तुमच्या भूमिकेवरून तुम्ही जे घसरलात ते जनसंघाशिवाय कोणाशीही तडजोड करीन– या भूमिकेपर्यंत तुम्ही पोचलात. करिअप्पांचे प्यादे तुम्ही खेळवून शिवसैनिकांची दिशाभूल केलीत. करिअप्पा चांगले की वाईट, हा मुद्दा येतच नाही. पण सोन्याची असली तरी सुरी महाराष्ट्राच्या मानेवर का? त्यांनी कुर्गमधून किंवा बंगलोरमधून जरूर निवडून यावे आणि करिअप्पा एवढे चांगले, तर मग मनोहर जोशींऐवजी ते का उभे राहू नयेत? त्यासाठी त्यांनी आगासकरांनाच वाकुल्या

दाखवाव्यात, हे काय म्हणून? आपला दाक्षिणात्य-विरोध संपला याची ही जाहिरातबाजी असेल, तर ती तुमच्या खास मतदारसंघात त्यांना उभे करून तुम्ही दाखवायची होती. पण तुम्ही या पक्षाबाहेरच्या पुढाऱ्यांचे बुजगावणे जनसंघासाठी का उभे केलेत? एक वेळ करिअप्पा चालतील, पण वाजपेयींचे साथीदार नकोत– असा सल्ला मिळाला म्हणूनच ना?

या घटकेला या भारताला लागलेला एक किळसवाणा रोग म्हणजे इंदिराजी. या रोगापुढे बाकी सर्व काही व्यर्थ आहे. इंदिराजींची या देशातील राजवटही व्यक्तिस्वातंत्र्याचा संकोच करणारी, वृत्तपत्रस्वातंत्र्याला नख लावणारी, घटनेची विल्हेवाट लावून नागरिकांच्या प्राथमिक हक्कांवर घाला घालणारी, पार्लमेंट-न्यायालये यांना क:पदार्थ लेखणारी, उदारमतवादी बापाने दिलेली आश्वासने कचऱ्याच्या पेटीत टाकणारी आहे. अमाप उर्मटपणा, प्रलोभनांचे सामर्थ्य आणि तत्त्वशून्य अशा यशवंतराव-दिनेशसिंग यांच्यासारख्या बूटचाट्या बारगीर मंडळींच्या बळावर, गांधी-नेहरू या संयुक्त नावातील जादूवर, रशियन सैन्यावर, अमेरिकन कर्जावर, मुसलमानांच्या धर्मवेडावर आज तिचा अर्वाच्य थयथयाट चालू आहे आणि त्या राजवटीला पोषक असा पवित्रा, बाळासाहेब तुम्ही घेता आहात. चूक झाली तर दुरुस्त करता आली असती, पण जाणून-बुजून त्या रस्त्याने चालू लागणाऱ्या माणसाला खेचूनही आणता येत नाही. तुमच्याजवळ असलेल्या राष्ट्रीयत्वाला आवाहन करून मी विनवतो की, तुम्ही नाईकांच्या जाळ्यात का सापडता?

खरे पाहता, विधानसभेत जागांची मागणी करून लोकसभेतील जागा भारतीय पक्षाच्या स्वाधीन करावयाच्या आणि दिल्लीतील राजकारण त्यांना खेळू द्यावयाचे. त्यांना ते खेळणे सोपे आहे. पण तुम्ही भातकुलीचा खेळ खेळावा त्याप्रमाणे राजकारण करू पाहता. दिल्ली म्हणजे शिवाजी पार्क नव्हे, एवढे तरी लक्षात घ्या. मला वाटते– तुमच्या राजकीय भवितव्यासाठी, हिंदूंच्या रक्षणासाठी आणि महाराष्ट्राच्या अस्मितेसाठी तुम्हाला तुमच्या पवित्र्याचा फेरविचार करावा लागणार आहे.

शिवसैनिक हे केवळ इमानदार मराठे नाहीत. ते काही तुमचे गुलाम नाहीत. अखेरीस ही सर्व मराठेमंडळी डोक्याने बुद्दू नाहीत; ती स्वत: विचार करू शकतात. आजवर तुम्ही त्यांना हव्या त्या दिशेने वळवीत गेलात. पुढाऱ्यामागे अनुयायी असावेत, हे ठीक. सेनापतीमागे सेना असावी, हे युक्त. पण सेनापतीचे डोके ठिकाणावर नसेल तर दुय्यम सेनाधिकाऱ्याने सेनापतीला कैद करावे, असा सैन्याचा शिरस्ता आहे. आज तुम्ही ती वेळ आणता आहात. तुमचेच सैनिक सावधानतेने

तुमच्या उक्ती, तुमच्या वृत्ती, तुमचे पवित्रे न्याहाळत आहेत. तोल सुटतो आहे, हे त्यांच्या ध्यानी आलेले आहे आणि सैन्यानेच उठाव करून सेनापतीला गिरफ्तार करावे, अशी वेळ येण्यापूर्वीच काही बदल अपरिहार्य आहेत.

शिवाजीमहाराजांचे पूजन करणाऱ्याला वरील गोष्टींचा अन्वयार्थ लावणे कठीण पडू नये.

शिवसेना मला राहायला हवी आहे, वाढायला हवी आहे आणि तिची हुकूमत मुंबईवर असावी– म्हणून हा प्रपंच.

*(२१ फेब्रुवारी, १९७१)*

-०-०-०-

## ९

# बाईसाहेब, आपण त्या वेळी कोठे होता?

युद्धात आणि प्रेमात सगळे काही क्षम्य असते, असे म्हणतात. निवडणुकीच्या रणधुमाळीतही सगळे क्षम्य असते. शेवटी निवडणूक हीही एक लढाईच आहे. येथेही मोर्चे बांधावे लागतात, प्रतिपक्षावर तोफा डागाव्या लागतात, फंदफितुरी करावी लागते, प्रसंगी पायउतार होऊन शत्रूच्या अंगावर धावून जावे लागते. भडक भाषणे, खोटी आश्वासने, विकृत विचार– सगळे या वेळी खपून जाते; तरीसुद्धा वाटेल ते चालत नाही. निवडणुकीत कुटिलता चालते, पण बालिश बडबड उपयोगी पडत नाही. इंदिराजी, आपल्याला हे माहीत नाही काय?

बाईसाहेब, निवडणुकीच्या या धामधुमीत आपण गावोगाव हिंडता आहात. सरकारी यंत्रणेच्या देखरेखीखाली, हजारो पोलिसांच्या संरक्षणात आणि ट्रकमधून भरभरून आणलेल्या मंडळींसमोर आपण व्याख्याने देण्याचा सपाटा चालविला आहे. 'इंदिरा गांधी आयी है, नयी रोशनी लायी है' असल्या घोषणा करून आपले माहात्म्य वाढवण्याचा प्रयत्न होत आहे– हे सगळे ठीकच आहे. उद्या व्यासपीठावर तुमच्या पाठीमागे कोणी विद्युद्दीपांचे वलय निर्माण करून तुमच्या व्यक्तित्वाला आणखी तेज आणले, तरी आमची हरकत नाही. 'आदिशक्ती' म्हणून सगळ्या लोचटांनी आणि खुशमस्कऱ्यांनी तुमच्या पायांवर अक्षरश: लोटांगणे घातली, तरी आमची तक्रार नाही. पण हा सगळा डामडौल आणि थाटमाट करून तुम्ही अखेर पोरकट बडबड करण्यापलीकडे दुसरे काही करता आहात काय? आपण काय बोलतो आहोत, हे तुमचे तुम्हाला तरी समजले आहे काय?

बाईसाहेब, तुमचा खरा शत्रू आहे जनसंघासारखा राष्ट्रवादी पक्ष. तुम्ही त्याला पाण्यात पाहता आहात. तुमच्या रोमारोमांत या लोकांबद्दलचा द्वेष भिनला आहे. 'जनसंघ' म्हटल्याबरोबर तुमच्या डोक्यात तिडीक उठते. तुमचे डोके फिरते. 'नारायण नारायण' असा शब्द भक्त प्रल्हादाने उच्चारल्याबरोबर जसे हिरण्यकश्यपूचे माथे फिरत होते, तसे. बाकी तुमचेही बरोबर आहे. नेहरू घराण्याच्या रक्तातच हा राष्ट्रवादी पक्षाचा आणि व्यक्तींचा दुस्वास भरलेला आहे. पंडितजींचाच वारसा तुमच्याकडे आला आहे. जनसंघाला उद्देशून तुम्ही नाही-नाही ते असत्य आरोप करीत आहात. धादांत खोटे बोलत आहात. पोरकट बडबड करून स्वत:चे हसे करून घेत आहात!

बाईसाहेब, १९४२ च्या स्वातंत्र्यलढ्यात जनसंघ कोठे होता, असा प्रश्न आपण एक सभेत विचारलात– हे खरे आहे काय? बाकी, हे खरे असलेच पाहिजे; कारण इतका बालिश आणि मूर्ख प्रश्न दुसरा कोण विचारू शकेल? ज्या वेळी राजकीय दृष्ट्या जनसंघाचा जन्मही झाला नव्हता, त्या वेळी जनसंघ कोठे होता, असा प्रश्न विचारणाऱ्या माणसाच्या अकलेची जेवढी तारीफ करावी तेवढी थोडीच आहे! एखाद्या बापाने मुलाला दरडावून विचारावे, "तुझ्या मुंजीमध्ये मी हजर होतो; पण माझी मुंज झाली, त्या वेळेस तू कुठे होतास?" तशातलाच हा प्रकार आहे! मग बाईसाहेब, आता आपण एवढा एकच प्रश्न का उच्चारलात? प्रश्न काय, आणखीही विचारता येतील... १९३० मध्ये मिठाचा सत्याग्रह झाला त्या वेळी जनसंघ कोठे होता, असा प्रश्न तुम्ही का नाही विचारलात? १९२० मध्ये असहकाराची चळवळ झाली, त्या लढ्यात जनसंघ कोठे होता, असाही सवाल विचारता येण्यासारखा आहे. तो तुम्ही नाही बोललात? आणि हेच तर्कशास्त्र पुढे चालवून तुम्हाला विचारू काय की, १८५७ चे स्वातंत्र्ययुद्ध झाले, त्या वेळी आपण कोठे होता? वासुदेव बळवंतांनी ब्रिटिशांविरुद्ध मोठे बंड पुकारले, त्या वेळी तुम्ही काय करीत होता? तुमचे प्रश्न त्याच लायकीचे नाहीत काय?

बाईसाहेब, हा प्रश्न खरोखरीच तुम्हाला अडचणीत टाकणारा आहे. १९४२ ची 'चले जाव'ची चळवळ झाली. हजारो माणसे तुरुंगात गेली. शेकडो माणसे भूमिगत राहून काम करू लागली. अनेकांनी ब्रिटिशांच्या गोळ्या खाल्ल्या. अनेकांनी आपल्या प्राणांचे बलिदान केले. बाईसाहेब, आपण त्या वेळी कोठे होता बरे? आपण एकदा तरी तुरुंगवास भोगलात काय? गोळी सोडा, पण एखादी लाठी तरी अंगावर घेतलीत काय? आपण कोणता त्याग केलात? ज्या वेळी देशभक्तांना बर्फाच्या लादीवर बसवले जात होते आणि त्यांच्या पाठी लाथा-बुक्क्यांनी सडकून

निघत होत्या, त्या वेळी आपला काय बरे उद्योग चालला होता? आपले थोर वडील नगरच्या तुरुंगात होते, हे आम्हाला ठाऊक आहे; पण आपण कोणते हाल भोगत होता? आपण तेव्हा अलाहाबादच्या आनंदभुवनात– त्या राजवाड्यात एखाद्या राजकन्येच्या थाटामाटात राहत होता, हे खरे ना? छोट्या मोटारींचा कारखाना काढण्याच्या खटपटीत असलेले आपले थोरले चिरंजीव संजय गांधी यांच्या जन्माची ती वेळ होती. पुत्रजन्माच्या आनंदात तुम्ही मश्गुल होता. त्या पोराला खेळवीत होता, त्याचे कौतुक करीत होता आणि एकूण तुमचा संसार मोठ्या सुखा-समाधानाने चालवीत होता. जेव्हा देशातील सामान्य जनता युद्धाच्या खाईत होरपळत होती आणि देशभक्त ब्रिटिश शिपायांच्या लाथा खात होते, त्या वेळी तुमचा 'सुखी संसार' हा चित्रपट चालू नव्हता काय?

पण बाईसाहेब, आमचा पुढचा प्रश्न याहीपेक्षा रोखठोक आहे. त्याचे उत्तर द्याल काय? महायुद्ध संपले आणि ब्रिटिशांशी वाटाघाटी सुरू झाल्या. देशाच्या फाळणीचे जे भयंकर दिवस उगवले– आठवतात ना ते दिवस तुम्हाला? पाकिस्तान मिळावे म्हणून मुस्लिम लीग आणि तिचे पुढारी बॅ. जीना यांनी 'डायरेक्ट ॲक्शन' करण्याचा आदेश आपल्या धर्मवेड्या बांधवांना दिला. आदेश ब्रिटिशांविरुद्ध आणि कत्तल निरपराध हिंदूंची. कलकत्त्यात भीषण दंगा झाला. त्या वेळी अखंड बंगालचे मुख्यमंत्री हसनसाहेब सुऱ्हावर्दी होते. त्यांच्या देखरेखीखाली कलकत्त्यात भयानक हत्याकांड सुरू झाले. कलकत्त्याच्या रस्त्या-रस्त्यावर हिंदूंचे मुडदे पाडण्यात आले. एक-दोन नव्हे, शेकडो हिंदूंचे मुडदे पडले. बंगालच्या त्या राजधानीत अक्षरश: रक्ताचे सडे घालण्यात आले. हिंदू म्हटल्यावर त्यात सुऱ्हावर्दीसाहेबांनी कसलाही भेदभाव केला नाही. पुरुष पाहिला नाही की बाई पाहिली नाही– हा म्हातारा आणि हा लहान मुलगा, असा विचार केला नाही– हा उद्योगपती आणि हा गरीब मजूर– असाही भेद केला नाही. सरसकट हिंदूंचा क्रूर नरमेध करण्यात आला. ही गोष्ट आपण विसरला नसालच. मग बाईसाहेब, आपण त्या वेळी कोठे होता? पंडितजींची लाडकी प्रियदर्शिनी इंदिरा त्या वेळी कोठे होती?

या 'डायरेक्ट ॲक्शन'च्या वेळी मध्यावधी सरकार स्थापन झाले होते आणि पंडितजी पंतप्रधान झाले होते. मुस्लिम लीगला निम्म्या जागा देऊन स्वाभिमानशून्य काँग्रेसवाल्यांनी मंत्रिमंडळात प्रवेश करून घेतला होता. आपण पंतप्रधानांची लेक झाला होता. अलाहाबादचा जुना राजवाडा सोडून 'त्रिमूर्तिभवन'सारख्या त्याहीपेक्षा मोठ्या राजवाड्यात आपण राहावयास आला होता. देशभर दंगे उसळले होते. जिकडे-तिकडे राष्ट्रद्रोही लीगचे हस्तक आग पेटवीत होते. निरपराध माणसे मरत

होती. स्त्रियांची विटंबना होत होती. घरादारांच्या होळ्या पेटवल्या जात होत्या. सर्व देशात द्वेष व वैमनस्य, धर्मवेड व माथेफिरूपणा, बलात्कार व अत्याचार यांचे एक नवेच भीषण पर्व सुरू झाले; त्या वेळी इंदिराजी, आपण काय करीत होता, हे आम्हाला सांगाल काय? तुम्ही ते सत्य सांगितले नाही, तरी आम्हाला ते पूर्णपणे माहीत आहे. तुम्ही त्या प्रासादात दिमाखाने राहत होता. पित्याच्या उलाढालीत त्याची देखभाल करीत होता आणि राजीव गांधीची वाट पाहत होता. तुमचा सुखी संसार तसाच मागील पानावरून पुढे चालू होता. यापेक्षा वेगळे तुमच्या हातून काही घडले काय?

—आणि मग देशाची फाळणी झाली. आपल्या मातृभूमीचे धर्मांध लांडग्यांनी लचके तोडले. पाणिनीचा वायव्य सीमा प्रांत गेला. पराक्रमी आर्यांची मूळ भूमी असलेला पंजाब गेला. दाहीर राजाचे सिंध गेले. जिच्या काठावर पवित्र वेद रचले गेले, ती प्रियतम सिंधू नदी गेली. रामकृष्णांचा आणि विवेकानंदांचा बंगाल लुळापांगळा झाला. अत्याचार, हिंसा, रक्तपात यांनी कळस गाठला. लुटालूट, पाशवी आक्रमण, बलात्कार, निर्घृण हत्या– याशिवाय दुसरे काही उरलेच नाही. लाखालाखांच्या संख्येने निर्वासित झालेले सिंधी, पंजाबी आणि बंगाली हिंदू उरलेल्या छिन्नविच्छिन्न मायभूमीकडे धाव घेऊ लागले. निर्वासितांनी भरभरून वाहणाऱ्या रेल्वेगांड्यावर सशस्त्र हल्ले झाले, डबेच्या डबे रक्ताने भरले. हे निर्दोष हिंदूंचे रक्त, इंदिराजी आपण विसरलात काय?... आणि मग ते नौखालीचे भयानक हत्याकांड सुरू झाले! माणसांची पिशाचे झाली, नरराक्षस झाले, नरपशू झाले. या नरराक्षसांनी हिंदूंची घरेच्या घरे पेटवली आणि आतली माणसे जिवंत जाळून मारली. या नरपशूंनी हिंदूंच्या बायका, पोरी पळवल्या आणि त्यांच्यावर उघड्यावर बलात्कार केले. त्यांची जबरदस्तीने धर्मांतरे केली. आपला वंश आणि धर्म वाढविण्यासाठी त्यांना हजारोंच्या संख्येने पळवून नेले. या पिशाचांनी लहान मुलांनासुद्धा वगळले नाही. त्यांचेही शिरच्छेद केले. या मुलांची मुंडकी कापून ती बांबूच्या काठीला लावून मिरवली.

खरोखर असले भयानक अत्याचार जगात कोठे झाले नसतील– फाळणीपूर्वी, फाळणीच्या वेळी आणि फाळणीनंतरही! महिन्यांमागून महिने हे सर्व चालू होते– पंडितजी पंतप्रधान असताना, गांधीजी हयात असताना. सगळ्या काँग्रेस पुढाऱ्यांच्या डोळ्यांदेखत आणि त्यांची राजवट चालू असताना हे सगळे घडत होते. बाईसाहेब, आपण त्या वेळी कोठे होता बरे? या दुःखितांचे अश्रू तरी आपण पुसलेत काय? त्या कलकत्त्यात आणि नौखालीत आपण कधी हिंडलात काय? या रासवट अत्याचारांचा

आपण सक्रिय निषेध कधी केलात काय? त्या अभागी निर्वासितांसाठी आपण काय बरे केलेत?

पण छे:! असे काही घडणे कसे शक्य होते? आपले एक चिरंजीव तीन-चार वर्षांचे होते. दुसरे पुत्र जन्माला आले होते. एक दुडूदुडू धावत होता, दुसरा पाळण्यात होता. त्याचे कौतुक मातेच्या वात्सल्याने करण्यातच आपला वेळ जात होता. पंडितजी सगळे काही पाहत होतेच. तुम्हाला कसलीही काळजी नव्हती आणि राजवाड्यात तुमचे आरामशीर वास्तव्य होते. भोवताली सर्व सुखोपभोगाची साधने हात जोडून उभी होती. बाहेर खुशमस्कऱ्यांची गर्दी सतत जयजयकार करीत होती. पित्याबरोबर मोठमोठ्या परराष्ट्रांतले दौरे घडत होते. जगातल्या बड्या-बड्या मंडळींशी अनौपचारिक गप्पागोष्टी होत होत्या. एकूण, तुमच्या जीवनाचा रंग गुलाबीच गुलाबी होता. बाईसाहेब, १९४७ मध्ये आपण याच उद्योगात गर्क होता ना? बोला, इंदिराजी, बोला– आमच्या या सवालाचे उत्तर दुसरे काही देण्यासारखे आहे काय?

*(७ मार्च, १९७१)*

-०-०-०-

## १०

## चलावे बाईसाहेब, मसनद रक्ताने लाल झालेली नाही

बाईसाहेब, चलावे. लोक वाट पाहताहेत, आपण मसनदीवर बसलेल्या त्यांना पाहायच्या आहेत. हे सिंहासन तुमचेच आहे. त्यावर हक्क सांगणाऱ्यांना आपण केव्हाच नेस्तनाबूत केले. आता आपल्याला कोणीही शत्रू नाही. या सिंहासनावर परमपवित्र पंडितजी पुष्कळ वर्षे विराजमान झाले होते. आता आपण ही मसनद सुशोभित करणार आहात आणि आपल्यानंतर... देव करो, आपल्याला शंभर वर्षांहून अधिक आयुष्य लाभो, आपले पुत्रपौत्र या सिंहासनावर मंडित होतील; तसा या देशाचा दस्तूरच आहे. बाईसाहेब, अनमान करू नका; आपण चलायला हवे. हे– हे सिंहासन उत्कंठतेने आपली वाट पाहत आहे.

होय, आपल्याला अनेक गरीबगुरिबांचा दुवा मिळालेला आहे. या सिंहासनाला पाय लागावेत, म्हणून आपण पुष्कळच दानधर्म केला आहे. या देशातले अर्धपोटी, अशिक्षित, झोपडपट्टीत राहणारे गरीबगुरीब– बाईसाहेब, आपल्याला दुवा देत आहेत. आपण त्यांची गरिबी हटवलेली आहे. त्यांना पैसे, वस्त्र, भांडीकुंडी पोचवली आहेत. या सिंहासनावर बसण्यासाठी आता कोणाचीही आडकाठी नाही– बाईसाहेब, बाहेर लक्षावधी लोक उभे आहेत आणि आपला पाय सिंहासनाला लागण्यापूर्वीच ते आपला जयजयकार करणार आहेत. दर वर्षी हा राज्यारोहणाचा प्रसंग यावा, अशी त्यांची मनोमन इच्छा आहे, बाईसाहेब. कारण त्यानिमित्त त्यांची गरिबी थोडी-फार हटते. या गरीबगुरिबांना नोकरी-धंदा नाही. तेव्हा त्यांच्या पोटाला आपणच दिले पाहिजे बाईसाहेब. उद्योग करायचे त्राणच नाही त्यांच्यात– सवयच नाही त्यांना. पण हे सर्व तुमचे बंदे

सेवक आहेत. हे तुमच्या परमपूज्य पिताजींचेही सेवक होते. बाईसाहेब, अशी इमानदारी आपण या अवनीतलावर कोठेच पाहिलेली नाही. त्यांच्या कृपेनेच तर हे राज्य चालले आहे.

तुम्ही जेव्हा या मसनदीवर आरोहण कराल, तेव्हासुद्धा आणखी पुष्कळ याचक आणि भिकारी तुमच्याकडून भीक मागतील. त्यांचा तांडा दीन मानेने भवताली जमा आहे. त्यांच्या कपड्यांवर जाऊ नका, बाईसाहेब. परीटघडीचे कपडे घातले तरी व्यवसायाने ते भिकारीच आहेत. त्यांना दुसरे काहीच करता येत नाही बाईसाहेब, त्याला ते तरी काय करणार? त्यांच्या जाडजूड आणि पुष्ट यष्टीवरही तुम्ही भरवसा ठेवू नका, देवीजी– आपल्या कृपेने त्यांचे ठीक चालले आहे. आपले आश्रित दुबळे-पतले असून कसे निभणार? या सिंहासनाची, आपल्या नेहरू घराण्याची शोभा त्यांनी वाढवली पाहिजे. गुलाबाचे काटे त्यांनीच झेलले पाहिजेत. पण त्यांनी संतुष्ट राहावे आणि आपल्यासाठी परमेश्वराजवळ दुवा मागावा, हेच उत्तम आहे. बाईसाहेब, तुमच्या पर्समध्ये त्यांना काय काय देकार द्यायचा, त्याची मी चिठ्ठी ठेवलीय; ती वाचलीत की, यांपैकी पुष्कळ जण आनंदाने नाचायला लागतील. हे राज्य चिरंजीव चालणारे आहे आणि त्याचे रहस्य त्या चिठ्ठीत आहे. राज्याच्या तिजोरीत भरपूर पैसाही येईल आणि प्रजा संतुष्ट होईल, असे हे सर्व पांढऱ्या कपड्यांतले याचक तुम्हाला आश्वासन देणार आहेत. बाईसाहेब– अनमान करू नका, उशीर करू नका. सर्वांचे लक्ष आपल्याकडेच आहे.

बाईसाहेब, तुमच्या मनात शंका आली आहे की, एवढ्या प्रचंड प्रजेचे कोटकल्याण करायचे कसे– होय ना? पण बाईसाहेब, आपण फिकीर करायचे कारण नाही. एवढी प्रजा काय आपण निर्माण केलीत? आपण तरी काय करणार? चार दाणे फेकले की आणखी पाच वर्षे ती एकमेकांत झुंजत राहतील. गरिबी ही फार वाईट गोष्ट नाही, बाईसाहेब! आपण गरिबांबद्दल जो कळवळा दाखवतो तो तरी का, बाईसाहेब? बाईसाहेब, आपणसुद्धा गरिबासारख्याच वागता. आपला ड्रायव्हर गरीब आहे, चपराशी गरीब आहे, बद्रीप्रसाद गरीब आहे, नोकराण्या गरीब आहेत. स्वत:च्या पैशाने साधा कोटसुद्धा आपल्याला घेता येत नाही, म्हणूनच नाही का आपण अमेरिकेहून मिंक कोट मागून आणलात! आपल्याला जवाहीर घेणे कुठे परवडायचे? लोकांनी भेट दिलेले जवाहीर केवळ त्यांच्या समाधानासाठी आपण वापरता– मनाविरुद्ध वापरता, हा आपला केवढा मोठेपणा आहे! आपल्याला सौंदर्यप्रसाधनांची मुळीच आवश्यकता नसताना पाच-सहा गरीब स्त्रिया तुम्ही नोकरीवर ठेवल्यात, हे आपले केवढे औदार्य. मुक्या प्राण्यावरची आपली प्रीती ही देवदैवतांनाही

दुर्लभ. एखाद्या शहेनशाहासारखी आपण त्यांची निगा राखता. परमेश्वराच्या या दीन जीवांना तुमच्याशिवाय जागा नाही. अन् बाईसाहेब, तसा माणसात अन् पशूत फरक तरी का करावा? कृतघ्न आणि बेइमान माणसापेक्षा कुत्री पुष्कळ चांगली. स्वार्थासाठी लाळ घोटणाऱ्या या उमरावांपेक्षा भाकरीसाठी गोंडा घोळणारी ती कुत्री फार इमानदार, बाईसाहेब. आपण स्वत: गरीब आहातच; गरिबी हटवायला आरंभ आपण आपल्या घरापासून केला आहे. लोकांना हे पटलेले आहे. बद्रीप्रसादला आपण गरीबच ठेवले आहे. आपल्या चिरंजीवांना आपण मोठ्या मोटारऐवजी छोट्या मोटारीचे लायसन्स दिले आहे. आपण मूळ गरिबीतच वाढलात, शिकलात अन् मोठ्या झालात.

आपण गरिबी हटवायची म्हणजे काय करायचे? तर, ज्यांच्याजवळ ती नाही, त्यांना ती द्यायची. आता संस्थानिक भिकारी झालेच आहेत. दालमिया, बिर्ला भिकारी होतील. या देशात थोड्या श्रीमंतांनी श्रीमंत राहावे अन् पुष्कळांनी दरिद्री राहावे यापेक्षा सर्वांनीच दारिद्र्याची वाटणी करून घेणे चांगले आहे. वाटणी करावयास संपत्ती नाही, दारिद्र्य आहे. दारिद्र्याची वाटणी केल्यानेच दारिद्र्य हटेल. या देशातील आपल्या प्रजाजनांना कामाला लावणे, हे अन्यायाचे आहे. बाईसाहेब, हजारो वर्षे ही मंडळी आराम करीत आहेत. दिली अर्धी भाकरी खाऊन संतोषाच्या ढेकरा देत आहेत. आहे ते पूर्वजन्मीचे सुकृत म्हणत दिवस काढीत आहेत. आपले गावोगावचे सुभेदार सोडले, तर कोणी म्हणजे कोणी या देशात श्रीमंत उरलेले नाहीत. केवळ आपल्या कृपेने सारे काही ठीकठाक आहे. श्रीमंती गेलेलीच आहे. सारे काही आबादीआबाद आहे. बाईसाहेब, आपला रस्ता आता मोकळाच आहे. चला, बाईसाहेब.

नाही– नाही, या मसनदीचा रंग हिरवाच आहे; रक्ताने लाल झालेला नाही. गेले महिना-पंधरा दिवस आम्ही ही मसनद धूत होतो. खास रशियन साबणाने या मसनदीवरचे रक्ताचे डाग आम्ही धुऊन काढले आहेत. सत्तेचाळीस साली झालेल्या संहारात कोवळ्या बायका-मुलांची हत्या झाली. तेव्हा सारे सिंहासन रक्ताने भिजून गेले. पण आम्ही पाहता-पाहता ती राड साफ केली. लोक पार त्या आठवणी विसरले. भिवंडी - अहमदाबाद - गोंधा इथल्या संहारात रक्ताच्या चिकळांड्या उडाल्या, त्याही आम्ही साफ केल्या आणि हिमालयाच्या अन् रावीच्या किनाऱ्यावर ज्या शूर जवानांचे रक्त सांडले, त्यावर तर आम्ही ताश्कंद सफेता मारला अन् आता त्याची आठवणसुद्धा ऊरू दिलेली नाही. बाईसाहेब, आपण कष्टी होऊ नका. आपण फार कनवाळू आहात. बलवंतराय मेहतांची आठवण तुम्हाला येत असेल. श्यामाप्रसाद मुखर्जींची येत असेल. दीनदयाळ उपाध्याय यांचीसुद्धा येत असेल. शास्त्री आणि

सुभाषचंद्र यांसारख्यांची आठवण येणे तर अपरिहार्यच आहे. पण बाईसाहेब, आपण त्याला काय करणार? ते सर्व आपल्या मरणाने मेले. त्यांच्या रक्ताने हे सिंहासन, ही मसनद मुळीच घाण झालेली नाही. चलावे बाईसाहेब, चलावे. सारी सभा खोळंबली आहे. साऱ्या मंडळींचे हारतुरे फुकट घालवून कसे चालेल? या आनंदाच्या प्रसंगी आपल्याला मानसन्मान, पदव्या, खैरात, देणग्या– काय काय मिळणार याची सभाजन वाट पाहत आहेत. बाईसाहेब, पाय अडखळू देऊ नका. धीर धरा अन् पुढे चला.

बाईसाहेब, आपली हिरवी साडी, हिरवा पोलका अन् या सिंहासनाची मसनदही हिरवी! किती अपूर्व योगायोग आहे! या हिरव्या रंगात फार अर्थ आहे. बाईसाहेब, या रंगात सर्व रंग लपवता येतात. या रंगाला फार जुना इतिहास आहे बाईसाहेब. लोदी घराणे, घोरी घराणे, मोगल घराणे, नेहरू घराणे– अशा किती तरी घराण्यांची परंपरा या हिरव्या रंगात आहे. या देशाला आपण एक नवाच रंग दिला आहे. ह्या चमकदार रंगाने आपण किती तरी नवे मित्र केले आहेत. या रंगाला रक्ताचा वास आहे, पण तो वास गुलाबांच्या अत्तराने आपण घालवून टाकू. बाईसाहेब, तुम्ही चिंता करण्याची मुळीच गरज नाही.

बाईसाहेब, पुन्हा सांगतो– ही मसनद रक्ताने लाल झालेली नाही आणि असलीच तरी चिंता करण्याचे कारण नाही. त्यावरचे अश्रापांच्या रक्ताचे डाग केव्हाच फिके झाले. लोक भोळे असतात, त्यांची स्मरणशक्ती तर फारच मर्यादित असते. लोक पाच-पंचवीस वर्षांपूर्वी घडले ते सारे केव्हाच विसरले. आपण सहजीवन व पंचशील या पवित्र गोष्टींसाठी थोडी फार भूमी दिली आणि आपले यवन बांधव व चिनी सुहृद यांना संतुष्ट केलेत. भूमी-भूमी ती काय– तिथे तर साधे गवतसुद्धा उगवत नाही. त्या भूमीची सारखी आठवण देणारे शेवटी फजित झाले. बाईसाहेब, आपण मुळीच सचिंत होऊ नका. आम्ही त्या वेड्या बंडखोरांना बघून घेतो– रस्त्यात, गल्लीत, शेतात, कारखान्यात; पण तुमच्या सिंहासनाला आम्ही बिनघोर ठेवू.

बाईसाहेब, चलावे. परराष्ट्रांतले सर्व राजदूत हारतुरे घेऊन उभे आहेत. कोसिजिनसाहेबांचा दूत अभिनंदनासाठी ताटकळत ठेवून उपयोगी नाही. इराण, दुराण, इजिप्त, अरबस्तान... साऱ्या राष्ट्रांतले शहाजोग लोक आपल्याला बंदगी करायला वाकून उभे आहेत. निगाह रखो, मलिका - इ - आझम इंदिरा सुलताना प्रियदर्शिनी आ रही हैंऽऽ निगाह रख्खोऽऽ!

*(४ एप्रिल, १९७१)*

-०-०-०-

# ११

## आता तरी समाजवादासाठी खुर्ची सोडा

यशवंतराव चव्हाण यांच्या वयाला साठ वर्षे पुरी झाली, याबद्दल त्यांचे सर्वत्र अभिनंदन करण्यात येत आहे. लोकमान्यांनंतर महाराष्ट्राचा सर्वमान्य नेता अशीही बिरुदावली त्यांना कोणी-कोणी अर्पण केलेली आहे. यशवंतरावांचे नेतृत्व मान्य करूनही त्यातील वैगुण्यांची व मर्यादांची कोणीही चिकित्सा करण्याचा प्रयत्न केलेला नाही. याचे कारण तर उघड आहे. महाराष्ट्रातील पत्रकार आणि विचारवंत यांना वेगवेगळ्या मार्गांनी चव्हाणांनी आपले 'भाटचारण' बनविले आहे. काहींची आजची स्थाने, त्यांची सुबत्ता, त्यांना मिळालेल्या पदव्या, अधिकार– ही सारी यशवंत-कृपेनेच त्यांना साध्य झाली आहेत. यशवंतरावांशी ज्यांनी जमवून घेतले, त्यांच्या उणिवांकडे दुर्लक्ष केले; त्या सर्वांचे आज भले झालेले आहे. त्यांतील सर्वच मंडळी त्या-त्या भलेपणाला पात्र होती, असेही नाही. पण त्यांच्यात थोडी-फार उपद्रवशक्ती होती, ते थोडे ऐहिक सुखस्वास्थ्य आणि काही मानसन्मान यांच्या प्रलोभनाने यशवंतरावांचे स्तुतिपाठक बनले आहेत. परिणामी, यशवंत-नेतृत्वाची चिकित्सा काही अपवाद सोडता फारशी कोणी केली नाही.

यशवंतराव स्वत: एक अभ्यासू गृहस्थ आहेत. ते विद्वान नसले, तरी विद्वत्तेची त्यांना बूज आहे. परवा वि. म. दांडेकरांचा आणि त्यांचा जो प्रकटपणे सामना झाला; तेव्हा त्यांनी महाराष्ट्रातील विचारवंतांबद्दल अत्यंत तुच्छतेने उद्गार काढले, ही गोष्ट खरी. पण याचे कारण त्यांना विद्वत्तेची बूज नाही, हे नव्हे; तर महाराष्ट्रातील विचारवंतांना आणि पत्रकारांना आपण आजपर्यंत सहजगत्या विकत घेऊ शकलो आणि हाच

कोण वि. म. दांडेकर– असा तो उघड दर्प होता. दुर्दैवाने या विचारवंतांत ब्राह्मण, सारस्वत आदी उच्चवर्णीय जाती थोड्या अधिक प्रमाणात असल्यामुळे विचारवंतांबरोबर झालेल्या मतभेदाला ते ब्राह्मणी संस्कृतीच्या अहंतेचे रूप देऊ शकले. तसे त्यांनी वेळोवेळी केलेलेही आहे. महाराष्ट्रातील राजकारणात त्यांच्या पदरी कसलेही अपयश कोणी बांधले की, त्यांना जातीयवादाचे स्मरण होते. याचा दुष्परिणाम असा झाला आहे की– जे त्यांच्या पदरी आहेत तेच सच्चे विचारवंत, तेच सच्चे पत्रकार, तेच सच्चे लेखक; उरलेले सर्व जातीय अवशेषांचे उद्रेक– याच सिद्धांताला ते वेळोवेळी खत-पाणीही घालतात. कधी प्रलोभने तर कधी गुरकावणी, कधी शाबासकी, तर कधी तुच्छता– अशी अनेक यशवंत-दर्शने ते मधून-मधून घडवतात. हे जरी खरी असले तरीही महाराष्ट्रातील सत्तारूढ पक्षात त्यांच्याइतका रसिक व विद्वानांची बूज राखणारा नेता नाही, असेच अखेरीस म्हणावे लागते. कारण त्यांच्या ध्येय-धोरणाला उपयुक्त असणाऱ्या, परखड व तुच्छतेने बोलणाऱ्या काही विचारवंतांना त्यांनी आंजारून-गोंजारूनही घेतले आहे, हे कसे विसरावे?

यशवंतराव काहीही म्हणोत; पण त्यांच्याच कारकिर्दीत जातीयवादाला प्रतिष्ठा मिळाली, हे खरेच. छोट्या-मोठ्या स्थानिक सुभेदारांना त्यांनीच अभय दिले. त्यांपैकी कोणीही वरचढ होऊ नये, म्हणून त्यांनी जागोजागी पर्यायी सुभेदारही निर्माण केले. त्या स्थानिक गटबाजीत कधी एकाची बाजू घे, तर कधी दुसऱ्याची घे– असा खेळ खेळून त्यांनी नेहमीच सत्तेचा समतोल राखला व आपले नेतृत्व पक्के केले. काँग्रेसची पाळेमुळे खेड्यांपर्यंत नेऊन तेथील सारे अर्थकारण काँग्रेसच्याच हाती राहील, अशी काळजी घेतल्यामुळे शहरात जरी काँग्रेस निष्प्रभ झाली तरी खेड्यापाड्यांतून काँग्रेस घट्ट रुजलेलीच राहणार आहे. देशाचे हित यशवंतरावांनी किती केले, हा प्रश्न विवाद्यच आहे; परंतु महाराष्ट्रातील पक्षरचनेचे कार्य त्यांनी इतक्या दमदारपणे मजबूत केले आहे की, ते उखडून टाकणे कोणाही पक्षाला अजून शक्य झाले नाही. समाजवादी पक्ष, कम्युनिस्ट पक्ष व शेतकरी कामगार पक्ष यांतील सत्ताभिलाषी नेत्यांना वळवून त्यांना काँग्रेस पक्षात आणल्यामुळे त्या पक्षांचीही संघटना हळूहळू निष्प्रभ होत गेली व महाराष्ट्रात विरोधी पक्ष असा कोणीच राहिलेलाच नाही.

सत्ता आणि संपत्ती फक्त काँग्रेसवाल्यांच्याच हाती राहिली पाहिजे; कारण त्याशिवाय लहान-मोठ्या नेत्यांना खेड्यापाड्यांत काम करता येत नाही, हे त्यांनी ओळखले व त्याच तत्त्वावर धनजंयराव गाडगीळ यांच्या सल्ल्याने महाराष्ट्रातील सहकार चळवळ त्यांनी सुरू केली व वाढविली. कुणी जातकुळीच्या जोरावर, तर कुणी साखर कारखान्याच्या जोरावर, कुणी सहकारमहर्षी म्हणून, तर कुणी कृषि-

पंडित म्हणून नव्याने उत्पन्न झालेले श्रीमंत संस्थानिक त्यांनी खेड्यापाड्यांत उभे केले आहेत आणि त्यांच्याकरवी महाराष्ट्रातील कानाकोपऱ्यांत काँग्रसचे राज्य त्यांनी उभे केले आहे. समाजवाद हा असा धनिक शेतकऱ्यांचा अर्थवाद आहे. खेड्यापाड्यांतील नागरिकाला राष्ट्रीय प्रश्नांपेक्षा त्याच्या पोटापाण्याचे व शेतीचे प्रश्न महत्त्वाचे असतात, हे त्यांनी मनोमन ओळखून आपल्या नव्या वतनदार संस्थानिकांच्या साह्याने ग्रामीण नागरिकांचे मन सोईस्कररीत्या हव्या त्या मार्गाकडे वळवून घेतले आहे. काँग्रेस पक्ष परराष्ट्रधोरणात, सैनिकी व्यवस्थापनात किंवा राजकीय मुत्सद्देगिरीत पराभूत झाला; तरीही मराठी ग्रामीण जनतेला त्याचे काहीही सोयरसुतक नसते. त्यामुळे इतर पक्ष जेव्हा असल्या प्रश्नांवर चळवळी उभारतात, तेव्हा ग्रामीण विभागात त्यांना कधीही प्रतिसाद मिळू शकत नाही. कारण राजकारणाचे शिक्षण देणे म्हणजेच आपल्या पक्षाच्या सुस्थिर आसनाखाली सुरुंग लावण्यासारखे आहे, हे ते ओळखतात. मराठी माणसाला साक्षर करावे, परंतु शहाणे करू नये व त्याचा संपूर्ण वेळ उदरभरणाच्या विवंचनेत जावा, परंतु बंड करण्याइतका तो अन्नान्न राहू नये– ही यशवंतनीतीची सूत्रे आहेत.

यशवंतरावांनी महाराष्ट्राचा संपर्क कधीही सोडला नाही आणि त्यांना तो सोडून कधीही भागणार नाही. महाराष्ट्रातील त्यांचे स्थान डळमळले, तर दिल्लीतील इंदिराजींचा हुजऱ्याही त्यांना विचारणार नाही. महाराष्ट्रातील त्यांचे स्थान डळमळवण्याचा प्रयत्न पुष्कळांनी करून पाहिला, परंतु आपल्या चतुर डावपेचांनी यशवंतरावांनी तो हाणून पाडला. इंदिराजींच्या मनातून उतरलेले यशवंतराव आज पुन्हा आपल्या पूर्वगौरवस्थानी जाऊन बसले आहेत. त्याला एकच कारण– त्यांचे महाराष्ट्रातील घट्ट नेतृत्व हे होय. यशवंतरावांना कदाचित माहीत असेल की, भारतीय नेतृत्वाला लागणारे पुरेसे गुण त्यांच्यात नाहीत. त्यांचे मराठी वक्तृत्व अजोड आहे, पण इंग्रजी वा हिंदी वक्तृत्वावर म्हणावी तेवढी पकड नाही. दिल्लीत आवश्यक असणारा दरबारी थाटही त्यांच्यापाशी बिलकुल नाही.

दिल्लीला त्यांनी खासदार म्हणून नेलेली माणसे इमानदार असली तरी पार्लमेंटरी राजकारणाच्या दृष्टीने सर्वथा निरुपयोगी आहेत. जातीयवादातून महाराष्ट्रातील लोकसभेचे उमेदवार निवडले गेल्यामुळे जी बुद्धिमान व कर्तृत्वशाली लॉबी प्रत्येक भारतीय पुढाऱ्याला लागते, ती चव्हाणांना कधीच उपलब्ध नव्हती. दिल्लीच्या राजकारणात म्हणून चव्हाणांचा हवा तेवढा प्रभाव नाही. इंग्रजी वा हिंदी वृत्तपत्रेही चव्हाणांची फारशी दखल घेत नाहीत. आपल्या राजकारणाची ही दुर्दैवी फलश्रुती त्यांना माहीत असल्यानेच की काय, नियतीने त्यांच्या पुढे केलेली भारतीय नेतृत्वाची

**आता तरी समाजवादासाठी खुर्ची सोडा / ५५**

माळ त्यांना नाकारण्यावाचून पर्याय नव्हता. त्यात त्यांच्या ठायी जसे शहाणपण प्रतीत झाले, तसाच त्यांचा दुबळेपणाही. भारतावर ज्या प्रांताने अनेक वर्षे नेतृत्वाचा ठसा ठेवला होता, त्या प्रांताला भारतीय नेतृत्वाची संधी असूनही ती नाकारावी लागली, हे महाराष्ट्राचे दुर्दैव तर खरेच; परंतु त्या दुर्दैवाला यशवंतरावांचे जातीय राजकारण पुष्कळ अंशी कारणीभूत आहे. यशवंतरावांना पंतप्रधान होण्याची शक्यता यापुढे कधी काळी निर्माण होईल, असा आशावाद बाळगण्यात मात्र काही अर्थ नाही. एवढेच नव्हे, तर आज ज्या तऱ्हेने महाराष्ट्राचे प्रतिबिंब दिल्लीत आहे, तेही यश यशवंतरावांना फारसे शोभादायक नाही. जी चार-दोन मराठी माणसे आज दिल्लीच्या राजकारणात दिसतात, ती इंदिराजींच्या कृपेमुळे होय; एरवी यशवंतरावांच्या जातीय राजकारणातून दिल्लीपर्यंत ती पोचलीच नसती, हे नक्की.

यशवंतराव आज साठ वर्षांचे झाले. वीस वर्षांहून अधिक काळपर्यंत त्यांनी सत्ता भोगली आहे. महाराष्ट्राचे मुख्यमंत्री म्हणून त्यांनी पुष्कळच चांगला राज्यकारभार केला, ही त्यांच्या आयुष्यातील जमेची बाजू. पण दिल्लीत महाराष्ट्राचे नाव खाली केले, हा त्यांचा व महाराष्ट्राचा पराभव मानायला पाहिजे. या घटकेला तरी महाराष्ट्राचे नेतृत्व चव्हाणांकडे आहे, हे नि:संकोच कबूल करायला हवे; परंतु वीस वर्षे सत्ता भोगल्यावरही सत्ता नसली तर जनतेत आपल्याला कोणी विचारणार नाही, हीच जर राजकीय नेत्याच्या आयुष्याची फलश्रुती असेल– तर ते या देशाचे दुर्दैवच मानले पाहिजे. अर्थमंत्री म्हणून चव्हाणांना खरोखरच काय स्थान आहे?या देशाला याहून अधिक चांगला अर्थमंत्री मिळू शकला नसता काय? महाराष्ट्राचे कोणतेही हित आपण यापुढे करू शकत नाही, हा जर अनुभव चव्हाणांना आला असेल; तर चव्हाणांनी दिल्ली सोडून परत महाराष्ट्रात का येऊ नये? खुशीने सत्तात्याग करता येतो; किंबहुना, तो केलाच पाहिजे, हा विवेक आता नेत्यांना शिकवण्याची गरज उत्पन्न झाली आहे. महाराष्ट्र प्रदेश काँग्रेस वेगवेगळ्या कारणांनी विस्कळीत झाली आहे. आपले उर्वरित आयुष्य पक्ष-संघटनेसाठी व महाराष्ट्रातील जातीय तणाव कमी करण्यासाठी यशवंतरावांनी वापरावयास हवे.

खरे तर यशवंतरावांच्या निवृत्तीची वेळ त्यांनीच ठरवायला नको होती का? का चिरंतन– मरेपर्यंत खुर्ची सोडायचीच नाही? सत्तेच्या झगमगाटापुढे काळाचे भान माणसाला राहत नाही, हेच खरे. सत्तेची खुर्ची म्हणजेच सर्वस्व समजावयाचे की काय? नेत्यांनाही निवृत्तीचे बंधन असले पाहिजे. आपली जागा घेण्यासाठी लायक माणसे नाहीत म्हणून आपण जागा सोडत नाही, हा माणसाचा वृथा अभिमान आहे. काळ कोणासाठीही अडून राहत नाही. सामाजिक सेवा विविध प्रकारांची असते.

जबाबदाऱ्यांत बदल, हाही माणसाला नवतारुण्य देऊन जातो. आपल्या योग्यतेनुसार संपूर्ण आयुष्य जगणाऱ्या यशवंतरावांना सत्तात्यागातील उदात्तता समजावयास हवी. कदाचित या नव्या जनसेवेच्या कालखंडातही त्यांचे कर्तृत्व नवतेजाने उजळून निघेल. किंबहुना, त्यांचे उर्वरित आयुष्य सुखा-समाधानाने व नवतारुण्याने बहरून निघावे, म्हणून तरी सत्तात्यागाचे नवे व्रत त्यांनी आचरणात आणावे. शब्दातला समाजवाद प्रत्यक्षात आणायला यापेक्षा नामी काळ कोणता?

*(२४ मार्च, १९७४)*

-०-०-०-

## १२

## सुलताना इंदिराजींची पुण्यावर स्वारी

भारताची 'मलिका-ए-आझम' सुलताना इंदिरा पुण्यात येत आहेत. काँग्रेसने गुजरात जरी घालवला असला तरी उत्तर प्रदेशात काँग्रेसचा विजय झाला आहे. त्या विजयोत्सवासाठी जणू त्या पुण्यात येत आहेत. महाराष्ट्रातील विरोधी पक्ष आणि तमाम जनता भाववाढीने व टंचाईने अस्वस्थ झाली असली, तरी त्यांच्यांतील अस्वस्थता व वैफल्य यांवर इंदिराजींच्या गोड स्वप्नांचा उतारा देऊ, असा काही मनसुबा काँग्रेस धेंडांनी रचला आहे. या घटकेला कोणत्याही प्रश्नावर काँग्रेसजवळ एकच उत्तर आहे– ते म्हणजे इंदिरा. 'मलिका-ए-आझम' सुलताना इंदिरा, प्रियदर्शिनी. जे गुजरातमध्ये घडले किंवा बिहारमध्ये घडत आहे, ते महाराष्ट्रात घडू नये एवढ्यासाठी इंदिराजींचा शब्दोत्सव पुण्यात घडवून आणण्याची योजना आखलेली दिसते आहे. जणू काही इंदिरामुखावलोकनाने जनतेचे हाल संपणार, इंदिराजींच्या गोड भूल-थापांनी जनतेच्या पोटातील आग थंड होणार, जणू काही हजारो ट्रक्समधून खाण्या-पिण्याचे आमिष दाखवून आणलेल्या खेड्यापाड्यांतील अडाणी जनतेचे जे भव्य प्रदर्शन रेसकोर्सवर घडणार आहे, त्यामुळे सर्व विरोधी पक्ष हादरणार आणि वसंतराव नाईक यांच्या पोलिसांपुढे मान तुकविणार. काँग्रेस नेत्यांच्या डोक्यात भलतीच स्वप्ने आणि भलतीच मग्रुरी निर्माण झाली आहे. इंदिराभेटीमुळे (आणि जर त्यांचा दशावतारी खेळ रंगला आणि व्यवस्थित पार पडला तर) विरोधी पक्षाची दाणादाण उडेल, असा त्यांचा हिशोब आहे. परंतु गेल्या अनेक वर्षांत त्यांचे बहुतेक सारे हिशोब चुकलेले आहेत; तसाच हाही चुकावा, असे म्हटले तर चूक ठरणार नाही.

पंतप्रधान हे पद देशातील एक सर्वोच्च पद होय. पंचावन्न कोटी नागरिकांचे ते प्रतीक आहे. परंतु प्रसंग आणि पात्रता यांचा तोल सुटला की, कोणत्याही पदाला कुचेष्टेचे रूप येते. कोणत्याही समारंभाचे मोठेपण काँग्रेस पक्षाकडेच असले पाहिजे, असा जणू दंडकच निर्माण झाला आहे– मग ती मेडिकल कॉन्फरन्स असो, साहित्य परिषद असो किंवा संगीत सभा असो. पुणे विद्यापीठाच्या रौप्यमहोत्सवाच्या निमित्ताने इंदिराजी पुण्यास येऊ पाहत आहेत. हा अर्थात त्यांचा मुखवटा आहे. कोणतेच सबळ कारण नसताना आले तर लोक आपली शोभा करतील, हे आता त्यांना माहीत झाले आहे. लोक आम्हाला बोलावतात, त्याला आम्ही काय करणार?– असा भाबडा युक्तिवाद काँग्रेस पुढारी करतात. परंतु हे बोलावणारे लोक नेमके कोण असतात? हे लोक अर्थात या ना त्या कारणाने पक्षीय राजकारण दामटणारेच असतात. काँग्रेस पुढाऱ्यांना ही अशा तऱ्हेची आमंत्रणे पोचवून त्या समारंभाच्या निमित्ताने डागाळलेली पक्षप्रतिमा उजळविण्याचा त्यांचा प्रयत्न असतो, आणि निर्लज्ज काँग्रेसनेते आपल्या पात्रतेचा विचार न करता या देशातील सारी सन्मानस्थाने लुबाडीत आहेत. अशा लोकांना बोलावले नाही, तर सरकारी तिजोरीतून मिळणारे पैसे व सर्व सुविधा हे पुढारी त्या-त्या संस्थाचालकांना मिळूच देत नाहीत, आणि संस्था चालविण्यासाठी या संस्थाचालकांना अडाणी मंत्री आणि उन्मत्त पुढारी यांच्या पायांवर अगतिकपणे लोटांगणे घालण्याची वेळ येते. जी अनुदाने वा देणग्या मंत्रिगण जाहीर करतात, ते पैसे त्यांच्या बापकमाईचे नसतात; ते वास्तविक जनतेचे पैसे असतात आणि जनतेच्याच भल्यासाठी त्याचा विनियोग व्हावयास हवा असतो. परंतु सत्ताकेन्द्रे बळकावून बसलेल्या या पुढाऱ्यांनी सन्मानाशिवाय सार्वजनिक पैसा कोणास दिल्याचे फारसे कोठे ऐकिवात नाही. शिवाय अशा मंत्रिजनांच्या रक्षणार्थ गुप्त, राखीव वा पोशाखी पोलीसदल हजर असल्यामुळे व स्वार्थासाठी गोळा झालेल्या पक्षातील लहान-मोठ्या कार्यकर्त्यांच्या गर्दीमुळे प्रेक्षकांची कधी वाण पडत नाही. वृत्तपत्रे, टेलिव्हिजन, रेडिओ आदी सर्व प्रसिद्धीची साधनेही या पुढाऱ्यांच्या तोंडाभोवती आरत्या ओवाळण्यासाठी तत्पर असतात. आपल्या हातातील सत्तेमुळे आपल्यावाचून समाजात कोणतीही गोष्ट घडणार नाही, याची दक्षता घेण्यास काँग्रेस पुढारी विसरत नाहीत.

एरवी त्या-त्या समारंभाचे अध्यक्षपद भूषविण्याची अन्य पात्रता या पुढाऱ्यांजवळ असते का? निवडणुकांचे राजकारण करून निवडून येणे, निवडून आल्यावर समाजाच्या आर्थिक नाड्या ताब्यात ठेवणे, बऱ्या-वाईट मार्गाने पुढील निवडणुकीसाठी पैसा गोळा करणे, गुंड व बदमाश यांना अभय देणे आणि त्या योगाने आपली जागा

घेऊ शकेल अशी संधी कोणासही न ठेवणे– या बाबतीत काँग्रेस पुढाऱ्यांचे ज्ञान वाखाणण्याजोगे आहे; पण हे एवढेच. जीवनाच्या इतर कोणत्याही ज्ञानशाखांशी संबंध ठेवण्याची त्यांना गरजच नाही. विद्वत्ता राहोच, पण साधे सामान्यज्ञानही असण्याचीही त्यांना गरज वाटत नाही. ज्ञानाचा त्यांना राग आहे. सत्यासत्याची चिकित्सा त्यांना रुचत नाही. झालेला पराभव त्यांना मान्य करवत नाही. त्यामुळे सुधारणा असंभव होते. घडते आहे ते चांगलेच आहे; नव्हे, अपरिहार्यच आहे, हे जनतेला पटविण्याची कोशिश सुरू होते. पक्षाच्या सोईसाठी घेतलेले राजकीय पवित्रे देशाला घातक ठरले, याबद्दल त्यांना खंत नाही. सर्व दुर्गुणांचे खापर परिस्थितीवर फोडण्याची त्यांना शरम वाटत नाही. ज्या-ज्या तंत्रविज्ञानाच्या व विद्वत्तेच्या ज्ञानशाखांची अध्यक्षपदे ते भूषवितात; त्या-त्या ज्ञानाचे, त्यांच्या चिटणीसांनी लिहून दिलेल्या भाषणापलीकडे त्यांना कसलेही ज्ञान नसते. विद्वत्तेचे आणि सत्तेचे एवढे विसंवादी स्वरूप या जगात कोठेही नसेल! आपल्या देशाच्या दुरवस्थेला जी अनेक कारणे आहेत, त्यांपैकी महत्त्वाचे कारण– 'तज्ज्ञ' या शब्दाला राज्यकर्त्यांनी दिलेले कुचेष्टेचे रूप! लोकरंजन हे ज्या देशात अर्थशास्त्राचे सूत्र ठरले आहे आणि त्यामुळेच तेवढ्यापुरते लोकांना आवडणारे चुकीचे सिद्धांत आपण प्रत्यक्षात आणले आहेत.

पंतप्रधान म्हणून इंदिरा गांधी यांची कारकीर्द सनसनाटी झाली, पण तेवढीच देशविघातक झाली. कधी नव्हती तेवढी आर्थिक वा औद्योगिक दुरवस्था या देशात निर्माण झाली आहे. गरिबांना सुखी करण्याच्या नादात समाजातील सधनघटक दुःखी झाले आणि गरीब अधिक दुःखी झाले. समाजवादी अर्थशासनाचा हा अभिनव अर्थ काँग्रेस पक्षाने लावून एक नवा 'सोशिओ-कॅपिटलिझम'चा ('समाजसधनवादा'चा) शोध लावला आहे. जगातले सारे अर्थशास्त्रज्ञ या आपल्या पराक्रमाने आश्चर्यचकित झाले आहेत. इंदिरा गांधींनी हा शोध लावल्याबद्दल इतिहास त्यांना विसरणार नाही, अशी आपण आशा करू या.

केवळ 'पंतप्रधान' पुण्यात आल्या असत्या, तर पुणे विद्यापीठाच्या विद्यार्थ्यांनी विरोधही केला नसता. त्या येत आहेत काँग्रेस पक्षाच्या पुढारी म्हणूनच व महाराष्ट्र काँग्रेसचा कललेला डोलारा सावरण्यासाठीच. पंतप्रधानकीची सर्व आयुधे बरोबर बाळगून पक्षप्रचार करण्याचा त्यांचा शिरस्ता तसा फार जुना आहे. सत्तेचे सर्व सामर्थ्य पक्षाच्या कार्यासाठी राबविताना आपण काही चूक करीत आहोत, असे त्यांना आणि त्यांच्याभोवती गोंडा घोळणाऱ्या अन्य काँग्रेस पुढाऱ्यांनाही वाटत नाही. उत्तर प्रदेशातही त्यांनी तेच केले, येथेही त्या तेच करणार आहेत. पंतप्रधान या पदाची प्रतिष्ठा त्या स्वतःच गमावीत आहेत, तेव्हा आम्हालाही ती ठेवण्याचे कारण नाही. काँग्रेसला

लोकशाहीचे संकेत मान्य नाहीत तर इतरही पक्षांनी ते धाब्यावर बसविले, तर कुरकुर करण्याचे कारण नाही. इतर सारे पक्ष सत्तेअभावी बलहीन आहेत. त्यांच्यामागे असलीच, तर असंतुष्ट जनता आहे. रिकाम्या पोटाला लोकशाहीच्या गप्पा परवडत नाहीत. सदाचार आणि सभ्यता यांचा विचार भरल्यापोटीच होऊ शकतो. पंतप्रधान पुण्यात आल्यावर अस्वस्थ लोकांच्या हातून काही गैरप्रकार घडला; तर त्याचे उत्तरदायित्व त्या ज्या हेतूने पुण्यास भेट देत आहेत, त्या हेतूवरच पडेल. असंतुष्ट जनता आणि सुसज्ज शासन यांची भेट नेहमीच रक्ताच्या थारोळ्यात होते. त्यातही ते शासन किडलेले व उन्मत्त झालेले असेल, तर मग शासनाच्या संगिनीमागे हुकूमशाहीची जरब बसविणारी सूडबुद्धी उभी राहते. काँग्रेस पक्षाला इथल्या विरोधी पक्षाला धडा शिकवावयाचा आहे. परंतु जनतेला उपाशी ठेवून स्वत: ख्याली-खुशालीत व चैनीत राहणाऱ्या काँग्रेस धेंडांना आज ना उद्या जनता न्यायालयात शिक्षाच होईल. हुकूमशहाच्या तलवारीची धार दीर्घकाळ टिकूच शकत नाही, कारण त्या तलवारीला निरपराध नागरिकांचे रक्त लागले की, त्या तलवारी कुचकामी ठरतात. काँग्रेस पक्ष आपल्या सर्व ताकदीनिशी सत्तेचे प्रदर्शन करण्यास आसुसलेला आहे. जनतेचा उठाव मोडून काढण्याची प्रतिज्ञा वसंतरावांनी केली आहे. महाराष्ट्राचा गुजरात होऊ देणार नाही, अशीही दर्पोक्ती शरद पवार यांनी काढली आहे. जणू काही हे कर्ते-करविते परमेश्वरच आहेत! त्यांच्या हे ध्यानात यायला पाहिजे की, गुजरातमध्येही त्यांच्याच भाईबंदांचे राज्य होते. तिथलेही गृहमंत्री नाईक-पवार यांच्याइतकेच उन्मत्त होते. तिथल्या पोलिसांच्या बंदुकांतील गोळ्याही मुंबई पोलिसांइतक्याच संहारक होत्या. पण बघता-बघता तिथल्या काँग्रेसची छत्र-चामरे धुळीस मिळाली.

महाराष्ट्रातील गोष्ट थोडी वेगळी आहे, ही गोष्ट खरी. कारण इथल्या कोणत्याही राजकारणाला जातीय रंग देण्याची व्यवस्था फार काळजीपूर्वक प्रतिशिवाजी यशवंतरावजी यांनी करून ठेवली आहे. परंतु फसवणुकीचे रस्ते नेहमीच धोक्याचे असतात. ते दुसऱ्याला जसे अडचणीत टाकतात, तसेच स्वत:भोवतीही अडचणी निर्माण करतात. काँग्रेसपुढारी वा मंत्री यांनी गेल्या पंचवीस वर्षांत केवढी संपत्ती गोळा केली, याचे ज्ञान आता जनतेला होऊ लागले आहे. सधन शेतकऱ्यांचे हे राज्य ज्या जातीय राजकारणाच्या खांबांवर उभे आहे, ते सोन्याचे खांब म्हणावे तितके मजबूत नाहीत. आपली रिकामी पोटे, फाटके कपडे आणि काळंवडलेल्या झोपड्या पाहताना काँग्रेस पुढाऱ्यांची तुंदिलतनु, टिनोपॉल शुभ्रवस्त्रे, उंच-उंच हवेल्या, फळभारांनी लवलेल्या बागा, परदेशात शिकत असलेली त्यांची मुलेबाळे आणि बँकांतील गलेलठ्ठ संपत्ती– या दोन्हींतला विरोधाभास लोकांना कधीच समजणार नाही काय?

या संपन्न राज्यकर्त्यांविरुद्ध ही रिकामी पोटे कधीच आक्रंदन करणार नाहीत काय? भ्रष्टाचारात निर्माण झालेली संपत्ती लोक कधीच मातीमोल करणार नाहीत काय?

आतून-बाहेरून किडलेला हा राजकीय पक्ष जनतेच्या रागाच्या भक्ष्यस्थानी ताबडतोब पडला पाहिजे. इंदिरा गांधी आल्या म्हणून लोकांच्या पोटात अन्न जाणार नाही. लोकांची दिशाभूल करणारी भाषणे त्या जरूर करतील, पण आपल्या भ्रष्ट पक्षकार्यकर्त्यांना हात लावू शकणार नाहीत. उलट, त्या येतील आणि येथे आग पेटवतील. खोटेनाटे आरोप करून विरोधकांना बदनाम करण्याचा प्रयत्न करतील. तसे झाले तर एक प्रकारे ते बरेच होईल. महाराष्ट्राचा गुजरात होण्याची क्रिया चालू आहे. या स्फोटक वातावरणात कोणी तरी ठिणगी टाकायला हवीच आहे. आपापल्या परीने वसंतरावजी नाईक व शरद पवार हे काम करीत आहेत. इंदिराजींचे हे आगमन या जनक्रांतीला उपकारक ठरणार असेल, तर आपण त्यांचे स्वागत करू या. कोणत्या का कारणाने होईना, पण येथे क्रांतीची ज्वाला पेटणार असेल; तर आपण तिचे स्वागतच केले पाहिजे. महाराष्ट्रात पुण्याला काही विशिष्ट स्थान आहे आणि पुण्यातच हा सोहळा घडत आहे. पुण्यात आज हवे तेवढे प्रभावी नेतृत्व नाही; परंतु क्रांती नेतृत्वाअभावी अडेल, असेही समजण्याचे कारण नाही. गुजरातने कोणत्याही राजकीय नेतृत्वाशिवाय काँग्रेसचा पराभव केला आहे. दिल्लीचा नक्षा पुण्यात दोनदा उतरविला गेला आहे. एकदा शिवाजीच्या काळी आणि नंतर संयुक्त महाराष्ट्राच्या चळवळीत. तिसरी वेळ आता येऊ घातली आहे. जेव्हा जेव्हा नीतिधर्माला ग्लानी येते, अनीतीला सन्मान प्राप्त होतो, चोर-दरोडेखोरांच्या हातात राज्य जाते, विद्वत्तेचा जेव्हा अपमान होतो; तेव्हा तेव्हा मी जन्म घेईन, असा दिलासा श्रीकृष्णांनी दिलेला आहे. दर जन्मात श्रीकृष्ण काही मुरली वाजवीत अवतार घेत नाहीत. त्यांच्या अवताराचे स्वरूप कधी कधी रौद्रही असते. प्रत्येक माणसाच्या अंत:करणात कणरूपाने वावरणाऱ्या श्रीकृष्णाला जेव्हा जाग येते, तेव्हाच त्या मुरलीची तुतारी बनते आणि मग नव्या न्यायनिष्ठ राज्याची पहाट येते.

वा! इंदिराजी, या! तुमचे आम्ही स्वागत करतो! या जनतेच्या अंत:करणातील श्रीकृष्णाला सामोरे जाण्यासाठीच तुम्हाला नियतीने निर्माण केले असेल, तर तुम्ही तरी काय करणार? ही गाठ-भेट अपरिहार्य आहे. तुम्ही तुमच्या सर्व दलभारासकट, बंदुका-गोळ्यांसकट, राक्षसी सहकाऱ्यांसकट आमच्या भेटीला या; तुमचे यथोचित स्वागत होईल, अशी आम्हाला खात्री आहे.

(७ एप्रिल, १९७४)

- ० - ० - ० -

## १३

# वा रे, राष्ट्राध्यक्ष! वा रे, राष्ट्रप्रमुख!!

भारतातील सर्वोच्च अधिकाराचे पद– राष्ट्रपतिपद– कधीच मानाचे मानले गेलेले नाही. राजेंद्रप्रसाद यांच्यासारख्या एखाद्या स्पष्टवक्त्या आणि साधुत्वापर्यंत पोचलेल्या स्वातंत्र्यसैनिकाच्या अस्तित्वाने त्या पदाला काही शोभा आली असेल, तेवढीच! आपल्या घटनेने राष्ट्रपतींना म्हणण्यासारखी प्रतिष्ठा ठेवलेली नाही. राष्ट्रपती ही एक शोभेचीच जागा आहे. इंग्रजी आणि अमेरिकन घटनांचा मिलाफ करून आपण आपली घटना बनवली आहे; परंतु अमेरिकन राष्ट्राध्यक्षाप्रमाणेच तो कारभाराचा प्रमुख बनू नये म्हणून; त्याचप्रमाणे इंग्रजी राजमुकुटाप्रमाणे तो भक्तीचा व प्रेमाचा विषय बनू नये, म्हणून आपण खबरदारी घेतलेली आहे. भारताचा सर्व राज्यकारभार राष्ट्रपतींच्या आज्ञेने चालत असला, तरी भारतीय राजकारणातील अराजकाच्या किंवा युद्धमान परिस्थितीखेरीज आपल्या राष्ट्रपतींना स्वाक्षऱ्या करण्यापलीकडे कोणताही अधिकार नाही. निदान पूर्वी अनेक वर्षे पंतप्रधानांइतकीच सामाजिक सेवा केलेले त्यागी व विद्वान राष्ट्राध्यक्ष लाभल्यामुळे राष्ट्राध्यक्ष या पदाला काही तरी किंमत होती. पण आता राष्ट्राध्यक्षाला केवळ 'होयबा'चे स्वरूप आले आहे. पंतप्रधानांना न पटणारा काही सल्ला द्यावा, अशीही ताकद राष्ट्राध्यक्षात उरू नये, अशी व्यवस्था करण्यात येत आहे. पंतप्रधानांच्या कृपेनेच राष्ट्राध्यक्षपद मिळणार असल्यामुळे (व त्यात मुदतवाढ मिळणार असल्यामुळे) एखाद्या सरकारकुनात व राष्ट्राध्यक्षांत फारसा फरक उरलेला नाही.

वास्तविक, राष्ट्राध्यक्षाला कारभाराविषयक काही जबाबदारी नसली,

तरीही कारभारविषयक ज्ञान आणि देशातील व परदेशांतील घडामोडींवर भाष्य करण्याची पात्रता हवीच. राष्ट्राध्यक्ष हा सर्वसामान्यत: बहुसंख्य लोकांच्या आदराचा विषयही व्हावयास हवा. राजकारणातून निवृत्त झालेल्या, निवृत्त व्हावयाची वेळ आलेल्या किंवा राजकारणात अडगळ झालेल्या माणसाची राष्ट्राध्यक्ष किंवा गव्हर्नर म्हणून नेमणूक करणे– हे अर्थातच त्या पदाची शोभा घालवणे आहे. आज राष्ट्राध्यक्ष गिरी यांची नेमणूक कोणत्या राजकीय डावपेचाने झाली, हेही लक्षात ठेवले पाहिजे. किती तरी महत्त्वाच्या प्रसंगी गिरींना धडधडीत अन्यायाच्या व पक्षपाताच्या आज्ञापत्रांवर स्वाक्षऱ्या करावयास लागल्या, याचाही विचार करावयास हवा. राष्ट्राध्यक्षांची अशा प्रसंगी पंतप्रधान केवढी कुचंबणा करतात व त्यांना केवळ रबर-स्टॅम्पचे रूप आणून देतात, हेही आपण पाहिलेलेच आहे. भारतात लोकशाहीचा अस्त होऊन एकतंत्री एकपक्षीय राज्यकारभार दिवसेंदिवस येऊ लागला आहे. अशा वेळेस तरी राष्ट्राध्यक्ष हा जनतेच्या विश्वासातून निवडला जायला हवा. आज काँग्रेस पक्षाने फक्रुद्दीन अली अहमद यांच्या नावाची शिफारस राष्ट्रपतिपदासाठी केली आहे. काँग्रेस पक्षाचे भारतातील वर्चस्व लक्षात घेता, ते निवडूनही येतील यात शंका नाही. परंतु या पदावर जाऊन बसण्याची अहमद यांची पात्रता आहे काय, हा खरा प्रश्न आहे. गिरींचा कारभार म्हणण्यासारखा नसला तरीही त्यांचे वैयक्तिक चारित्र्य वादातीत होते. त्यांच्या विद्वत्तेबद्दलही कोणी शंका घेतलेली नाही. विरोधी पक्षीयांनाही गिरी यांच्यातील दुबळेपणाव्यतिरिक्त त्यांच्यावर कोणताही ठपका ठेवता आलेला नाही.

परंतु फक्रुद्दीन अली अहमद यांची निवड ही मुळातच जातीय आणि पक्षीय राजकारणातून करण्यात आली आहे. कोणत्याही विषयाचा त्यांचा खास अभ्यास नाही. ज्या-ज्या खात्याचे ते मंत्री होते, तेथे तेथे त्यांनी आपले हसेच करून घेतले होते. त्यांची एकच गुणवत्ता आहे की, ते मुसलमान आहेत. मुसलमानांना खूश करण्यासाठी, त्याचप्रमाणे अरबी जगावर आपल्या निधर्मीपणाचा प्रभाव टाकण्यासाठी राष्ट्रपतिपदासारखे सर्वोच्च पद आपण आज एका धर्मवेड्या मुसलमानाला देत आहोत. असे केल्यामुळे भारतातील मुसलमान आपल्या मागे कसे आहेत व त्या मानाने पाकिस्तानात अल्पसंख्याकांचे हित कसे सांभाळले जात नाही, हे जगाच्या मैदानात जाऊन ओरडण्याची संधी भारत साधणार आहे; पण असल्या बनावामुळे भारताच्या निधर्मीपणाचा डंका जगभर वाजतो, ही गोष्ट तितकीशी खरी नाही. कारण जगातील सर्व मोठ्या राष्ट्रांना त्यांच्या स्वार्थासाठी मुसलमान राष्ट्रांना दुखवावयाचे नाही. म्हणूनच अमेरिका इराणची मनधरणी करते; इजिप्तला फ्रान्स, इंग्लंड व

रशिया सांभाळून घेतात; पाकच्या लष्करी पुरवठ्यात खंड पडत नाही. वेड्यांच्या इस्पितळात वस्तुत: ज्याला केव्हाच ठेवावयास हवे होते, अशा भुट्टोलाही कौतुकाने वागवले जाते. काश्मीरचा प्रश्न लोंबकळत पडतो. बांगलादेशात भारताने जे केले, त्याविरुद्धही सूर उमटतात. जगाचे राजकारण सत्यावर आणि न्यायावर चालत नाही. जगातील प्रत्येक देशाचे राष्ट्रप्रमुख आपल्या देशातील बहुसंख्य नागरिकांच्या हितानुसार निर्णय घेतात. फक्त भारत हा एकच असा देश आहे की, ज्याला बहुसंख्यांच्या हितापेक्षा जगातील लोकमताची कदर अधिक वाटते. भारताचा हा वारसा जुना आहे. इंदिराजींच्या कारकिर्दीत व्यवहारी राजकारणाचा उदय झाला आहे, पण अजूनही मुसलमानांच्या अनुनयाचा जुना वारसा त्यांना सोडता आलेला नाही. सतरा टक्के लोकसंख्या असणारे भारतीय अल्पसंख्य येथील राजकारण ठरवू शकतात– हा लोकशाहीचा पराभव आहे की पराक्रम आहे, हे आपण ठरविले पाहिजे.

महंमद अली छागलांसारखा राष्ट्रप्रेमी मुसलमान खुद्द मुसलमानांनाही अप्रिय असतो, काँग्रेस पक्षालाही अप्रिय असतो. त्यामुळेच धर्मांधतेने लडबडलेल्या व मुसलमान समाजावर वजन असलेल्या अशा एखाद्या राजकारणात मुरलेल्या मुसलमानाची अखेर निवड करावी लागते.

फक्रुद्दीन अली अहमद हे शेतकी व अन्न खात्याचे विद्यमान मंत्री होते. त्यांच्याच कारकिर्दीत भारताची अन्नपरिस्थिती अतिशय बिघडली व परदेशातून चढ्या भावाने धान्य-खरेदी करावी लागली. अहमद हे मूळचे पंजाबी; परंतु ब्रिटिशांनी जेव्हा आसामवर कब्जा मिळवला, तेव्हा त्यांच्या वाडवडिलांनी इंग्रजांना साह्य करून आसामचे स्वातंत्र्य संपुष्टात आणले. या त्यांच्या बहुमोल कामगिरीबद्दल ब्रिटिशांनी सारा नसलेल्या जमिनी अहमद कुटुंबाला इनाम देऊन जमीनदारी बहाल केली. अहमद मोठे झाल्यावर लाहोरमध्ये वकिली करू लागले. ती वकिली न चालल्यामुळे ते आसाममध्ये परतले व आपल्या जमीनदारीची देखभाल करीत वकिली करू लागले. गमतीची गोष्ट अशी आहे की, या घटकेलाही अहमदना आसामी भाषा नीट लिहिता-वाचता किंवा बोलता येत नाही. काँग्रेसच्या पहिल्या मंत्रिमंडळात १९३७ मध्ये यांचा समावेश झाला. जातीयवादाला खतपाणी घालून आपले स्थान त्यांनी सदैव मजबूत ठेवले. आसाममधील मुसलमानांना राखीव नोकऱ्या असाव्यात, अशी त्यांनी मागणी केली. पण ती मागणी त्या वेळचे आसामचे मुख्यमंत्री गोपीनाथ बार्डोली यांनी झिडकारली. तेव्हा त्यांनी निवडणुकीत भाग घेण्यास नकार दिला व त्या निवडणुकीत गोपीनाथ बार्डोली यांचे निकटचे सहकारी विष्णुराम मेढी यांचा त्यांनी

मुस्लिम लीगचे प्रमुख सादल्ला यांच्या साह्याने पराभव केला. लोकशाही राजकारणात वजनदार, परंतु जातीय गटाला प्रिय अशा माणसांना सांभाळले जाते. त्यानुसार बार्डोली यांनी अहमद यांची आसामचे ॲडव्होकेट जनरल म्हणून नेमणूक केली. अहमद यांनी पुन्हा राजकारणात शिरण्याचा यत्न केला, परंतु त्यानंतरचे आसामचे मुख्यमंत्री मेढी यांनी त्यांची राज्यसभेवर नेमणूक करून त्यांना दिल्लीला हाकलून दिले. या कारकिर्दीत मुसलमानांचे नेतृत्व हळूहळू अहमद यांच्याकडे येत होते. त्यामुळे मेढींना अहमद यांना कायदा आणि अर्थखात्याचे मंत्री म्हणून आसाम सरकारात परत बोलवावे लागले.

मध्यवर्ती मंत्री हाफीज अहमद इब्राहिम यांची जागा त्यांच्या मृत्यूनंतर रिक्त होताच अहमद यांचा भारत सरकारच्या मंत्रिमंडळात शिरकाव झाला. महंमद अली छागला जोपर्यंत मंत्रिमंडळात होते तोपर्यंत अहमद यांचा प्रभाव पडण्यासारखा नव्हता, म्हणून 'छागला' यांचा उल्लेख फक्रुद्दीन अली अहमद नापाक मुसलमान असा करीत.

मध्यवर्ती काँग्रेसची जी जंगी फाटाफूट झाली, तीत अहमद यांचा मोठा वाटा होता. त्यांच्या पदामुळेच काँग्रेसचे तत्कालीन अध्यक्ष निजलिंगप्पा हे पक्षीय नेतृत्वाबद्दल थोडे आग्रही बनले. मध्यवर्ती सरकारात औद्योगिक विकास खात्याचे मंत्री असताना त्यांनी एवढ्या मूर्खपणाने औद्योगिक परवान्यांच्या खिरापती वाटल्या की, त्यामुळे भारताचे दीर्घकालीन असे नुकसान झाले आहे. त्याच काळात औद्योगिक परवान्यांचा बेकायदा व्यवहार फार मोठ्या प्रमाणावर सुरू झाला.

अहमद यांना एकंदर चार भाऊ आहेत. पैकी दोन पाकिस्तानात आहेत. त्यांच्या चारही बहिणी पाकिस्तानात आहेत. एवढेच नव्हे, तर त्यांपैकी एकीचे लग्न पाकिस्तानचे एके काळचे मंत्री व नंतर पाकिस्तानचे गव्हर्नर नबाब गुरमानी यांच्याबरोबर झाले आहे. अहमद कुटुंबीयांच्या नूनमती, नारंगी आणि रंगिया येथे प्रचंड प्रमाणात जमिनी आहेत. या जमिनी आसामच्या कमाल जमीन धारणा कायद्यापेक्षा अधिक होत्या. नंतर या जमिनी अवास्तव किमतीने ऑईल आणि नॅचरल गॅस कमिशनला विकण्यात आल्या. जी. सी. फुकन व बी. सी. कामरू यांनी त्या जमिनीतील कुळांना कोणतीही नुकसानभरपाई न देता व पर्यायी जमिनी न देता काढून टाकण्याच्या कामात अहमद यांना साह्य केले. चिनी युद्धाचे वेळेस वाहने ताब्यात घेण्याच्या प्रकरणात हेच जी. सी. फुकन अडकले होते व त्यांना कामावरून सस्पेंड करण्यात आले होते. परंतु अहमदनी आपल्या पदाचा वापर करून फुकन यांची त्यातून मुक्तता केली. लास्टोकिया मार्केटमध्ये अहमद यांच्या प्रचंड इमारती आहेत. या इमारतीत

मोठमोठ्या व्यापारी संस्था व निमसरकारी कार्यालये आहेत. अहमद यांना या इमारतींचे लाखो रुपये भाडे येते. या इमारती एच. के. खेरा या पी. डब्ल्यू. डी. त असणाऱ्या डेप्युटी इंजिनिअरने त्यांना बांधून दिल्या. अहमदनी आपल्या अखत्यारीत खेरा यांना त्यांच्या पगारात एकदम पाच वाढी (इन्क्रिमेंट) मिळवून दिल्या. ही वाढ देतानाची नोंद अशी आहे की, ही स्पेशल केस आहे व अशा प्रकारची वाढ पुन्हा दिली जाणार नाही. आसाम सिलमीनाईट कंपनी लि. या कंपनीत अहमद यांचे खूप संबंध गुंतलेले आहेत. गुवाहाटीपासून ७१ मैल अंतरावर असणाऱ्या 'सोना पहाड' या जागी कंपनीच्या खाणी आहेत. हीच कंपनी काही वर्षांपूर्वी सरकारचे चार कोटी रुपये न दिल्याबद्दल ब्लॅक लिस्टमध्ये घातली होती.

बंगालमधून मुसलमानांचे प्रचंड लोंढे जेव्हा आसाममध्ये येऊ लागले, तेव्हा ते थांबविण्याचा विचार आसाम सरकारच्या मनात होता. १९५१ च्या मुस्लिम लोकसंख्येत १९६१ पर्यंत ५५ टक्के वाढ झालेली होती. अशा प्रकारची एवढ्या प्रचंड संख्येने वाढ होण्याने आसाम हे मुसलमानी राज्य होण्याचा धोका होता. आलेल्या मुसलमानांना परत घालवून देण्यास फक्रुद्दीन अली अहमद यांनी कडवा विरोध केला. स्वार्थासाठी आपल्या धर्मबांधवांना मदत करावी म्हणून फक्रुद्दीन अली अहमद यांनी पाकिस्तानी नागरिकांना भारतात खुशाल येऊ दिले आहे. हे मुसलमानांचे आक्रमण थांबविण्यासाठी जिवंत इलेक्ट्रिक वायर वापरून दोन्ही देशांतील सीमा बंद करावी, अशी त्या वेळचे मुख्यमंत्री चालिहा यांची योजना होती. भारतीय नागरिकांनाच पुरेशा सुविधा मिळत नसताना बंगालमधील हे घुसखोर मुसलमान भारतात येऊ देण्याचा काँग्रेसमधील श्रेष्ठींचा विरोध असला तरी तो विरोध केवळ कागदावर राहिला. प्रत्यक्षात अहमद व त्यांनी स्थापन केलेली पाकिस्तानी घुसखोरांची संघटना 'श्रमिकवाहिनी' यांनी हजारो मुसलमानांना आसाममध्ये प्रवेश देऊन देशद्रोही कृत्याला साह्य केले आहे. आसाम हे एक सीमाराज्य आहे. तेथे जी अस्वस्था आहे, त्याचे पुष्कळसे कारण ही 'श्रमिकवाहिनी' व तिचे मुसलमानधार्जिणे चाळे हेच होय. ज्याप्रमाणे ललितनारायण मिश्र यांच्या भारत सेवक समाजाने कोसी प्रकल्पात टेंडर न मागवता किंवा अनामत रकमा न भरता भरमसाट कॉन्ट्रॅक्ट्स मिळवली; त्याचप्रमाणे फक्रुद्दीन अली अहमद यांच्या श्रमिकवाहिनीलाही प्रमाणाबाहेर कॉन्ट्रक्ट्स मिळत गेली.

बेगम अबिदा अहमद– या आपल्याला मिर्झा गालिब या कवीचा वारस समजतात– यांच्या पुरस्काराने 'गालिब मेमोरियल ट्रस्ट'ची स्थापना करण्यात आली. या ट्रस्टचे फक्रुद्दीन अली अहमद, अबिदा अहमद आणि इंदिरा गांधी हे तीन

**वा रे, राष्ट्राध्यक्ष! वा रे, राष्ट्रप्रमुख!! / ६७**

ट्रस्टी आहेत. या ट्रस्टने ८० लाख रुपयांहून अधिक रक्कम जमविली. ही रक्कम कोणत्या कारणासाठी खर्ची पडली असेल, याचा तर्क सहज लढवता येण्यासारखा आहे.

रक्ताच्या नात्यामुळे व धर्मश्रद्धांनी फक्रुद्दीन अली अहमद यांचे पाकिस्तानशी जवळचे नाते आहे. भारताचे ते काही देणे लागत नाहीत. आपल्याला मुसलमान राष्ट्राध्यक्ष हवा तर तो मुसलमान समाजाला प्रिय असणारा माणूस हवा, या भूमिकेपोटी आपण फक्रुद्दीन अली अहमद यांची निवड केली आहे. ज्यांचे इतके जवळचे नातेवाईक पाकिस्तानमधल्या वरिष्ठ वर्तुळात वावरत आहेत, त्यांच्याकडून राज्यकारभारविषयक गुप्ततेची आपण अपेक्षा काय करावी? गेल्या पाक-हिंदुस्थानच्या युद्धात ज्याप्रमाणे आपण आपले सर्व लष्करी पवित्रे व डावपेच मुसलमान मंत्र्यांपासून गुप्त ठेवले व मुसलमानी अधिकाऱ्यांची सीमा विभागातून तातडीने बदली केली, त्याचप्रमाणे आपण राष्ट्राध्यक्षांना बंदीत ठेवणार काय? पाकिस्तानशी ज्यांच्या श्रद्धा आहेत, ते भारताच्या यशाच्या आड येण्याची भीती होती म्हणून सावधगिरी बाळगली होती. उद्या भारत-पाक युद्ध सुरू झालेच, तर ज्याच्या नावाने युद्ध झाल्याची घोषणा भारत करते, त्या राष्ट्राध्यक्षालाच आपल्याला बंदिवासात ठेवावे लागेल. ही अवस्था आपणहून आपण का ओढवून घेत आहोत?

मुसलमान राष्ट्राध्यक्ष झाल्यामुळे आपण अल्पसंख्याकांना जिंकू शकू, हा भ्रमही फारसा खरा नाही. अहमद यांना एवढ्यासाठीच पुष्कळशा काँग्रेस सदस्यांचा मनातून पाठिंबा नाही. विरोधी पक्षांत एकवाक्यता झाली व त्यांनी राष्ट्राध्यक्षपदासाठी लायक उमेदवार उभा केला, तर फक्रुद्दीन अली अहमद यांच्या निवडीमुळे नाराज झालेले काँग्रेसचे सदस्यही काँग्रेसविरोधी मत देण्याची शक्यता आहे. फक्रुद्दीन अली अहमद यांचे चरित्र व चारित्र्य सर्व खासदारांना आणि आमदारांना (की जे या निवडणुकीत मतदार आहेत) समजावून सांगण्याचा प्रयत्न विरोधी पक्षीयांनी करावयास हवा. बांगलादेशातील अभूतपूर्व अपयशानंतर पाकिस्तानी नेतृत्व पिसाळल्यासारखे झाले आहे. तेव्हा पाकबरोबरचे आपले संबंध अधिकाधिक बिघडत जाणार, हे उघड आहे. मुसलमानी राष्ट्रांच्या धार्मिक एकात्मतेमुळे पाकला त्यांचा पुष्कळच पाठिंबा राहील, असे दिसते. त्यामुळे पाकबरोबरचे आपले संबंध हे शीतयुद्धासारखेच राहणार आहेत. काही अस्मानी सुलतानी झाली, तर लोकशाहीला पर्याय म्हणून राष्ट्राध्यक्षांची राजवट अपरिहार्य आहे. इंदिरा गांधींनंतर भारतीय स्तरावर मान्यता असणारा दुसरा सर्वमान्य पुढारी नाही. अशा वेळेस राष्ट्राध्यक्षांची जबाबदारी आणि अस्तित्व याला निराळेच महत्त्व प्राप्त होते. केवळ हिंदू-मुसलमान संबंधांचा विचार

म्हणून नव्हे, तर भारतीय घटनेतील एक अत्यावश्यक तरतूद म्हणून त्याहून अधिक लायक अशा उमेदवाराची निवड होणे आवश्यक आहे.

हे सर्व खरे असले, तरी इंदिराजींच्या शब्दाबाहेर जाण्याचे सामर्थ्य कितीशा आमदारा-खासदारांत आहे? यदाकदाचित कोणी असा विरोध दर्शविलाच, तर त्याची गत काय होईल, हे सांगायला नकोच! पुढील भवितव्याचा विचार करता आणि पुढची पाच-सहा वर्षे अधिक अडचणीची आहेत, हे लक्षात घेता, इंदिराजींचे हे 'हिरवे बाहुले' सर्व खासदार-आमदारांनी पराभूत करणे शहाणपणाचे ठरेल.

(१४ जुलै, १९७४)

-०-०-०-

## १४

# कौटिल्य आणि धर्मराज यांची लढाई चालू आहे...

इंदिरा गांधींनी स्मगलर्सविरोधी कृती सुरू करून बरेच दिवस झाले, परंतु अजूनही स्मगलर्सना अटक करण्याचे सत्र थांबलेले नाही. स्मगलर्स, साठेबाज, लाचलुचपतखोर लोकांच्या मागे सरकार लागले, ही गोष्ट अभिनंदनाची खरी; पण हे अभिनंदन निर्भेळपणाने करता आले असते तर बरे झाले असते. पंचवीस वर्षांच्या स्वातंत्र्यकाळात आपला शेतकी उत्पादनाचा वेग कमी झाला, कामगारविषयक फाजील उदार धोरणाने उत्पादनाचा वेग कमी झाला, सरकारी वा निमसरकारी धंद्यांतील किफायत घटली; पण एकच गोष्ट मात्र विपुल प्रमाणात वाढीला लागली– ती म्हणजे, समाजघातक शक्तींची वाढ. आज त्या समाजघातक शक्तींचा विस्तार आपला देश बुडविण्याइतका मोठा झाला, म्हणून आपण थोडे-फार जागे झालो आहोत. अगदी लोकहितदक्ष नेहरूंच्या कारकिर्दीपासून आजपावेतो हेच स्मगलर्स, काळाबाजार करणारे, साठेबाज, लाचखाऊ लोक सरकारी आश्रयाने उदंड वाढले. नेहरुंनीच कैरॉं, कृष्णम्माचारी, पटनाईक, रविशंकर शुक्ल आदी महाभागांना अभयदान दिले. निवडणूक-फंड वाटेल त्या मार्गाने जमविण्याची स. का. पाटलांना मुभा दिली. कॉंग्रेसने निवडणुकीसाठी जे प्रचंड फंड उभे केले, ते काही इमानाने नोकरी-धंदा करणाऱ्या किंवा मजुरी, शेती करणाऱ्या नागरिकांकडून नव्हते. नानावटी खून खटल्यातील आहुजांचा खून हाही एका स्मगलिंग प्रकरणातच घडला, हे सर्वश्रुत आहे. सरकारने पुरावा सादर केला तो प्रेमप्रकरणाचा, कारण या प्रकरणात नेहरूंपर्यंत पुष्कळांचे हात गुंतले होते. खून करूनही नानावटींची मुक्तता राष्ट्राध्यक्षांना करावी लागली.

परवा नगरवालाचे जे प्रकरण घडले, तेही स्मगलिंगच्या पैशाबाबत असले पाहिजे. पण सरकारने ते प्रकरण नगरवालाचा आणि नगरवाल्याला पकडणाऱ्या इन्स्पेक्टरचा खून करून दडपून टाकले आहे. उघड झालेली जरी ही दोनच प्रकरणे असली, तरी अशी अनेक प्रकरणे वावग्या मार्गाने जमा केलेल्या संपत्तीबाबत आहेत व ती दडपलीही जात आहेत, कारण फार मोठे पुढारी त्यांत अडकलेले आहेत.

पोलीस इन्स्पेक्टर, कस्टम व एक्साईज ऑफिसर्स या सर्वांच्या साह्याने या देशात अनाचाराचे थैमान माजले आहे आणि या सर्वांमागचा सूत्रधार पैशासाठी हपापलेला काँग्रेस पक्ष आहे. आज जणू काही सत्याचा शोध लागल्याप्रमाणे यंत्रणा स्मगलर्सविरोधी भूमिका घेऊन हरिश्चंद्राचा अवतार आणीत आहे. पण या बदमाशांना आलेले हे तात्पुरते वैराग्य आहे, हे आपण समजले पाहिजे. स्मगलर्सना पकडणे, साठेबाजांना शिक्षा करणे, लाच घेणाऱ्यांना न्यायालयांत खेचणे– ही तर सरकारची नेहमीचीच कामे आहेत. स्मगलिंगच्या धंद्याला आपणच प्रतिष्ठा द्यावयाची आणि मग एका दिवशी फेफरे आल्याप्रमाणे स्मगलर्सविरोधी कृती करून पराक्रम केल्याचा बकवा करायचा, याला खरे म्हटले तर काही अर्थ नाही. कारणे काहीही असोत; पण या घटकेला तरी स्मगलर्स तुरुंगात आहेत, हे आमच्या लेखी कौतुकाचेच आहे.

मात्र, स्मगलिंगचा कायमचा बीमोड झाला, असे आम्हाला मुळीच वाटत नाही. प्रक्षुब्ध झालेल्या लोकमनाला थोडासा दिलासा मिळावा, म्हणून इंदिरा सरकारने हे नवे खेळणे जनतेच्या हातात दिले आहे. जोपर्यंत अवाजवी पैशाच्या वापराला आपण नियंत्रण घालू शकत नाही तोपर्यंत समाजातील अनैतिक अर्थव्यवहारांवर खऱ्या अर्थाने नियंत्रण राहणार नाही. केवळ निवडणुकीसाठी आज जो आपण अफाट पैसा खर्च करतो, तो जरी थांबविला तरी पुष्कळ अनैतिक अर्थव्यवहारांवर नियंत्रण बसेल. सत्ता मिळविण्यासाठी अनैतिक पैशाचा वापर केला की सत्तेला, अनैतिक पैशाला संरक्षण द्यावेच लागते व सत्तेने सुरक्षित केलेले हे अव्यवहार देशाला पोखरून टाकतात, हा अगदी कुणालाही पटण्यासारखा बिनतोड युक्तिवाद आहे.

सुविख्यात स्मगलर हाजी मस्तान याने एका प्रकट मुलाखतीत असे म्हटले आहे, ''मला अनेक राजकीय भिकारी ठाऊक आहेत की, जे दिवसाउजेडी मला शिव्यांची लाखोली वाहतात आणि रात्रीच्या अंधारात चुपचाप भिकेचा कटोरा घेऊन माझ्याकडे येतात. निवडणुकीसाठी पैशाची याचना माझ्याकडे करतात. त्या वेळी त्यांचे चेहरे पाहण्यासारखे असतात. नैतिक श्रेष्ठपणा, सभ्यता आणि इमानदारी यांचा मुखवटा गळून पडलेला असतो. मनातल्या मनात मी त्यांच्या धूर्तपणाला हसतो. त्यांच्या झोळ्या पैशाने भरून टाकतो. रात्रीच्या अंधारात माझ्याकडे येणारांत

बडे समजले जाणारे नेते आणि आदरणीय समजले जाणारे ज्येष्ठ पुरुष असतात. त्यांची नावे मी सांगितली, तर देशात भयंकर राजकीय स्फोट होईल. कॉंग्रेस, कम्युनिस्ट, समाजवादी, मुस्लिम लीग या पक्षांच्या लोकांचा त्यांत समावेश आहे. काही जण माझ्या पैशाच्या बळावर निवडणूक लढवितात आणि मंत्री बनतात. लगेच दुसऱ्या दिवसापासून ते मला शिव्या देऊ लागतात, कारण जगापुढे आपल्या सभ्यपणाचे व सचोटीचे प्रदर्शन करण्याचा त्यांचा हेतू असतो. परमेश्वराला स्मरून सांगतो, माझी त्यांच्याविरुद्ध काहीही तक्रार नाही. कारण मला ठाऊक आहे की, जगरहाटी अशीच असते... जगातील कारभार अशाच प्रकारे चालत असतो....

"आमच्या धंद्याचे एक गुपित सांगून टाकण्यात हरकत नाही. जर सरकारी यंत्रणेत प्रत्येक पातळीवर आमचे पाठीराखे नसतील, तर आमचा धंदा एक दिवसदेखील चालणे अशक्य. याचे कोणाला आश्चर्य वाटण्याचे कारण नाही. जिथे प्रामाणिकपणा व सदसद्विवेक बुद्धी यांसह सारे काही विक्रीला मांडले आहे, असा आपला देश आहे. हे केवळ मुलकी नोकरांपुरते खरे आहे असे नाही, तर मंत्र्यांच्या बाबतीतही खरे आहे."

हाजी मस्तान म्हणतो, ते खरेच आहे. या देशातील सर्व शासनयंत्रणा साह्याला असल्याशिवाय स्मगलिंगचा व्यवसाय चालणे सर्वथा अशक्य आहे. स्मगलिंग खरोखरच थांबवायचे असेल, तर किमान तीन गोष्टींची आवश्यकता आहे.

१. अवाजवी अर्थव्यवहारांवर काटेकोर नियंत्रण.

२. परदेशी बनावटीच्या वस्तूंवर कायद्याने बंदी. ही बंदी व्यवहारात काटेकोरपणे आणावयाची असेल, तर जप्त केलेल्या स्मगल्ड वस्तू अन्य देशांत नेऊन विकणे आवश्यक आहे. कारण या देशात त्या विकल्या, तर कर चुकवून कोणत्या वस्तू आल्या व सरकारमार्फत कोणत्या वस्तू विक्रीला आल्या, यावर नियंत्रण राहणार नाही. त्याचबरोबर नाविक दल व व्यापारी नौका यांवरील अधिकारी, विमान वाहतूक दलांवरील अधिकारी, सीमारक्षक दलांवरील अधिकारी यांवर काटेकोर नजर ठेवून त्यांच्यावरही नियंत्रण ठेवले पाहिजे. त्यांच्यामार्फत खूपच मोठे स्मगलिंग होत असते. नेपाळ व भूतानमधून येणारा परदेशी मालही आपण थांबवला पाहिजे. परदेशी बनावटीचा माल वापरणारा कोणीही माणूस शिक्षेस पात्र असला पाहिजे- मग ती वस्तू भेटीदाखल असो अगर चोरून विकत घेतलेली असो.

३. या वस्तूंचा व्यापार करणाऱ्या सर्व बाजारपेठा सरकारने सदैव तपासल्या पाहिजेत व अशा गोष्टींचा व्यापार करणाऱ्या व्यापाऱ्यांना फटक्यांची शिक्षा दिली पाहिजे.

ही सर्व अंमलबजावणी कडकपणे करणे अशक्य आहे, याची आम्हाला जाणीव आहे. आज सोळंकी याला अटक करून मुंबई व कलकत्ता येथील अप्सरा-

मेट्रो ही चित्रपटगृहे स्मलगर्सनी बेनामी विकत घेतली आहेत, असे जाहीर करण्यात आले आहे. तत्पूर्वी, हा व्यवहार बेकायदा होता, हे इन्कमटॅक्स अधिकाऱ्यांना माहीत होते. असे असून इंदिराजींच्या ग्रीन सिग्नलची हे अधिकारी वाट का पाहत होते? बेकायदा व्यवहाराला संरक्षण देण्याचा काँग्रेसचे आमदार, खासदार व मंत्री यांचा सदोदित प्रयत्न चाललेला असतो. या भ्रष्ट कारभाराचे मूळ तेथे आहे. एखादा मंत्रीच जेव्हा पोलीस अधिकाऱ्याकडून एखाद्या बदमाशाला संरक्षण देण्याचे ठरवतो; तेव्हा तो पोलीस अधिकारी आपल्या अखत्यारीतही काही समाजकंटकांना संरक्षण देत असेल, असे मंत्र्यांनी का गृहीत धरू नये? भ्रष्टाचाराची सुरुवात खालून वर होत नसून वरून खाली होत असते, ही गोष्ट आपल्या नित्य पाहण्यातली आहे. आजचे शासक जर साधेपणाने व सचोटीने राहू पाहतील, तर अधिकाऱ्यांना पापाचरण करण्याची हिंमत होणार नाही. आज स्मगलर्स पकडले, त्यांच्या मालमत्ता जप्त केल्या; म्हणजे सारे काही संपले, असे नाही. शासकीय पक्षाच्या मनोवृत्तीत जोपर्यंत फरक पडत नाही, तोपर्यंत या दिखाऊ उपायांनी लोकांची दिशाभूल होईल; पण रक्तात भिनलेला महारोग तसाच कायम राहील. असे अनेक हाजी मस्तान व बाखिया संधीची वाट पाहत कोपऱ्या-कोपऱ्यावर उभे आहेत. पुराचे पाणी वाहून गेले की, आज मलूल पडलेले स्मगलिंगचे लव्हाळे पुन्हा वर मान करील. चैनीच्या आणि उपभोगाच्या नवनवीन रस्त्यांची चटक या समाजाला पैसे खाऊन, परवाने देऊन आमच्या मंत्र्यांनी लावली आहे. म्हणून हा रोग बरा करण्याचा उपाय स्मगलर्सना अटकेत टाकणे, एवढाच नाही; पण ज्या भ्रष्ट जीवनपद्धतीवर काँग्रेस राज्याचा इमला उभा आहे, ती जीवनपद्धतीच आमूलाग्र बदलली पाहिजे. आपल्या देशात दारिद्र्याला मर्यादा नाही, तशीच विलासालाही नाही. सभोवती विविध आमिषे असताना माणूस भुलणारच.

पण इंदिरा गांधींना स्मगलिंगविरोधी मोहीम काढायला हाच मुहूर्त लाभावा, यालाही काही कारणे आहेत. इंदिराजी ह्याही राजकारणात मुरलेल्या मुरब्बी आहेत. राजकारणात कोणते प्यादे केव्हा खेळावे, यात त्या बापापेक्षाही वाकबगार आहेत. पापी सोबत्यांच्या समवेत आज त्या अनेक पवित्रे टाकीत आहेत. त्यामुळे सामुदायिक पापांचा भारही उचलावा लागणे त्यांना भाग आहे. त्यांच्या मुत्सद्देगिरीपुढे आम्ही नतमस्तक आहोत.

चंद्रगुप्ताचा गुरू कौटिल्य याने राजनीतीतले अनेक डावपेच सांगितले आहेत. राजकारणात धर्म निरर्थक, यश हेच सत्य– असे सूत्र आहे. कौटिल्याच्या आजच्या खऱ्या अनुयायी इंदिराजी आहेत. आज एकाचा उपयोग करून त्या दुसऱ्याचा काटा काढतात, तर उद्या त्याच पहिल्याचा तिसऱ्याच्या साह्याने त्या भुगा करतात. लबाडी, खोटेपणा, कापट्य या बाबतीत त्यांचा हात धरणारा आजघडीला कोणी नाही. बाई कौटिल्यनीती

कोळून प्यायल्या आहेत. कौटिल्य शत्रूला विषकन्या पाठवून गारद करी– अपघाताने खून करवी - मोहात पाडून भुलवी– प्रचाराने एखाद्याला बदनाम करी. ध्येय एकच– सत्ता; मग मार्ग कोणतेही असोत. इंदिराजींनी कौटिल्याला गुरू मानलेय, एवढे खरे.

आज भारतात जयप्रकाशजींनी सर्वंकष क्रांतीची तुतारी फुंकलेली आहे. सर्वसाधारण स्तरांतील नागरिक त्या क्रांतीचे स्वागत करीत आहेत, लोकांची चीड शिगेला पोचलेली आहे. आजची वृत्तपत्रे सरकारची मिंधी असली तरी जयप्रकाशजींचे आंदोलन उचलून धरण्यावाचून त्यांना गत्यंतर नाही. ॲटम बाँबच्या स्फोटामुळे मोर्चे, संप, घेराव यांची वृत्ते वृत्तपत्रांतून हाकलली गेली. जयप्रकाशजींच्या मोहिमेपेक्षा स्मगलिंग हा विषय सनसनाटी आहे. त्यामुळे जयप्रकाशजींच्या फोटोपेक्षा हाजी मस्तान, बाखिया आदी स्मगलर्सचेच फोटो वृत्तपत्रकारांनी राम-कृष्णांच्या भक्तीने छापले. वृत्तपत्रांच्या पहिल्या पानावरून जयप्रकाशजी तिसऱ्या पानावर केव्हा गेले, हे कळलेही नाही. इंदिराजींनी काळ-काम-वेगाचे हेही गणित आता जिंकले आहे, असे दिसते. स्मगलर्स हे देशाचे शत्रू खरे, पण इंदिराजींना जयप्रकाशजी अधिक प्रबळ शत्रू वाटतात. काट्याने काटा काढावा तसा इंदिराजींनी जयप्रकाशजींचा काटा काढला आहे. स्मगलिंगविरोधी मोहिमेमुळे इंदिराजींची प्रतिमा पुन्हा एकदा उजळली आणि कर्णाच्या रथाचे चाक पुन्हा एकदा भूमीने गिळून टाकले आहे. विरोधी पक्षीयांच्या साऱ्या अवसानावर इंदिराजींची कुटिल नीती सहज मात करते. प्रथम सर्वोदयी मंडळींत कलहबीजे सोडून जयप्रकाशांना अपशकुन करण्यात आला. जयप्रकाशजी त्याला पुरून उरले. जयप्रकाशजी श्रीमंतांच्या पैशांवर चळवळी करतात, असा गदारोळ करून झाला; पण तोही बाण फुकट गेला. कारण जयप्रकाशजींनी सारी पानेच उघडी केली. त्यांची, नेहरूंची, विनोबांची; नव्हे महात्माजींची. नंतर जयप्रकाशजी फॅसिस्ट आहेत व सी. आय. ए. कडून त्यांना पैसा मिळतो, असे आरोप करून झाले. पण इंदिराजींच्या दुर्दैवाने हे सारे बाण फुकट गेले. हे सारे आरोप पोरकट तर होतेच, पण त्याला धगही नव्हती. तेव्हा बरेच दिवस राखून ठेवलेला हाजी मस्तानचा अमोघ बाण जयप्रकाशजींवर टाकण्यात आला आहे. भारतीय नागरिक अडाणी आहेत; त्यांना बनवता येते, असा इंदिराजींचा होरा आहे. याउलट, भारतीय नागरिक साधा-भोळा आहे व त्याला सच्चेपणानेही जिंकता येते, असा समाजसेवक जयप्रकाशजींचा कयास आहे.

कौटिल्य आणि धर्मराज ह्यांची ही लढाई आहे. पाहावे कोण जिंकते, कोण हरते ते.

*(१३ ऑक्टोबर, १९७४)*

-०-०-०-

१५

# इंदिराजींच्या भ्रष्टासनावर न्यायालयाचा प्रहार!

एखादा दिवस सोन्याच्या पावलाने उगवतो आणि काळंवडलेल्या साऱ्या जगात तेजाचा एखादा किरण आणून सोडतो.

लोकशाहीत निवडणुकांतील यश आणि अपयश फार मोलाचे मानले जाते; परंतु लोकशाहीत काही नैतिक तत्त्वांचा आधार नसेल, तर यशही काजळून जाते आणि अपयशही लकाकून जाते.

इंदिरा गांधींसारख्या महाप्रबळ प्रतिस्पर्ध्याशी राजनारायणसारख्या साधनसामग्री नसणाऱ्या माणसाने निवडणुकीत लढत द्यावी, ती लढत हरावी; त्या हार-जीतीनंतर जिद्दीने इंदिराजींच्या विजयाला आव्हान द्यावे... पैसा-वेळ-मानहानी भोगत-भोगत चार वर्षे खटला लढवावा आणि अखेरीस आपल्या पराभवाचे रूपांतर विजयात करावे, हा साराच इतिहास विझत जाणाऱ्या लोकशाहीला दिलासा देणारा आहे.

इंदिरा गांधी या देशातील कर्तुम्-अकर्तुम् शक्ती आहेत. काँग्रेस पक्षात तर त्या सर्वाधिकारी आहेतच; पण देशातील सर्व तऱ्हेच्या शक्ती भल्या-बुऱ्या मार्गाने ताब्यात ठेवण्याचे कुटिल चातुर्य त्यांच्याजवळ आहे. काँग्रेस पक्षाला पैसा, साधनसामग्री, प्रचारासाठी माणसे, शासन यंत्रणेचे सहकार्य– हे इतक्या प्रमाणावर लाभते आहे, त्या पक्षाचा पराभव लोकशाही माध्यमातून करणे जवळपास अशक्य आहे. ज्या देशात ८० टक्क्यांहून अधिक जनता निरक्षर आहे, ज्या देशात दर माणशी वार्षिक उत्पन्न २५० रुपयांहून जास्त नाही आणि ज्या देशात लोक खुर्चीवर बसलेल्या माणसापुढे सदैव लाचार तरी होतात किंवा इमानाच्या कल्पनेमुळे नम्र तरी होतात; त्या देशात सत्तारूढ आणि

त्यातही नीती-अनीतीच्या पर्वा न करणाऱ्या पक्षाचा पराभव ही दुर्लभ गोष्ट आहे. लोकशाहीचे या देशातील दुबळेपण इंदिराजींसारख्या कुटिल स्त्रीला ज्ञात नाही, असे नाही आणि म्हणूनच जनतेचा आपल्याला पाठिंबा आहे, अशी निर्लज्ज भाषा त्या सदोदित काढत असतात. त्यांच्या हातांतील सत्ता आणि पैसा काढून घेतला, तर त्या आणि त्यांचा पक्ष या देशात किती हतबल होईल, हे त्यांच्या निवडणुकीच्या निकालावरून स्वच्छ होईल.

झुंजारपणे आणि चिवटपणे लढणाऱ्या राजनारायणांची बहादुरी तर मोठीच आहे. त्यांचे जेवढे कौतुक करावे तेवढे थोडेच आहे. इंदिराजींनी वेडसर करून सोडलेल्या जमावात वावरणे किती धोक्याचे आहे, याची कल्पना प्रत्यक्ष काम करणाऱ्यांनाच येऊ शकेल. सतत असुरक्षितता, सतत दैन्य, सतत पराभव अशा वातावरणात काम करणे, ही गोष्ट सोपी नाही. भारतातील सर्वोच्च हुकूमशहाला आव्हान देणे, हेच मुळात शौर्याचे प्रतीक आहे. सर्वत्र अंधार पसरलेला असताना एखाद्या फटीतून येणाऱ्या किरणाची वाट पाहत राहणाऱ्या माणसाची मन:स्थिती समजून घेणे फार कठीण. लोकशाही संपुष्टात येत आहे. लोकशाहीला काही नैतिक अधिष्ठान उरलेले नाही. लोकांना भुलविण्याचे शास्त्र प्रगत होत आहे. लोकांना विकत घेण्याचे कारखाने काढले जात आहेत. एका काळ्याकभिन्न दगडावर अंधाऱ्या रात्री डोके आपटत राहणाऱ्या राजनारायण यांच्या प्रयत्नांचे चीज नियतीने केले आणि भारताच्या इतिहासात एक नवे पान लिहिले गेले.

त्याचबरोबर अलाहाबाद न्यायलयाचे न्यायमूर्ती जे. एम. एल. सिन्हा यांच्याही धैर्याचे कौतुक केले पाहिजे. त्यांचीही मन:स्थिती हे निकालपत्र देत असताना काय असेल, हे सहज समजण्यासारखे आहे. सर्वेसर्वा इंदिराजींची जगाच्या बाजारात अब्रू काढणाऱ्या या न्यायमूर्तींवर विलक्षण दडपण आले असले पाहिजे. या निर्णयाने त्यांनी आपल्या भविष्यावर संपूर्ण बोळा फिरविला आहे. सत्तारूढ पक्षाला विलक्षण अशा पेचप्रसंगात टाकून त्यांनी स्वत:ची अवस्था फारच नाजूक करून घेतली आहे. इंदिराजींच्या कुटिल राजकारणाची ज्यांना कल्पना आहे, त्यांना या न्यायमूर्तींचे आयुष्य धोक्यात आहे, असे वाटणे स्वाभाविक आहे. तरी या न्यायमूर्तींनी इंदिराजींची पुष्कळच सोय पाहिली आहे. गुजरातची निवडणूक पूर्ण होईतो त्यांनी निर्णय देण्याचे लांबविले होते. शिवाय आपल्याच आदेशाच्या अंमलबजावणीस २० दिवसांची स्थगिती दिली आहे. हे खरे तर इंदिराजींवर उपकारच आहेत. हेही करण्याची काही आवश्यकता होती, असे नाही; पण ह्यात केवळ न्यायमूर्तींचा सद्भाव दिसतो. गुजरातच्या मतदानापूर्वी जर का हा निकाल जाहीर झाला असता, तर गुजरातमधून

काँग्रेस पूर्णपणे उखडली गेली असती. हायकोर्टाने जर २० दिवसांची स्थगिती दिली नसती, तर हायकोर्टाचा निकाल लागल्याक्षणीच पंतप्रधानांना लोकसभेत लोकप्रतिनिधी म्हणून प्रवेश करणेच मुश्किल झाले असते. लोकप्रतिनिधी नाही म्हणजे पंतप्रधानपद नाही. पंतप्रधानपद नाही तर ती निरंकुश सत्ता नाही आणि निरंकुश सत्ता नाही तर मग लाचारीने व भीतीने जमा केलेल्या इमानदार (!) अनुयायांची फळीही नाही. सारेच चित्र पालटले असते. इंदिराजींना एवढे अपमानित करावे, असे न्यायमूर्तींना वाटले नसावे. हे एक प्रकारे त्यांनी इंदिराजींना जीवदानच दिले आहे. या २० दिवसांच्या स्थगितीच्या कालावधीत इंदिराजींनी काय हवे ते करावे आणि आपले स्थान कायम राखावे. इंदिराजी ते केल्याशिवाय राहणार नाहीत. लोकशाहीत न्यायालयीन प्रतिष्ठा, पार्लमेंटचे संकेत या साऱ्याच गोष्टी इंदिराजींना काय किमतीच्या वाटतात, हे पूर्वानुभवावरून आपल्याला कळू शकते. आपल्या एकतंत्री कारभारात न्यायालय हा फार मोठा अडथळा आहे, असे इंदिराजींना फार पूर्वीपासून वाटत आहे. त्यांना कमिटेड ज्युडिशियरी (सत्तानुकारी न्याययंत्रणा) का हवी होती, याचे रहस्य आता कळण्यासारखे आहे. सुप्रीम कोर्टाच्या सर्वोच्चपदी सेवाज्येष्ठता डावलून आपल्या आवडीच्या माणसाला नेऊन बसवावे, असे जे त्यांनी आग्रहपूर्वक मागे सांगितले; त्याचे रहस्य आता लक्षात येण्यासारखे आहे. इंदिराजींच्या अनियंत्रित राजसत्तेचे समर्थन करणारी काही वावदूक मंडळी देशात पुरोगामित्वाचा बुरखा घेऊन वावरतात. न्याययंत्रणेवर पक्ष कार्यक्रमाचे नियंत्रण असावे व लोकसभा ही न्यायालयापेक्षा श्रेष्ठ आहे, असा जो सूर ती मंडळी लावीत होती; तो लोकशाहीच्या नरड्याला नख लावणारा आहे, याचे प्रात्यक्षिक भारताच्या रंगमंचावर आता होणार आहे. भारतीय न्यायालयांना अजूनही प्रतिष्ठा आहे, हे अलाहाबाद कोर्टाने दाखवून दिले. सत्तेपुढे शरण जावे, हे न्यायाचे काम नव्हे, असेही आश्वासन अलाहाबाद कोर्टाने दिले आहे. सुप्रीम कोर्टापुढे अपील दाखल झाले आहे. भारतातील लोकशाहीचा अस्त होणार की काय, हे सर्वोच्च न्यायालय ठरविणार आहे. न्यायाची परंपरा न्यायालयाच्या खुर्चीवर बसलेल्या माणसाला सत्याकडे खेचून नेते, असे इतिहास सांगतो. सर्वोच्च न्यायालयाच्या निकालाकडे पोरकी झालेली लोकशाही डोळे लावून वाट पाहत आहे.

परंतु काँग्रेसचे अध्यक्ष देवकांत बारुआ आणि काही प्रमुख मंत्री यांनी एक पत्रक काढून पंतप्रधानपद सोडण्याचा प्रश्न उद्भवत नाही, असे जे विधान केले आहे; ते हायकोर्टाचा उपमर्द करणारे आहे. वस्तुत: हायकोर्टाचा निर्णय लागताक्षणीच इंदिराजींचे पंतप्रधानपद संपुष्टात आले आहे. असे असताही व सुप्रीम कोर्टापुढे अर्ज असताना देशातील प्रमुख नेत्यांनी पंतप्रधानपद अबाधित आहे असे म्हणणे, हा

न्यायालयाचा उपमर्द आहे. लोकशाही संकेतानुसार खरे तर इंदिराजींनी ताबडतोब राजीनामा देणे भाग आहे. त्या तसा तो सुखासुखी देणार नाहीत. त्यांना खुर्चीतून ओढून काढल्याखेरीज त्या खुर्ची सोडणार नाहीत. लोकशाही मूल्यांवर त्यांची श्रद्धा नाही, हे उघड आहे. पण लोकप्रतिनिधी म्हणून लोकसभेत बसणाऱ्या लोकशाहीच्या रखवालदारांचे काही कर्तव्य आहे की नाही? हायकोर्टाच्या निर्णयाचा हा एक प्रकारचा अवमानच आहे. एवढेच नव्हे, तर सुप्रीम कोर्टावर दबाव आणण्याचा हा प्रकार आहे. इंदिरा गांधींना किती मंत्र्यांचा वा मुख्यमंत्र्यांचा पाठिंबा आहे, या गोष्टीला महत्त्व नाही. त्यांच्या अस्तित्वाला न्यायाचा पाठिंबा नाही, तर झुंडशक्तीचा पाठिंबा आहे, एवढेच त्यातून सिद्ध होते. शंभर लाचार कुत्र्यांनी एका दरोडेखोराभोवती त्याच्या रक्षणासाठी साखळी केली म्हणून न्यायाचे काम करणाऱ्या एकाकी पोलिसाला जीवाची बाजी लावून दरोडेखोराला पकडावेच लागते की नाही?

आपल्या मनासारखा राष्ट्राध्यक्ष (राष्ट्रपती) इंदिराजींना का हवा होता, हे आता उमगले आहे. राष्ट्राध्यक्ष जर का न्यायाची बूज ठेवणारे आणि लोकशाहीची कदर करणारे असते, तर त्यांनी पंतप्रधानांना ताबडतोब राजीनामा देण्यास भाग पाडले असते. या अपिलाच्या सुनावणीच्या काळात शासनयंत्रणेचा कोणताही फायदा इंदिराजींना मिळवून देता कामा नये. २०-२५ दिवस देशाचे पंतप्रधानपद अन्य कोणी सांभाळले, तर या देशावर काय अरिष्ट कोसळणार होते? सुप्रीम कोर्टावर कोणताही राजकीय दबाव येऊ नये, ही राष्ट्राध्यक्षांची जबाबदारी आहे; नाही तर मग राष्ट्राध्यक्षांचे बुजगावणे आपण केले आहे कशासाठी? पंतप्रधानांनी आपल्या पदाचा दुरुपयोग केला, असा स्वच्छ आरोप हायकोर्टाने आपल्या निकालात करावा व त्याबद्दल शिक्षा ठोठवावी, ही गोष्ट राष्ट्राध्यक्षांना आपले अधिकार वापरण्याइतकी महत्त्वाची वाटत नाही काय? पण राष्ट्राध्यक्ष हे राष्ट्राचे सेवक नाहीत; इंदिराजींचे सेवक आहेत, ही गोष्ट लक्षात घेता, त्यांच्याकडून न्यायाची अपेक्षा करण्यात काय अर्थ आहे!

निवडणूका हा एक फार्स आहे. निवडून येणे हा एक पैशाचा आणि सत्तेचा खेळ आहे, ही एक गोष्ट आता हायकोर्टाच्या निर्णयाने सिद्ध झालेली आहे. अशा निवडणुकांची किंमत तरी काय? आम्ही लोकांचे प्रतिनिधी आहोत, या इंदिराजींच्या वल्गनेला अर्थ तरी काय? अशा निवडणुकीवर लोकांनी बहिष्कार का टाकू नये? अशी लोकशाही टिकून तरी काय साधणार आहे? पंतप्रधानांसारख्या लोकप्रिय व्यक्तिमत्त्वालाही जेव्हा निवडणुकीत गैरमार्ग वापरावे लागतात, तेव्हा देशातील इतर भुरटे प्रतिनिधी सत्तेचा आणि पैशाचा किती गैरवापर करीत असले पाहिजेत, त्याचा

विचारच केलेला बरा. इंदिराजींच्या निवडणुकीसंबंधीचा हा निकाल हे केवळ एक प्रतीक आहे. साऱ्या देशात निवडणुकांचे हेच चित्र आहे.

देशात इतिहासाचे एक नवे पान उलटले गेले, हे मान्य करावेच लागले. एक तर ह्या निर्णयाचा अनुभव घेऊन इंदिराजी न्याययंत्रणेवरील आपले वर्चस्व प्रस्थापित करतील किंवा उघड-उघड हुकूमशाहीचा स्वीकार करतील. त्यांच्यापुढे इतर पर्यायच नाही. त्यांचे कम्युनिस्ट सहकारी एकपक्षीय लोकशाहीचा म्हणजेच हुकूमशाहीचा-सल्ला देत राहिलेच आहेत. आज लोकशाहीचा वरवरचा देखावा तरी आहे. जीव मुठीत धरून का होईना, पण न्यायालये लोकशाहीचा दिवा तेवत ठेवीत आहेत. इंदिराजींच्या हुकूमशाहीचे हे नागडे दृश्य जनतेसमोर आले, हे फार बरे झाले. खुद्द काँग्रेसमधील लोकशाहीवाद्यांचेही डोळे उघडतील, विरोधी पक्षीयांचे नैराश्य ओसरेल आणि लोकशाही व हुकूमशाही अशा द्वंद्वाला उघड-उघड आरंभ होईल. हे युद्ध अटळ आहे, हे सर्वांनाच माहीत आहे. या युद्धाची सुरुवात कोर्टाच्या या ऐतिहासिक निर्णयाने होऊ पाहणार असेल, तर न्यायालयांनी आपले काम चोख बजावले, असे होईल. इंदिराजींनी केलेल्या सर्व पापांचा हिशेब केव्हा तरी त्यांना जनतेसमोर द्यावा लागेल. इंदिराजींवर सातत्याने जे मी लिहीत आलो, त्याचाही क्षणभर मला आनंद वाटून गेला. पण हा आनंद अर्थात दुःखमिश्रित आहे. एका अजगराच्या विळख्यात इथली लोकशाही सापडली आहे, याचे भान इथल्या भल्या-भल्यांना नसावे, याचेच ते दुःख. दि. १२ जून हा इंदिराजींच्या आयुष्यातील एक काळा दिवस म्हटला पाहिजे आणि तोच दिवस लोकशाहीसाठी आक्रोश करणाऱ्या सर्वांना सुवर्णाक्षरांनी लिहावा, असे वाटत असेल. दि. १२ जून रोजीच तात्पुरत्या का होईनात, पण इंदिराजी लोकप्रतिनिधी राहिल्या नाहीत. भ्रष्टाचाराच्या आरोपाखाली त्या गुन्हेगार ठरल्या आहेत. त्यामुळे नैतिक दृष्ट्या त्यांचे पंतप्रधानपदही संपुष्टात आले आहे. त्यांचे विश्वासू सहकारी डी. पी. धर यांच्या सल्ल्यालाही त्या मुकलेल्या आहेत. गुजरातमधील निवडणुकाही त्या हरलेल्या आहेत. इंदिरायुग संपले की खऱ्या अर्थाने इंदिराजींचे हुकूमशाही युग सुरू झाले, हे ठरविण्याचा आजचा दिवस आहे.

*(२२ जून, १९७४)*

-०-०-०-

# १६

## नव्याने उगवलेल्या ताऱ्यांशी संवाद

प्रिय संजय गांधी यांसी, सादर नमस्कार!

खरे म्हणजे, आपणास यापूर्वीच खुलासेवार पत्र लिहावे, अशी इच्छा होती; परंतु माझ्यासारख्या गरिबाचे पत्र आपल्या हाती पडणार कसे, ही चिंता मनात आल्यामुळे आजवर प्रपंच केला नाही. पण ज्यांच्या शिफारशीमुळे मला एक बऱ्यापैकी नोकरी मिळाली आहे, त्या एका काँग्रेसच्या खासदाराच्या आश्वासनामुळे हे पत्र लिहिण्यास उद्युक्त झालो आहे. त्यांनी तुमचे फार कौतुक केले– तुमच्या कर्तृत्वाचे, रूपविशेषांचे आणि मनमोकळ्या स्वभावाचेही. तुम्हाला मुंबईत पाहून आल्यापासून ते इतके प्रभावित झाले आहेत की लोकमान्य टिळक, गांधी, पंडितजी या सर्वांचे फोटो काढून टाकून त्यांनी फक्त तुमचा फोटो दिवाणखान्यात– एवढेच नव्हे, तर घरातील प्रत्येक दालनात जागोजागी लावला आहे. भारताचा भावी पंतप्रधान कसा असावा, याविषयी त्यांच्या काही कल्पना होत्या. तुम्हाला पाहिल्यानंतर आपल्या कल्पनेतील साजिरे-गोजिरे रूप प्रत्यक्ष साकार झाल्याने ते भारावून गेलेले आहेत.

मला तुमच्याबद्दल काही माहिती नाही, म्हणून मी त्यांना तुमच्याबद्दल माहिती विचारली. त्यांनाही फारशी माहिती नव्हती. त्यांच्याबरोबर गावातील प्रमुख वृत्तपत्र संपादकांकडे गेलो, तर त्यांनाही फारशी माहिती नाही, असे कळले. मला थोडे आश्चर्य वाटले. परदेशातल्या किरकोळ पुढाऱ्याची त्यांना सविस्तर माहिती होती; परंतु आपल्यासारख्या थोर महापुरुषाची त्यांना काहीच माहिती नसावी, हे भयावह आहे. आपल्या मातोश्री पंतप्रधान म्हणतात त्याप्रमाणे वृत्तपत्रकारांना सामाजिक परिस्थितीचे

काहीच भान दिसत नाही, असे दिसते. आपल्यासारख्या अलौकिक पुरुषाबद्दल त्यांनी एवढी उदासीनता का बरे दाखवावी? हे काही बरे नव्हे. आपले नभोवाणीमंत्री विद्याचरण शुक्लाजी यांना सांगून या साऱ्या बेजबाबदार संपादकांना समज द्यायला काय हरकत आहे?

नंतर आम्ही गावातल्या पुढाऱ्यांकडेही गेलो; परंतु त्यांनाही आपल्याबद्दल फारशी माहिती नव्हती, असे दिसले. त्यांपैकी एक जण आपल्या मारुती मोटार कारखान्याबद्दल काहीसे तुच्छतेने बोलला. मला व माझ्या खासदार मित्रांना त्याबद्दल राग येणे स्वाभाविक होते. पंतप्रधानांच्या मुलाला काही उद्योग सुरू करता येऊ नये की काय? या देशात औद्योगिकीकरण व्हावे, यात गैर ते काय आहे? लहान मोटारींचा या देशात तुटवडा आहे, हे लक्षात घेऊन आपण स्वकर्तृत्वाने व खटपटीने हा कारखाना काढला, याबद्दल जागोजागी आपले कौतुक व्हावयास हवे. ज्या पुढाऱ्यांनी आपल्याबद्दल तुच्छतेचा उद्गार काढला, त्यांच्या मुलाला चांगले मार्क मिळवूनही साधा मेडिकल कॉलेजात प्रवेश न मिळाल्यामुळे त्याला एम. एस्सी. व्हावे लागले. त्या मुलाला कोणत्याही महाविद्यालयात साधे प्राध्यापकही होता आले नाही. अशा कर्मदरिद्री पुढाऱ्यांना आपण काढलेल्या कारखान्यामुळे मत्सर वाटावा आणि त्यांनी द्वेषबुद्धीने आपल्याविरुद्ध प्रचार करावा, ही गोष्ट मला अत्यंत अनुचित अशी वाटते. अशा पुढाऱ्यांचा काही तरी बंदोबस्त करावयास पाहिजे, असा निर्णय मी केव्हाच घेऊन टाकलाय. आपण माझ्याशी या मुद्द्यावर सहमत व्हाल, अशी माझी खात्री आहे.

परंतु मारुती मोटार कारखान्याव्यतिरिक्त काहीही माहिती आम्हाला गावात पुष्कळ ठिकाणी फिरूनही लागू नये, हे आपल्या देशाचे दुर्दैव आहे. आपण किती तरी क्षेत्रांत पराक्रम केलेले असणारच. आपल्या धीरोदात्तपणाचे, देशभक्तीचे नानाविध आविष्कार आजपर्यंत आपल्या आयुष्यात व्यक्त झालेले असतील. बांगलादेशाच्या युद्धाच्या वेळी पाकिस्तानी सेनेच्या हल्ल्याला आपण उदात्तपणे तोंड दिले असेल. दुष्काळाच्या वेळी आपण दीनदुबळ्यांचे अश्रू पुसण्यासाठी धावून गेला असाल, याविषयी शंकाच नको. जेव्हा जेव्हा चळवळ्या विरोधी पक्षांनी राष्ट्रांवर संकट आणले असेल, तेव्हा तर आपल्या कर्तबगारीला उधाण आलेले असेल. देशादेशांतील महत्त्वाचे करार आपल्या संमतीनेच होत असले पाहिजेत. आपल्या देशातील धान्योत्पादन वाढले आहे, असे म्हणतात; त्यात आपला काही ना काही हातभार असेलच. किती झाले तरी आपण नेहरू राजवंशाच्या मालिकेतील एक श्रेष्ठ पुरुष आहात. आजवरची आपली कारकीर्द नानाविध तेजोवलयांनी भरलेली असणार. पण हे सारे गुप्त का

ठेवता? हा मुग्धपणा बरा नव्हे! आपणच आता एकदा खुल्या मनाने लोकांसमोर हे सारे खुले केले पाहिजे. लोक प्राण कानांत आणून ते ऐकण्यासाठी उत्सुक झाले आहेत. सरकारी अधिकाऱ्यांवर यासाठी विसंबून राहता कामा नये, त्यांना आपल्या आयुष्याचे रहस्य काय कळणार? आपली परवानगी असेल, तर आपल्यासाठी हे काम करावयाला मी तयार आहे.

गांधी आणि नेहरू या दोन्ही नावांना या देशात दैवतासारखीच किंमत आहे; या दोन्ही नावांशी आपले नाव निगडित आहे. महात्मा गांधी काय किंवा फिरोज गांधी काय, गांधी ते गांधीच. पंडितजींचा नातू आणि तशा अर्थाने कोणत्या तरी गांधींचाही नातू– एकाच वेळी दोन गोड फळे खावीत, असेच हे भाग्य नाही का? गांधी आणि नेहरू या नावांतील असामान्यत्व आपल्या ठायी वास करीत आहे. आपल्याशिवाय भारताचा भावी तारणहार कोण, याविषयी दुमत होण्याचे कारण नाही. पंडितजींच्या काळात नेहरूंनंतर कोण, असा यक्षप्रश्न लोक विचारत असत. खरे म्हणजे, हा प्रश्न अगदी अनाठायी होता. वडिलांच्या मागून पुत्र किंवा कन्या हेच उत्तराधिकारी होतात, अशी आपली भारतीय परंपरा आहे. पाश्चिमात्यांचे भलतेच अनुकरण करणे आपल्याला शोभणारे नाही. तेव्हा आजच्या पंतप्रधानांनंतर कोण, हा प्रश्न कोणाच्या मनात येणे सुतराम शक्य नाही. असा प्रश्न ज्या कोणाच्या पुढे असेल, ते या देशाचे शत्रू आहेत, देशद्रोही आहेत, परकीयांचे हस्तक आहेत– असे खुशाल समजण्यास हरकत नाही. असल्या भलभलत्या शंका लोकांच्या मनात येतात तरी कशा? जी गोष्ट त्रिकालाबाधित सत्य आहे, ती मान्य करणेच सर्वांच्या हिताचे आहे. शिवाय हा सोईचाही प्रश्न आहे. सुताराच्या मुलाला सुतारकी उत्तम करता यावी, यात नवल नाही. चांभाराच्या मुलाला उत्तम जोडे शिवता यावेत, यातही आश्चर्य नाही. अगदी बालवयात राजकारणाचे बरे-वाईट संस्कार घडल्यानंतर राजपदी असणाऱ्यांची मुले राजपुत्र म्हणून चमकणारच आणि भावी राजा म्हणून त्यांना घडविले जाणारच. प्रजाजनांना राजा कोण, याविषयी खरे तर औत्सुक्य असू नये. त्यांनी आपले काम बिनबोभाटपणे, कामचुकारपणा न करता करीत राहावे. हा त्यांचा धर्म त्यांना कोणी तरी शिकविणे भाग आहे.

प्रिय संजयजी, आपले नाव व फोटो वृत्तपत्रांतून येऊ लागले, तेव्हा मी अतिशय संतुष्ट झालो. डॉ. लोहियांनीसुद्धा पंडित नेहरूंच्या तोंडावर नेहरू राजवंशाची अपरिहार्यता सांगितलेली मला स्मरते. सिंहासनावर बसलेला– मग तो कोणीही असो– त्याच्या ठायी परमेश्वराचे अस्तित्व पाहण्याची भारतीय तत्त्वज्ञांची भूमिका आहे. परमेश्वरापुढे आपण मागणे मागतो, विनंती करतो; आरडाओरडा करीत नाही,

हट्ट धरीत नाही. तीच गोष्ट सत्तेचा अंश असणाऱ्या प्रत्येक राज्यकर्त्याबाबत खरी नाही काय? आपल्याला काहीही हवे असेल, तर आपल्याला विनंती-अर्ज लिहावयास कसलीच आडकाठी नसते. देवासमोर नम्र असावे. शुद्ध भक्तीने देवाची उपासना करावी. देव प्रसन्न झाला तर उत्तमच आहे, नाही झाला तर त्यात देवाची चूक नसते; आपल्या भक्तीतच उणेपणा असतो. शिवाय आपले पूर्वसुकृतही आपल्या आड येत असते. काही मागणे मागण्याची आपली लायकीच नसते. देव प्रसन्न होवो वा न होवो; आपण त्याच्याभोवती आरत्या ओवाळल्याच पाहिजेत, नैवेद्य दाखविलाच पाहिजे. आपले काम आपण करावे, त्याचे काम त्याला करू द्या. कामाची ही वाटणी बरोबर आहे आणि देवाचा कोप नको असेल, तर भक्तीत काहीही उणेपणा येता कामा नये.

माझे हे पत्र आपल्यापाशी पोचेल, तेव्हा मी अगोदरच कामाला लागलेलो असेन. तणासारखे वाढलेले पाखंड निर्दालन करून टाकीन. आपला कृपाप्रसाद असला, म्हणजे मग सर्व काही उचित ठरेल. आपला कृपालोभ मात्र राहावा. जेव्हा आपली वेळ येईल तेव्हा आपण सत्तेची सर्व सुवर्णरंगी राजवस्त्रे पेहरावीत, विनयाने ती नाकारू नयेत. तसे काही तुमच्या मनात आले, तर माझ्यासारख्या अगणित भक्तांना काय वाटेल, याचा थोडा तरी विचार करावा.

आपला नम्र आज्ञाधारक सेवक,
भरत

*(८ फेब्रुवारी, १९७६)*

-०-०-०-

## १७

# 'काही झाले, तरी मी सत्तात्याग करणार नाही!'

कालच्या वृत्तपत्रात इंग्लंडचे पंतप्रधान विल्सन यांच्या राजीनाम्याची बातमी मी वाचली आणि मी चकित झालो. कारण विल्सन राजीनामा देतील, असे वाटलेही नव्हते. ते म्हणाले :

"पत्रकारांना मी क्षमा करतो. या पत्रकारांनी मला हृदयविकारापासून ते अंधत्वापर्यंत सर्व विकार झाले असल्याच्या आवया उठवल्या. वास्तविक, गेल्याच आठवड्यात मी साठावा वाढदिवस साजरा केला आणि त्या वेळेस माझी प्रकृती ठणठणीत आहे, हे दाखवून दिले. या राजीनाम्याचा आणि प्रकृतीचा काडीइतकाही संबंध नाही.

"एखादा नेता अपरिहार्य आहे असे मानणे, हा लोकशाहीला धोका आहे. शिवाय कुणा एखाद्या नेत्यावाचून देशाचे भागत नाही, असे मला वाटत नाही. मी इन्डिस्पेन्सिबल (अपरिहार्य) आहे, असे मला कधी वाटले नाही. एखादा नेता आवश्यकच आहे, त्याला दूर करून भागणारच नाही, असे मानणे हा लोकशाहीला खरा धोका आहे. माझ्यानंतर कोणी यावे, हे मी सांगणार नाही; परंतु एकाच घराण्याकडे परंपरेने सत्ता चालू असावी, असे मला मुळीच वाटत नाही."

वास्तविक, विल्सन यांना असले काही बोलण्याची गरज होती काय? नुकताच त्यांच्यावर पार्लमेंटने विश्वास व्यक्त केला होता. सभागृहाची इच्छा असतानाही त्यांनी सत्ता का बरे सोडावी? सत्तेचे महत्त्व त्यांना वाटत नाही की काय? हवी तेव्हा सत्ता सोडून देण्याची त्यांची वृत्ती आम्हाला धोक्याची वाटते. अजूनही इंग्लिश पार्लमेंटरी रीतिरिवाजांचा आपल्या देशातील शासनावर वचक आहे, कारण आपली

पार्लमेन्टरी पद्धत इंग्रजी रिवाजांनुसार आपण बनविली आहे. शिवाय इंग्रज केवळ येथे राज्य करून निघून गेले नाहीत, तर त्यांनी अनेक प्रकारचा वारसाही मागे ठेवलेला आहे. लोकमताचा पाठिंबा असून विल्सननी प्रधानमंत्रिपदाचा राजीनामा दिला, या घटनेमुळे भारतापुढे काही समस्या निर्माण होतात, याचा त्यांनी विचार का करू नये? मिळालेली सत्ता कधीही सोडावयाची नसते, हे हिंदुस्थानावर अनेक वर्षे राज्य करूनही इंग्लंडच्या पंतप्रधानांना कळू नये काय? सर्वच क्षेत्रांत इंग्लंडची पीछेहाट होते आहे, त्याचे हेसुद्धा एक कारण असू शकेल काय?

इंग्लंड देशातील अनेक शिष्टमंडळे येथे येतात व जातात. या देशाला भेटी देण्यामागे त्यांचा उद्देश या महान देशाकडून काही शिकावे, असा असेलच की नाही? या देशात एका नव्या लोकशाहीने जन्म घेतला आहे, याची इंग्लंडला कल्पना दिसत नाही. त्यामुळे येथे जे शिकावयाचे, ते न शिकता भलतेच काही ते शिकून जात असले पाहिजेत. पंतप्रधान हेरॉल्ड विल्सन यांच्यापेक्षा भारतातील जिल्हा बोर्डाचा एखादा पुढारीसुद्धा अधिक शहाणा आहे, हे या निमित्ताने माझ्या लक्षात आले.

ज्या दिवशी हेरॉल्ड यांनी राजीनामा दिला, त्याच दिवशी भारताच्या पंतप्रधान इंदिरा गांधी म्हणाल्या–

''विरोधक सध्या ज्याप्रमाणे वागत आहेत, हे लक्षात घेता मी सत्तेवरून अजिबात खाली उतरणार नाही. जेव्हा सर्व काही सुरळीत चालले होते, तेव्हा सत्तेवरून दूर जाण्याचा विचार माझ्या मनात आला होता. हाती घेतलेले काम अर्धवट स्थितीत सोडून मी जाऊ शकत नाही. केवळ गमतीसाठी वा सुखासीनतेसाठी कोणी खुर्चीत बसत नाही. ही खुर्ची काही तेवढी सुखाची नाही. अतिशय अवघड गोष्टी कराव्या लागतात. समोर उभ्या ठाकलेल्या असंख्य आव्हानांना तोंड द्यावे लागते. अशा वेळी तर कोणी काही गोष्टी अर्धवट सोडू शकत नाही. म्हणूनच जेव्हा 'आलबेल' होते, तेव्हा सत्तेवरून दूर व्हावे, असे मला वाटले होते. परंतु लगेचच आर्थिक पेचप्रसंगाला सामोरे जावे लागले. अशा आर्थिक पेचप्रसंगातून मध्येच निघून जावे, हे मला पटेना. अशातच विरोधकांनीही विचित्र वागणुकीस सुरुवात केली. विरोधक असेच वागणार असतील, तर मी सत्तेवरून मुळीच खाली उतरणार नाही. माझे वडील पंतप्रधान होते, त्या वेळी आपणही पुढे पंतप्रधान होऊ, असे मला मुळीच वाटले नव्हते. आपणही पंतप्रधान व्हावे, असे कधीच वाटले नाही. पुढे मी पंतप्रधान झाले, तेव्हाही मला तसे वाटले नाही. कामाचा ताणही मला जाणवत नाही. मी माझे व्यक्तित्व राखले. तसे पाहिले, तर मी पंतप्रधान झाले; त्याच वेळी मी सांगितले होते की, मी प्रथम स्वत:ला जनतेची सेवक समजते.

**'काही झाले, तरी मी सत्तात्याग करणार नाही!' / ८५**

"आतापर्यंतच्या सर्व पंतप्रधानांपेक्षा आपली ताकद अधिक आहे, असे मला वाटत नाही. आणीबाणीची परिस्थिती असूनसुद्धा जगातील इतर पंतप्रधान वा राष्ट्राध्यक्ष यांच्यापेक्षा जास्त अधिकार मजजवळ नाहीत. अमेरिकेच्या अध्यक्षाएवढेही अधिकार मला नाहीत. कित्येक विकसनशील राष्ट्रांच्या प्रमुखांना माझ्यापेक्षाही किती तरी जास्त अधिकार आहेत. मी कोणाही व्यक्तीची नियुक्ती करू शकत नाही. एखाद्या व्यक्तीला बडतर्फ वा सेवानिवृत्त करावयाचे असेल, तर तत्पूर्वी अनेक पातळींवर चर्चा करावी लागते. आमच्याकडे विविध समित्या आहेत. आम्हाला या सर्व प्रक्रियांमधून जावे लागते.

"भारतातील संसदीय पद्धतीबाबत मी समाधानी आहे. तथापि, तीत काही बदल घडवून आणण्याची गरज वाटते. या प्रश्नावर साऱ्या देशभर चर्चा चालू आहे.

"वृत्तपत्रीय टीकेला सरकार मुळीच घाबरत नाही; परंतु विरोधकांचे त्यांनी नेतृत्व करावे, हे आम्ही सहन करू शकत नाही. देशातील प्रसिद्धीपूर्व नियंत्रणे जवळजवळ नाहीशी झालेली आहेत. वृत्तपत्रांना आम्ही काही मार्गदर्शक तत्त्वे ठरवून दिलेली आहेत. आता वृत्तपत्रे कशी वागतात, हे त्यांनीच ठरवायचे आहे."

आता हेच पाहा ना! आपल्या पंतप्रधान किती वेगळ्या आहेत. त्यांना सत्तेचा मुळीच लोभ नाही; केवळ जनतेची सेवक हीच त्यांची भूमिका आहे. सर्व काही सुरळीत होते, तेव्हा त्या पंतप्रधानपद सोडू इच्छित होत्या; कारण पंतप्रधानकीचा लोभ त्यांना मुळीच नव्हता. लोकांच्या प्रेमळ आग्रहामुळे त्यांनी नाइलाजाने पंतप्रधानपद स्वीकारले, ही गोष्ट अनेकदा सांगून झाली आहे. देशापुढे अनेक प्रश्न असताना त्यांनाही स्वस्थ बसणे शक्य नव्हते, कारण त्यांचा मूळचा पिंडच समाजसेवकाचा आहे; राज्यकर्त्याचा नाही. विरोधकांनी कट केला व आपला देश विकून टाकावयाचे ठरविले, तेव्हा मात्र त्यांचा अगदी नाइलाज झाला. स्वतःची इच्छा नसतानासुद्धा ५५ कोटी लोकांचे हित लक्षात घेऊन त्यांना हे काटेरी सिंहासन स्वीकारावे लागले आणि पत्करलेले काम मधेच सोडून आता त्या कशा बरे जाणार? या देशापुढे आज सर्वांत मोठे काम कोणते असेल, तर परदेशांचे हस्तक असणाऱ्या या विरोधी पक्षांचा निकाल लावणे हे होय, आणि ते काम अधिकाधिक वेगाने आपल्या पंतप्रधानांखेरीज कोणी करू शकणार नाही. त्या कामात त्या यशस्वी होतील, यात मुळीच शंका नाही आणि त्यांच्यासारख्या निष्ठावंत देशसेविकेला हे काम मध्येच सोडून चालणारही नाही.

भारताचे नशीब थोर म्हणूनच विचारांची पक्की मांड असणारी पंतप्रधान आपल्याला लाभली आहे. हे काम येरा-गबाळ्याचे नव्हे. पंतप्रधानांना मुला-नातवंडांच्या

समवेत शांतपणे एखाद्या थंड हवेच्या ठिकाणी राहावयास आवडले नसते काय? विरोधी पक्षाच्या कारवायांमुळे त्यांना हे सुख मिळू शकत नाही, हे खरे तर दुर्दैव आहे. लोकशाहीच्या नावाखाली जबाबदारी टाळण्याची विल्सन यांच्याप्रमाणे त्यांची प्रवृत्ती नाही. खरे तर विल्सन यांनीसुद्धा राजीनामा देण्याची उतावीळी करावयास नको होती. असल्या उदाहरणांमुळे भलतेच पायंडे पडतात आणि हे पायंडे लोक खरे धरून चालतात. इच्छा म्हणजे काय, हे विल्सन यांना तरी नक्की उमगले आहे काय? पंतप्रधान कशासाठी व्हायचे, याची सुतरामसुद्धा जाणीव विल्सन यांना असलेली दिसत नाही.

काही काळ युरोपने जगाला धडे घालून दिले, कारण तेव्हा युरोपच्या साम्राज्याचा विळखा आशिया खंडावर पडलेला होता. आता आशिया खंडात अनेक स्वतंत्र राज्ये उदयास आली आणि पंडित नेहरूंनी एकदा जे आशियाचे नेतृत्व भारताकडे खेचून आणले, ते आता कायमचे भारताकडेच टिकून आहे. आजच्या आपल्या पंतप्रधानांच्या कारकिर्दीत तर भारताची मान फारच उंच झाली आहे. सारे जग भारताकडे अगदी वेगळ्या दृष्टीने पाहू लागले आहे. लोकशाहीचे काही अभिजात प्रयोग भारतात आज घडत आहेत. एक नवी लोकशाही भारतात आज घडू पाहत आहेत. लोकांच्या चट्‌कन लक्षात येईल आणि त्यांना मार्गावरही आणील, अशी ही वरदायिनी लोकशाही आहे. लोकशाहीत चार-पाचशे वर्षे मुरलेल्या इंग्लंडच्या पंतप्रधानांना मात्र या नव्या लोकशाहीचे मर्म गवसलेले दिसत नाही. काय ही साहेबांची आढ्यता आणि ताठा! सगळे काही आपल्यालाच समजते, अशी बकवास विल्सननी करावी, हेसुद्धा त्यांच्या साम्राज्यशाही वृत्तीचेच दर्शन होय.

बिचारे विल्सन! होती ती तुटपुंजी सत्तासुद्धा घालवून बसले; आता ते देशसेवा कशी करणार? सत्तेशिवाय देशसेवा करता येते, असले काही सर्वोदयी विचार तर यांच्या डोक्यात आले नाहीत ना? इंग्लंडच्या सर्व सत्ताधीश पंतप्रधानांनासुद्धा जगात– विशेषत: भारतात– काय चालले आहे, याचे भान नसावे, ही खरी दुर्दैवाची गोष्ट आहे. पण सर्वच दृष्टींनी इंग्लंडचे भाग्य फिरले, त्याला आपण तरी काय करणार?

आपण कोणत्याही परिस्थितीत सत्ता सोडणार नाही, असे जे पंतप्रधान इंदिरा गांधी यांनी सांगितले, त्यामुळे आता आमच्या साऱ्या चिंता संपल्या आहेत. विरोधी पक्ष असे भारतात नाहीतच आणि आहेत तेही कोणत्या झाडाचा पाला! येऊन-जाऊन आहेत चार चिरचिर करणारे विरोधी पक्षीय नेते; त्यांची पर्वा करण्याची बिलकुल गरज नाही. तडजोडीचा तर मुळीच विचार करता कामा नये. ५५ कोटी लोकांच्या

हृदयांच्या स्वामिनी असणाऱ्या आपल्या लोकप्रिय पंतप्रधानांनी देशाचे हित लक्षात घेऊन पंतप्रधानकीचा त्याग करण्याचा विचारसुद्धा मनात आणू नये. त्या पंतप्रधानपद सोडते म्हणाल्या, तरी इथले सुजाण नागरिक त्यांना ते सोडून देणार नाहीत. अगदीच त्यांना नकोसे झाले तर त्याही या देशातील सर्वोच्च सत्ता कोणा बेजबाबदार नेत्याच्या स्वाधीन करणे शक्य नाही. चारित्र्यसंपन्न, विद्याविभूषित, दूरदृष्टीचा असा एक उद्याचा नेता त्यांच्या स्वत:च्या तालमीत तयार होतो आहे. भारताचा भावी पंतप्रधान कोण, हा आपल्याला मुळीच प्रश्न नाही. विल्सनप्रमाणे आपल्या येथील नेते बुळबुळीत व मुळमुळीत नाहीत, हे आपले परमभाग्य आहे. तेव्हा सत्ता सोडून देण्याचा आपला विचार नाही, हे उद्‌गार आपल्या पंतप्रधानांना किती शोभून दिसतात, हे सांगणे नकोच.

म्हणून भारतामधील लोकशाहीची चिंता नाही. तिची वाटचाल अगदी न्याय्य मार्गाने होतेच आहे. चिंता आहे ती इंग्लंडमधील लोकशाहीची आणि अमेरिकेतील लोकशाहीची!

तो मात्र आपल्यापुढील गंभीर प्रश्न आहे.

*(२८ मार्च, १९७६)*

-०-०-०-

# १८

# लढाई सुरू झाली... इंदिरा गांधी विरुद्ध महात्मा गांधी

राजकारणाचा धुराळा काही दिवस उडणार आहे. दीड वर्षाहून अधिक काळ सर्वथा अन्याय्य वृत्तीने जनतेची तोंडे बंद केल्याकारणाने रागाचे तीव्र शब्द प्रतिक्रियात्मक उमटणारच उमटणार. त्याला कोणाचाच काही इलाज नाही. त्यातच निवडणुका आलेल्या– मग हे राग-लोभ तीव्र शब्दांत व्यक्त होणारच. चांगले-वाईट याची शहानिशा होणारच. या देशात जो काळकुट्ट इतिहास घडला, त्याबद्दल बोलावयाचे नाही; असे म्हटले तरी बोलावे लागणारच. इतक्या गतीने या देशात राजकीय विचारमंथन चालू आहे की, त्याचा असर सर्वत्र पडणार. भान एवढेच ठेवायला हवे की, हे सर्व चालले आहे, त्याचा अंतिम हेतू काय? सत्ता टिकविणे किंवा एकाच्या हातून सत्ता काढून घेणे, एवढेच या राजकीय संघर्षाचे उद्दिष्ट असेल; तर आपणच आपली कीव केली पाहिजे.

ही गोष्ट खरी आहे की, झालेला अन्याय निपटून काढणे, अन्याय करणाऱ्या माणसांना धडा शिकविणे व समाजाला भीतीमुक्त करणे– हे या घडीला सर्वांचे प्रमुख कर्तव्य आहे. पण या कर्तव्याबरोबरच आपल्या मनात कोठे तरी शाश्वत मूल्यांचा विचार व्हायला हवा. या मूल्यांच्या अभावी केवळ बलवान कोण, या प्रश्नाचा निकाल लागेल; बरोबर कोण याचा निकाल लागणार नाही. आपला भविष्यकाळ या मूल्यांच्या अभावी उजळून निघणार नाही.

आज वेगवेगळी माणसं एकत्र आली व एका पुंड सत्तेला त्यांनी धोपटले, एवढेच या संघर्षाचे स्वरूप नसले पाहिजे. जे व्यक्तिस्वातंत्र्य,

विचारस्वातंत्र्य, आचारस्वातंत्र्य नष्ट करण्यात आले; त्यामागे कोणती पशुतुल्य अहंकारी भावना होती, ही समजावून घेतली तरच आपला पुढील दीर्घकालीन प्रवास सुखाचा होण्याची शक्यता आहे. हुकूमशाही शासनाचा पराभव हा आपल्या दीर्घकालीन लढाईतील फारच छोटा भाग आहे. तो तसा छोटा असला तरी अपरिहार्य आहे हे खरे, परंतु ही अखेरची लढाई नाही. सत्ताधाऱ्यांतील पशुत्व आज वाढीला लागले आहे. केवळ बलवानांची आज मिरासदारी आहे. एका सत्तांध झुंडशाहीचा सदोदित प्रत्यय येतो आहे. त्याविरुद्ध जी हत्यारे आज आपण वापरू, त्या मागे ताकद हवीच हवी. पण त्या ताकदीबरोबर काही जीवनधर्मही हवेत.

माणूस संयमाचे, सत्याचे, चारित्र्याचे धडे शिकतो आणि लगेच विसरतो. असे होता कामा नये. आपल्या समाजाने अनेक चांगल्या कल्पना निर्माण केल्या; पण आपण त्या केवळ पुस्तकातच ठेवल्या. विचारवंतांची स्वप्ने आणि संतांचे उमाळे हे आपण पूजेचे विषय केले, परंतु त्यांना आचरणातून दूर ठेवले. या समाजातील अनेक सत्प्रवृत्ती आपण चेष्टेचा विषय केल्या. आयुष्यभर अहिंसेचा आणि यतिधर्माचा उपदेश करणारा जयप्रकाशजींसारखा संत आपण का समजावून घेऊ शकत नाही? गांधीजींची वा बुद्धाची तर गोष्टच सोडा! त्यांनी काही केवळ अध्यात्माच्या गोष्टी केलेल्या नाहीत; पण आपण मात्र त्यांना अध्यात्म्याचे रूप देऊन टाकले. त्यामुळेच या देशात जंगलच्या कायद्यावर विश्वास ठेवणाऱ्या लोकांचे राज्य आले. धर्माचा अर्थ चुकीचा लावला गेला. ऐहिक जगाशी त्यांचे नाते तोडल्यामुळे आपल्या रोजच्या आचार-विचारांचा आणि धर्माचा धागाच तुटला आहे. धर्म ही काही अफूची गोळी नाही की– जी घ्यावी आणि शरीर बधिर करून निवांत झोपून टाकावे.

देवादिवकांनी आणि संत-महंतांनी चांगल्या-वाईटाचा विचार करावा आणि आपण माणसांनी मात्र तिकडे साफ दुर्लक्ष करून आपल्याला हवे तसे वागावे, असा आपण धर्माचा सोईस्कर अर्थ लावतो आहोत. धर्म ही फावल्या वेळेची म्हातारेकोतारे यांनी करावयाची व ज्यांचे नेत्र पैलतीरी लागले आहेत अशांनी का विचार करावयाची गोष्ट आहे? धर्म हा जर पारमार्थिकांच्या हाती गेला, तर त्याला अधर्माचे स्वरूप येते. या जगातील पाप-पुण्याचा निवाडा करण्याचे काम संपते आणि धर्म ही आपोआपच निरर्थक गोष्ट बनते. आपले धर्म, धर्मग्रंथ, धर्मगुरू हे माणसापासून दूर जात गेले. माणसाच्या सुख-दु:खापासून त्यांना आपण दूर पिटाळून लावले; म्हणून तर हा सारा समाज विस्कळीत, असमाधानी, ढोंगी, दुबळा बनला आहे.

माणसाला सत्ता हवी, संपत्ती हवी, सुखसाधने हवीत; पण कशाकरिता? तर, समाधानाकरिता. काही भुका शरीराच्या आहेत, तर काही भुका मनाच्या आहेत.

शरीराच्या भुका या अगदी सहज दिसणाऱ्या आणि पदोपदी भागवाव्या लागणाऱ्या अशा आहेत. आपण त्या भुकांनाच प्राधान्य दिल्यामुळे मनाच्या संतोषाची अनेक द्वारे आपण बंदच करून टाकली आहेत. त्यामुळेच आपल्या असमाधानी मनाचे आकांत ऐकू येत नाहीत. एवढे कायदे केले, नियंत्रणे घातली; पण माणूस सुखी करण्याचे आपल्याला जमलेले नाही आणि जोपर्यंत या समाजातील वेगवेगळे घटक किमान संतुष्ट नाहीत, तोपर्यंत त्या समाजाच्या प्रक्षोभाची आच आपल्याला जाळत राहणारच.

माणूस कशाला जगतो; कुटुंबसंस्था का निर्माण झाल्या; माणसा-माणसांचे व्यवहार कसे असावेत; व्यक्तिगत स्वातंत्र्य आणि सामूहिक जीवन यांच्या मर्यादा कोणत्या– यासंबंधी जोपर्यंत निश्चित अशी कल्पना समाजधुरिणांजवळ नाही; तोपर्यंत कितीही कारखाने काढा, धरणे बांधा– हा समाज खऱ्या अर्थाने समृद्ध होणार नाही. आज राजकारण भुरट्या लोकांच्या हातांत गेलेले आहे. दीर्घकालाचा विचार करण्याची त्यांची पात्रताही नाही. त्यांच्या लेखी या साऱ्या गोष्टी क्षुल्लक आहेत. माणसांना पोटभर खायला घातले म्हणजे यच्चयावत सर्व प्रश्न सुटतील, अशा भ्रमात ते वावरत आहेत. आपली सत्ता कायम ठेवण्यापलीकडे त्यांच्या राजकारणाला कसलेही अधिष्ठान नाही. ते केवळ भाकरीचे राजकारण करतात; परंतु ही भाकरी खाणाऱ्या माणसांची मने ते सारखी खदखदत ठेवतात. असूया, स्पर्धा, मत्सर हे यांचे भांडवल असते. वेगवेगळ्या घटकांची भांडणे चालू ठेवण्यात त्यांना आसुरी आनंद वाटतो, कारण त्यामुळेच त्यांची स्थाने मजबूत होतात. एक संतुलित, आत्मशोधक, कर्तव्यतत्पर, स्वतःवर प्रेम करूनही शेजाऱ्यावर प्रेम करू शकणारा पराक्रमी समाज निर्माण करणे– हे त्यांचे उद्दिष्टच नाही. पोलिसांना भिणारा, पै-पैशासाठी लाचार होणारा, सांगू तसे ऐकणारा भेकड-दुबळा समाज त्यांच्यालेखी त्यांना राज्य करण्यास सोईचा आहे. मग आज अशा राज्यकर्त्यांविरुद्ध लढाई करायची असेल, तर केवळ राज्यकर्ते बदलून चालणार नाहीत; राज्य करण्यामागील वृत्ती बदलली पाहिजे. ही लढाई केवळ प्रतिक्रियात्मक असता कामा नये. ही लढाई काँग्रेसविरुद्ध जनता पक्ष अशी असणार नाही. ही कौरव-पांडवांची लढाई व्हायला हवी. ही लढाई इंदिरा गांधी आणि महात्मा गांधी यांची व्हायला हवी.

प्रामाणिक तत्त्वांसाठी किंमत मोजणारे आणि वाऱ्याबरोबर पाठ फिरवणारे यांची ही लढाई आहे. अहंता व चारुता, सत्ता व सेवा, घमेंड व विनय, शब्द व श्रम यांची लढाई झाली; तर या लढाईला काही अर्थ आहे. सोईसाठी एकत्र आलेले आणि सत्तेसाठी एकत्र आलेले यांची लढाई आम्हाला अभिप्रेत नाही. आम्हाला जी लढाई

अभिप्रेत आहे, ती तलवारीची व कमंडलूची– सत्तेची व साधुत्वाची. म्हणूनच लढाई हवी ती इंदिरा गांधी आणि महात्मा गांधी यांची. सत्ता सांभाळणाऱ्यांची आणि सत्ता क:पदार्थ मानणाऱ्यांची.

हा रस्ता फार कठीण आहे आणि थोडा लांबचाही आहे. उपहास आणि कुचेष्टा यांनी भरलेला आहे. पण नासलेला समाज तेवढाच एक रस्ता दुरुस्त करू शकेल. गेल्या वीस-पंचवीस वर्षांत तर माणसा-माणसांची, तत्त्वा-तत्त्वांची, पक्षा-पक्षांची अकारण अवहेलना करण्यात आपण वेळ घालवला. काँग्रेस सोडून सर्व अन्य पक्षांनी परस्परांविरुद्ध किती गैरप्रचार केले, परस्परांची निंदा केली, भल्या सज्जनांचा छळ केला, किती तणाव माजवले– याचा आपण विचार करायला पाहिजे. ही सारी माणसे खरोखरी इतकी दूर होती काय? खरोखरीच एकमेकांचे विचार समजावून घेण्याची शक्यता नव्हती काय? या देशावरील त्यांच्या प्रेमात खरोखरीच कोणी गरिबांचे शत्रू होते काय? असतील– थोडे मतभेद असतील; पण वैमनस्य करण्याइतके ते मतभेद मोठे होते का? आपण दुसऱ्याचा शाब्दिक पराभव केला, असे पुष्कळांना वाटले असेल; पण खरोखरच पराभव कशाचा झाला? साधूंचा पराभव करून नकळत आपण सैतानांची भलावण करीत होतो आणि मग सैतानांनी तरी का चेकाळू नये? त्यांनीही साधूंची चेष्टा का करू नये? त्यांनी अक्राळविक्राळ का बनू नये? त्यांना सत्तेचा माज आला, तर त्यांची काय चूक आहे?

पण भस्मासुराला त्याचाच शाप भोवला, हे आपल्याला माहीत आहे आणि त्याला मिळालेल्या वरामुळेच त्याचा नाश झाला. ज्याच्या डोक्यावर तो हात ठेवील, त्याचा नाश होईल– असा तो वर होता. तसेच आजच्या भस्मासुराचेही होणार आहे. सर्व विरोधी पक्षांना एकाच दावणीस बांधून जर कारागृहात त्यांनी डांबले नसते, तर एकमेकांना समजून घेण्याची त्यांना संधीच मिळाली नसती. ते असेच एकमेकांवर आरडत-ओरडत सभा गाजवीत राहिले असते, एकमेकांवर आरोप करीत राहिले असते. भस्मासुराची शक्ती त्याच्या वरात होती. याही भस्मासुराची शक्ती समाजातील घटक एकमेकांविरुद्ध भांडत आहेत, यातच होती. ही आपली शक्ती आजच्या भस्मासुरांना समजलीच नाही. सर्वांच्या एकत्रित शक्तीपेक्षा त्याची शक्ती कमी असूनही हा भस्मासुर प्रबळ झाला होता. विरोधकांना एकत्र येऊ देणे आजच्या भस्मासुराला गैरसोईचे होते, हेही लक्षात न येण्याइतका तो उन्मत्त झाला. परिणाम एवढाच झाला की, ते एक झाले. समदु:खी माणसे लवकर एक होतात. आपण पूर्वी बोललेले सारे शब्द निरर्थक होते, याची जाण सर्वांना आली. एकांतवासात तप:साधना करून योग्यांना जे बळ प्राप्त होते, ते बळ आपोआपच कारागृहात कोंडलेल्या या

देवांना प्राप्त झाले.

आज परस्परांविषयी निर्माण झालेला उमाळा आत्मक्लेषातून निर्माण झाला आहे, समदु:खी भावनेतून निर्माण झाला आहे, अनुतापातून निर्माण झाला आहे; आणि त्यामुळे तो उमाळा खरा आहे. पश्चात्तापाचे युग आता सुरू झाले आहे. प्रमादांच्या कबुल्या दिल्या जात आहेत. साऱ्या पाप-पुण्याचा हिशोब होऊन एक सात्त्विक सहभाव निर्माण होऊ पाहत आहे. स्वत:साठी काही नको, ही अपरिग्रहाची भावना एकदा उत्पन्न झाली की; मग युद्ध करणाऱ्याच्या बाहूंना अधिक बळ येते. आज तेच सारे बळ कारागृहात समान दु:ख भोगलेल्या सर्वांना प्राप्त झाले आहे. म्हणूनच कालचे काही पाहू नका, नव्या लेखणीने नवे पर्व सुरू करा– हा विचार निर्माण झाला. या नव्या लोकयात्रेत जे-जे सामील होतील, त्यांतील काही पुरेसे प्रामाणिक नसले तरीही सर्वांना या यात्रेत स्थान आहे. कारण कपट असलेच तर ते सारे हीण, नव्या जाग्या झालेल्या आत्मज्ञानाच्या अग्नीत जळून जाईल. माणसे बदलू शकतात, सुधारू शकतात, नवे आचारधर्म स्वीकारू शकतात, यावर विश्वास असल्यामुळे माणसाची प्रगती शक्य आहे आणि म्हणूनच नवी वाटचाल अडचणीची असली तरी सुखावह आहे.

या वाटचालीत पाथेय कोणते? मूल्यांची कदर करणे, ही केवळ सोय नाही; तर तो जीवनधर्म असावा. लोकशाही, समाजवाद, दलितोद्धार या वापरून गुळगुळीत झालेल्या शब्दांऐवजी काही अस्सल कृती करायला हवी. कृतीशिवाय शब्द पोरके असतात आणि ही कृती केव्हा तरी, कोणी तरी, कुठे तरी करायची नसते; स्वत:पासूनच तिचा आरंभ केला पाहिजे. या गरीब देशाला शोभतील असेच त्यांचे पुढारी वागले पाहिजेत. त्यांचा दैनंदिन आचारधर्म हा जनमानसाला जेवढा प्रेरक होईल, तेवढे त्यांचे शब्द होणार नाहीत. संपत्तीच्या अवाजवी प्रदर्शनाला आणि अवाजवी संचयाला प्रतिबंध– या नव्या जीवनमूल्याला अग्रहक्काने स्थान असायला हवे. प्रत्येकाला किमान आठ तास काम करणे भाग पाडले पाहिजे. श्रमप्रतिष्ठा वाढवली पाहिजे. समाजाने विरक्त किंवा संन्यस्त राहावे, अशी अपेक्षा नाही; परंतु सत्ता मात्र संन्यस्त असलीच पाहिजे. दीर्घकालीन सत्ता हळूहळू कुजत जाते– साचलेल्या पाण्यासारखी. सत्तास्थाने बदलली गेली पाहिजेत. कोणाच्याच हातात दीर्घकाल सत्ता असता कामा नये. कोणतेच राजवंश पुन्हा येथे येता कामा नयेत.

महात्मा गांधींनी जीवनाचे काही आदर्श घालून दिले. यतिधर्माची जोपासना केली. सत्तेला क:पदार्थ मानले. लोभांचा त्याग केला. साधेपणाची शिकवण दिली. देशाच्या नियोजनाला भारतीय रूप दिले. महात्मा गांधींचे नेतृत्व हे भारतीय जनतेच्या

मन:स्थितीचे नेतृत्व. संयम आणि निरहंकार यांचे ते प्रतीक होते. म्हणून आता जे युद्ध सुरू होते आहे, हे महात्मा गांधी यांच्या तत्त्वज्ञानाचे आणि इंदिरा गांधी यांच्या तत्त्वज्ञानाचे. एका मूर्तिमंत करुणाकाराचे आणि एका मायावी उमाळ्याचे. कृतीचे आणि शब्दांचे, दीनदुबळ्या जनतेचे आणि सर्वभक्षक सत्तेचे, आश्रमांचे आणि हवेलीचे– असे हे युद्ध आहे.

(२२ फेब्रुवारी, १९७७)

-०-०-०-

## १९

## यशवंतराव, मलिन राजवस्त्रे धुण्याचे काम साहित्यिकांचे नाही

नवे पार्लमेंट भरले की, आपोआपच पहिल्यांदा विषय येईल— जनता पक्षाचे नेतृत्व कोणी करावयाचे? पंतप्रधान कोणी व्हायचे, मंत्रिमंडळात कोणाकोणाला ठेवायचे— हे सारे जनता पक्ष घवघवीतपणे यशस्वी झाला तर! जर-तरच्या भाषेत विवेचन करण्यात अर्थ नसतो. पण कोणत्याच गोष्टीसाठी पुरेसा अवधी नसल्यामुळे साऱ्याच पर्यायांचा विचार आजच केला पाहिजे; नव्हे, तो अपरिहार्य आहे. प्रत्यक्ष निवडणुकीत काय घडेल, काय नाही— यासंबंधी अंदाज बांधणे फार कठीण आहे. वस्तुनिष्ठ वार्तापत्र लिहिण्याची या देशात प्रथा नाही. आपल्या अनुयायांचा हिरमोड होऊ नये, म्हणून प्रत्येक पक्ष अव्वाच्या सव्वा अंदाज करतो.

एक गोष्ट निश्चित— ज्याबाबत दोन्ही पक्षांचे एकमत आहे की, 'इंदिरा लाट' आता संपली आहे. गेल्या निवडणुकीत या देशात काय वेड शिरले होते, कोणास ठाऊक! मी-मी म्हणणारे नेते त्या काळात पराभूत झाले. सारेच पक्ष निस्तेज झाले. इंदिराजींचा पक्ष प्रचंड प्रमाणात निवडून आला. खरे तर एवढ्या लोकप्रियतेच्या बळावर शहाण्या नेत्याने या देशाचे चित्र पालटून टाकले असते. त्यातही बांगला-देशाच्या अपूर्व यशाचा 'तुरा' इंदिराजींच्या मस्तकावर लागला होता. नेत्याच्या आयुष्यात अशी अपूर्व संधी त्याला फार क्वचित वेळा लाभते. असे असूनही 'इंदिरा हवा' कोठे अस्तंगत झाली? इंदिराजींच्या अंगावरचा शेंदूर खरवडताच त्यातील देवत्व लोपून उरला तो केवळ काळाकुट्ट पाषाण! असे का झाले?

साधे आणि सोपे उत्तर सुचते ते असे की, लोकांची उदंड

लोकप्रियता पचविण्याचे सामर्थ्य पुढाऱ्याजवळ नसले की, त्याचे डोकेच फिरते. या देशाला जर काही खरा रोग लागला असेल, तर तो म्हणजे पंतप्रधानांना वेडसरपणाचा झटका आला, हाच होय. अवास्तव स्तुती त्यांच्या डोक्यात गेली आणि आपण म्हणजे प्रतिपरमेश्वर आहोत, असे त्यांना वाटू लागले. कायद्याच्या कक्षेतून आपल्या पापकृत्यांना वगळण्याची दुर्बुद्धी होणे, हे खरोखरच वेड लागण्याचे लक्षण होय. लोकशाहीत मंत्र्यांपासून संत्र्यांपर्यंत समान न्याय असला पाहिजे. संस्थानिकांचे खास अधिकार आपण रद्द केले, तेही या भूमिकेतूनच. म्हणजे खास हक्कांचे एक कुरण आपण नष्ट केले आणि दुसरे खास हक्कांचे कुरण आपण निर्माण केले. अनेक राजवंश आपण मोडीत घातले आणि एक राजवंश निर्माण केला. आपला वारसा ठरविणे, हे लोकशाही राज्यकर्त्यांना शोभून दिसत नाही. वारसदारी ही सरंजामदारीची खूण आहे. आज गेली अनेक वर्षे आपण लोकशाहीचे शिक्षण देण्याचा प्रयत्न केला आणि एकदम सरंजामशाहीची प्रतिष्ठापना केली, हे इंदिराजींच्या लक्षात आले नाही. याचा सरळ अर्थ– इंदिराजींच्या मेंदूवर काही विचित्र परिणाम झाल्यासारखाच आहे. आपण जे काही बोलतो, ते या देशाच्या परंपरांशी विसंगत आहे, हे न कळण्याइतकी इंदिराजींची जरी शुद्ध हरपली; तरी ह. रा. गोखले, यशवंतराव चव्हाण यांची शुद्ध हरपण्याचे कारण नाही. त्यांना तर काही वेडाचा झटका आलेला नव्हता? मला वाटते, वेड हासुद्धा संसर्गजन्य रोग तर नाही?

लोकशाही म्हणजे अविद्वान लोकांचे राज्य असा एक मूर्ख समज काँग्रेसवाल्यांनी बाळगला आहे. लोकांच्या संमतीने, लोकांच्या भल्यासाठी, जाणत्या लोकांनी राज्य करावे; तरच हा देश सुधारण्याची शक्यता आहे. विद्वानांची उपेक्षा करणे, एवढेच नव्हे, तर त्यांची कुचेष्टा करणे काँग्रेसवाल्यांना फार आवडते.

कै. धनंजयराव गाडगीळ यांच्यासारख्या जनआकांक्षा समजणाऱ्या अर्थशास्त्रज्ञाला इंदिराजींनी ज्या तऱ्हेने हाकलून दिले, ती तऱ्हा पाहिली की, इंदिराजींच्या अकलेचे आकलन होते. वि. म. दांडेकर यांची बालगंधर्व रंगमंदिराच्या रंगमंचावर यशवंतरावांनी कुचेष्टा केली; पण ती त्यांना महागात पडली. कारण वि. म. दांडेकरांची सर्व आर्थिक भाकिते पुढे अचूकच ठरली. विचारवंतांची काँग्रेसवाल्यांना ॲलर्जी का, हे सहज कळण्यासारखे आहे. कारण कोणी एक अहंमन्य मनुष्य सांगतो म्हणून मूर्ख घोषणांत विचारवंत हा सहभागी होत नाही. स्वप्नाने राज्य करू पाहणाऱ्या राज्यकर्त्यांना तो चार शब्द सुनावतो. काँग्रेसवाल्यांना हे कसे रुचावे? काँग्रेसची आजची प्रतिमा अतिशय शिष्ट, अहंमन्य आणि प्रतिगामी होत चालली आहे. याचे मुख्य कारण त्यांनी विचारवंतांची केलेली उपेक्षा, हेच होय. कदाचित मूर्ख माणसे काँग्रेसला

निवडून आणता येत असली तरी फार तर त्यांना सत्तेचे राजकारण कळले, असा त्याचा अर्थ होईल. असे होयबा दिल्लीत नेऊन ठेवल्यावर या देशाचे चित्र बदलणार कसे? काँग्रेसला कंटाळून विचारवंत अखेरी, रुष्ट होऊन जनता पक्षात विलीन झाले. खरे तर विचारवंत कोणत्याही पक्षाची बांधिलकी मान्य करीत नाहीत, कारण राजकीय पक्षांची बांधिलकी म्हणजे अखेरीस गुलामगिरीच ठरते.

नानाविध चुकीच्या तडजोडी तेथे स्वीकाराव्या लागतात. धरण कोठे बांधावे हा प्रश्न खरे तर नदीचा प्रवाह पाहून वास्तुशास्त्रज्ञांनी ठरवायचा आहे. पण धरणे बांधण्याच्या जागा आपल्या देशात राजकीय पुढारी ठरवतात. कोणता कारखाना कोठे काढायचा, यासंबंधी साधनसामग्रीचा विचार करून औद्योगिक तज्ज्ञांनी निर्णय घ्यायचा, त्याऐवजी आपल्याकडे राजकीय आंदोलने करून तो ठरविला जातो. कोकण रेल्वे हवी का नको, कोणत्या विभागात कोणत्या पिकांचे क्षेत्र असावे व त्या पिकांचे दर कसे निश्चित करायचे– हे सारे मतांच्या दृष्टीने ठरविले जाते. एखाद्या मंत्र्याचे गाव आडवळणाचे असले तरी तेथे काँक्रीटचे रस्ते होऊ शकतात, तेथे बिनकिफायती धरण योजनांना अग्रहक्क मिळतो व तिथे विमानतळसुद्धा होतो.

अमेठीसारख्या भिकारड्या गावात संजय गांधीला यश मिळावे, म्हणून पंजाब मेल थांबविली जाते. हे सारे होऊ शकते, याचे कारण राज्यकर्ते आणि ज्ञान यांचे वाकडे आहे. अविकसित भागात नागरी सुधारणा करणे आवश्यक आहे; पण जेथे उद्योगधंद्यांना वीज कमी पडते, ती महागामोलाची वीज खेड्यापाड्यांत देण्याच्या कामात उत्साह असला तरी शहाणपणा खचित नाही. देशाचे हित साधण्यासाठी उत्पादन वाढविणे, रोजगार वाढविणे, विकसनाची समान संधी देणे या साऱ्या गोष्टी मोलाच्या आहेत. हे मागे पडून आपल्या देशात वजनदार निर्बुद्ध पुढाऱ्यांचा सल्ला महत्त्वाचा ठरतो. या देशात जे काही घडले; त्याचा जमाखर्च म्हणजे स्वप्नांतील शब्दांचा धुराळा, नियोजनाचा अभाव आणि अग्रहक्काकडे दुर्लक्ष असा आहे. जे करता येणार नाही, ते करण्याचे आश्वासन आणि ज्या टिकणार नाहीत, त्या योजना म्हणजे देशाचे केवळ दुर्दैव आहे.

इंदिराजींच्या दहा वर्षांच्या राज्यकारभारात हे दुर्दैव पराकोटीला पोचले, म्हणून तर या देशात अस्वस्थता निर्माण झाली. विरोधी पक्षांनी एकत्र येण्याचा अवकाश की, लोक असंतोषाला वाट देण्यासाठी एकदम जनता पक्षाच्या मागे उभे राहिले आणि विचारवंत, लेखक, पत्रकार हे सारे हिरीरीने इंदिरा राजवट अस्तंगत करण्यासाठी सरसावून पुढे आले.

वास्तविक; लेखक, पत्रकार हे समाजाचे प्रतिनिधी असतात. पदव्या, देणग्या

वगैरे देऊन काँग्रेस पक्षाने त्यांना विदूषकाची कळा आणण्याचा प्रयत्न केला, याबद्दल काँग्रेस पक्षाला शरम वाटली पाहिजे. जोपर्यंत लेखक, पत्रकार, विचारवंत पक्षीय राजकारणात नव्हते; तोपर्यंत या काँग्रेसवाल्यांना हे सारे आपले मित्र वाटत होते. पु. ल. देशपांड्यांसारख्या साहित्यिकाच्या खांद्यावर हात टाकणे यशवंतरावांसारख्या माणसाला अभिमानाचे वाटत होते. हे सारे काँग्रेसजन त्यांना तेव्हासुद्धा विदूषक समजत होते की काय? चार घटका करमणूक करण्यापलीकडे साहित्याचा उपयोग नाही, असे ज्या राज्यकर्त्यांना वाटते; त्यावरून त्यांच्या बुद्धीची कीव केली पाहिजे. दुःखितांचे अश्रू जर प्रथम कोणाला दिसत असतील; तर ते विचारवंतांना, पत्रकारांना, लेखकांना व कलावंतांनाच.

श्रीयुत यशवंतराव चव्हाणांसारख्या त्यातल्या त्यात सुसंस्कृत माणसाने साहित्यिकांची अवहेलना करावी, ही शरमेची गोष्ट आहे. रूसो, व्हॉल्टेअर या लेखकांची नावे यशवंतरावांनी कधी ऐकली आहेत का? ज्ञानेश्वर, रामदास, केशवसुत, सावरकर हे लेखक काय विदूषक होते? या देशात खरेखुरे विदूषक जर कोणी असतील; तर लोकांना तीस वर्षे सतत फसवू शकणारे, स्वप्नांच्या झोल्यावर खेळ खेळणारे, इंदिराजींसारख्या रिंगमास्टरच्या तालावर नाचणारे यशवंतराव चव्हाणांसारखे राजकारणी लोकच होत! मानवी जीवनाचा अन्वयार्थ समजण्याचे सामर्थ्य जेवढे साहित्यिकांत असते, तेवढे काही ते राजकारण्यांत नसते. निवडणुकांचे खोटे-नाटे खेळ खेळणे म्हणजे राजकारण, अशी यशवंतरावांची समजूत दिसते! समाजाला दमदाट्या देणे व भयग्रस्त अवस्थेत ठेवणे, एवढेच सत्तेचे राजकारण यशवंतराव चव्हाणांना समजते. देशातील परिस्थितीचा अचूक अंदाज घेऊन सामाजिक दुःखावर विद्वान व विचारवंत नेमके बोट ठेवतात आणि उपाय सुचवितात. चुकलेल्या राजकारणाला सरळ करतात. राजकारण्यांना दूरदृष्टी नसते, कारण त्यांच्या राजकारणातील खुर्च्या त्यांनी पाच वर्षांच्या कराराने भाड्याने घेतलेल्या असतात. माणसाचे राजकीय आयुष्य फारच अल्प असते; परंतु वैचारिक, साहित्यिक आणि सांस्कृतिक आयुष्य शतकानुशतकाचे असते. सी. डी. देशमुख यांच्यासारखा विद्वान माणूस सत्तास्थानावर थुंकून बाहेर पडतो, तो उगीच काय?

महर्षी कर्वे यांना 'भारतरत्न' पदवी दिली, म्हणून काही त्यांनी नेहरूंची आरती ओवाळली नाही; तर त्यांच्या तोंडावर 'संयुक्त महाराष्ट्राची' मागणी केली. यशवंतराव चव्हाणांनी दुर्गाबाई भागवतांना संमेलनाचे अध्यक्षपद दिले, म्हणून काही दुर्गाबाईंनी यशवंतरावांना मुजरा केला नाही. कुसुमाग्रजांनी यशवंतरावांनी दिलेले सरकारी विमानातील त्यांच्याबरोबरच्या प्रवासाचे आमंत्रण सहजगत्या नाकारले,

कारण यशवंतरावांबरोबरचा प्रवास त्यांना दीडदमडीचा वाटला. लहानसहान गोष्टीसाठी लाचार होणारे राजकारणी एकीकडे आणि सहजगत्या ऐहिकाकडे पाठ फिरविणारे साहित्यिक दुसरीकडे. ग. दि. माडगूळकर हे यशवंतरावांचे परममित्र. 'डांग्या खोकला' ही डांगे यांच्यावरील टिंगल करणारी कविता लिहवून घेताना हेच माडगूळकर यशवंतरावांना कल्पक बुद्धीचे व राजकारणात लुडबुड न करणारे वाटले. ज्या वेळेस यशवंतराव चव्हाण 'भाकरीपुढे लेखनस्वातंत्र्याची किंमत नाही' अशी मूर्ख बडबड करीत होते, तेव्हा त्यांचे राजकीय गुरू तर्कतीर्थ लक्ष्मणशास्त्री त्यांच्या विचाराचा धिक्कार करीत होते.

यशवंतराव काय, शंकरराव चव्हाण काय किंवा विठ्ठल सुंदर गाडगीळ काय– या सर्वांनी लेखकांच्या राजकारणातील प्रवेशाची एवढी धास्ती का बरे घेतली? राजकारणात कधीही न लुडबुडणारे साहित्यिक एवढ्या इसाळ्याने राजकारणात का पडले, हे जर त्यांनी समजावून घेतले असते; तर त्यांचे त्यांनाच उत्तर मिळाले असते. माणसे बोलतात, पशू बोलू शकत नाहीत. माणसांना आपली सुख-दुःखे दुसऱ्याला सांगितल्याशिवाय चैन पडत नाही. माणसांचा रागसुद्धा शब्दांतून व्यक्त होतो. पशूंत आणि माणसांत हा तर फरक आहे. लेखक हा माणसांचे राग, लोभ, मद, मत्सर, संतोष, असंतोष गोळा करू शकतो. हे लेखकांचे सामर्थ्य इतरांना जरी नाही तरी यशवंतरावांना माहीत असायला हवे होते. लेखक हा अबोल समाजाचा माऊथपीस आहे. लेखक-पत्रकारांवरील बंधन म्हणजे, समाजावरील बंधन! लेखकांचा आवाज बंद करणे, म्हणजे जनतेचा आवाज बंद करणे. मनुष्याला राग-लोभ व्यक्त करण्यासाठी जी भाषा परमेश्वराने दिली आहे, ती बंद करण्याचा प्रयत्न म्हणजे माणसांची जनावरे करण्याचा प्रयत्न आहे. अशा वेळेलाही लेखकांनी गप्प बसावे काय? मानसन्मानाच्या चार तुकड्यांसाठी त्यांनीही माना खाली घालाव्यात?

आणि राजकारण हा फक्त आपलाच विषय आहे; लेखकांचा नव्हे, हे सांगणारे यशवंतराव कोण? साहित्य संमेलनात, नाट्य संमेलनात, पुस्तक प्रकाशनांच्या निमित्ताने आजपर्यंत यशवंतरावांनी हार-तुरे कशासाठी घेतले? तळागाळातील समाजाच्या सुख-दुःखाचे प्रतिबिंब वाङ्मयात उमटावे, असा सल्ला यशवंतरावांनीच कशासाठी दिला? आज समाजात पेटलेल्या असंतोषाचा पलिता हातात घेऊन लेखक बाहेर पडले; याचे खरे तर यशवंतराव, आपण कौतुक करायला हवे. पण ह्यात लेखकाच्या असंतोषाच्या ज्वालेची दाहकता आपल्याला समजू लागली म्हणून, यशवंतराव, आपण घाबरलात की काय? तुमच्यासाठी या साहित्यिकांनी पेटलेला समाज विझवावा, अशी आपली अपेक्षा आहे काय? चव्हाणजी, सभांतून लंबीचौडी बनेल भाषणे

करून टाळ्या मिळविणे तसे फार सोपे आहे; पण स्वतःच्या भाषणांतूनच पुढे अंगार पेटेल, हे कसे बरे आपल्याला कळले नाही?

लेखकांना बांधिलकी हवी, याचा तुम्हीच ना आक्रोश केलात? मला वाटते, ही बांधिलकी तुमच्यापुरतीच तुम्हाला हवी होती. आपल्यालाच फक्त राजकारणातले कळते, देशहिताच्या भाषेवर फक्त आपलाच हक्क आहे; असे तर तुम्हाला वाटत नाही? हा देश आणि समाज ना इंदिराजींची, ना तुमची वंश-परंपरागत जहागीर आहे. मातीच्या कणाने बनलेले तुमचे देह या देशाच्या मातीत केव्हा तरी मिसळूनही जातील, पण हा देश तसाच अभंग राहील. ही संस्कृती, ही परंपरा– जी कोणाच्या मोहबतीने येथे निर्माण झाली नाही किंवा कोणाच्या या खासगी इस्टेटीही नाहीत. इंदिराजींसारख्या किंवा तुमच्यासारख्या राजकारणात मलिन झालेल्या माणसांनी उगीच सभ्यतेच्या गोष्टी शिकवू नयेत. तुमच्यासारखे सह्याद्रीचे ढेपसे आणि इंदिराजींसारखे क्षुद्र नहर (ओहळ) येतील आणि जातील. इतिहासात नोंद होते ती व्यासांची, वाल्मीकींची, याज्ञवल्क्यांची, ज्ञानेश्वरांची... काही राजकारण्यांचीही नोंद होते, नाही असे नाही; पण जे धर्माच्या बाजूने उभे राहतात त्यांची आणि तीही सर्व विचारवंतांना, साहित्यिकांना मानतात म्हणूनच. शिवाजीने आपले सारे राज्य तुकारामांच्या आणि रामदासांच्या पायांवर ठेवले, हा त्यांचा मोठेपणा! कारण तुकाराम आणि रामदास यांनी ते राज्य स्वीकारलेच नाही. आर्य चाणक्याने चंद्रगुप्ताला राज्यावर बसविले, पण पंतप्रधानकीचा लोभ धरला नाही. पण....

जाऊ दे यशवंतरावजी, हे सारे तुमच्या समजण्यापलीकडचे आहे. जो क्षणिक लढाईला अंतिम विजय मानतो, त्याची क्षुद्रता काय वर्णावी? सत्तेपेक्षा सत्य, राजसिंहासनापेक्षा मृगाजिन आणि राजदंडापेक्षा कमंडलू या देशात मोठे मानले जातात. ज्यांना क्षणाच्या राजसिंहासनाची थोरवी वाटते, ते विस्मृतीच्या मातीत गाडले जातात.

म्हणूनच आपण काही वेडेविद्रे बोललात, त्याबद्दल आम्हाला खंत नाही; खंत आहे ती तुमच्या भविष्याबद्दल, कीव आहे ती तुमच्या बेताल शब्दोक्तीबद्दल! वापरले तर शब्द हे मंत्रासारखे असतात, नाही तर ते केवळ बुडबुडे होतात. जाऊ दे! लेखकाने क्षमाशील असावे, हे त्याच्या लौकिकाला साजेसे आहे. राजवस्त्रांची घाण धुणे, हे लेखकांचे काम नाही.

लोकवस्त्राला जरीची किनार देणारे व्यास-वाल्मीकी ही आमची परंपरा आहे. शिवाजीमहाराजांच्या भवानी तलवारीच्या टोकाच्या लेखणीचा आमचा वारसा आहे. रामदासांच्या कमंडलूतील पाणी ही लेखकांची शाई आहे. या देशाच्या काळ्या

मातीवर आजवर आम्ही पांढराशुभ्र इतिहास लिहिला. रामदास, टिळक, सावरकर यांच्या शब्दांतून आम्ही तेज घेतले. एका विद्ध पक्षियुगलाच्या दु:खाने व्याकुळ होऊन या देशातील पहिला महाकवी काव्य लिहू लागला... मग यशवंतराव, आम्हाला तुमच्यावर रागावता येईल, की तुमची कीव करता येईल? अजाण लोकांच्या हातांत राज्यतंत्र गेले, हे आमचे दुर्दैव. पण आमची ही सस्यश्यामला हरितवस्त्रांकित वत्सल मायभूमी अजून वांझ झालेली नाही. तिच्या कुसवातून शहाणे आणि समंजस राज्यकर्ते निर्माण होणार नाहीत, असे थोडेच आहे! प्रल्हादाच्या उच्चारस्वातंत्र्यावर बंदी घालणाऱ्या हिरण्यकश्यपूची अखेर काय झाली? वानरातून नर आणि नरातून नरसिंह निर्माण करणे, हा पृथ्वीचा धर्म आहे.

पण धर्माची भाषा समजण्याचे शहाणपण आपल्याजवळ आज उरलेले नाही, त्याला कोण काय करणार?

यशवंतराव– उगा, उगा; डोळे पुसा. आडात नाही, ते पोहऱ्यात कोठून येणार?

*(२२ मार्च, १९७७)*

- ०-०-०-

## २०

# नको– नको हे माय-लेकरू !

नको नको हे मायलेकरू । उद्धट आणि मदांधलेले ।
नको नको हे गायवासरू । फक्त मारके, फुशारलेले ।।

पूर्वी काँग्रेसचे चिन्ह बैलजोडी असे. भारतीय कृषिव्यवस्था हीच येथील राजकारणाचा मूलाधार आहे, याचे ते प्रतीक होते. भारतीय बहुसंख्य नागरिकांच्या– म्हणजेच शेतकऱ्यांच्या काळजाला हात घालणारे हे प्रतीक काँग्रेसने हेतुपुरस्सर निवडले. हिंदू धर्मात गाईला देवता मानतात. याचे कारण जमिनीतून सोने पिकविण्यासाठी गोपुत्र बलिवर्द उपयोगी पडतो. गाय चांगले दूध देते आणि तिचे मल-मूत्रसुद्धा विनायास शेताची सधनता वाढविते. शेतकऱ्यांचे गाईवर आपल्या कुटुंबीयांइतकेच प्रेम असते व सोन्या-नाण्यापेक्षाही तो बैलाला महत्त्व देतो. भारतातील सर्व प्रश्नांची उत्तरे मुख्यत्वेकरून शेतकऱ्यांच्या सुख-स्वास्थ्याशी निगडित आहेत. म्हणूनच काँग्रेसने बैलजोडी हे प्रतीक निवडले.

काँग्रेसची शकले उडाली, तेव्हा संघटना काँग्रेसकडे बैलजोडी राह्यली. इंदिराजींनी आपल्या नव्या पक्षाला नवे प्रतीक शोधले ते अर्थात गाय-वासरू. गाय किंवा बैल ही लोकभावनांशी संलग्न आहेत. त्याचा फायदा उठविण्याची इच्छा इंदिराजींना झाली, तर त्यात चूक काहीच नाही. जनसंघाने नव्हते का गोहत्याविरोधी आंदोलन सुरू केले? पण प्रथमदर्शनी तरी मुसलमानांना खूश करण्यासाठी काँग्रेसने या आंदोलनाच्या विरोधी भूमिका घेतली. अर्थशास्त्रात न बसतील अशी भावनात्मक आंदोलने छेडण्यावर माझा आक्षेप आहे. तथापि,

धर्मांधतेचे पोषण करण्यासाठी अशा आंदोलनाला विरोध करणे, हीही माझ्यालेखी चूक आहे. गाई मारल्या की हिंदूंना दुःख होते, या एकाच कारणासाठी काही असिहष्णू मुसलमानांनी जाणीवपूर्वक गोहत्या केली असेल. पण सर्वसामान्य मुसलमानांना गाईबद्दल शत्रुत्व असण्याचे कारण नाही. पुष्कळसे मुसलमान हे शेतकरी आहेत. त्यांनाही पशुधनाचे महत्त्व समजते.

पण खुद्द मुसलमानांपेक्षा काही काळ काँग्रेसवाल्यांची इस्लामप्रीती अतिरेकी होती. हिंदू-मुसलमानांत भांडणे लावून देण्याचा उद्योग इंग्रज शासनाने केला, तसाच तो काँग्रेस शासनानेही केला. हिंदू-मुसलमानांनी गुण्यागोविंदाने राहावे यातच उभयतांचे हित आहे, हे कळायला पुष्कळ वर्षे लोटावी लागली. संघ व जनसंघ तर जातीय नाहीतच; जातीय असलेच तर काँग्रेसवालेच आहेत, हे आता मुस्लिमांना पटू लागले आहे. जामा मशिदीचे शाही इमाम बुखारी यांनी तर नुकतीच तशी घोषणाही केली. हिंदू-मुसलमान तेढ जर अशा तऱ्हेने नष्ट झाली तर ती सर्वांनाच हवी आहे, फक्त काँग्रेसलाच नको आहे. मुसलमानांची एकवटलेली मते आपणच मुसलमानांचे एकमेव रक्षक आहोत या बुरख्याखाली काँग्रेसने लाटलेली आहेत. आजचे मुसलमान दोन-तीनशे वर्षांपूर्वीचे हिंदूच नव्हते काय? हिंदुस्थान हीच त्यांची मातृभूमी आहे. धर्माने द्वेष करायला शिकवता कामा नये. उपासनेचे स्वातंत्र्य या देशात सर्वांनाच आहे. काँग्रेस पक्षाने याबाबतीत काहीच केलेले नाही. याउलट, अल्पसंख्याकांच्या रक्षणाच्या नावाखाली नानाविध द्वेष टिकविले व वाढवलेही.

सेक्युलॅरिझमचे नाव घ्यायचे, परंतु धार्मिक पक्षपात चालूच ठेवायचे– यामुळे या देशाचे अभंगत्व धोक्यात आले. पाकिस्तान निर्माण होऊनही काँग्रेस पक्ष शहाणा झाला नाही. गाईचा व्यापार करून हिंदूंची मते मिळवायची, सवत्स धेनूचे चित्र वापरून कुटुंबवत्सल भाविक हिंदू नागरिकांची मनधरणी करावयाची आणि मुसलमानांना चिथवून देऊन त्यांना राष्ट्रीय प्रवाहापासून वेगळे ठेवायचे– ही काँग्रेसनीती आता उघडी झाली आहे. या भूमीत जन्म पावलेल्या, या संस्कृतीतूनच पुष्ट झालेल्या, येथेच व्यवसाय-उद्योग करून पोट भरणाऱ्या सर्व मुसलमान नागरिकांना राष्ट्रीय वृत्ती शिकविणे अवघड नाही. पाणिनी हा पाकिस्तानचा पहिला व्याकरणकार होऊ शकतो, जर बंगाली ही बांगलादेशची राष्ट्रभाषा होऊ शकते; तर ज्या भारतीय मुसलमानांच्या धमन्यांतून गंगा-जमुनेचेच पाणी वाहते, त्या भारतीय मुसलमानांचे पूर्वज राम-कृष्ण हेच होते, हे ते का पत्करणार नाहीत? जसे येथे जन्मलेले कबीर, अकबर, गालिब हे सारे भारतीयांच्या

मालकीचे आहेत; तशीच या देशाची सारी संस्कृती अल्ला मानणाऱ्या मुसलमानांनीही आपली मानली पाहिजे. ते ती मानतील. भांडणे लावणाऱ्या काँग्रेसचे शासन हलले, तर हिंदू-मुसलमान कलह शिल्लकच राहणार नाही.

इंदिराजींनी गाय-वासरू हे चिन्ह केवळ हिंदूंनाच खूश करण्यासाठी घेतले असेल, असे दिसत नाही. गाय-वासरू या त्यांच्या प्रतीकात आणखी काही दुष्ट हेतू लपलेले आहेत. गाईलाही माना व तिच्या वासरलाही माना आणि शक्य झाले तर त्या वासराच्या वासरालाही माना, असा दीर्घ संदेश त्यांना भारतीयांना द्यावयाचा असावा. आपल्या वासराबद्दलची कणव त्यांच्या मनात फार पूर्वीपासून असली पाहिजे. आजोबांच्या आणि वडिलांच्या देशभक्तीचा फायदा त्यांनी उपटला; तोच फायदा आपल्या मुलालाही मिळावा, असे त्यांनी फार पूर्वीच ठरवून टाकले असावे. 'पैशाच्या ठिकाणी सर्व सद्गुण असतात', अशा अर्थाचे एक संस्कृत सुभाषित आहे. तसेच सर्व गुण सत्तेमुळे निर्माण होतात किंवा वारसाहक्कामुळेही प्राप्त होतात, यावर त्यांचा विश्वास दिसतो. हा त्यांचा मनसुबा त्यांच्या मनात पुरातन असला पाहिजे. म्हणून तर त्यांनी गाय-वासराचे प्रतीक निवडले आणि लोकांच्या मनात पक्के ठसविले. आता त्यांचे वासरू चांगलेच उंडारले आहे. गाय-वासरावर शिक्कामोर्तब म्हणजे केवळ गाईवर शिक्कामोर्तब नव्हे, तर त्यांच्या लाडक्या पाडसावरही शिक्कामोर्तब– असा अर्थ होतो. मी गोमाता आहे, संजय गोपुत्र आहे, आम्ही देवतास्वरूप आहोत– असे त्यांना लोकांकडून मान्य करून घ्यावयाचे आहे. ही गाय-वासरेही नकोत आणि ही माय-लेकरेही नकोत, असे म्हणण्याची वेळ त्यांनी आता आमच्यावर आणली आहे. आपल्या गोवंशाला शोभतील असे एकेक नग त्यांनी ठिकठिकाणी उभे केले आहेत. गाईला कुणी देवता म्हणून नमस्कार करायला गेले, तर ही मारकी गाय लोकांना लाथा मारून जखमी करते आणि तिचे वासरू तर काय चेकाळलेलेच आहे– ते तर कुणाचाच मुलाहिजा ठेवीत नाही.

तेव्हा या गाय-वासरांना दूर ठेवणे भारतीयांच्या हिताचे आहे. खरे तर पशुपक्ष्यांची चिन्हे वापरण्याइतकी निर्बुद्धता माणसाने दाखवू नये. पशू माणसाच्या उपयोगासाठी असतात. गाय-बैल ही शेतकऱ्यांच्या उपयोगाची खरी, पण ती शेतकऱ्याइतकी मोठी नाहीत. अर्थात, या निवडणुकीत पशू निवडून येणार की माणसे निवडून येणार, हे मतदारांनीच ठरवायचे आहे.

*(११ मार्च, १९७७)*

-o-o-o-

## २१

# नेहरू राजवंश बेचिराख झाला !

काय झाले हो भलतेच! जो राजवंश निर्माण करण्याची धडपड चालू
ी संपलीच की! माताजीच पडल्या, युवराजही पालथे पडले. आता
नेहरू राजवंश! अखेर म्हणता-म्हणता या देशातून राजवंशाचे उच्चाटन
ः! खरे सांगायचे तर, इंदिराजींचा राजनारायण यांनी पराभव केला, हे
ो रेडिओवरून ऐकले आणि एरवी कधीही विचलित न होणारा मी
सद्‌गदित झालो. याचसाठी तर सारा अट्टहास केला होता. माझ्या
पार गेली पाच-सहा वर्षे मी इंदिराजीविरोधी आघाडी उघडली होती. माझे
ते केवढे; माझा आवाज तो पोचणार किती? पण जे-जे जमेल तेवढे
करावे, एवढीच अपेक्षा आपण ठेवू शकतो. मी माझ्या परीने इंदिराजी
यांचे सगेसोयरे यांच्यावर कडवटपणाने लिहीत राहिलो. माझा हा वरच्या
स्वर पुष्कळांना आवडत नाही. अगदी आपल्याच पक्षातले लोकसुद्धा
सल्ला देतात, तेव्हा मी अगदी एकाकी होतो. महाराष्ट्रात तरी आक्रमक
टीका करणारा माझा मी एकच. यात काही मोठा अभिमानाचा विषय
असे नाही. पण इंदिराजींसारख्या व्यक्तिपूजक स्त्रीचे राज्य ही मला
सून संकटाची सावली वाटली आहे. दुसऱ्या एका लेखात मी त्याची
ाही केली आहे. थोडे डोळे उघडे ठेवून ज्यांनी इंदिराजींचा भाग्योदय
त्यांना इंदिराजींचे भयकारी स्वरूप तेव्हाच कळायला हवे होते. हुकूमशाही
जशा अन्य देशांत वाढत-वाढत जाऊन अखेरीस हुकूमशहा निर्माण
ीच प्रक्रिया या देशात झालेली मी पाहिली; म्हणून तर 'सावधान,
' असा ओरडा करीत राहिलो. हत्ती चालू लागला की मुंगीला वाटते,
ओझे मीच पेलते आहे. आमच्यासारख्या मुंग्यांना असे वाटले, तर

नेहरू राजवंश बेचिराख झाला ! / १०५

क्षणभर तेवढे सुख आम्हाला घेऊ द्या! आमच्या आयुष्यातील ही असलीच सुखे महान असतात. ती खोटी असतील, अतिरंजित असतील; पण या वेळेस आमची कुचेष्टा करू नका. आमच्या आनंदात मिठाचा खडा कालवू नका. दोन दिवस आम्हालाही मिरवू द्या. नवरदेवापेक्षा बॅन्डवाले नाही का मिरवून घेत?

या वेळचा माझा आनंद दुसऱ्याला समजावून सांगण्यासारखा नाही. शब्दांशिवाय आमच्याजवळ शस्त्रे नाहीत. एखाद्या धनाढ्य लक्ष्मीधराने हिऱ्यामोत्याचे अलंकार अंगावर पेलावेत, तसेच आम्ही शब्दांचे झुमके अंगावर वागवतो. पण एरवी जे शब्द मऊसूत असतात, ते प्रसंगानुरूप कसे भाल्यासारखे तीक्ष्ण बनतात; ते पाहून माझा मीच चक्रावून गेलो. 'कुंभाराची सून अखेर उकिरड्यावर आली', असा माझा एक पूर्वीचा लेख मीच लिहिला आहे की काय, याची मला शंका आली. इंदिराजीविरोधी जे-जे लेखन केले, ते आजसुद्धा थोडे कडवट वाटते. पण तेव्हा नाइलाज होता. सगळेच जण इंदिरास्तुतीत गढलेले पाहून मन पेटत होते, शब्दांवर ताबा उरत नव्हता आणि जे-जे लिहिले गेले ते माझे नाही, असे वाटावे, असेसुद्धा त्याचे स्वरूप होते.

इंदिराजी निवडणुकीत पडल्या, हे खरे नाही; त्या आयुष्यातून उठल्या, हेच खरे! ही काही केवळ निवडणूक नव्हती, हे तर समर होते आणि त्यातही क्षत्रियधर्म आचरून इंदिराजी धारातीर्थी पडल्या, असे नाही; इंदिराजींचा हा राजकीय मृत्यू आहे. या देशातील गिधाडे, कावळे मनातून खदखदत असतील, कारण असे अपूर्व भक्ष्य त्यांना लाभलेले नाही. खरे तर हा मानवी मृत्यू नाहीच; हा आसुरी मृत्यू आहे. इंदिरा गांधी म्हणे पंतप्रधान होत्या, इंदिरा गांधी म्हणे या देशाच्या भाग्यविधात्या होत्या, इंदिराजींशिवाय म्हणे या देशाचे चालणार नाही; याचे नेतृत्व म्हणे खंबीर नेतृत्व होते. या तर मोठ्या होत्याच होत्या, पण यांचे अवलक्षणी कार्टेसुद्धा म्हणे एक अपूर्व नेतृत्व होते. भारताचे भवितव्य म्हणे या दोघांच्या हातात होते. लोकशाहीसाठी म्हणे यांचे हात बळकट करायचे होते. अराजक थांबविण्यासाठी म्हणे इंदिराजींना तोफा आणि बंदुका हव्या होत्या. अरेरे! कोठे गेल्या त्या इंदिराजी? कोठे गेले त्यांचे शाहजादे संजयकुमार? या देशात इंदिरा आणि संजय ही नावे इतकी बदनाम झाली की– ज्यांच्या बापजाद्यांनी ही नावे चुकीने ठेवली, त्यांनी आपली नावे भराभर बदलून टाकली. गेल्या, इंदिराजी गेल्या; त्यांचे चिरंजीवही गेले! मृतात्म्याबद्दल वाईट बोलू नये म्हणतात. इतका वाईट मृत्यू कोणाला येऊ नये. असे कसे हो झाले? कोठे ते उर्मट महिषासुरमर्दिनीचे आकांडतांडव आणि कोठे हा लोळागोळा झालेला नेहरूकुळातला

वारसा! पित्याचे नाव एवढे बदनाम करणारी कार्टी कोणी पाहिली नसेल. कोट्यावधी रुपयांची बापजाद्यांची इस्टेट दहा-वीस वर्षांत उडविणारे दिवटे वारस आपण पाहिले आहेत. पण जी कीर्ती कितीही उधळली तरी नष्ट होऊ नये, ती दहा-पाच वर्षांत मातीमोल करणाऱ्या इंदिराजी या पहिल्याच वारस असतील. गेली, 'इंदिरा-हवा' गेली. या देशातले प्रदूषण संपले. आता उगवत्या सूर्याचा प्रकाश आणि स्वातंत्र्याची हवा या देशात खेळू लागेल. इंदिराजी आपल्या मरणाने मेल्या. युवराज संजय फाजील लाडाने मेले; पण इंदिराजींच्याभोवती दिवट्या ओवाळणाऱ्या बाकीच्या नाच्या पोऱ्यांचे काय? त्यांतील बरेचसे इंदिराजींबरोबर सती गेले. बन्सीलाल, हरिभाऊ गोखले, विठ्ठलसुंदर गाडगीळ, यशपाल कपूर, शशिभूषण यांसारखे इंदिराजींच्या नावाने आक्रोश करीत त्यांच्याबरोबर सती गेले. त्यांना सती जाण्यावाचून गत्यंतरच नव्हते. ते बिचारे अनाथ झालेच होते; मागे राहून काय करणार? उगीच कोणा पोरासोराने लोकसभेत यांचे वस्त्रहरण करण्यापेक्षा त्यांनी सती जाणे पसंत केले. काल-परवापर्यंत मिजाशीत, ताठपणाने भल्याभल्याची छेड काढण्यात ज्यांना उन्मत्त आनंद होत होता, त्यांच्या तोंडाला कुलपे लागली. हां, काही कुंपणावरचे बागुलबुवा शिल्लक आहेत. दुसऱ्याला विदूषक म्हणता-म्हणता तेच विदूषक ठरले. अरेरे! काय त्यांच्या चेहऱ्यावर कळा आली आहे! हे म्हणे सह्याद्री? हे कसले सह्याद्री! ह्या तर चतुःशृंगीच्या टेकड्या आहेत. पापाची साथ करणाऱ्यांची अखेर अशीच व्हायची! खुनाला मदत करणे हे खुनाइतकेच गंभीर कृत्य मानले जाते. त्या न्यायाने इंदिराजींच्या सर्व सहकाऱ्यांवर इंदिराजींसारखेच आरोप लागू आहेत.

चला, आपण एकदा मोठ्याने गळा काढून खूप रडून घेऊ या! लोकलज्जेसाठी तरी आपल्याला रडलेच पाहिजे! इंदिराजी काढीत त्यापेक्षा अधिक मोठ्याने आपण गळा काढू! ही रडारड देशाच्या कोनाकोपऱ्यांत पोचली पाहिजे. या जगातील सर्व उन्मत्त हुकूमशहांना इंदिरा राक्षसीच्या वधाची बातमी कळली पाहिजे. त्यांना मायाजालाचा पराभव समजला पाहिजे. लोकशक्तीचे सामर्थ्य त्यांच्या ध्यानी आणून दिले पाहिजे. म्हणून म्हणतो, आपण फार मोठ्याने गळा काढून रडले पाहिजे! खरे तर हे रडणे नाही, हा आनंदच आहे. तसे तर हे आनंदाचेच अश्रू आहेत. अशक्य वाटणारे कृत्य आपण केले, म्हणून आलेले हे अश्रू आहेत. गेल्या हो गेल्या, इंदिरामाता गेल्या! त्यांचे शाहजादे संजयही गेले! नेहरू राजवंशाची वाट लागली. अरे, पण पंडितजींची तस्वीर तेवढी कोणी सांभाळून ठेवा; नाही तर आपल्या कन्येच्या अघोरी कृत्यात बिचाऱ्या नेहरूंची

प्रतिमा नष्ट व्हायची. 'गांधी' या नावाची इंदिराजींनी काय बेअब्रू कमी केली? पण सारेच गांधी काय असे होते, असे थोडेच आहे? महात्मा गांधींनी या देशाला निर्भय केले. पं. नेहरूंनी आमच्या लोकशाहीला प्राण दिले. त्या दोघांचा इंदिराजींच्या अवसानामुळे विसर पडू देऊ नका! नाही तर करायला गेलो एक नि झाले भलतेच! आपल्या पोटी असली संतती आलीच नसती तर बरे झाले असते, असे पंडितजींना राहून-राहून वाटले असेल. काल रात्री पंडितजींच्या प्रतिमेसमोर उभे राहून इंदिराजींनी स्वत:च्या थोबाडीत मारून करुणा भाकली असेल. पण करुणा भाकून नेहरूंना काही पाझर फुटणार नाही. महात्मा गांधींचे हात आयुष्यभर दलितांचे अश्रू पुसत आले; पण लोकांच्या पायांनी ठोकरलेल्या इंदिराजींचे अश्रू पुसण्याची हिंमत खुद्द गांधींनाही होणार नाही. लांडगा अर्धमेला झाला— अगदी मरणोन्मुख झाला, तरी त्याला कोणी पाणी पाजते की काय? उलट, तो मातीत मिसळलेला पाहत असताना केवढा आनंद होतो. असले निर्घृण लांडगे पोटात घेतानासुद्धा मातीला शरम वाटते. इंदिराजी काही सीता-सावित्री नव्हेत की, त्यांना भूमाता पोटात जागा देईल. अरे, मग या इंदिराजींचे करायचे तरी काय? त्यांना आकाशात जागा नाही, कारण तेथे फक्त निष्पाप पाखरेच उडू शकतात. त्यांना भूमातेच्या पोटात जागा नाही, कारण असल्या अपवित्र व्यक्ती सांभाळण्याची या मातीची ताकद नाही. इंदिराजींसाठी एक जागा आहे, या भारतातच त्यांना जागा आहे. या भारतातील पुष्कळ तुरुंग आता रिकामे झाले आहेत. पाच-पन्नास खून केलेल्या दरोडेखोरांची एखादी कोठडी रिकामी झाली असेल, तेथे हे गाय-वासरू डांबून ठेवले पाहिजे. आपल्या देशातील लोकांना पाहण्यासाठी एका प्रदेशातील एक प्रेक्षणीय स्थळ त्यामुळे निर्माण होईल. या देशातील लहान, तरुण मुले हे स्थळ पाहायला जातील; तेव्हा गेल्या दहा वर्षांतील काळ्याकुट्ट कारभारातील अवशेष दाखविण्यासाठी, ही कोठडी उपयोगी पडेल! एक कृत्या येथे राहत आहे— जिला मानवी रक्त आवडते... हुंदके, किंचाळ्या यांनी ती सुखावते... लोकांच्या अश्रूंनी जिची तहान भागते! कोठडीत वाकून जेव्हा ही तरुण मुले पाहतील, तेव्हा ती घाबरून मागे सरकतील; कारण त्या कित्येक तरुण मुलांच्या आई-बापांचे रक्त तिच्या हातावर दिसेल.

काल गुढी पाडवा होता. कसलाच पराक्रम न करता गेले कित्येक दिवस आम्ही गुढ्या उभारीत आलो. या वर्षीचा गुढी पाढवा आपण खऱ्या अर्थाने साजरा केला. रामाने रावणाचा वध केला, म्हणून आपण गुढ्या उभारू लागलो.

विक्रमादित्य, चंद्रगुप्त, शालिवाहन यांनी असुरशक्तीचा वध केला, म्हणून गुढ्या उभारल्या गेल्या. त्या सर्वांच्याच तोलामोलाचा पराक्रम आज आपण केला. आज गुढ्या उभारण्याचा आपला हक्क आहे. एखादेच वस्त्र अंगावर असले, तर तेसुद्धा काठीला बांधून ती गुढी आपण उंच करायला हवी; कारण आपण नागवे होणार नाही, नागवी होणार आहे ती दैत्य शक्ती! आपल्याला मायेचे पांघरूण घालणारे या देशात एकशेवीस कोटी हात आहेत. आपण आपली चिंता करण्याचे कारण नाही.

अशा वेळेला माझ्यासारखा एखादा पत्रकार हर्षभरित न होईल, तर आश्चर्य काय? आता लिहायचे काय, हा माझ्यापुढील पहिला प्रश्न आहे. भैरवी गायल्यानंतर थोडा वेळ तरी गाता येत नाही, कारण भैरवीच्या अंतिम सुरांनी वातावरण भारलेले असते. होईल, या आनंदातून काही काळाने सावधपणाचा जन्म होईल. इतर गोष्टींकडेही लक्ष जाईल. पापाचे तण नष्ट झाले तरी भूमी नांगरायला हवी, नवे बीज पेरायला हवे. पण आज तरी थोडी विश्रांती हवी. ही हक्काची विश्रांती आहे आणि आमचा रजेचा अर्ज मंजूर होईल, याबद्दल शंका नाही.

*(२५ मार्च, १९७७)*

- ० - ० - ० -

२२

## कबर बांधू या यशवंतराव मोहित्याची !

आता दक्षिणेतील राज्यांत निवडणुकीची हवा खेळू लागली आहे. जेवढ्या प्रमाणात उत्तरेत काँग्रेसचे पानिपत झाले, तेवढे पानिपत दक्षिणेत झालेले नाही. या गोष्टीमुळे अजूनही आपण काँग्रेसला टिकवू शकू, अशी आशा काँग्रेसवाल्यांना वाटली तर त्यात आश्चर्य काहीच नाही आणि त्या दृष्टीने काँग्रेसची झालेली पडझड सावरण्याच्या प्रयत्नात महाराष्ट्र काँग्रेस अग्रभागी आहे. शंकरराव चव्हाणांना काढून टाकून वसंतदादा पाटलांना महाराष्ट्रात मुख्यमंत्री करण्यात आले. त्याचा हेतू इंदिरा गांधींच्या समर्थनाने बदनाम झालेल्या महाराष्ट्र काँग्रेसचे नेतृत्व बदलावे, एवढाच होता. शिवाय वसंतदादा पाटील गेली अनेक वर्षे यशवंतराव चव्हाणांचे सहकारी आहेत, संघटनाकार्यात कुशल आहेत, महाराष्ट्रातील श्रीमंत साखर लॉबी त्यांच्या मुठीत आहे आणि शिवाय महाराष्ट्रातील बहुसंख्य मराठा समाज वसंतरावांना अधिक जवळचा मानतो.

ध म्हटले होते की, वसंतदादा महाराष्ट्राचे मुख्यमंत्री होणे जनता पक्षाच्या
नतिशय गैरसोईचे आहे. महाराष्ट्राच्या राजकारणातील खरी गुंतागुंत ही
मतभेदामुळे नाही, तर जातीय– विशेषत: ब्राह्मण-ब्राह्मणेतर वादामुळे
ाँग्रेसव्यतिरिक्त अन्य सर्व विरोधी पक्षीयांचे नेतृत्व गेल्या पंचवीस
ही ब्राह्मण पुढाऱ्यांकडेच आहे. नानासाहेब गोरे, एस. एम. जोशी,
ार पंडित, डांगे, सरदेसाई, प्रभाकर वैद्य, कोल्हटकर, एस. के. लिमये
मंडळी ब्राह्मण आहेत. पण ब्राह्मण आहेत म्हणून पुढारी झालेली नाहीत.
त

कोणतेही वैचारिक साधर्म्य नाही. याचा परिणाम असा झाला की, महाराष्ट्रातील ब्राह्मणेतरांचे नेतृत्व काँग्रेस करते व ब्राह्मणांचे नेतृत्व विरोधी पक्ष करतात, असा विचित्र समज आजपर्यंत सातत्याने करून दिला आहे.

अगदी निष्ठावान व कार्यक्षम समजल्या जाणाऱ्या ब्राह्मण पुढाऱ्यांना यशवंतप्रणीत काँग्रेस पक्षाने गेल्या पंचवीस वर्षांत नामोहरम केले. तर्कतीर्थ लक्ष्मणशास्त्री जोशी, नरूभाऊ लिमये, पागेबुवा, कुंटे, मामासाहेब देवगिरीकर, भारदेबुवा यांसारख्या ब्राह्मणी पुढाऱ्यांना– एक निमित्ताला असू दे म्हणून– शोभेचा मान मिळतो. एखादा 'बामण' मंत्रीसुद्धा मंत्रिमंडळात घेतला जातो. परंतु मुख्यत्वेकरून महाराष्ट्र काँग्रेसची रचना यशवंतरावजींच्या कृपेने ब्राह्मणद्वेषावरच रुजलेली आहे. एवढ्याशा मूठभर ब्राह्मणांचे भय खरे कोणाला वाटत असेल ते वाटो बिचारे. एका नामोहरम झालेल्या जमातीला एवढे अवास्तव महत्त्व देऊन अगदी अधिकृतपणे महाराष्ट्रात अजूनही 'भटजी' (आणि त्याच्याबरोबर शेठजी) हे कुचेष्टेचे विषय केले गेले जातात. काँग्रेसविरोधी राजकारणाची शेठजी-भटजीचे राजकारण म्हणून वासलात लावली की, आपले काम होते– असा अनुभव आल्याने अजूनही ब्राह्मणद्वेषाचे पीक काढण्यात काँग्रेसला कसली म्हणून शरम वाटत नाही.

व्यक्तिशः यशवंतराव चव्हाण आणि वसंतदादा पाटील यांना काही कोणी या घटकेला ब्राह्मणद्वेष्टे म्हणू शकणार नाही; परंतु त्यांनी महाराष्ट्र काँग्रेसची जी बांधणी केली आहे, तीच मुळी जातीयतेच्या पायावर. त्या दोघांनी सामाजिक समतेच्या लंब्याचौड्या गप्पा माराव्यात व त्यांचे नजीकचे सहकारी यशवंतराव मोहिते यांनी ब्राह्मणांची टर उडवावी– असा या सर्वांचा एक गुप्त करार झालेला असावा. त्यामुळे यशवंतराव चव्हाण उदार ठरतात. काँग्रेसच्या अधिकृत व्यासपीठावरून पूर्वी बाळासाहेब देसाई आणि आता यशवंतराव मोहिते केव्हाच संपुष्टात आलेल्या ब्राह्मण-ब्राह्मणेतर वादाला उजाळा देत असतात. अशा वेळेला जर यशवंतराव चव्हाण आणि वसंतदादा मूग गिळून गप्प बसत असतील, तर यशवंतराव चव्हाण आणि महाराष्ट्र काँग्रेस ही जातीयवादाचा पुरस्कार करते, असे म्हटले तर त्यात मुळीच चूक ठरता कामा नये.

महाराष्ट्राचा मुख्यमंत्री मराठाच असला पाहिजे, असे विधान वसंतदादांच्या पत्नी शालिनीताई पाटील यांनी केले. त्याला यशवंतरावांचा मनोमन पाठिंबाच होता. वास्तविक, दुराचरणाबद्दल बाळासाहेब देसाई यांना मंत्रिमंडळातून अर्धचंद्र मिळाला होता; पण एक अस्सल खानदानी मराठा म्हणून त्यांची सभापती म्हणून

सन्मानपूर्वक नेमणूक करण्यात आली. बाळासाहेब देसाई वसंतराव नाईकांचा 'वंजारडा' असा जातिवाचक उल्लेख करीत असत. तोही त्यांच्या जातीयवाचक उद्दामपणाचाच नमुना होता. आज वसंतदादा पाटलांनी महाराष्ट्र काँग्रेस सावरण्याच्या निमित्ताने ज्या चाळीस चोरांचे मंत्रिमंडळ बनविले आहे, ते मुखत्वे करून 'मराठा तितुका मेळवावा।' या उदात्त (!) धोरणानेच. 'महाराष्ट्राचे राजकारण म्हणजे मराठ्यांचे राजकारण' असा सोपा सिद्धांत महाराष्ट्र काँग्रेसने मांडला आहे. लाजेकाजेस्तव एखादा ब्राह्मण, एखादा गुजराती, एखादा पारशी, एखादा मुसलमान आणि टिळा लावण्यासाठी एखादा अस्पृश्य किंवा आदिवासी असे मंत्रिमंडळात घेतले की, महाराष्ट्राचे मंत्रिमंडळ पूर्ण होते. त्यातही वतनदार पाटील, जुन्या खानदानी मराठी सरदारांचे आजचे अवशेष- यांचा भरणा विशेष असतो. महाराष्ट्रातील काँग्रेस मुळातच जातीयवादी आहे. असू दे! त्याबद्दलही तक्रार करण्याचे कारण नाही; परंतु आपण उदार, आपण जातिनिरपेक्ष हे दाखविण्यासाठी विझून गेलेला ब्राह्मणद्वेष पिकविण्याची महाराष्ट्र काँग्रेसला का गरज वाटते, याचे आश्चर्य वाटते.

बाकी आश्चर्य ते कसले? कारण ब्राह्मणद्वेषाशिवाय काँग्रेसजवळ या घटकेला काहीही भांडवल नाही. काँग्रेसच्या कारभाराच्या भ्रष्टाचाराची लक्तरे जागोजाग पसरली आहेत. सधन ऊस बागाईतदार आणि साखरसम्राट महाराष्ट्राचे पंचवीस वर्षे शोषण करीत आहेत. भावकीच्या राजकारणाने काँग्रेस आतून-बाहेरून पोखरली आहे. अनन्वित सत्ता आणि संपत्ती यामुळे मग्रुरीने वागण्याची सवय काँग्रेसजनांच्या हाडीमांसी खिळलेली आहे. मग महाराष्ट्र काँग्रेसने आता करावे तरी काय? आता काही ब्राह्मणद्वेषाने सर्वांची घरे-दारे जाळण्याची सोय नाही. जी काही शेती लुटता येण्यासारखी होती, ती लुटून झालेली आहे. सत्तेच्या सर्व जागांवरून वेगवेगळ्या दिशांनी ब्राह्मणांची हकालपट्टी झालेली आहे. महाराष्ट्रातील सर्व कृषी व ग्रामीण अर्थरचना काँग्रेसच्या- म्हणजेच मराठ्यांच्या हातात आली आहे. शिक्षणसंस्थांवरही अ-ब्राह्मणांचे वर्चस्व स्थापन झाले आहे. ब्राह्मण समाजाने अन्याय करायचा म्हटले तरी तो करणे त्याला आता शक्य नाही, कारण अन्याय करायला एक तर सत्तेची मुजोरी हवी किंवा संपत्तीचा आधार हवा.

आजपर्यंत हरिजनांच्या दुःखाचे खापर ब्राह्मणांवर फोडणे सोपे जात होते, कारण नाही म्हटले तरी ब्राह्मणांच्या सांस्कृतिक वर्चस्वाने हरिजनांवर दीर्घ काळ अन्याय झाला होता. पण आता हरिजनांवर अन्याय करणारे, त्यांना वाळीत

टाकणारे, त्यांच्या स्त्रियांवर अत्याचार करणारे– सारे तर मराठाच आहेत. हरिजनांच्याही हे लक्षात आलेले आहे. म्हणून आता झगडा आहे तो हरिजन आणि मराठा यांच्यातच. गेल्या दहा वर्षांतील हरिजनांवरील अत्याचारांची शंभर प्रकरणे तपासली, तर त्यांतील शंभरच्या शंभर प्रकरणे मराठा समाजानेच केलेली सापडतील. एके काळी ब्राह्मणी वर्चस्वाविरुद्ध लढा देणारा शेतकरी-कामकरी पक्षसुद्धा परिस्थितीमुळे शहाणा झाला आहे. कृष्णराव धुळपांनी म्हाळगींचे काम निवडणुकीच्या वेळेस किती केले हे पाहिले, म्हणजे जात म्हणून ब्राह्मणांचा द्वेष करण्यात अर्थ उरलेला नाही, हे शे. का. प. च्या लक्षात आले असावे. शेतकरी कामकरी पक्षाचे स्वतंत्र अस्तित्व महाराष्ट्रात राहायला हवे, असे मला वाटते. याचे मुख्य कारण जातीयतेच्या बळावर काँग्रेसची एकजूट करण्याचे काँग्रेसचे स्वप्न तोच पक्ष मोडून काढू शकेल.

यशवंतराव चव्हाण जनता पक्षावर बोलताना नेहमी जनसंघावर बोलतात. त्यांना उघड-उघड ब्राह्मणविरोधी बोलणे आता परवडण्यासारखे नाही, म्हणून त्यांनी या युक्तिवादाचा आश्रय केला आहे; परंतु त्यांच्या मनातही जाज्वल्य ब्राह्मणद्वेष असला पाहिजे. जनता पक्ष म्हणजे जनसंघ. 'जनसंघ आपले सैन्य बाहेर ठेवून जनता पक्षात आला' अशी विधाने ते भारतीय स्तरावर करतात, तेव्हा केवळ एक सोईस्कर पण आक्रमक विधान व जनसंघाची बदनामी करावी, एवढाच त्यांचा हेतू असतो. मध्यवर्ती मंत्रिमंडळात वीस टक्केसुद्धा ज्यांना प्रतिनिधित्व मिळाले नाही, असा जनसंघ जर खरोखरीच जनता पक्षात एवढा प्रभावी असेल, तर मग आश्चर्यच आहे. कारण उद्या जनसंघाचेच राज्य प्रत्यक्षात आले तर काँग्रेसवाल्यांची धोतरेच पिवळी होतील, असे म्हटले पाहिजे. जनसंघाला राजकीय महत्त्वाकांक्षा नाही, असे नाही; ती असणारच, म्हणून जनता पक्षाला तडा जाईल अशी फाजील महत्त्वाकांक्षा जनसंघ धरील, असे मला वाटत नाही. संघाच्या आणि जनसंघाच्या कार्यपद्धतीवर व आणीबाणीतील त्यांच्या वर्तनावर या देशातील सर्व विरोधी राजकीय पक्ष जर मनोमन खूश झाले असतील आणि म्हणून जर ते संघाबद्दल वा जनसंघाबद्दल सहानुभूती दाखवीत असतील, तर त्यात गैर मानण्यासारखे काय आहे? तपश्चर्येमुळे लाभलेल्या तेजाचा फायदा सर्वांनाच मिळणार.

आज या देशातील विरोधक एकत्र आले, ते क्षणिक फायद्यासाठी नक्कीच नाहीत. समजून घेण्याची एक क्रिया या देशात निर्माण झाली आहे. फक्त काहीही समजून घेण्याची मन:स्थिती काँग्रेसजनांची नाही. अवचितपणे एखाद्या

धनिकाचा सारा ऐवज चोरांनी लुटला म्हणजे जसे त्यांचे डोके फिरते, तसेच काँग्रेसवाल्यांचे झाले आहे. सत्ता गेली, सत्तेमुळे संपत्तीचा झरा आटला व पापाच्या संपत्तीला जे संरक्षणाचे कवच मिळत होते, तेही गळून पडले. म्हणून तर काँग्रेसवाल्यांचा तोल सुटला आहे.

लहानपणापासून चांगले संस्कार करून चांगले नागरिक निर्माण केल्याशिवाय या देशाचे प्रश्न सुटणार नाहीत, हे तत्त्व सर्वांना मान्य आहे. पण अशा काही योजना करण्याचे अन्य कोणाही पक्षाच्या मनातच आले नाही. अशा संघटना बांधताना अनेक कार्यकर्ते खर्ची घालावे लागतात. असले कार्यकर्ते आहेत तरी कोणाजवळ? काँग्रेसची सेवादले निष्प्रभ का झाली? कम्युनिस्टांचे अभ्यासवर्ग का संपुष्टात आले? संघाशी कोणाचेही मतभेद असले तरी निष्ठा (डेडिकेशन), एकाग्रता (इंटिग्रिटी), चारित्र्यपूजन (कॅरेक्टर वर्शिपिंग) या गुणांची जोपासना संघ करीत आला; या गोष्टीत कुणाचा मतभेद नसावा. शिस्त व इमानदारी या गोष्टींचे एरवी आपण तोंड भरून कौतुक करतो, परंतु तीच गोष्ट प्रत्यक्षात कोणी आणू लागले की, ती संघटना 'फॅसिस्ट' होते. क्षणभर असे समजू की, संघ प्रतिगामी आहे; तर संस्कार करणारी घट्ट संघटना निर्माण करण्यास कोणी बंदी का घातली आहे? काँग्रेसने युवक काँग्रेस नावाने जी संघटना उभी केली, त्या दुराचरणी संघटनेचे अखेर काय झाले? संघात काही कमतरता असतील, तर त्या दूर कराव्यात; पण प्रतिगामी आणि पुरोगामी अशा लेबलांनी संघाचे कार्य बिघडणार नाही. प्रत्येक शिस्तबद्ध संघटना म्हणजे सैन्य, अशी यशवंतरावांची कल्पना दिसते. तसे असेल, तर शिस्तीचेच त्यांना वावडे आहे, असे म्हणावे लागेल.

काँग्रेसला सारे काही शक्य होते. सत्ता, पैसा, मनुष्यबळ आणि ऐतिहासिक वारसा– हे सारे काही असून काँग्रेसची संघटना भुसभुशीत पायावर उभी राहिली. याउलट कम्युनिस्ट, समाजवादी, मार्क्सिस्ट हे पक्ष लहान असतील; पण त्यांच्या संघटना काँग्रेसपेक्षाही अधिक शिस्तबद्ध होत्या, कारण त्यात एकाच विचाराचे लोक एकत्र आले होते. जनसंघाची गोष्ट तर सोडूनच द्या, तेथे तर आधी संघटना आणि मगच पक्षनिर्मिती झाली आहे. जनसंघातही काळाने पुष्कळ बदल घडवून आणले. उपेक्षा, मानहानी, छळणूक व संघावर दोनदा आलेली बंदी, याचा या संघटनेवर काहीच परिणाम घडला नसेल? भारतीय स्तरावरील सर्व लहान-मोठे पुढारी जनसंघाच्या सैन्याची– म्हणजे संघाची आज जी प्रशंसा करतात, ते सारे एकजात मूर्ख असून शहाणपणाचा गड्डा महाराष्ट्रातील दोन यशवंतरावांजवळ

दिला आहे काय? तुरुंगात गेलेल्या एकूण लोकांपैकी सत्तर-ऐंशी टक्के लोक संघाचे होते. तरीही संघ-जनसंघाचे कार्य बाहेर चालूच होते आणि आणीबाणीकाळातसुद्धा यशवंतरावांसकट सर्व पोपट इंदिराजींच्या पिंजऱ्यात साधा फडफडाटसुद्धा करीत नव्हते. खरे तर यशवंतरावांना आजचे स्वातंत्र्य जनता पक्षामुळेच मिळाले आहे. जनता पक्षाने इंदिराजींचा जर पराभव केला नसता, तर आणखी वर्ष-सहा महिन्यांत इंदिराजींनी यशवंतरावांना त्यांच्या घरची झाडलोटसुद्धा करायला लावली असती.

पण हेच यशवंतराव राखेतून उठलेल्या फिनिक्स पक्ष्याप्रमाणे जणू काही नव्या तेजाचा साक्षात्कार झाल्याचे अवसान आणून जनता पक्षाच्या विनाशाची कारस्थाने करू लागले आहेत.

प्रथमदर्शनी हे मान्य केले पाहिजे की, उत्तर भारतातील जनसंघाचे स्वरूप वेगळे आहे. आरंभी काँग्रेस पक्षासकट सर्व पक्षांचे नेतृत्व जसे ब्राह्मणी होते, तसेच संघ व जनसंघ यांचेही आरंभी नेतृत्व ब्राह्मणी होते आणि तसे ते असणारच. विद्येने शहाणा झालेला, संस्कार घेतलेला व काहीना काही तरी त्यागाची भावना बळावणारा समाजच सर्व सामाजिक चळवळींच्या अग्रभागी असतो. ब्राह्मण्याने नुकसान खूप केले असले तरी ब्राह्मणांनीच ब्राह्मणी नेतृत्वाविरुद्ध निदान आरंभी तरी लढा पुकारला, ही गोष्ट कोणाची इच्छा असो वा नसो– मान्य करायला हवी. या देशातील बहुतेक सर्व चळवळी कोणी तरी माथेफिरू ब्राह्मणांनीच सुरू केल्या. अगदी महाराष्ट्राकडे पाहिले तरी आरंभीच्या सर्व सुधारकांत ब्राह्मणच अग्रभागी होते. ह्यात जातीचे महत्त्व नव्हते, तर विद्येचे महत्त्व होते. नंतर जसजसे ब्राह्मणेतर पुढारी निर्माण होत गेले तसतसे ब्राह्मणी नेतृत्व संपुष्टात येऊ लागले. आजच्या तथाकथित ब्राह्मणेतर पुढाऱ्यांचे गुरू कोण, याची नुसती यादी काढली तर काय दृष्टीस पडेल? परंतु तो विचार अप्रस्तुत आहे. प्रश्न आहे तो जनसंघ-संघाचे नेतृत्व ब्राह्मणी होते, याचा. संघाची स्थापना होऊन दोन पिढ्या लोटल्या आणि जनसंघाची स्थापना होऊन एक पिढी लोटली. उत्तर हिंदुस्थानात संघ, जनसंघाचे ब्राह्मणी नेतृत्वाचे कार्य संपले व त्या आता बहुजन समाजाच्या संघटना झाल्या. महाराष्ट्रात जातीय वातावरणामुळे पहिल्या पिढीच्या संघ - जनसंघ नेतृत्वाला महाराष्ट्राच्या खोलवर भागात शिरताच आलेले नाही. त्यामुळे बहुजन समाजातून आवश्यक ते संस्कारित कार्यकर्ते संघ-जनसंघाला मिळविता आलेले नाहीत. पण याचे खापर संघ-जनसंघावर फोडण्यापेक्षा महाराष्ट्रातील काँग्रेसच्या जातीय राजकारणावर फोडणे इष्ट ठरेल. हिंदू समाजाचे संघटन

करण्यासाठी स्थापन झालेल्या संघाला हे भान नसेल, हे म्हणणे अडाणीपणाचे आहे. डॉ. हेडगेवारांचे राजकीय गुरू विनायक दामोदर सावरकर होते, ही गोष्ट फारशी कोणाला माहीत नाही; परंतु जातिव्यवस्था मोडून काढण्यासाठी ज्या आवेशाने सावरकरांनी प्रचार केला, त्या प्रचारकार्यातीलच संघ हे एक अपत्य आहे आणि त्याच संघाचे राजकीय स्वरूप जनसंघ हे आहे. संघ आणि जनसंघ यांच्या अंतरंगातील सामाजिक समता बहुजन समाजाला समजता कामा नये, याविषयी महाराष्ट्र काँग्रेस सतत प्रयत्नशील राहिली (आणि त्या काळातील तथाकथित पुरोगामी पक्षही). शिस्तबद्ध पक्षाची सर्वांनाच भीती वाटत आली आहे. संघावर दोनदा बंदी आली आणि त्या बंदीमुळे संघप्रसारात खंड पडला. गांधीवधाची घटना जास्तीत जास्त राबवून ब्राह्मणांवरील जुना आकस काँग्रेसने ब्राह्मणांची घरे पेटवून त्यांना नामोहरम करून तृप्त करून घेतला. जणू काही गांधी-हत्या हे ब्राह्मण-ब्राह्मणेतर वादाचेच फलित होते. गांधींचा खून मुसलमान तुष्टीकरणामुळे झाला. त्यात ब्राह्मण-ब्राह्मणेतर वादाचा खरोखर संबंध काय? पण अजूनही गांधीवधाचे भांडवल करून ब्राह्मणी नेतृत्वाला बदनाम करण्याचे कार्य चालूच आहे. पण त्याचे उद्दिष्ट या घटकेला संघ-जनसंघाला बदनाम करणे एवढेच आहे, कारण नाही म्हटले तरी महाराष्ट्रातील संघ-जनसंघात ब्राह्मणी नेतृत्व बाकी आहे.

गांधीवध केल्याबद्दल महाराष्ट्रात ब्राह्मण जमात चिरडली गेली, पण अजूनही पंजाबात नथुराम गोडसे यांची पुण्यतिथी साजरी केली जाते. महाराष्ट्राबाहेर कोठेही नथुरामचा ब्राह्मण म्हणून कोणी द्वेष केलेला नाही. एका थोर देशभक्ताचा खुनी म्हणून नथुराम गोडसे असणे निराळे आणि तो ब्राह्मण म्हणून त्याचा राग असणे निराळे. बहुजन समाजाची दिशाभूल करण्यासाठी महाराष्ट्रातील काँग्रेसने गांधीवधाचा खूप उपयोग करून घेतला. परंतु पंचवीस वर्षे शिक्षणाने शहाण्या झालेल्या या बहुजन समाजातील सुविद्य आणि शहाण्या नेत्यांना काँग्रेसचे हे गारूड आता उमगलेले आहे. दोन यशवंतराव अजून एका भ्रमात आहेत. त्यांना वाटते, अजूनही ह्या ब्राह्मणद्वेषाची पिके आपल्याला महाराष्ट्रात काढता येतील. अजून त्यांना लोक रस्त्यावर जाब विचारीत नाहीत म्हणून ठीक आहे; नाही तर रेठरे बुद्रुकचा एक गावठी कार्ल मार्क्स आणि कऱ्हाडच्या प्रीति-संगमावरील रडतराऊ लेनिन असली मूर्खपणाची भाषणे करण्यास धजावतेच ना!

अलीकडे या दोन्ही यशवंतरावांना पूर्वीसारखा लोकसमुदाय लाभत नाही, म्हणून ते मिळेल ती संधी साधीत आहेत. महाराष्ट्र राज्याचे अर्थमंत्री व गावठी

कार्ल मार्क्स यशवंतराव मोहिते परवा शिरोडकर हॉलमध्ये काँग्रेस कार्यकर्त्यांपुढे म्हणाले, “जनता पक्षाचे राज्य म्हणजे दुसरे-तिसरे काही नसून, पेशवाईच्या उत्तरार्धातील राज्य आहे. जनता पक्षात सगळ्यांत जास्त प्राबल्य राष्ट्रीय स्वयंसेवक संघात ज्यांचे आयुष्य गेले, अशांचेच आहे. जनता पक्षाचा विजय हा जुन्यापुराण्या मतांचा विजय आहे. हे लोण सातुपडा-विंध्याद्रीच्या अलीकडे येता कामा नये. त्यासाठी आपण कंबर कसून सिद्ध झाले पाहिजे. औरंगजेबाची कबर जशी औरंगाबादेत बांधली, तशी जनता पक्षाची कबर आपण सातपुड्यावर बांधली पाहिजे.”

जनता पक्षाची कबर बांधण्याची भाषा यशवंतराव मोहिते बोलतात. कबर मृतांची बांधतात, हे त्यांना माहीत असावे. उत्तरेत काँग्रेस पक्ष महारोगासारख्या घाणेरड्या रोगाने मरण पावला, त्याची कबर त्यांनी प्रथम राजघाटाशेजारी बांधावी. खरे सांगायचे तर ही कबर बांधली गेलीही आहे. ‘एक, सफदरजंग रोड’ येथे निवडणुकीच्या निकालाच्या दिवशी काँग्रेसचे एक सडलेले प्रेत लोकांनी मूठ-मूठ माती टाकून पार पुरून टाकले आहे. थोडी लाजलज्जा आणि थोडी अक्कलहुशारी असेल, तर यशवंतराव मोहित्यांनी काँग्रेस अशी दारुणपणे पराभूत का झाली याचा विचार केला असता. जनता पक्षाचा विजय म्हणजे जयप्रकाशांचा विजय– काँग्रेस-मधीलच बाबूजी, बहुगुणा, मोरारजी, चरणसिंग, मोहन धारिया, चंद्रशेखर या सर्वांचा विजय. काँग्रेसमध्ये होते तोपर्यंत हे सारे सत्पुरुष होते आणि काँग्रेस सोडल्याबरोबर हे सारे दुराचरणी आणि प्रतिगामी झाले, हा यशवंतरावांचा शोध अजब आहे! एक बरे आहे की, यशवंतरावजींना एवढे तरी मान्य आहे की, सातपुड्याच्या पलीकडे काँग्रेस पूर्णपणे बेचिराख झाली आहे. थोडे थांबा, अगदी त्यांच्या रेठरे बुद्रुकलाच यशवंतराव मोहित्यांची कबर लवकरच बांधून टाकू. तो दिवस तसा फार दूर नाही. जातीयवाद, धर्मांधता, भ्रष्टाचार, बोलघेवडी समाजवादी भाषा, सहकाराच्या नावाखाली केलेला स्वाहाकार– या साऱ्यांची पुरेपूर नोंद जनतेने केली आहे. लोकसभेच्या निवडणुकीच्या वेळेसच जर विधानसभेच्या निवडणुका झाल्या असत्या, तर यशवंतराव मोहित्यांच्या घरवाल्यांनीसुद्धा या गावठी कार्ल मार्क्सला मत दिले नसते. मग्रूर सत्तेच्या संरक्षणाखाली मोहित्यांनी महाराष्ट्रात जातीयवाद जागृत ठेवला. हा जातीयवादच त्यांना अखेरीस गाडून टाकणार आहे. दिवा विझताना जसा मोठा होतो तशी महाराष्ट्रातील काँग्रेस विझताना जास्त वाचाळ झाली आहे, एवढेच. यशवंतराव चव्हाणांच्या बोलण्यातील तोल सुटतो आहे आणि आम्हालाही ते बरेच आहे.

**कबर बांधू या यशवंतराव मोहित्याची ! / ११७**

तर्कतीर्थ लक्ष्मणशास्त्री जोशी निवडणुकीच्या प्रचाराच्या वेळेस हिंडताना मला एकदा भेटले, तेव्हा ते म्हणाले, "बेहेरेसाहेब, जनता पक्षाचा प्रचार करण्याची तुम्हाला गरज नाही. आमचे अक्कलमंद मंत्री तुमचा प्रचार छान करीत आहेत. शंकररावांची गोळ्या घालण्याची भाषा, झकेरियासाहेबांचे 'लाल गाल', शरद पवारांचे पुन्हा उघडून ठेवलेले तुरुंग आणि यशवंतराव मोहित्यांचे शेठजी-भटजीचे राजकारण– यामुळे जनता पक्ष नक्की निवडून येईल."

तर्कतीर्थांची वाणी खरी ठरली. खरोखरच काँग्रेसवाल्यांच्या मूर्ख बोलण्यामुळे जनता पक्षाला ४८ पैकी २८ जागा मिळाल्या. बोला! येशू बळवंत चव्हाण आणि येशू जिजाबा मोहिते– तुम्ही असेच बोलत राहा! येशू हे पवित्र नाव अपवित्र करीत राहण्याचे तुमचे कार्य असेच चालू ठेवा. तो येशू सत्य बोलण्यासाठी क्रूसावर गेला; तुम्ही लबाड बोलण्यासाठी क्रूसावर जाणार! तो चिरंजीव झाला, कारण त्याने लोकांच्या करुणेला हात घालून अश्रू पुसले. तुमच्या घरात दिवा लागणार नाही. तुम्हाला कोणी आठवणार नाही. तुमच्या हयातीत तुमच्या नावाने निघालेल्या संस्था तुमचे नाव पुसतील. तुमचे पुतळे फोडले जातील. या देशात 'यशवंत' हे नाव कोणी आपल्या मुलाला ठेवणार नाही. त्या येशूने जगाला करुणा दिली; तुम्ही द्वेषाग्नी दिला. करुणेच्या सागरात त्याची नौका तरून गेली; द्वेषाग्नीत तुमची नौका जळून जाणार. सूर्याजी पिसाळाचे नाव इतिहासात जसे अजरामर झाले, बाळाजीपंत नातू जसा तोंड चुकवून परागंदा झाला, चंद्रराव मोरेची जी वाताहत झाली... पण ते जाऊ दे! सर्वनाशाचे इतके भीषण भवितव्य एकट्या इंदिराजींनीच का भोगावे? त्यांनाही आणीबाणीत ज्यांनी साथ दिली, ते यशवंतराव आणि त्या लाचारीच्या काळात ज्या यशवंतरावांना साथ दिली, ते आणखी एक यशवंतराव– यांनाही इंदिराजींच्या दुःखात सहभागी होऊ दे! कदाचित नियतीलाही तेच हवे असेल.

*(२ ऑगस्ट, १९७७)*

-०-०-०-

# २३

## न्यायाला मदत कशी करणार?

---

**('इंदिरासुर वध' नाटकाचा अंक तिसरा - प्रवेश शेवटचा)**

शहा आयोगाचे काम दिल्ली येथे चालू झाले, तेव्हाच इंदिराजींच्या मनात भीतीने ठाण मांडले. कारण शहा आयोगाचा हेतू त्यांच्या ध्यानात आलेला होता आणि तसा तो खराही होता. इंदिराजींना फौजदारी गुन्ह्यात पकडणे, ही गोष्ट सोपी नाही. कारण कोणत्याच लेखात त्या अडकलेल्या नाहीत. अनेक बेकायदा गोष्टी, आर्थिक गैरव्यवहार, अगदी राजकीय खूनसुद्धा त्यांच्या हातून घडलेले आहेत; पण त्या सर्व गुन्ह्यांशी त्यांचा प्रत्यक्ष संबंध लावणे कठीण आहे. सर्व काही तोंडी धाकधपटशानेच चालले होते. सर्वसत्ताधीश इंदिराजींची केवळ इच्छा कळली, तरी वाटेल ते करण्यास सारे गुलाम तयार होते. त्यामुळे ज्यांच्या हातून प्रत्यक्ष गुन्हे घडले, ते सर्व लोक कायद्याच्या कचाट्यात सापडतील; पण या सर्व गुन्ह्यांमागची प्रेरक शक्ती इंदिराजी मात्र इंडियन पीनल कोडाच्या कलमात अडकण्याची शक्यता नाही. 'सोबत'च्या वाचकांना हे विधान मी फार पूर्वीच केलेले लक्षात असेल. यात इंदिराजींचे चातुर्य समजायचे का बदमाशगिरी समजायची, हा केवळ सभ्यतेचा प्रश्न आहे. खरे तर इंदिराजींच्या हातून इतके प्रमाद घडलेले आहेत की, त्यांना इंडियन पीनल कोडात सांगितलेल्या सर्व शिक्षा एकाच वेळेस भोगायला लावल्या तरी कमी होतील.

पण दुर्दैव आमचे की, आमच्या जनता सरकारने इंदिराजींच्या चौकशीला फार उशिरा सुरुवात केली. वास्तविक, इंदिराजींना ताबडतोब—

अगदी त्यांनीच निर्माण केलेल्या मिसाखाली पकडून स्वतंत्र कोर्टाद्वारे त्यांची चौकशी करावयास हवी होती. परंतु मिसाविरुद्ध आपण आवाज उठवला, तेव्हा मिसाचा वापर आपण करणे जनता नेत्यांना पसंत नसावे. जनता नेत्यांना हे तरी माहीत असायला हवे होते की, एके काळची सर्वसत्ताधीश असलेली ही बाई संधी मिळताच सर्व पुरावे नष्ट करील, संबंधितांना दहशत दाखवील. अजून इंदिराजींची खास माणसे महत्त्वाच्या जागांवर सरकारी कचेऱ्यांतून काम करतात. गुप्त फायलींतील सर्व महत्त्वाची माहिती इंदिराजींना आजही मिळते आणि आजही अनेक दिवस दडपणाखाली काम केलेल्या अधिकाऱ्यांकडून एकदम स्वाभिमानाची अपेक्षा करण्यात अर्थ नाही. शिवाय, या सर्व अधिकाऱ्यांच्या व सहकाऱ्यांच्या प्रत्यक्ष गुन्ह्याच्या कबुलीच्या फायली इंदिराजींच्या संग्रही आहेत. ही सर्व माणसे अजूनही दडपणाखाली वावरतात. जेव्हा इंदिराजींच्या हाती सर्वंकष सत्ता होती, तेव्हा अशी गुप्त माहिती जमा करण्यासाठी त्यांनी 'रॉ'ची सर्वांगीण वाढ केली होती. या गुप्त माहितीच्या जोरावर एक दिवस त्या शिरजोर होऊन आपणास अडचणीत आणतील, याचीही दाद जनता नेत्यांना नव्हती, याचा खेद वाटतो.

असे असून शहा आयोगाचे काम उत्तम चालले असताना इंदिरा गांधींना अटक करण्याचा प्रयत्न झाला. एवढा उशीर आधीच झाला होता की, आता अपुऱ्या तयारीनिशी इंदिराजींना अटक करण्यात अर्थ नव्हता. इंदिराजींना मॅजिस्ट्रेटने सोडले, ते बरोबर की चूक यात शिरण्याचे कारण नाही. तेथे प्रत्यक्ष हजर असणारे लोक सांगतात की, तो मॅजिस्ट्रेट निकाल देतानाही थरथरत होता. इंदिराजींच्या विरुद्ध निकाल देण्याची नैतिक ताकद फार थोड्यांचीच असू शकेल– एवढे भयग्रस्त वातावरण इंदिराजींनी दिल्लीत तयार केलेले होते, ते सर्वथा नष्ट झालेले नाही. तथापि जनता पक्षाने घाईगर्दीत तो खटला भरला, त्यामुळे दोन गोष्टी घडल्या. एक– हा बनाव राजकीय आहे, या प्रचाराला त्यांनी अकारण संधी दिली. वास्तविक, असा खटला किती काळजीपूर्वक भरावयास हवा. पण असे म्हणतात की, ज्या अधिकाऱ्यांवर हा खटला भरण्याची जबाबदारी टाकली, त्यांनी खटल्याचे कागद भोंगळपणाने हेतुपुरस्सर तयार केले. याबाबतीत इंदिराजींनी त्यांना विकत घेतल्याची वदंता राजधानीत आहे. जनता पक्षाची महत्त्वाची पहिली गंभीर चूक इंदिराजींनी आपल्या हितासाठी साधली व त्या खटल्यातून सुटका झाल्याचे भांडवल केले. काँग्रेसच्या हातात जनता पक्षाने हे कोलीत दिले. त्यात चूक असलीच, तर गृह खात्याचीच आहे. अनैतिक इंदिराजींचा तो नैतिक विजय

अखेरीस महाग पडलाच.

त्या प्रसंगानंतर इंदिराजी पूर्ववत् आणीबाणीचे समर्थन करू लागल्या. परत भाडोत्री मोर्चे आणू लागल्या. भारतभर प्रवास करू लागल्या. एवढेच नव्हे, तर काँग्रेसवर पूर्ववत् पकड बसवू लागल्या. पूर्वीइतकी त्यांच्याजवळ आज प्रसिद्धीची साधने नाहीत म्हणून; पण आजही त्यांची शब्दयोजना तेवढीच निखालस खोटी व लबाडीची आहे. काँग्रेस नष्ट झाली तरी त्यांना खंत नाही. वाटेल ते उपाय योजूनही जो त्यांचा या निवडणुकीत अपमान झाला, तो त्यांना धुऊन काढावयाचा आहे. जनता पक्षातच बेबनाव होतील, हा त्यांचा होरा चुकला. जनता पक्षात बेबनाव जरूर आहेत, पण इंदिराजीविरोधात सारे जण एक आहेत; कारण सर्वांचेच हात इंदिराजींकडून पोळलेले आहेत. इंदिराजींचे पुनरागमन हे जनता पक्ष टिकविण्यासाठी उपयुक्त आणि अत्यावश्यक आहे, यात शंका नाही.

पण बदलत्या परिस्थितीचा फायदा घेऊन इंदिराजींचा नेहमीचा उद्दामपणा, एकांतिकपणा, आक्रमकपणा पुन्हा भराला आला आहे. कोणी काही म्हणो– असल्या उद्दामपणालाही वश होणारा आपल्या देशात एक वर्ग आहे. काँग्रेसमध्ये तर आहेच आहे. शिवाय काँग्रेसमधील सत्तासंघर्षात नाव घेण्यासारखे एकही व्यक्तिमत्त्व नाही. त्यामुळे सर्वांनाच मनातून वाटते की, ही बाई कशी का असेना, काँग्रेस पक्ष पुन्हा उभा राहायला उपयोगी पडेल. आज या घटकेला काँग्रेसमधील दुफळी संपल्यासारखी वाटते, पण ती गोष्ट कदापि शक्य नाही. इंदिराजींना दुसऱ्या क्रमाकांची जागा परवडणारी नाही. त्या नेहमीच अंत:कलह पेटवणार. पण अजून दक्षिणेकडच्या राज्यांत निवडणुका होणार आहेत व इंदिराजी काँग्रेसमध्ये पुन्हा नेतृत्वात आल्या, तर त्या निवडणुका आणखी कठीण होतील, असे मानणारा एक गट आहे आणि म्हणून तर महाराष्ट्र काँग्रेसचा सवता सुभा करण्याची धमकी वसंतदादा एकदम देऊ शकतात आणि त्या धमकीला अर्थ आहे. यशवंतरावांच्या बुळबुळीत धोरणाला दादाही विटले आहेत आणि इंदिराजींचे काँग्रेसमधील वाढते स्थान महाराष्ट्रातील निवडणुकीच्या वेळेस जनता पक्षाला प्रचाराला उपयोगी पडणार, हे त्यांना पक्के ठाऊक आहे. धड काँग्रेसचे पुनरुत्थान नाहीच आणि महाराष्ट्रात आधीच कठीण असलेल्या निवडणुका कठीण करण्याचे दुर्दैव नशिबी येणार. शिवाय इंदिराजींनीच दादांची मंत्रिमंडळातून उचलबांगडी केलेली. तेव्हा इंदिराजींचे पक्षनेतृत्वाचे मनसुबे आज तरी शिंकाळ्यात ठेवण्यावाचून गत्यंतर नाही. येथे महाराष्ट्र काँग्रेस इतर राज्यांपेक्षा

अजून तरी पुष्कळ अभेद्य आहे, तेव्हा महाराष्ट्राला दुखवणे काँग्रेस पक्षाला फारसे सोईचेही नाही.

पण नेतृत्व पूर्ववत् मिळवण्यासाठी नवे साहस– नवे नाटक करण्याचे अन्य प्रयत्न इंदिराजी करत राहणारच. गप्प बसणे हा त्यांचा धर्म नव्हे. राज्यसत्तेची नशा त्यांच्या धमन्यांतून वाहत आहे. त्या काय नातवंडांशी खेळत वार्धक्याचा काळ घालवणार? असे म्हणतात की, इंदिराजींची राक्षसी महत्त्वाकांक्षा जर सीमित झाली असती, तर पंतप्रधान मोरारजींच्या मनात इंदिराजींचे पान उलटून टाकायचे होते. त्यांच्या आयुष्याचे मंगल झाले, त्यांना आता काही मिळवायचे उरलेले नाही. संतपण त्यांनी स्वीकारायचे ठरवले आहे. पण इंदिराजींच्या नव्या मस्तवालपणाने मोरारजींनाही इंदिरानाश करण्यावाचून गत्यंतर नाही.

शहा आयोगाचे काम उत्तम चालले होते; पण मध्यंतरी इंदिराजींवर भरलेला खटला व सुटका, त्यामुळे न्यायमूर्ती शहांना हा आपल्या अधिकारकक्षांचा उपमर्द वाटला आणि ते बरोबरही होते. त्यानंतरच्या साक्षीदारांवर न्यायमूर्तींच्या या नाराजीचा परिणाम झालेला आहे. जे अजूनही सरकारी नोकरीत आहेत, त्यांना साक्षीला येणे भागच आहे व खरे ते सांगणेही भाग आहे; पण अन्य साक्षीदार अंग 'चोरून' साक्षी देऊ लागले आहेत. इंदिराजींचे अस्तित्वसुद्धा अजूनही पुष्कळांना गर्भगळित करते. शहा आयोगापुढे आपण का येऊ शकत नाही, याबाबत इंदिरागांधींनी जे उद्दाम पत्र पाठवले आहे; त्याचा न्यायमूर्ती योग्य वेळी विचार करतीलच. पण सरकारने कारभारविषयक चौकशी करणारे आयोग नेमले, त्याला आव्हान देणे एके काळी पंतप्रधान असणाऱ्या व्यक्तीला कसे काय शक्य होऊ शकते? अशा तऱ्हेने न्यायालयाची (तशा अर्थाने हे कोर्ट नव्हे) पायमल्ली करणाऱ्यांना पूर्व-पंतप्रधानांनीच धडा घालून दिला, तर मग यापुढील सर्व आयोगांची कामे संपुष्टात येतील. इंदिरा गांधींना आयोगापुढे यावेच लागेल, ही गोष्ट चरणसिंगांनी स्पष्ट केली आहे; पण त्यांना समन्स किंवा वॉरंटाशिवाय हजर राहायचे नाही. इंदिराजींनी तसेच करण्याबद्दल आपल्या सहकाऱ्यांना सल्ला दिला व आता तर काँग्रेस वर्किंग कमिटीनेही तीच सूचना सर्वांना दिली. न्यायाची केवढी कदर काँग्रेसला आहे, हे अगदी उघड आहे. वास्तविक; भलेपणा, सभ्यता व उत्तम वागणूक द्यावी, अशी इंदिराजींची लायकी नाही. काँग्रेसवाल्यांचीही नाही. पण जनता पक्षनेत्यांना जशास तसे करून चालणार नाही, म्हणून सबुरीने वागावे लागत आहे. पण सहनशीलतेलाही मर्यादा आहे, हे काँग्रेसवाल्यांनी ओळखून असायला हवे. इंदिराजींच्या किती तरी

सहकाऱ्यांना खरे तर कडी-तोडे घालूनच कोर्टात आणायला हवे... पण जाऊ दे.. संतांना व्यवहार शिकवून उपयोग नाही.

शहा आयोग हा आपल्या बदनामीचा प्रयत्न आहे, असे इंदिराजी जगाला ओरडून सांगत आहेत. वास्तविक, बदनामी आणखी ती काय व्हायची? सत्ताधीशांना सिंहासनावरून जनतेने खेचून रस्त्यावर ओढले, तेथेच सर्व अब्रू गेली. आता फक्त इंदिराजींचे व्यक्तित्व जगासमोर आणण्याचा यत्न आहे. इंदिराजी जर दोषी नसतील, तर त्यांना आपली अब्रू साफ करून घ्यावयाची ही उत्तम संधी आहे. पण इंदिराजींना माहीत आहे की, ज्या दिवशी त्या शहा आयोगापुढे येतील; त्या दिवशी स्वत:ची कबर खणल्यासारखे होणार आहे. म्हणून त्या स्वत:ही आयोगापुढे येणार नाहीत व अन्य कोणालाही येऊ देणार नाहीत. जनता सरकारने वॉरंट-समन्स काढून आपल्यावर जबरदस्ती केली, असा त्यांना कांगावा करायचा आहे. लोकांना आश्चर्यचकित करून टाकण्यासाठी काही चित्तथरारक नाट्यप्रयोग त्या नेहमीच करतात. पण नाटकाची अखेर जवळ आली आहे. पापाला सजा दिल्याशिवाय नाटक संपत नाही, कारण Poetic justice (काव्यगत न्याय) पुरा होत नाही.

इंदिराजींच्या नाटकातील शेवटचा प्रयोग लवकरच आयोगाच्या रंगभूमीवर होईल.

*(१८ डिसेंबर, १९७७)*

-०-०-०-

# २४

# पाच पुढाऱ्यांचे विनंती-अर्ज!

**यशवंतराव चव्हाण**

माननीय नगराध्यक्ष,
कराड नगरपालिका,

महाशय,

मी, अर्जदार यशवंतराव बळवंतराव चव्हाण, मु. कऱ्हाड, माजी मुख्यमंत्री– महाराष्ट्र राज्य; माजी संरक्षणमंत्री, गृहमंत्री, अर्थमंत्री, परराष्ट्रमंत्री– भारत सरकार, कदाचित माजी विरोधी पक्षनेता पार्लमेन्ट आणि आजचा मोडीत निघालेल्या, हातपाय व डोकेसुद्धा प्लॅस्टरमध्ये असलेल्या कॉंग्रेस पक्षाचा एक-द्वितीयांश नेता (एक-द्वितीयांश नेतेपद ब्रह्मानंद रेड्डी यांचेसाठी मला सोडलेच पाहिजे, कारण कॉंग्रेसला रेड्डी-चव्हाण कॉंग्रेस म्हणतात, हे आपल्या ऐकण्यात आले असेलच. संपूर्ण नेतेपण एकट्याकडे असायला इंदिरा गांधी असावे लागते.)

महाशय, आपण कराड नगरपालिकेत मला जकात कारकून म्हणून नेमावे. मी मूळचा कराडचा, हे आपण जाणताच. मंत्रिपदाची चाकरी बजावण्यासाठी मला मुंबई, दिल्ली अशी वणवण करावी लागली. पण मी माझ्या कराडच्या बाजरीच्या भाकरीला विसरलो नाही. म्हणून तर हा अर्ज आपल्याकडे

पाठवीत आहे. मी अर्थ खात्याचा, गृह खात्याचा अखिल भारताचा कारभार इमानेइतबारे केला आहे– कसल्याही मोहाला बळी न

पडता वरिष्ठांची गैरमर्जी होणार नाही याची दक्षता घेऊन केला.

वरिष्ठांनी केलेला अपमान मुकाट्याने सहन करून, माणसाच्या सन्मानापेक्षा देशहित मोलाचे मानले. माझे हे सारे गुण आपल्या नगरपालिकेच्या सेवेसाठी काय उपयोगी पडणार नाहीत? बघा, मी कराडचा असून कराडची सेवा करावी म्हणतो.

महाशय, घट्ट ओठांचा मुत्सद्दी नेता म्हणून माझी खूप ख्याती होती. लोकमान्य टिळकांनंतर महाराष्ट्राचे अखिल भारतीय पुढारीपण माझ्या खात्यावर जमा आहे. पण आता त्याचा काय उपयोग? कारण आज काळ उलटलाय. काळाने माझ्यावर सूडच उगवायचे ठरवलेय, असे दिसते. वीस वर्षांपूर्वी मी विरोधी पक्षांतले पुढारी काँग्रेस पक्षात खेचून आणले होते, कारण सत्तेचा तोबरा माझ्याजवळ होता. आज माझ्याकडील तो तोबरा संपलेला आहे. मी कशाच्या जोरावर माणसे थोपवून धरू? राजारामबापू गेले, चंद्रहार पाटील गेले, नाशिकचे हिरूभाऊ गवळी गेले. परवा तर लोकनेते बाळासाहेब देसाई पण जनता पक्षात गेले. आमच्या सौभाग्यवती वेणूताई जनता पक्षात जाण्यापूर्वी मी कराडच्या जकात नाक्यावर कारकून म्हणून रुजू व्हावे म्हणतो.

आपला,
यशवंतराव चव्हाण


**वसंतदादा पाटील**

माननीय चेअरमन,
शेतकरी सहकारी साखर कारखाना, सांगली,

महाशय,

मी अर्जदार वसंतदादा पाटील आपल्या साखर कारखान्याचा
मुख्य सुरक्षा अधिकारी म्हणून नोकरीस यावे म्हणतो. मी महाराष्ट्राचा
आज जरी मुख्यमंत्री असलो, तरी येत्या विधानसभा निवडणुकीनंतर
त्या पदावर राहीनच, याची खात्री नाही. उलट, त्या पदावर
राहणार नाही, अशीच लक्षणे मला तरी दिसत आहेत. मी मागे
या राज्याचा वीज व पाटबंधारेमंत्री होतो. त्याहीपूर्वी महाराष्ट्र
प्रदेश काँग्रेसचा अध्यक्ष पण होतो. सहकारी चळवळीतील धडाडीचा
कार्यकर्ता, बेचाळीसच्या आंदोलनातील एक खंदा शिपाई, म्हणूनही
माझा लौकिक आहे, हे कदाचित आपल्यालाही कानांवर असेल.

महाशय, आपेगावच्या विठ्ठलपंत कुलकर्ण्यांनी आधी संन्यास
घेतला होता. पुढे रिव्हर्स संन्यास घेतला. त्यांच्या पोटी महान
संतांचा जन्म झाला. संत ज्ञानेश्वर, संत निवृत्तिनाथ, संत सोपानदेव,
संत मुक्ताबाई ही मराठी माणसांना आजही आदरणीय वाटतात.
मी पण राजकीय संन्यास घेतला. पुढे काँग्रेसच्या घराला पराभवाची
आग लागली म्हणून मी रिव्हर्स संन्यास घेतला. मी मुख्यमंत्री
झालो,        मला चाळीस मंत्री झाले. संन्याशाची मुले म्हणून
ज्ञानेश्वरबंधूंचा जेवढा छळ झाला नसेल, तेवढा माझ्या या
चाळीस मंत्र्यांचा राजकीय छळ होतो आहे. वास्तविक माझे
मंत्रिमंडळ म्हणजे यशवंतराव चव्हाण, दादासाहेब कन्नमवार,
वसंतराव नाईक आणि शंकरराव चव्हाण यांच्या मंत्रिमंडळांची
बेरीज होती. माझ्या या सर्वसामान्यवेशक मंत्रिमंडळाचे कौतुक
करण्याऐवजी लोकांनी माझी टिंगल केली.

महाशय, येत्या निवडणुकीनंतर गृहातील विरोधी पक्षाचा
नेता म्हणून बसण्यापेक्षा साखर कारखान्याचा रखवालदार होणे
मला अधिक सन्मानाचे व अभिमानाचे वाटते. मी सांगली भागातलाच
असल्यामुळे या भागातील सगळे लहान-मोठे चोर, लुटारू
माझ्या पूर्वीपासून माहितीतले आहेत. त्यांची-माझी चांगली
ओळख आहे. त्यांना माझा नक्कीच दरारा वाटेल. मला डायबेटिस
असल्यामुळे तुमची चिमूटभर साखर, उसाचे कांडे असो किंवा
डिस्टिलरीतील घोटभर दारूही असो– मी स्पर्श करणार नाही.
माझ्यासारखा सरळ, भाबडा, उदार, दिलदार, चौकीदार आपल्या

साखर कारखान्याला  मिळणे शक्य नाही. माझ्या चांगल्या, सज्जन वागणुकीबद्दल माझ्या धर्मपत्नीचे— म्हणजेच राजमाता जिजाऊ प्रतिष्ठानच्या प्रमुख       सौ. शालिनीताई पाटील यांच्या सहीचे शिफारसपत्र अर्जासोबत जोडले आहे. हवे तर त्यांना फोनही करावा किंवा त्या करतील.

कृपया माझी विनंती मानावी.

आपला,
वसंतदादा पाटील

## सौ. शालिनीताई पाटील

माननीय आरोग्याधिकारी,
बृहन्मुंबई महानगरपालिका,

महाशय,
मी, अर्जदार सौ. शालिनीताई वंसतदादा पाटील आपल्या म्युनिसिपल इस्पितळात स्टाफ नर्ससाठी अर्ज करीत आहे. गरजू आणि गरीब रोग्यांची सेवा करावी, म्हणून मी राजमाता जिजाऊ प्रतिष्ठानची स्थापना केली. त्यासाठी गावोगाव हिंडले. साखर कारखाने, जिल्हा परिषदा, सहकारी बँका, सहकारी खरेदी-विक्री संघ यांच्याकडे मदतीचा जोगवा मागितला. गरीब आणि गरजू मराठी माणसांची सेवा व्हावी, हाच या सर्व खटपटीचा हेतू होता.

आणीबाणीपूर्व काळात माझा चांगला आणि जबरदस्त असा दरारा, दबदबा होता. आणीबाणीच्या काळात शंकरराव चव्हाण मुख्यमंत्री असताना माझ्या माहिमच्या निवासस्थानी आयकर, गुप्तचर अधिकाऱ्यांनी धाडी घालून हिशेब तपासले. हे सारे अपमान मी मुकाट्याने सहन केले! चांगल्या आणि उदात्त कार्य करणाऱ्या माणसांना या दिव्यातून जावेच लागते. त्यात आमच्या वसंतदादांनी राजकीय संन्यास घेतलेला. माझे न ऐकताच त्यांनी हा आगाऊपणा केला होता. नवलाची आणि खेदाची गोष्ट म्हणजे, नामदार यशवंतरावांनी दादांना परावृत्त करण्याऐवजी त्या संन्यासाचे

कौतुक करून कायमचे शिक्कामोर्तब केले. केवळ माझ्यामुळे आणि माझ्याकडे पाहून दादांनी हा निर्णय बदलला.

पुढे दादांनी रिव्हर्स संन्यास घेतला. काँग्रेसचे जळते घर वाचवण्यासाठी मुख्यमंत्रिपद घेतले. आग विझवण्यासाठी दादा आगीच्या बंबावर बसले होते. त्या बंबात पाण्याऐवजी पेट्रोलच भरलेले होते. आज दिल्लीपासून गल्लीपर्यंत आग भडकली आणि काँग्रेसची राखरांगोळी सुरू झाली. त्या राखेने मी रांगोळी कशी घालू? हे सारे कमी पडले म्हणून की काय, दहा लाख कर्मचाऱ्यांनी संपाचे हत्यार उपसले. मला सांगा– आता या वणव्यात काँग्रेसचा, दादांचा व माझा टिकाव कसा लागावा? तेव्हा महाशय, आपण माझी विनवणी ऐकावी; मला आपल्या इस्पितळात नर्सची नोकरी देऊन गरीब व गरजू रोग्यांची सेवा करण्याची संधी द्यावी.

आपली,
शालिनीताई पाटील

## शरद पवार

इन्स्पेक्टर जनरल ऑफ पोलीस,
महाराष्ट्र राज्य,

महाशय,
मी, अर्जदार शरद गोविंदराव पवार, माजी युवक नेता, महाराष्ट्र काँग्रेसचा माजी सेक्रेटरी, माजी शेतीमंत्री, माजी शिक्षणमंत्री आणि आताचा गृहमंत्री– महाराष्ट्र राज्य आपल्याला विनंती करतो की, आपण मला आपल्या खात्यात जमादाराची नोकरी द्यावी! माझी अंगयष्टी आणि पूर्वानुभव या कामासाठी जरूर साह्यभूत ठरेल. राज्याची शांतता आणि सुव्यवस्था राखण्यासाठी माझ्यासारख्या                तरुण-तडफदार जमादाराची आपल्या खात्याला नक्कीच मदत होईल.

महाशय, मी महाराष्ट्राचा भावी मुख्यमंत्री म्हणून ओळखला जात होतो. युवक नेता, साधा आमदार, सरचिटणीस, मग मंत्री— अशा पायरीने माझी प्रगती होत होती. महाराष्ट्र राज्यातला 'छोटा साहेब' म्हणून माझी प्रतिमा तयार होती. 'मोठे साहेब' काँग्रेसच्या अंत्ययात्रेसाठी यमुनेच्या घाटावर गेले असताना मी गदिमांच्या अंत्ययात्रेसाठी मुठेच्या काठावर जातीने हजर होतो. गोड-गोड हसायचे, गोड-गोड बोलायचे, सगळ्यांच्या खांद्यावर प्रेमाने थोपटायचे (काम एकाचेही करायचे नाही!) अन् लेखक, कवी, पत्रकार यांच्याशी सलोख्याचे संबंध ठेवायचे, असा माझा खाक्या होता.

हे सारे मोठ्या साहेबांचे गुण मी अंगी बाणले होते. पण आज मोठ्या साहेबांवरच आफत आलीय, मग मी तरी यातून कसा सुटणार? पेरलेले उगवते म्हणतात. आम्ही आमच्या हाताने सत्ताबाजीचे जे हायब्रीड पेरले होते, त्याचेच भरघोस पीक निघाले असून सत्ता आता आमच्यावर रुसली आहे. आमच्या पक्षाचे लोक आमचा पक्ष आणि आमची संगत सोडून जनता पक्षाच्या जेवणावळीकडे निघाले आहेत! सध्या 'अतिथी नियम' शिथिल आहेत, हे आपण जाणताच! तरी आपण बारामतीच्या या अवखळ पोराला जमादाराची नोकरी देण्याची कृपा करावी व पोटाला लावावे.

आपला,
शरद पवार


**सुरेश कलमाडी**

व्यवस्थापक,
हॉटेल ताजमहाल, मुंबई

महाशय,
मी, अर्जदार सुरेश कलमाडी आपल्याकडे हेड वेटरच्या जागेसाठी अर्ज करीत आहे! मी पूना कॉफी हाऊसचा चालक

असल्यामुळे मला हॉटेलधंद्याचा आणि ग्राहकसेवेचा पुरेसा अनुभव आहेच; शिवाय मी मूळचा कारवारी. आमची उडपी मंडळी हॉटेल-धंद्यात आज देशभर आघाडीवर आहेत, हे आपण जाणताच. माझ्या सेवेचा आपल्या ताजमहाल हॉटेलला उपयोग तर होईलच, पण आपल्या 'ताजमहाल'चा लौकिक देशोदेशी पसरेल!

मी खरा तर पूर्वीचा वैमानिक! आकाशात तरंगत राहण्याची माझी आकांक्षा! पण या जमिनीवर उतरलो आणि त्या युवक काँग्रेसच्या गटारात पडलो! इंदिरा-संजय हे माझे खरे दैवत. पण महाराष्ट्रात, पुण्यात त्यांना आज तरी स्थान नाही. म्हणून मला नाइलाजाने रेड्डी-चव्हाणांच्या कळपात शिरावे लागले! मला निवडणुकीत शिवाजीनगरचे तिकीट मिळणार आहे म्हणतात. ज्या विधानसभा मतदारसंघातील जवळजवळ सर्व नगरपिते काँग्रेसविरोधी पक्षाचे आहेत, त्या ठिकाणी माझ्या लढतीचा निकाल काय लागणार, हे उघडच आहे.

पुण्यात काँग्रेस अशी कधी फारशी लोकप्रिय नव्हतीच. तरी मी पंतप्रधान मोरारजी यांचेविरुद्ध उग्र निदर्शने घडवून आणली. 'चरणसिंग झूटासिंग' असे फलक गावभर लावले. पण माझी ही सगळी मेहनत वाया गेली. कारण वसंतदादा, यशवंतराव यांचे मोरारजी जिगर दोस्त निघाले. मग मी पुणे स्टेशनजवळील महात्मा गांधींच्या पुतळ्याजवळ उपोषणास बसलो. काय करणार? उपोषणासारखी बिनउपद्रवी चळवळ दुसरी नाही! पण त्याहीपेक्षा बिनउपद्रवी मार्ग म्हणजे आपल्याकडे वेटर होणे– परकी चलनातली भारी टिप तरी मिळेल! माझ्या अर्जाचा सहानुभूतीने विचार करावा.

आपला,
सुरेश कलमाडी

*(५ फेब्रुवारी, १९७८)*

-०-०-०-

## २५

## वाजवा रे, वाजवा; निलाजऱ्या शरणागतापुढे तुताऱ्या वाजवा!

अखेर वसंतदादांचे मंत्रिमंडळ आलेच.

ते यायचेच होते; पण ते ज्या तऱ्हेने अस्तित्वात आले, ती तऱ्हा जनता पक्षाच्या नालायकपणाचा पुरावा आहे.

वास्तविक, काँग्रेसचे विभाजन ही भारतीय जनतेच्या दृष्टीने अतिशय हितकारक गोष्ट घडली होती. व्यक्तिगत महत्त्वाकांक्षेने इंदिराजींनी जो पवित्रा घेतला, त्यापुढे झुकणे केवळ लोकलज्जेमुळे यशवंतरावांना शक्य नव्हते. काँग्रेस फुटली, नैराश्य पसरले. दोन्ही गटांनी परस्परांच्या बदनामीचे राजकारण सुरू केले. जनता पक्षाला मनातून अतिशय आनंद व्हायला हवा. अंत:स्थपणे त्यांनी झुकते माप वसंतदादांच्या काँग्रेसकडे द्यायला हवे होते. राजकारणातले तारतम्य असणाऱ्याला हे ध्यानी यावयास हवे होते की; आंध्र, कर्नाटकमध्ये जनता पक्षाचे काहीच कार्य नव्हते. कोणी खासदार नाहीत. तेथे भांडण मुख्यत्वे दोन काँग्रेसमध्ये होते, पण महाराष्ट्रात जनता पक्षाचे पुरेसे कार्य आहे. पंचवीस खासदार, चार मंत्री महाराष्ट्रातून निवडून गेलेले आहेत. येथे आपले युद्ध दोन्हीही काँग्रेसशी आहे. आंध्रात व कर्नाटकमध्ये जनता राज्य येण्याची सुतराम शक्यता नव्हती; महाराष्ट्रात शक्यता होती. महाराष्ट्रात पक्षाला शंभरपेक्षा जास्त जागा मिळणार नाहीत, हे भाकीत निवडणुकीपूर्वी 'सोबत'ने केलेले आहे. मंत्रिमंडळ होणार ते संयुक्त, मित्र पक्षाच्या बळावर– ही गोष्ट निवडणुकीपूर्वीच ठरली होती.

याचा अर्थ काँग्रेसची एकी दुभंगलेली राहिली, तरच जनता

पक्षाचे राज्य महाराष्ट्रात शक्य होते. ती दुभंगलेली ठेवणे, हे जनता पक्षापुढे मोठे उद्दिष्ट असावयास हवे होते. पण जनता पक्षाचे संत नेते हितोपदेश करीत फिरत राहिले. पक्षबांधणीसाठी ना त्यांनी शिस्त शिकवली, ना डावपेच लढवले; उलट भलत्याच बदनाम काँग्रेसवाल्यांना त्यांनी जवळ केले आणि स्वत:ची प्रतिमा डागळून घेतली. तिकिटवाटपात, प्रचारात तर फारच ढिसाळ कारभार होता. खेड्यापाड्यांत, चांगल्या चारित्र्यवान उमेदवारांच्या मतदारसंघात मोठे नेते जाऊ शकले नाहीत; उलट शहरात त्यांनी प्रचाराचा धूमधडाका उडवला. इस्लामपूर हे काय भारतातील एवढे महत्त्वाचे केंद्र आहे काय? पण तेथे फार मोठ्या नेत्यांची पायधूळ लागली आणि जेथे जयाची आशा नाही, त्या सांगली शहरातही उगाचच सभांचे घोळ घातले गेले. विदर्भ-मराठवाडा त्या मानाने उपेक्षित राहिले. केव्हा निवडणुका घ्यायच्या, ते जनता शासनाच्या हातात; पण ते असूनही उमेदवारनिवड वेळेवर नाही, पैसा नाही, प्रचारसाहित्य नाही, मित्रपक्षाशी सदैव उपेक्षेचे वागणे, संशयाचे वातावरण. शेतकरी कामगार पक्षाची समजूत घालायला जनता पक्षाने मोठे नेते का बोलावले नाहीत? आणखी दहा-वीस जागा देऊन त्या पक्षाने शेवटच्या तीन-चार दिवसांत जमवून घेतलेही असते. एस. एम. ना चर्चेचा अधिकार दिला. मग त्यांचा अधिकार नाकारून त्यांची किंमत कमी करण्यात आली; पण निवडणुकीत झाले ते झाले, यशानंतर काय?

निवडणुकीतील निकालात एक गोष्ट स्पष्ट झाली की, कोणत्याही एका पक्षाला बहुमत नाही; म्हणजेच संयुक्त मंत्रिमंडळ अपरिहार्य. जनता पक्ष व मित्र-पक्ष यांना सुमारे पंधरा अपक्ष उमेदवार मिळविणे भाग होते. ते त्यांनी मिळविलेही होते. माझे व्यक्तिगत मत मात्र असे होते की, अल्पमतात असलेल्या रेड्डी काँग्रेसला म्हणजेच वसंतदादांना मंत्रिमंडळ बनवू द्यावे आणि संमिश्र मंत्रिमंडळाऐवजी जनता व मित्र पक्षाने त्याला पाठिंबा द्यावा. गेल्या अंकात मी या मताचा पुरस्कार केला आहे. काँग्रेसचे राज्य नको असणाऱ्यांपैकी मी एक; तरीसुद्धा वसंतदादांच्या मंत्रिमंडळाला जनताने पाठिंबा द्यावा, अशी मी सूचना केली. याची अगदी उघड कारणे होती. एक तर मंत्रिपदाचे डोहाळे लागलेले जनता पक्षाचे उमेदवार आपल्या मूर्ख हट्टासाठी घोळ घालत बसणार, हे आतापर्यंतच्या अनुभवावरून मला माहीत होते. शिवाय जनता पक्ष ज्या मित्रपक्षांचे व ज्या अपक्षांचे सहकार्य घेऊ पाहत होता, त्या पक्षांच्या धरसोडपणाची व हेकटपणाची जाहीर वाच्यता यापूर्वी झालेली आहे. इतक्या थोड्या बहुमताने राज्य चालविणे, ही तर कठीण गोष्ट आहे आणि त्याहीपेक्षा राज्य चालविताना जे एक सामजंस्य असावे लागते,

त्याची जनता पक्षात वानवा आहे. त्यापेक्षा जनता पक्षाच्या पाठिंब्याने आलेले दादांचे मंत्रिमंडळ यशस्वी होण्याची शक्यता होती. त्यात जनता पक्षाची प्रतिष्ठा वाढणार होती. जनता पक्षाचे महाराष्ट्रातील काम अजून म्हणण्यासारखे नाही. या अस्थिर काळात जनता पक्षाला आपले पाय चांगले पसरविता आले असते. सत्ता न भोगताही सत्तेचे फायदे मिळवून घेण्याची ही संधी होती. शिवाय सत्तेवर राहून लोकांच्या चळवळी संघटित करता येत नाहीत, हाही अनुभव जमेला घेण्यासारखा आहे. राज्यसभेवर पाठविण्याचे उमेदवार जनता पक्षाला मिळवता आले असते, तर आणखी काही उद्दिष्टे पदरात पडली असती. हाही सौदा करता आला असता. खेड्यापाड्यांतल्या भीतिग्रस्त वातावरणात सुधारणा करता आली असती व वर्षभरात महाराष्ट्रात पुन्हा निवडणुका होण्याची शक्यता होती, त्या वेळेस लाभ उठविता आला असता.

शिवाय खुद्द काँग्रेस पक्षातील किती तरी लोक जनता पक्षात येण्यास उत्सुक होते, त्यांचाही रस्ता मोकळा झाला असता. महाराष्ट्र समाजवादी काँग्रेसचे जनतात संपूर्ण विलीनीकरण शक्य झाले असते. महाराष्ट्रातील फाटाफुटीचे वातावरण, अपक्षांची अवाजवी लुडबुड, शे. का. पक्षाचे अरेरावी वर्तन– या साऱ्या गोष्टी नियंत्रणात येऊन जनता पक्षाचे भवितव्य पार बदलून गेले असते.

पण दुर्दैव असे की, महाराष्ट्रातील जनता पक्षाला राजकारणातील प्राथमिक व्यवहारज्ञानही नाही. जनता पक्षातील बुभुक्षित नेत्यांना केव्हा एकदा सत्ता संपादन करतो, अशी घाई झाली होती. ठीक आहे, हेही समजण्यासारखे आहे. निवडणुकीच्या निकालानंतर जनता पक्षाची सभा होण्यासाठीच तीन-चार दिवस लागले. नेतानिवडीच्या प्रश्नावर समाजवाद्यांनी अडेलतट्टूपणा केला. आवश्यक ते उमेदवार निवडणुकीत हरल्यामुळे अणि वर्षानुवर्षे विरोधी पक्षनेते म्हणून काम करणारे उत्तमराव पाटील पूर्वाश्रमीचे जनसंघाचे असल्याने समाजवादी मंडळींची मोठी पंचाईत झाली. देशापुढे व पक्षापुढे कोणता गंभीर पेचप्रसंग आहे, याचे कोणतेही भान न ठेवता समाजवादी मंडळींनी पक्षनेत्याची निवड पार्लमेन्टरी बोर्डाने करावी, असा प्रस्ताव मांडला. म्हणजे निर्णयाला आणखी चार-दोन दिवस उशीर. समाजवाद्यांना नेतृत्व मिळत नाही; मग ते जनता पक्षाच्या कोणालाच न मिळाले तरी चालेल, असा दुष्ट बुद्धीचा 'गव्हाणीतील कुत्र्याचा' खेळ जनता पक्षातील समाजवादी मंडळींनी केला. काळदाते खासदार असल्यामुळे त्यांचे नाव पक्षनेते म्हणून सुचविता येत नाही, असे नानाजींनी खडसावून सांगितल्यामुळे भाई वैद्यांचे तोंड बंद झाले. 'पार्लमेन्टरी बोर्डापुढे पक्षनेत्याची निवड करण्याचे काम नेता येणार

नाही; ते इथल्या इथे आणि आजच्या आज झाले पाहिजे,' असा मधू लिमयांनीच आग्रह धरल्यामुळे समाजवादी मंडळींना निहाल अहमद यांचे नाव पक्षनेता म्हणून सुचविण्यावाचून गत्यंतर उरले नव्हते. निहाल अहमद यांच्याबद्दल मला काहीही म्हणावयाचे नाही. हे पक्षनेते म्हणजेच मुख्यमंत्री होण्याच्या योग्यतेचे आहेत किंवा काय व महाराष्ट्रातील जनता त्यांना पक्षनेते म्हणून स्वीकारील काय याचा पोच समाजवादी मंडळींनी दाखवू नये, यावरून समाजवादी मंडळींच्या वैचारिक दिवाळखोरीची कल्पना येण्यास हरकत नाही. निवडणूक अपरिहार्य झाली. उत्तमराव पाटील या निवडणुकीत बहुमताने पक्षनेते म्हणून निवडून आले.

उत्तमराव पाटील यांची पक्षनेते म्हणून निवड झाल्याबरोबर समाजवाद्यांचा सारा उत्साह मावळला. वास्तविक, अगोदरच उशीर झालेला होता. काही अपक्षांची समजूत घालून त्यांना जनतानुकूल केले होते, तेही या दिरंगाईने अस्वस्थ होऊ लागले. अशा वेळेला जी तडफ, आक्रमक हालचाली व त्वरा करावयास हवी; ती करण्याची सर्वांनीच टाळाटाळ केली. परिणामी, अपक्षांना फोडण्यात काँग्रेसवाले यशस्वी झाले आणि जनता पक्षावर नामुष्कीची वेळ आली. महाराष्ट्रातील जनता पक्षाचे आजचे नेतृत्व नालायकही आहे आणि निष्काळजीही आहे. वास्तविक, निवडणुकांचे निकाल जाहीर झाल्याबरोबर चोवीस तासांत जनता पक्षाने आपला नेता निवडायला हवा होता व आपण मंत्रिमंडळ बनवू शकतो, असे राज्यपालांना कळवावयास हवे होते. पण जनता पक्षाने जो चेंगटपणा व निष्काळजीपणा दाखविला, त्यामुळे राज्यपाल अडचणीत सापडले. राज्यपालांनी पक्षपात दाखविता कामा नये व लोकशाही तत्त्वाचे पालन केले पाहिजे, असा मध्यवर्ती जनता पक्षाचा आदेश होता. राज्यपालांचे काहीही चुकलेले नाही; महाराष्ट्र जनता पक्षाच्या कार्यकारिणीचा ढिसाळपणा हा राज्यपालांचा अपराध होऊ शकत नाही.

राज्य कोणाचे, हाही प्रश्न खऱ्या अर्थाने गौण होता. वास्तविक, दादांची मनःस्थिती अत्यंत व्यग्र होती. रेड्डी काँग्रेसचे अनपेक्षित अपयश आणि कर्नाटक-आंध्रांत; एवढेच नव्हे, तर महाराष्ट्रातही इंदिरा काँग्रेसला मिळालेले अनपेक्षित यश, यामुळे यशवंतराव व दादा हे सारेच विलक्षण वैफल्यावस्थेत होते. दोन्ही काँग्रेस एकत्र होण्याची त्या वेळेस शक्यताही नव्हती. दोन्ही काँग्रेस एकत्र आल्या, तर जनता पक्षाची सत्ता मिळण्याची संधी जाईल, या गोष्टी समजण्याइतपत शहाणपणा जनता पक्षनेत्यांनी का दाखवू नये? दोन्ही काँग्रेसची युती टिकेल किंवा नाही, हा प्रश्न नंतरचा; पण ती युती मुळात होऊ देऊ नये, यासाठी जनता पक्षाने काय केले? या देशातील महत्त्वाची गंभीर गोष्ट घडत असताना

जनता पक्षाचे उमेदवार विजयोत्सवाच्या मिरवणुका काढत होते आणि इंदिराजी मात्र आपल्याला हव्या त्या अटींवर दादांना नमवीत होत्या.

यशवंतरावांचे या साऱ्या प्रकरणात फारसे नाव ऐकू येत नव्हते, याचे तरी भान मध्यवर्ती जनता पक्षाच्या नेत्यांना असायला हवे होते. दोन्ही काँग्रेसची युती हे देशावरील एक महान संकट आहे, हेही कोणी ओळखू नये? लोकशाहीला काही अर्थ राहणार असेल; तर आंध्र, कर्नाटक आणि महाराष्ट्र या तीन प्रांतांत काँग्रेस (आय) ची हुकूमत असताना त्या पक्षाच्या अध्यक्षा इंदिराजी यांना आपण त्यांनी केलेल्या पापाची शिक्षा कशी काय करणार? दिल्लीत चाललेल्या नानाविध आयोगांच्या चौकशीला आता काय किंमत राहिली आहे? ज्या इंदिराजी काल-परवापर्यंत तिरस्काराच्या विषय होत्या व त्यांना तुरुंगात घालण्याची भाषा जनता पक्षनेते करीत होते, त्या इंदिराजींची प्रतिमा गेल्या तीन-चार महिन्यांत आज केवढी उंचावली आहे! काळ कोणाला क्षमा करीत नाही, हेच खरे. जयप्रकाशजींनी जे कमावले, ते सारे जनता पक्ष घालवायला निघाला आहे. ज्या रावणाने सीता पळविली म्हणून त्याच्या विनाशासाठी भयंकर असे संगर मांडले, त्या रावणाचा वध होण्याचे दूरच राहिले; पण रामच कायमचा विजनवासात जाईल आणि सीतेला पट्टराणी करून रावणच त्रैलोक्याचा स्वामी होईल, असे नवे रामायण आज घडविले जात आहे.

–आणि वसंतदादा! यांचेही असे कसे काय झाले? 'असली' पक्षाचे नेते वसंतदादा नकली पक्षाच्या नेत्यासमोर कसे वाकले? दाती तृण धरून इंदिराजींना दादा शरण का गेले? इंदिराजींनीच त्यांना एकदा संन्यास घ्यायला लावला होता. ही वस्त्रे पुन्हा जाण्याची वेळ आली होती. जिने एकदा वस्त्रे काढून घेतली होती, तिनेच दादांना पुन्हा एकदा वस्त्रे नेसवली. दादांनी ती खालच्या मानेने स्वीकारली. ज्या व्यक्तिपूजनाविरुद्ध दादांनी निवडणुकीच्या कालखंडात गावोगाव तडफदार भाषणे केली, त्याच इंदिराजींच्या पुढे हात बांधून मुजरा करायला दादा का बरे तयार झाले? शरणागत होताना आपण महाराष्ट्राच्या सह्याद्रीलाही आपल्याबरोबर वाकवितो आहोत, याचेही भान त्यांना राहिले नाही. अरेरे, दादा, दादा राहिले नाहीत; चाकरमाने झाले. आता ते मुख्यमंत्री राहिले नाहीत; सुभेदार झाले.

परंतु दादांपुढेही काही पर्याय नव्हता. तेही यशवंतरावांच्याच तालमीत तयार झालेले आहेत. खुर्चीचे महत्त्व ते जाणतात. 'खुर्ची सलामत तर मानापमान पचास!' हेही दिवस निघून जातील, असा त्यांचा कयास. कोणत्याही अटी नसतील तर काँग्रेस सोडू नका– असा आदेश यशवंतरावांनी आपले प्रतिशिवाजी

बाळराजे शरद पवार यांना देऊन ठेवला. ते आणि त्यांचे दहा-पंधरा सहकारी जनता पक्षात जाण्यासाठी बाशिंग बांधून तयार होऊन बसले होते. कोणत्याही मानहानिकारक अटी आपल्याला घातलेल्या नाहीत, असे दादांनी सांगून शरद पवारांचीही फसवणूक केली. एकदा शरणागती पत्करली की, मालक सांगेल ते खरे– तेवढेच सत्य, तेवढीच नीती. या प्रकरणी वसंतदादांची आपण फक्त कीव करू शकतो. जे मुख्यमंत्रिपद एरवी सर्वोच्च मानाचे पद, तेच मुख्यमंत्रिपद आज उपहासाचा विषय व्हावे? शाब्बास! वसंतदादा, शाब्बास! या तुमच्या कर्तृत्वाबद्दल काँग्रेसची पाच पिढ्यांची प्रतिष्ठा नम्र होऊन तुमच्यापाठी उभी राहिली आहे. आता वसंतदादांनी मधुमेहाच्या किती व कोणत्या गोळ्या घ्यायच्या, याचे प्रिस्क्रिप्शनसुद्धा डॉ. इंदिरा गांधी लिहून देणार आहेत. आणीबाणीकाळात पूर्वीचे मुख्यमंत्री शंकरराव चव्हाण यांना जेवढे स्वातंत्र्य होते, तेवढेसुद्धा स्वातंत्र्य आता दादांच्या नशिबी नाही. अहंमन्य आणि भ्रष्ट नाशिकराव तिरपुडे दादांचा पाणउतारा पदोपदी करण्याची संधी पाहणार आणि ते सांगतील त्याप्रमाणे वसंतदादा मान तुकविणार. आता उरलीसुरली रेड्डी काँग्रेसची अब्रू चंदनवाडीच्या स्मशानभूमीत आपला क्रमांक येण्याची वाट पाहत आहे. शेवटचे मंत्र म्हणण्यासाठी वेदाचार्य एस. एम. जोशीबुवा पळी-पंचपात्री घेऊन हजर आहेत. जनता पक्षाचा सर्व ब्रह्मवृंद रेड्डी काँग्रेसला तिलांजली देण्यासाठी उभा आहे.

होय, खुर्चीची महती एवढी असते. खुर्ची माणसाचे रक्षण करते, पापाला पुण्याईचा उजाळा देते, शरणागताला अभय देते, सहकारातील भ्रष्टाचाराला संरक्षण देते, अपक्षांना विकत घेते; खुर्ची खूप काही करते. ती माणसाचे कुत्रे बनविते, कुत्र्याला पिसाळवू शकते आणि वेळप्रसंग आला की पिसाळलेल्या कुत्र्याला गोळी घालू शकते. वाजवा, हो वाजवा– महाराष्ट्र काँग्रेसच्या राज्यारोहणप्रसंगी तुताऱ्या वाजवा, विजय-घोषणा द्या, आनंदीआनंद करा. विरोधी पक्षाच्या कार्यकर्त्यांच्या घरावर दगडफेक करा. आपली शरणागती लपविण्यासाठी दुसरे काही उपाय नाहीत. सह्याद्रीची मान खाली झाली म्हणून काय झाले? नाही तरी हा सह्याद्री माजलेलाच होता. एका गंगापुत्रीने शिवाजीच्या महाराष्ट्राला शरण आणले, त्याची ही कहाणी. साठा उत्तरांची ही कहाणी सफल होवो. हा शरणागतीचा वसा उतणार नाही, मातणार नाही; घेतला वसा टाकणार नाही.

मुख्यमंत्री (!) वसंतदादांना आमच्या शुभेच्छा.

*(१९ मार्च, १९७८)*

-०-०-०-

२६

# तिरपागड्या डोक्याचा तिरपुडे

महाराष्ट्राचे उपमुख्यमंत्री नाशिकराव तिरपुडे हे नाव एकदम प्रकाशाच्या झगमगाटात आले. एरवी खरे पाहता या नगण्य माणसाला महाराष्ट्रात कधीच फारशी प्रतिष्ठा नव्हती. भ्रष्टाचाराचे वेगवेगळे आरोप– काही उघडपणे, काही खासगीत– त्यांच्या बाबतीत केले जातात. मुंबईतील एका प्रख्यात अफलातून सिनेक्रिटिक बाई नाशिकरावांचा 'ही-मॅन' म्हणून उल्लेख करतात व त्यांचे आपले खास जवळचे संबंध आहेत, अशी मोठ्या गौरवाने पार्टीत ग्वाही देतात. या बाई सर्वार्थाने पुढारलेल्या आहेत. या बाईला अन्सोफिस्टिकेटेड अशा जंगली प्रकृतीच्या या पुरुषाबद्दल का कुतूहल वाटत असेल, हे समजण्यासारखे आहे. त्याच त्यापणाला कंटाळून अमेरिकन गौरवर्णीय स्त्रिया बलदंड निग्रोंच्या प्रेमात पडतात, असे आपण वाचतो; तसाच काहीसा प्रकार या रानवट माणसाच्या बाबतीत घडला असावा. मिळमिळीत मध्यमवर्गीय माणसापेक्षा धश्चोट आणि उग्र प्रकृती माणसे लोकप्रिय होताना आपण पाहत आहोत. वर्तमानपत्रवाल्यांनाही असल्या व्यक्तींबाबत गूढ आकर्षण असतेच!

तसे नाशिकराव तिरपुडे हे विक्षिप्त वाटणारे नाव एक वर्षापूर्वीपर्यंत फारसे ज्ञात नव्हते. ज्ञात होते ते त्यांच्या भ्रष्टाचारी प्रकरणाच्या निमित्ताने! त्यांची मंत्रिमंडळातून हकालपट्टी झाली; तेव्हाही अन्याय झाला, असे कुणाला वाटले नाही. मुसलमान, आदिवासी, हरिजन यांना राखीव जागा असल्यामुळे किती तरी माणसे एकदम मंत्रिपदावर येऊन बसतात. मुंबई राज्यात आजपर्यंत असे किती तरी

मंत्री नेमले गेले आणि मंत्रिपदावरून डच्चू मिळताच विसरलेही गेले. बोलून-चालून टेकणे लावून उभी केलेली ही माणसे– टेकण काढून घेताच ती स्थानभ्रष्ट व्हावीत, यात नवल नाही. एक तर ज्या समाजाचे प्रतिनिधी म्हणून ते घेतले जातात, त्या समाजावर त्यांची हुकमत नसते आणि जी काही असते, ती मंत्रिपदाच्या सुखासीन कालखंडात ते गमावून बसतात. व्यक्तिगत उत्कर्ष करून घेता-घेता समाजाच्या प्रश्नांकडे त्यांचे दुर्लक्ष होते.

काँग्रेसचे दोन तुकडे झाले. इंदिरा गांधी ज्या नामुष्कीने राजकारणातून दूर झाल्या, ती नामुष्की आणि तोंडाला लागलेली काळोखी काही काळाने दूर केली; काही जनता पक्षाच्या मूर्खपणाने दूर झाली आणि काही भारतीय लोकांच्या विस्मरणशक्तीमुळे दूर झाली. नाशिकराव तिरपुडे यांची मन:प्रवृत्ती तशी इंदिरा गांधींशी मिळती-जुळती! शिवाय त्यांना काँग्रेसमध्ये कोणतेही स्थान उरले नव्हतेच. तेव्हा त्यांच्या लेखी इंदिराजींशी हातमिळवणी करणे, हा कोणत्याही प्रकारे जुगार नव्हता. जिंकले तर अभूतपूर्व स्थान; आणि समजा हार झालीच, तरी नवे अपयश काहीच नाही! असा हा सुखाचा जुगार होता.

यशवंतराव, वसंतरावदादा आदी मिळमिळीत नेतृत्वापेक्षा इंदिराजींचे आक्रमक नेतृत्व एकूण काँग्रेसच्या आजच्या पराभूत अवस्थेत उपयुक्त आणि आकर्षक वाटले, तर त्यात गैर काही नाही. इंदिरा गांधींच्या काही खास न्याय्य भूमिकांमुळे कोणी इंदिरा काँग्रेसमध्ये जात नाही. जनता पक्षाशी भांडण करण्यासाठी आणि पक्ष टिकवून धरण्यासाठी इंदिराजींचे व्यक्तिमत्त्व यशवंतरावांपेक्षा केव्हाही उजवे आहे, ही गोष्ट सूर्यप्रकाशाइतकी स्वच्छ आहे. शिवाय इंदिराजींवरील आरोप सिद्ध होऊन त्या बदनाम होण्याची शक्यताही आता दुरावली गेली आहे. सर्व कुटिल मार्ग वापरून इंदिराजी स्वत: या अखेरच्या युद्धात उतरल्या आहेत. अशा वेळी त्यांना साथ देणे व जमल्यास काही लाभ उठवणे, हा पवित्रा अनेक काँग्रेसवाल्यांना स्वसंरक्षणासाठी आज योग्य वाटतो. शिवाय, पक्षाला इमान देण्याची कल्पना काँग्रेसमध्ये कधीच नव्हती.

नाशिकरावांनी कदाचित काँग्रेसवाल्यांची ही मनोभूमिका ओळखली असावी! त्यांच्या आयुष्यात त्यांनी घेतलेला शहाणपणाचा हा एवढाच एक निर्णय असावा. काही असो– हातांत असलेली सत्ता न सोडणाऱ्या काँग्रेसवाल्यांच्या मनोवृत्तीत तीन गट आहेत. पहिला– सरळ-सरळ घाबरून किंवा काँग्रेसमध्ये स्थान नसल्यामुळे जनता पक्षात शिरून संरक्षण मिळवणारा. दुसरा– महाराष्ट्र राज्यात काँग्रेसचे सरकार येण्याची शक्यता न दिसल्यामुळे बावरलेला, तरी पण यशवंतरावांवर

विसंबून वाट पाहणारा– आणि तिसरा– जनता पक्ष न स्वीकारू शकलेला, चव्हाणांनीही न स्वीकारलेला आणि अखेरचा जुगार खेळू इच्छिणारा. आणखीनही काही लोक आहेत, नाही असे नाही! उदा.– यशवंतराव मोहिते, की ज्यांना महाराष्ट्रातल्या राज्यकारभारात त्यांनी स्वत:च अकारण निर्माण केलेल्या पुरोगामी भूमिकेमुळे नेहमी स्थान राहील. ते कोणत्याही गटात गेले, तरी त्यांचे मंत्रिपद सुरक्षित! कदाचित पक्षाचे नेतेपदसुद्धा! नेतेपद मिळविण्याचा आणि यशवंतराव चव्हाणांच्या पकडीतून कायमचे सुटण्याचा मार्ग म्हणून इंदिरा काँग्रेस त्यांना केव्हाही जवळची आहे. पण यशवंतराव मोहिते इंदिरा काँग्रेसमध्ये येणे नाशिकरावांना स्वत:च्या भवितव्याच्या दृष्टीने गैरसोईचे आहे, हा भाग अलहिदा!

विदर्भात इंदिरा काँग्रेसला जे अनपेक्षित यश मिळाले, त्याची कारणमीमांसा अनेकांनी केली आहे– कारणे काहीही असोत! इंदिरा काँग्रेसचे उमदेवार तेथे निवडून आले आणि त्यामुळे नाशिकराव तिरपुड्यासारखा माणूस प्याद्याचा वजीर झाला! सौदेबाजीचा राजकारणात एकदम त्यांचे स्थान वधारले. इंदिरा गांधींनी यशवंतरावांच्या नेतृत्वावर व यशवंतरावांनी इंदिराजींच्या नेतृत्वावर निवडणुकीच्या कालखंडात विलक्षण चिखलफेक केली होती, तरीही राजकारण हे नेहमीच निलाजरे असते. सत्तेची शक्यता दिसताच काँग्रेसवाले एकत्रित येऊ शकतात. याउलट, सत्ता नजरेच्या टप्प्यात येताच समाजवादी आणि जनसंघीय मात्र प्राणपणाने एकमेकांशी भांडू शकतात, हे दृश्य विपरीत असले तरी आपल्याला पाहावे लागलेच आहे.

डावपेचांच्या बाबतीत इंदिराजी निश्चितच या सर्वांपेक्षा शहाण्या आहेत, कारण त्यांनी मुळातच विलक्षण अपमानास्पद अटी घालून काँग्रेस पक्षाच्या दोन गटांची युती अशक्य करून टाकली. त्यामुळे जनता पक्षातील बेबनाव आणखीनच वाढीला लागला. या अपमानास्पद अटी एकीकडून लादत असतानाच नाईकांसारखा हत्ती त्यांनी राखीव ठेवला होता. चर्चेचे गुऱ्हाळ चालू केले. चर्चेत एक रशियन तंत्र असे आहे की, केवळ कालहरण करून चर्चेने दुसऱ्या पक्षाला बेजार करायचे. पुन:पुन्हा मागे-पुढे करीत प्रतिपक्षाला वैताग आणायचा! चर्चा मोडली असे भासवून चर्चेतून उठून जायचे, पण मात्र चर्चा मोडू द्यायची नाही. अशा तऱ्हेने प्रतिपक्षाचा पेशन्स (सहनशक्ती) संपवून टाकायचा. हाच पवित्रा इंदिराजींनी घेतला आणि शेवटच्या घटकेला सर्व अटी मागे घेऊन तडजोडीचे नाटक करण्यात आले! या चर्चेच्या गुऱ्हाळातील कोणतीही गोष्ट लिखित नाही; सारे काही तोंडीच! कोणी खरे काय कबूल केले, हे आपले अदमासाने ओळखायचे.

आणि व्यवहार एकच गोष्ट सांगतो की, ज्याची पडती बाजू असते, तो शरण गेलेला असतो. इंदिरा काँग्रेसचे बळ जास्त, सत्तेत भागीदारीची शक्यता जास्त; म्हणून इंदिरा काँग्रेसकडे पळत जाण्यासाठी गर्दीही जास्त! अशा वेळी दादा जरी कितीही म्हणाले की, मी स्वत:ची इज्जत विकलेली नाही, तरी त्यावर विश्वास कोण ठेवणार?

आणि नाशिकराव तिरपुड्यांनी शपथविधीच्या दुसऱ्या दिवशी प्रेस कॉन्फरन्समध्येच दादांच्या शरणागतीची जाहीर वाच्यता केली. त्यांना दादांचे अवमूल्यन करणे भागच आहे, कारण त्याशिवाय त्यांच्या उपमुख्यमंत्रिपदाला काही किंमतच नाही. त्या प्रेस कॉन्फरन्समधील उद्गारांबाबत दादांनी तोंडात मूग धरले; मग आणखीन एक प्रतिक्रिया काँग्रेसमध्ये उमटली. ती ही– की, आता रेड्डी काँग्रेसमध्ये राहण्यात काही अर्थ नाही. वास्तविक, त्या कॉन्फरन्समधील नाशिकराव तिरपुड्यांच्या बेछूट उदगारांचा दादांनी जर कडकडीत निषेध केला असता, तर त्यांच्या पक्षाला लागलेली गळती कदाचित थांबली असती.

पण तेवढ्याने भागण्यासारखे नव्हतेच! डोंगरउतारावरून एकदा का दगड गडगडू लागला की, त्याला मधे थांबता येत नाही; त्याचा शेवट ठरलेला असतो. नाशिकरावांची त्यापुढची सारीच वक्तव्ये एका योजनाबद्ध रीतीने चालू आहेत! यशवंतरावांचे अवमूल्यन, दादांचे अवमूल्यन– हा त्यांचा धंदा सुरू झाला. दादा स्वत: उत्तर देऊ शकत नाहीत, त्यांनी स्वत:ला विकून घेतले आहे.

शरद पवार जनता पक्षात येण्याच्या मन:स्थितीत होते; परंतु काँग्रेसची युती विनाअट झालेली आहे, या आश्वासनामुळे ते मंत्रिमंडळात सामील झाले. हळूहळू युतीचे खरे स्वरूप बाहेर येऊ लागले आणि कणाकणाने मरण्यापेक्षा हौतात्म्य स्वीकारलेले बरे, असे नाइलाजाने त्यांनी पत्करलेले दिसते आहे! कायमच्या विलीनीकरणाला आपला पाठिंबा नाही, या चव्हाणांच्या भूमिकेला त्यांनी पाठिंबा दिल्यामुळे तिरपुड्यांची आग मस्तकात गेली.

नाशिकराव तिरपुडे हे एक मूर्ख गृहस्थ आहेत आणि उद्धटपणाशिवाय त्यांच्या जवळ काही नाही. महाराष्ट्रातील यशवंतरावांच्या व्यक्तिपूजक नेतृत्वावर त्यांनी हल्ला केला, हे समजण्यासारखे आहे; पण त्याचबरोबर आपण इंदिराजींच्या व्यक्तिपूजक नेतृत्वावरही हल्ला करत आहोत, याचेच भान ते विसरून गेले. नाशिकराव तिरपुडे लोकशाहीवादी झाले कधी? इंदिराजींच्या अहंमन्य आणि व्यक्तिपूजक नेतृत्वाविषयी त्यांना वाटणारी गाढ प्रीती ही त्यांच्या या भूमिकेने आपोआप विसंगत ठरली. का, भारतीय स्तरावर व्यक्तिपूजक नेतृत्व चालते

आणि महाराष्ट्राच्या स्तरावर चालत नाही, असे त्यांना वाटते?

तिरपुडे यांच्या लक्षात एक गोष्ट आली नाही. व्यक्तिपूजन कोणत्याही पातळीवर असो; ते कोणालाच आवडणारे नाही. महाराष्ट्रात यशवंतरावांनी पक्षाच्या हितासाठी चुका केल्या; पण त्यात स्वत:ची इस्टेट केली नाही किंवा आपल्या नातेवाइकांनाही आपल्या व्यक्तिपूजनात समाविष्ट करून घेतले नाही. शिवाय, यशवंतराव चव्हाणांनी ज्यांना आपला मानसपुत्र मानले व ज्याचे व्यक्तिमत्त्व घडवले, त्यांना संजय गांधी म्हणणे ही पर्यायाने इंदिराजींची केवढी बेअब्रू आहे, हेही नाशिकरावांच्या ध्यानात येऊ नये? याचे आश्चर्य वाटायला नको, कारण त्यांचा वकूबच तेवढा! ज्या संजय गांधींचा त्यांनी विशेषण म्हणून उपयोग केला, त्या संजय गांधींची ऐतिहासिक कथा लोक अजून विसरलेले नाहीत. जर शरद पवार हे संजय गांधींप्रमाणे एक फुशारलेले तरुण नेतृत्व असेल, तर मग संजय गांधींचे काय? त्यांना कोणी मोठे केले? शरद पवार निदान पक्षाचे अनेक वर्षे कार्यकर्ते आहेत, ते महाराष्ट्र प्रदेश कार्यकारिणीचे चिटणीस होते. पाच-दहा वर्षे मंत्री आहेत. काही ना काही तरी नेतृत्व त्यांच्या ठायी जमा आहे. अशा माणसाची संभाव्य मुख्यमंत्री म्हणून भलावण निदान तर्कात तरी बसते. पण कसलीही लायकी नसलेल्या अर्धशिक्षित, बदफैली मुलाला इंदिरा गांधी सर्वोच्च नेता करायला निघाल्या होत्या.

पण झाले हे एका परीने बरेच झाले. इंदिरा गांधी आणि तिचे अनुयायी यांची मनोविकृती लोकांच्या नजरेत आली. काँग्रेसमधल्या लोकांचेही डोळे उघडले. दादाही आता जरा सावरून वावरतील. मुख्यमंत्रिपदाच्या असल्या नपुंसक संसारापेक्षा ठणठणीत वैधव्यात विजनवास बरा, असे दादांना वाटू लागेल. नाशिकराव तिरपुड्यांचा उन्मत्तपणा असाच वाढत राहो; तरच कदाचित काँग्रेसला थोडे शहाणपण येईल. ज्याच्या डोक्यावर हात ठेवशील, त्याला मृत्यू येईल– असा वर दिलेल्या भस्मासुराला स्वत:च्याच मस्तकावर हात ठेवण्याची दुर्बुद्धी झाली. तसेच या उन्मत्त भस्मासुराचे होईल! निदान व्हावे, अशी अपेक्षा करायला हरकत नाही. औट घटकेचे मंत्रिपद किंवा नियतीने दिलेले नेतृत्व पेलण्यासाठी माणसाला डोके हवे! केवळ टोपी घालायची जागा म्हणूनच जो आपल्या डोक्याचा उपयोग करतो, त्याची टोपीही जावी आणि खुर्चीही जावी, यात नवल ते कसले?

*(९ एप्रिल, १९७८)*

-०-०-०-

## २७

## चरणसिंगांच्या हकालपट्टीच्या निमित्ताने :
## इंदिराजींच्या घरी आनंदोत्सव!

इंदिराजींच्या घरी आज आनंदोत्सव चालू आहे. गृहमंत्रिपदावरून चरणसिंगांची हकालपट्टी झाली, या आनंदाप्रीत्यर्थ इंदिराभवनात आजचा हर्षमेळावा भरला आहे. देवराज अरस, चेन्ना रेड्डी, तिरपुडे, शुक्लाजी, त्रिपाठीजी असे त्यांच्या नजीकचे लोक आजच्या बैठकीला होते. इंदिराजींना मानणारे आणि त्याच या देशाच्या एकमेव नेत्या होतील अशी आकांक्षा बाळगणारे वसंतदादा पाटील, नाईक यांसारखे गावोगावचे इंदिराभक्त बंगल्याबाहेर जमा झाले. त्यांना अजून आत प्रवेश नव्हता. पण बाहेर का होईना, बसू दिले म्हणून ही मंडळी खूश होती. तेथूनच ते सर्व जण इंदिराजींचा जयजयकार करीत होते.

वास्तविक, आजच्या आनंदाच्या प्रसंगी इंदिराजींना आपल्या सर्व दासांना भरपेट दावत देण्याची इच्छा होती. पण काय करणार? आर्थिक हलाखीची स्थिती आल्यामुळे त्यांनी फक्त जिलेबी, मलई, पकोडे व ड्राय फ्रूट्स यांच्यावर भागवायचे ठरवले. त्यांचे सारेच पैसे परदेशी बँकांत अडकून पडल्यामुळे त्यांच्यावर आजची हलाखीची स्थिती आली आहे. उद्योगपती पैसे देत नाहीत असे नाही; पण तेवढ्याने काय कात होणार? स्मगलर्स, मटकावाले वगैरे मंडळी पूर्वीसारखी इमानदार राहिलेली नाहीत. त्यामुळे नाइलाजाने दावतीचा बेत रद्द करून त्यांना या अल्प-स्वल्प खाद्यपदार्थांवर भागवावे लागले. त्यांच्या सूनबाई त्यांच्याजवळ असणारे पैसेदेखील आता देईनाशा झाल्या आहेत. त्यामुळे सासूबाईंना राग येणे स्वाभाविक आहे. पण करणार काय– आपलेच दात आणि आपलेच ओठ! आपल्या

पुत्रपौत्रादिकांच्या विरुद्ध उघड-उघड काही बोलायची सोयच नाही. आपल्या मूर्ख आणि फाजील महत्त्वाकांक्षी कारट्यामुळे आपल्यावर मानहानीचा हा प्रसंग ओढवला, हे त्यांना बऱ्याच दिवसांनंतर पटले होते.

परंतु त्याच्याविरुद्ध आवाज उठविणे सोईचे नाही, असा सल्ला वयोवृद्ध व पितृतुल्य त्रिपाठी यांनी दिला. आजच्या आनंदाच्या प्रसंगी असले कटू विचार हवेतच कशाला, असा सर्वांनीच विचार केला होता.

आलेल्या सर्व सुभेदारांनी 'मलिका-ए-हिंदोस्ताँ', 'सुलताना इंदिरा' राणीला कमरेत वाकून कुर्निसात केला. बधाई व नजराणाही पेश केला आणि जो-तो आपल्या योग्यतेनुसार– म्हणजेच उपयुक्ततेनुसार आपापल्या आसनावर जाऊन बसला. इंदिराजींसाठी खास उंच मखमली आसन निर्माण केले होते. आपल्याला दिलेले आसन योग्य नाही, असा देवराज अरस यांचा दावा होता. कारण आपण काही सुलतानाजींच्या कृपेमुळे मुख्यमंत्रिपदावर आरूढ झालो नाही, असा त्यांचा दावा होता. पुढे-मागे या उर्मट माणसाला त्याची योग्य ती जागा दाखवून देण्याचा निर्णय इंदिराजींनी आपल्या खासगी चिटणीस निर्मलाबाई यांच्या कानात सांगितला, म्हणून इंदिराजींच्या जवळ परंतु त्यांच्यापेक्षा थोड्या कमी उंचीचे एक खास आसन त्यांच्यासाठी राखून ठेवले होते. आंध्रच्या चेन्ना रेड्डींनाही स्वतंत्र स्थान देणे भागच होते. कारण आंध्र आणि कर्नाटक येथील निवडणुकांमुळे तर इंदिराजींची प्रभा परत फाकू लागली होती. नाशिकराव तिरपुड्यांना कुणी खुर्ची दिलीच नाही आणि त्यांनाही त्याची आवश्यकता वाटली नाही. एखाद्या स्वयंसेवकाप्रमाणे जणू काही आपल्या घरचेच कार्य आहे, अशा घाईगर्दीत ते उगीचच आत-बाहेर ये-जा करीत होते.

दरबाराला सुरुवात होण्याची वेळ आली, तेव्हा राजपुरोहित आर्य चाणक्य श्री. कमलापती त्रिपाठी उभे राहिले. ते उभे राहिलेले पाहताच इंदिराजींनी आपले आसन सोडले व त्यांनी चक्क त्रिपाठींना वाकून नमस्कार केला. इकडे-तिकडे पाहून आपली सराईतपणे कमावलेली हास्यमुद्रा उपस्थितांसमोर दर्शवली. सुलताना इंदिराजींचे ते शालीन आणि नम्र स्वरूप सर्वांनाच अपरिचित होते. पण त्यामुळे 'वाहवा' असा उद्‌गार सभाजनांनी आपोआप काढला. त्रिपाठीजींनी खास उत्तर भारतीय ढंगात हास्य करून त्याला प्रत्युत्तर दिले. ते म्हणाले, "आज आपण येथे का जमलो आहोत, ते सर्वांना माहीत आहे. सुलताना इंदिराजींवर सूड उगवणारा एक नरराक्षस आता आपोआपच संपुष्टात आलेला आहे. उत्तर प्रदेशचे आपले राजकारण आता वेगात चालेल. गावोगाव देवीजींच्या स्वागतासाठी

माणसे जमविण्यासाठी मुद्दाम योजना केली आहे. हरिजनांवर अत्याचार करण्यासाठी आणि ते केल्यानंतर इंदिराजींनी त्या स्थळांना भेटी देण्यासाठी माणसे व जागा मुक्रर केल्या आहेत. पूर्वीच्या चुका आपण आता परत करता कामा नयेत. पूर्वीपेक्षा अधिक इमानाने आपण आपल्या निष्ठा देवीजींना वाहिल्या पाहिजेत. देवींचे राज्य व्हावे, ही श्रींची इच्छा; नचपेक्षा चरणसिंगासारख्या दुष्ट माणसाचा परभारे निकाल लागला नसता. जनता पक्षात घुसवलेले आपले हेर चांगली कामगिरी बजावतायत! त्यांनाही ही सभा संपल्यानंतर 'दिवाण ए खास'मध्ये खास पारितोषिके दिली जातील. वेगवेगळ्या आयोगांतील साक्षी-पुराव्यांसाठी गोळा केलेले साक्षीदारही आपण विकत घेऊ शकलो, याचा मला अभिमान वाटतो. त्यामुळे देवीजींवर खटला भरण्याची हिंमत आता कोणीही दाखवू शकणार नाही. समजा कोणी दाखवलीच, तर आपण परदेशांतून शिकवून आणलेली तज्ज्ञ मंडळी त्यांची योग्य प्रकारे वासलात लावतील. कागदपत्रांची विल्हेवाट आपण पूर्वीच लावली आहे. सरकारी अधिकाऱ्यांनाही भरपूर पैसे देऊन त्यांना आपण विकत घेतले आहे. मागे देवीजींना अटक करण्याची हिंमत चरणसिंगांनी एकदा दाखविली होती, पण आपल्या निष्ठावंत अधिकाऱ्यांनी योग्य प्रकारे हालचाली करून गृह खात्याची फटफजिती केली, म्हणून तर चरणसिंगांसारखा आपला एक नंबरचा शत्रू आपण निकालात काढू शकलो. आता पुढे काय करायचे, यासंबंधी आपण विचार-विनिमय करणार आहोत. कुणाला काही शंका असल्या तर त्यांनी त्या विचाराव्यात!''

मग ज्याचे नाव कुणालाच माहीत नव्हते, असे एक इंदिराभक्त उठले आणि ते म्हणाले, ''काँग्रेस फंडाचे काय झाले?''

''त्याची चौकशी होणे शक्य नाही, कारण त्यात आपल्यापैकी फारसे कुणी गुंतलेले नाहीत. त्या वेळेस बाबूजींकडे निवडणूक फंडाची जबाबदारी होती, म्हणून निवडणूक फंडाची चौकशी करणे म्हणजे बाबूजींना गोत्यात अडकवणे असे होईल. तसे करण्याची आज तरी जनतावाल्यांची हिंमत नाही. आणि तसा प्रसंग आलाच तर बाबूजींबाबतची पुष्कळशी कागदपत्रे सुरक्षित सेफ डिपॉझिट व्हॉल्टमध्ये रशियात ठेवलेली आहेत. बाबूजींचा आवाज कित्येक दिवस जो बंद आहे– तो याच कागदपत्रांच्या भीतीने. शिवाय ते आता गृहमंत्री होण्याची शक्यता आहे. त्यांनाच प्रधानमंत्री करण्याचे देवीजींनी मधाचे बोट लावून ठेवले आहे. त्यामुळे आता बाबूजींकडून कोणताही धोका राहिलेला नाही.''

आणखी एक उत्साही इंदिराभक्त म्हणाला, ''नगरवाला प्रकरणाचे काय?''

''त्यातले आज कुणीही शिल्लक नाही. त्यामुळे त्या प्रकरणाचे तोंड फोडायचे म्हटले तरी शक्य नाही. बँकेतला एखादा अधिकारी फार तर त्यात सापडेल. देवीजी अगदी सुरक्षित आहेत.''

''ललित नारायण मिश्रांच्या खुनासंबंधी?''

''तुम्ही काय मूर्ख आहात? खऱ्या मारेकऱ्यांना आपण केव्हाच यमसदनी पाठवून दिलेय. प्रथम संघवाल्यांना आणि मग आनंदमार्गीयांना आपण त्यात गुंतवलेय, हे सर्वांना माहिताय! असल्या मूर्खपणाच्या शंका काढत जाऊ नका!''

''पूर्वाश्रमीचे सर्व काँग्रेसवाले एकत्र आणण्याची काही योजना होती, तिचे काय झाले?''

''इतक्या घाईगर्दीने असे काही करणे धोक्याचे आहे. समाजवादी आणि जनसंघ सोडले, तर बाकी सारी मंडळी आपलीच आहेत. आज ना उद्या ते आपल्यांत येणारच! चार-दोन म्हातारी-कोतारी हयात आहेत, तोवर पक्षांतर होणार नाही.''

''संजय गांधींचे...''

इंदिराजी एकदम कडाडल्या, ''हे नाव पुन्हा सभेत काढायचे नाही, असे मी तुम्हाला बजावले होते. कुणी ते नाव काढले, तर त्याची शिक्षा भोगावी लागेल. देशाच्या हिताच्या दृष्टीने प्रसंग आला, तर प्रसंगी त्याचाही बळी देण्याची माझी तयारी आहे. पण तसे काही करावे लागणार नाही. कुणी कधी संजयसंबंधी चकार शब्दही उच्चारता कामा नये.''

क्षुब्ध झालेल्या या चंडिकावताराकडे पाहून सारे सभाजन घाबरून गेले. पण त्रिपाठीजी शांत होते. ते हसतमुखाने म्हणाले, ''देवीजींनी रागावण्याचे काही कारण नाही. पक्ष धोक्यात येणार असेल, तर वाटेल त्याची कुर्बानी करण्याची देवीजींची तयारी काय आम्हाला माहीत नाही? जिवावर बेतले तर माकडीणसुद्धा पिलावर स्वार होते. महत्त्वाची गोष्ट म्हणजे, सीतेप्रमाणे पवित्र असणाऱ्या आपल्या सम्राज्ञी इंदिराजी यांची सन्मानाने भारतवर्षाची सम्राज्ञी म्हणून आपल्याला पुन्हा प्रतिष्ठापना करावयाची आहे. सत्तेमुळे उंडारलेल्या जनता पक्षाच्या पुढाऱ्यांना धडा शिकवायचा आहे. खरे तर या सर्वांची तुरुंगातच राहण्याची लायकी होती. आणीबाणीत हे लोक शहाणे झाले असतील, अशा समजुतीने आम्ही त्यांची सुटका केली; तिथेच सारे चुकले! पण काही हरकत नाही. अशा चुका कोणी पुन: पुन्हा करत नाही. आज ना उद्या दिल्लीश्वरी म्हणून इंदिराजी परत सिंहासनावर

आरूढ होतील, तेव्हा सर्वांचे हिशोब चुकते करून टाकू. या देशातल्या सुशिक्षित लोकांनी आपल्यावर हे संकट आणलेय. शहरात राहणाऱ्या नागरिकांनी आपल्याविरुद्ध कट केलाय. त्यांनी लक्षात ठेवावे की, सारेच दिवस काही सारखे नसतात. खेड्यांत राहणारी ऐंशी टक्के जनता ही आपल्याच बाजूला आहे. प्रसंगच आला तर आपण शहरे उद्ध्वस्त करू! बुलडोझर फिरवू - कत्तली करू. नाही तरी गांधीजींचे स्वप्न होतेच की, शहरातून खेड्याकडे चला. न्यायालयाने इंदिराजींविरुद्ध निकाल दिला, म्हणून हे सर्व रामायण घडले.

"प्रत्येक न्यायाधीश आपल्याला रामशास्त्री प्रभुणे समजतो. त्या लेकांना अजून आमच्या पोलीस खात्याचा इंगा माहीत नाही. रशियाप्रमाणे इथली न्यायव्यवस्थासुद्धा आम्ही शासनाधीन ठेवणार! न्याय म्हणजे सत्य नव्हे, तर न्याय म्हणजे सोय! शासनकर्त्यांना जे गैरसोईचे, ते न्याय्य असूच कसे शकेल? म्हणून पूर्वीच्या काळी राजा हाच प्रमुख न्यायाधीश असे. सुप्रीम कोर्टातील मुख्य न्यायाधीश म्हणून यापुढे पंतप्रधानांचीच नेमणूक करण्यात येईल. इथे जमलेल्या माझ्या सर्व निष्ठावंत सहकाऱ्यांना मी आश्वासन देतो की, आता तो सुवर्णाचा दिवस फार दूर नाही. 'इंदिरा इज इंडिया' हे ऋषिवाक्य आता आम्ही खरोखरीच अमलात आणून दाखवू शकू. तुम्ही मात्र सर्वांनी आपल्या निष्ठा महाराणी इंदिरादेवींच्या पायांपाशी वाहिल्या पाहिजेत. 'का?' असा प्रश्नसुद्धा कुणी विचारता कामा नये. वरून हुकूम येईल त्याची तंतोतंत तामिली झाली पाहिजे. आपल्या राजवटीत आपण संप बंद करणार आहोत, न्यायालये बंद करणार आहोत आणि सर्व खासगी वर्तमानपत्रे बंद करून फक्त 'इंदिरा गॅझेट' नावाचे नवीन वर्तमानपत्र प्रत्येक राज्यात काढणार आहोत. आजही आपण पुष्कळ वर्तमानपत्रे विकत घेतलेली आहेत व त्यातून जनतावाल्यांविरुद्ध तोफा डागतच आहोत. परंतु अशा व्यवहारात जनतेच्या श्रमाचा पैसा फुकट जातो. हव्यात तरी कशाला निवडणुका? हवेत कशाला इतके पक्ष? आपल्या भाग्याने महाराणी इंदिराजींसारखी योगिनी या देशात जन्माला आली, हे परमभाग्य. गांधी आणि नेहरू अशा दोन्ही नावांतील गोडवा त्यांच्या ठायी वास करतो आहे. वास्तविक, हा सारा देश नेहमीच आणीबाणीत ठेवायला पाहिजे. या लोकांची तशीच लायकी आहे. पाठीवर कोरडे ओढल्याशिवाय इथले लोक काम करत नाहीत; उलट निरर्थक वाद करून वेळेची आणि पैशाची हानी करण्याची या लोकांना सवय लागली आहे. एकच नेता, एकच पक्ष आणि एकच विचार– ही आपली नवी घोषणा आहे. विरोध करतील, त्यांचा नाश अटळ आहे. अनेक साधुपुरुषांचा, धर्मगुरूंचा,

राष्ट्रप्रमुखांचा– एवढेच नव्हे, तर आचार्य विनोबांचासुद्धा इंदिराजींवर वरदहस्त आहे.

"आता इथे जमलेल्या सर्वांनी आपापल्या गावी जायचे आहे. कामगारांना चिथावून कारखाने बंद पाडायचे आहेत. शेतमजुरांना रोजमुरा देऊन भरलेली शेते जाळायला सांगायची आहेत. आणि दलितांना सांगायचे– जी मोडतोड तुम्हाला करता येईल तेवढी खुशाल करा; लुटीतला निम्मा वाटा तुमचा, निम्मा मात्र इंदिराजींच्या पायांशी नजराणा म्हणून आणून दिला पाहिजे. मुक्तीचा दिवस जवळ आला आहे. जनता पक्षाला राज्य करता येत नाही. दीड वर्ष आपल्याला मोकळे सोडून त्यांनी ही सुवर्णसंधी दिलेली आहे, ती गमावून चालणार नाही. जनता पक्षात भांडणे लावण्यासाठी काही पंडितांना काल खास पाचारण केले आहे. वेळ थोडा आहे, तेव्हा सर्वांनी कामाला लागावे!"

इंदिराजींनी हात उंच करून सर्वांना आशीर्वाद दिला आणि समोर जमलेल्या आणि बाहेर जमवलेल्या इंदिराभक्तांनी इंदिरा जयजयकाराच्या घोषणा दिल्या. त्या घोषणांच्या आवाजाने लोकसभेच्या इमारतीचा कळस कलला. जनता पक्षाच्या कचेरीवरील निशाण खाली आले. न्यायालयाच्या खिडक्या-दरवाजे सताड उघडले व आपटून त्यांचा कर्णकटू गोंगाट ऐकू येऊ लागला. वृत्तपत्रांची रोटरी मशिन्स एकदम बंद पडली. विचारवंतांची दृष्टी आणि श्रवणशक्ती निघून गेली. एवढेच नव्हे, तर जयप्रकाशजींचे डायलिसिसचे मशिनसुद्धा काम करेनासे झाले.

खरे-खोटे देव जाणे!

एवढ्यात जनता पक्षातील मतभेद मिटल्याची वार्ता येताच सभा एकदम तहकूब करण्यात आली. आनंदाचा उत्सव संपला. 'इंदिराजींना अटक' या प्रश्नाला एकदम महत्त्व आले. कोणी तरी मेले म्हणजे जसा गळा दाटून येतो, तसे सर्वांचे गळे दाटून आले. आमेन!

*(१६ जुलै, १९७८)*

-०-०-०-

२८

## साप ठेचणाऱ्याच्या हातात निदान काठी तरी द्या !

केवळ या देशातील लोकांची करमणूक करावी, अशी आमच्या नेत्यांची प्रामाणिक इच्छा असली पाहिजे. त्याशिवाय अधून-मधून राणा भीमदेवी आवाजात त्यांनी 'कलहप्रवेश' सादर केले नसते. या देशात आता कोणताही पक्ष असा राहिलेला नाही की– ज्या पक्षात भांडणे, शिवीगाळ, निंदानालस्ती यांची राड नाही. पूर्वीसुद्धा भांडणे होत; नाही असे नाही. पण निदान त्या भांडणाला दोन मवाल्यांच्या रस्त्यावरील भांडणाचे स्वरूप येत नसे. भांडतानासुद्धा दोन प्रतिष्ठित कुटुंबांनी भांडावे अशा तऱ्हेने ते भांडत. दोन्हीही घटकांच्या आयांचा उल्लेख त्या वेळेस होत नव्हता. सर्व प्राण्यांची व दुसऱ्याच्या वंशाची सांगड घातली जात नव्हती. अधून-मधून तरी तत्त्वांचा जयघोष केला जाई. पुरोगामित्वाच्या किंवा नवविचारांच्या नावाचे साळभोक पांघरूण घेतले जाई. आता असला देखावा करण्याचीदेखील कुणाला गरज वाटत नाही. अगदी चौकात उभे राहून मोठमोठ्याने दुसऱ्याच्या नावाने खडे फोडण्याची स्पर्धा चालू आहे. जनता पक्षातील नेत्यांची परस्परांच्या चारित्र्यहननाची मोहीम दोन्हीही पक्ष थकल्यामुळे सौम्य झाली असावी. एवढ्यात यशवंतराव चव्हाण आणि वसंतदादा पाटील या दोघा कृष्णकाठच्या मल्लांनी कुस्तीसाठी शड्डू ठोकले आहेत. शी आहे पाहा की, कुस्तीचे नियमसुद्धा हे दोघे पाळीत नाहीत. कुस्तीची बर आहे किंवा नाही, हे आधी ठरवायला हवे. चेव येण्यासाठी कुस्तीचा ा करून त्याला इनाम लावायला हवे. तसे काहीच न करता अनपेक्षितपणे क्षातील कुस्ती पाहता-पाहता

दादा आणि यशवंतराव यांनी भलत्याच वेळी आपल्या कुस्तीला आरंभ केला आहे. आता यशवंतराव आणि वसंतदादा ही काय जोडी झाली काय? म्हणजे, एका तालमीच्या जुन्या वस्तादाबरोबरच त्याच तालमीतल्या एखाद्या चेल्याने लढत द्यावी– असला हा प्रकार नाही का?

गेली तीस वर्षे महाराष्ट्रात गुण्यागोविंदाने नावारूपाला आणलेली ही कृष्णाकाठची तालीम आता पडझडीला आली आहे, एवढाच त्याचा अर्थ. चाळीस वर्षे इमाने इतबारे एका गुरूची सेवा केली, त्याच्या आज्ञा मुकाटपणे मानल्या, त्याने सांगितले तेव्हा आगी लावल्या, त्याने खुणावले तेव्हा दुसऱ्या तालमींचा विध्वंस केला. आज पाहावे– तर एकदम अचानक माती उडवीत, डोळे तांबारलेल्या स्थितीत दादा आपल्या वस्तादाच्या अंगावरच धावून निघाले आहेत!

बरे, दोघांची भाषा पाहावी, तर अंतिम निर्णयाची. म्हणजे, एक तर या कुस्तीत यशवंतराव तरी संपतील किंवा मी तरी संपेन– अशी दादांची निर्वाणीची भाषा. आता खरोखरीच या लढतीत कोण संपणार, यामध्ये आम्हाला फारसा रस नाही. कारण तसे हे दोन्ही मल्ल संपलेलेच आहेत. दोघेही संपले, म्हणून महाराष्ट्राच्या राजकारणात म्हणण्याजोगा फरक होणार नाही. वय वाढत चालले म्हणजे माणसाजवळ फक्त घमेंड उरते आणि बळ असते ते फक्त तोंडात. नुसती आव्हानाची भाषा देत, माती उडवीत कुस्तीचा देखावा करायचा– एवढेच या लढतीचे स्वरूप आहे.

बरे, हे वैमनस्य कशातून निर्माण झाले? तिकडे दिल्लीत यशवंतरावांची सद्दी संपली, इकडे महाराष्ट्रात दादांचे राज्य अस्ताला गेले. दोन पराभूत माणसे आपले नैराश्य लपविण्यासाठी उगाचच कुस्तीबिस्तीची अकटो-विकटो भाषा बोलून स्वत:ची आणि इतरांची करमणूक करीत आहेत, असे म्हणण्याची पाळी आली आहे. वसंतराव हा तसा भला माणूस आहे. म्हणजे, काँग्रेसवाल्याजवळ असायचे ते सर्व दोष त्यांच्यात आहेतच. त्यांना डावपेचांचे ज्ञान अजिबात नाही. मुसंडी मारणाऱ्या रानडुकरासारखे दुसऱ्याच्या अंगावर तुटून पडण्यामुळे लढाई जिंकता येतेच, असे नाही. अशा माणसाचा हल्ला चुकविणे फार सोपे असते. यशवंतरावांनी अशा कित्येक ढुश्या आजपर्यंत चुकवल्या आहेत. अंगावर वार घेण्यापेक्षा अंग चोरून दुसऱ्याचा वार निष्प्रभ करणारी कला त्यांच्याइतकी कुणालाच अवगत नाही. किंबहुना, प्रतिपक्षाची अशीच दमछाक करण्याची त्यांची पुरानी रीत आहे. दादा आता अटीतटीलाच पेटले आहेत. ते सर्वनाशाला

तयार आहेत. पण खुल्या मैदानात यशवंतरावांशी असली लढत देण्याचा खुळेपणा त्यांच्याशिवाय कोणी करणार नाही.

गांधीवधाच्या जाळपोळीपासून ते दुसऱ्याचे पक्ष फोडण्यापर्यंत महाराष्ट्रातील सर्व बरे-वाईट राजकारण या दोघांनी एकदिलाने केले. दीर्घकाळ सत्ता भोगली, गावोगाव सुभेदार निर्माण केले. जातीचे राजकारण करून साऱ्या अन्य घटकांना खेळवून त्यांना काबूत ठेवले, आणि हे सारे केल्यानंतर एक दिवस त्यांना असा साक्षात्कार झाला की, आपला सहकारी हा नंबर एकचा विश्वासघातकी आहे. आपल्याला त्याने वापरले.

खरे तर दोघांनीही एकमेकांना वापरले, त्यात एकमेकांचा फायदा होता म्हणून दोघांनीही एकमेकाला साथ केली. आता फायद्याची आशा नाही, सत्तेची शक्यता नाही, अशा वेळेला नैराश्यग्रस्त होऊन ही अटीतटीची लढाई पुकारण्याची त्यांना बुद्धी झाली.

यशवंतरावांवरील त्यांच्या प्रेमामुळेच दादांना इंदिरा गांधींनी एकदा महाराष्ट्र मंत्रिमंडळातून डच्चू दिला होता. शरद पवार हे वास्तविक यशवंतरावांचे मानसपुत्र. यशवंतरावांच्या मैत्रीची अजिबात किंमत द्यायला न लागता ते मात्र त्याही कालखंडात मंत्रिमंडळातील आपले स्थान टिकवू शकले होते. यशवंतराव आपल्यासाठी काही करू शकले नाहीत व आपली मंत्रिमंडळातून अपमानास्पद रीतीने हकालपट्टी होत असताना अगतिक होऊन दादा मुळूमुळू रडत बसले. शेवटी वैतागून दादांनी राजकारणाचा संन्यास घेतला.

त्या वेळेस जनता पक्षात येण्यास ते उत्सुक होते. त्या वेळच्या त्यांच्या मन:स्थितीत त्यांची-माझी गाठ पडली होती. विरोधी पक्षांतील एखाद्या महत्त्वाच्या नेत्याने प्रयत्न केला असता, तर तेव्हाच दादांची आणि यशवंतरावांची मैत्री संपुष्टात येती. शालिनीबाई पाटलांनी तर जगजीवन रामबाबूंची प्रत्यक्ष गाठ-भेट घेऊन जनता पक्षात प्रवेश करण्याचा शब्दही दिला होता. दुर्दैव असे की, पुण्यात वसंतदादांची आणि इंदिरा गांधींची गाठ पडली, तेव्हा इंदिराजींच्या शब्दाखातर वसंतदादा पुन्हा काँग्रेसनिष्ठ झाले व त्यांनी शालिनीबाईंना तोंडघशी पाडले. शालिनीबाईंनी दिलेला शब्द फिरवण्यासाठी त्यांच्यावर दडपण आणले गेले.

घरात उद्‌भवलेले वादळ संपविण्यासाठी दादांच्या काही ज्येष्ठ मित्रांनाही मध्यस्थी करावी लागली. बाबूजीही या प्रकरणात तोंडघशी पडले आणि निवडणुकीच्या वेळेस यशवंतराव आणि दादा यांनी एकाच सुरात 'जनता पक्ष हा एक नंबरचा शत्रू' अशी घोषणा केली. त्या वेळेस दोघांनाही एकाधिकारशाहीची आठवण

झाली नाही. तत्त्वनिष्ठ म्हणून ही दोन्हीही माणसे कधीच प्रसिद्ध नव्हती. इंदिराजींची सद्दी संपलेली आहे, हे ओळखण्याची बुद्धीही दोघांनी दाखविली नाही. इंदिराजींचा आणि काँग्रेस पक्षाचा असा काही विचित्र पाडाव होईल, असे स्वप्नातही नसल्यामुळे दोघे एकत्र आले व संभाव्य सत्तेत वाटेकरी होण्याचे स्वप्न पाहू लागले. महाराष्ट्रातील हे तथाकथित दोन मोठे नेते एका निसरड्या राजकारणात त्या वेळेस लोळत होते. काँग्रेस पक्ष एकट्याच्या बळावर महाराष्ट्रात मंत्रिमंडळ बनवू शकत नाही आणि सत्ता गमावली तर महाराष्ट्रात काँग्रेसवाल्यांना जगणे कठीण जाईल, याविषयी दोघांचेही एकमत होते. आज यशवंतराव मोठ्या डौलाने सांगतात की, दादांच्या मंत्रिमंडळात दादा हे बुजगावण्यासारखे होते, खरी सत्ता त्यांच्याजवळ नव्हतीच; पण मग यशवंतरावांनी स्वत: होऊन जनता पक्षाशी हातमिळवणी करून तेव्हाच संयुक्त मंत्रिमंडळ का निर्माण केले नाही? का एकाधिकारशाहीची आठवण होण्यासाठी चार-पाच महिने थांबायला पाहिजे होते? एवढ्या अवधीत प्रतिगामी जनता पक्ष एकदम पुरोगामी कसा काय झाला? का दिल्लीत जनता पक्ष प्रतिगामी आहे आणि महाराष्ट्रात तेवढा तो पुरोगामी आहे, असे समजायचे?

मला वाटते, यशवंतनीतीमध्ये सत्ता ही नेहमीच पुरोगामी असते. बरोबरच आहे. सत्तेला चालता येते, इतरांना वाकवता येते आणि मुख्य म्हणजे, सत्ता राबवता येते. सत्ता ही अश्वत्थात्म्याच्या डोक्यावरील मण्यासारखी असते. तो मणी काढून घेतला की, अश्वत्थाम्याप्रमाणे नैराश्याचा दाह लपविण्यासाठी स्निग्धतेचे तेल दारोदार मागण्याची वेळ येते. या देशात सत्तेचा आवाज फार मोठा असतो, हे यशवंतरावांइतके कोणी ओळखले नाही. सत्ता हातांत असली की, पापाचे पुण्यात रूपांतर होते आणि अनेक पाप्यांच्या पापांना संरक्षण देता येते. सत्ता– मग ती इंदिरावाद्यांच्या सहकार्याने किंवा जनतावाल्यांच्या सहकार्याने असो– यशवंतनीतीत ती सत्ता नेहमीच पवित्र असते. ३६ आमदारांच्या बळावर शंभर आमदारांना वेठीला धरून जनता पक्षासारख्या लोकप्रिय आणि समर्थ पक्षालाही वाकवून दाखविण्याची किमया यशवंतरावांनी केली की नाही? पुन्हा महाराष्ट्रातील मंत्रिमंडळ पाडण्याच्या कामात मी सहभागी नव्हतो, हे म्हणायला ते मोकळे आहेतच. दादांच्या तशा अर्थाने रांगड्या व्यक्तिमत्त्वाला चाळीस वर्षांच्या दीर्घकालीन मैत्रीनंतरसुद्धा यशवंतरावांचे राजकारण समजू नये; हे त्यांचे अडाणीपण मानावे, की यशवंतरावांची चतुराई मानावी, एवढाच प्रश्न आहे.

चाळीस वर्षांच्या मैत्रीत जर एखाद्या माणसाचे स्वरूप समजत नसेल, तर

उरलेल्या आयुष्याच्या काळात तरी ते समजून काय उपयोग आहे? राजकारणात इतका अडाणीपणा खपण्यासारखा नसतो. यशवंतराव आहेत तसेच आहेत; त्यांच्यात काही फरक पडलेला नाही. आजपर्यंत इमानदारीच्या झडपा बांधून दादा त्यांच्याभोवती फिरले आणि गरागरा फिरण्यामुळे त्यांना भोवळ आली आहे, इतकेच. त्यांना युद्धाची खुमखुमी आली आहे, तोही त्यांचा नैराश्यग्रस्त अस्वस्थतेचा परिपाक आहे. यशवंतरावांनी आपल्या फसवणुकीच्या धंद्यात अनेक सहकारी जोडले आहेत; त्यांतले चार कमी झाले, म्हणून त्यांचे काही वाकडे होणार नाही. वाकडे झालेच, तर दादांचे होईल. लढण्याचा आनंद त्यांना जरूर मिळेल, परंतु यशाची धुंदी मात्र मिळण्याची आशा नाही. दादा आज इंदिराजींच्या कळपात अकारण जाऊन बसले आहेत किंवा बसणार आहेत. इंदिराजींनाही महाराष्ट्रात एक अस्सल लोकप्रिय मराठा पुढारी हवाच होता. जनता पक्षात जसे मुरब्बी काँग्रेसवाले गौरवाने घेतले गेले, तसेच इंदिराजींनाही जेवढे यशवंतशत्रू आपल्यात असतील तेवढे हवेच आहेत. यशवंतरावांशी एस. एम. जोशी, उत्तमराव पाटील, भाई वैद्य टक्कर देऊ शकत नाहीत. काँग्रेसच्या मातीत चार डाव खेळलेला मनुष्यच काँग्रेसचा नाश चांगला करू शकतो, हे जनता पक्षाच्या नेत्याप्रमाणेच इंदिराजींनीही ओळखले आहे. राजाला वाचविण्यासाठी प्यादी, उंट, घोडे ही खर्ची टाकावीच लागतात. एवढेच नव्हे, तर हत्तीसुद्धा बळी द्यावा लागतो. वसंतदादा अशा तऱ्हेने बळी पडले, म्हणून इंदिराजींना त्याचे काही सोयरसुतक नाही. काँग्रेसविरोधात हयात काढलेल्या आम्हा विरोधी पक्षीयांना तर यशवंतराव आणि वसंतदादा यांच्यात होत असलेल्या साठमारीचा अतिशय आनंद आहे. जनता पक्षाने कितीही वल्गना केल्या तरी महाराष्ट्राच्या मातीत खोलवर रुजलेल्या काँग्रेसला एकट्याच्या बळावर नेस्तनाबूत करणे, ही जनता पक्षाला अशक्य गोष्ट आहे. जनता लाट असतानाही काँग्रेस आय आणि काँग्रेस वाय या दोघांनीही मिळून महाराष्ट्रात जनताहून अधिक जागा जिंकलेल्या होत्या, याचा विसर पडू देता कामा नये. या निमित्ताने का होईना, अधिकाधिक दुभंगत चाललेल्या काँग्रेसचा पाडाव करणे जनता पक्षाच्या आवाक्यात येऊ लागले आहे. त्यामुळे जातीयवादी राजकारणाला शह बसेल. आजपर्यंत विरोधी पक्षांना महाराष्ट्रातील संघटित सधन शेतकरी पारखा होता, पण या झोंडगिरीत त्याच्या थैल्या जनता पक्षासाठीही खुल्या होतील.

वसंतदादा विसरले असतील की, त्यांची सारी शक्ती या राज्यातील सर्व ग्रामीण अर्थव्यवस्थेवरील काँग्रेसच्या पकडीत होती; आता ती पकड ढिली

होईल. नाही म्हटले, तरी सत्तेच्या आधाराने फोफावलेली महाराष्ट्र काँग्रेसची 'सहकारी सत्ता' दुबळी होते आहे. काँग्रेसवर फार मोठे प्रेम होते, म्हणून काही महाराष्ट्रातील ग्रामीण जनता काँग्रेसच्या मागे नव्हती. सर्व ग्रामीण आर्थिक शक्ती काँग्रेसच्या हातांत असल्यामुळे परावलंबी असलेला नागरिक काँग्रेसच्या दावणीला जुंपलेला होता. वसंतदादांची किंवा काँग्रेसची जी काही मुजोरी गेल्या तीस वर्षांत चालत होती, ती केवळ ग्रामीण आर्थिक शक्तीमुळेच. काँग्रेसशी शय्यासोबत करून जनता पक्षाने महाराष्ट्र राज्यात शरणागत तडजोड पत्करली आहे. निदान त्या तडजोडीचा फायदा घेऊन काँग्रेसचा एकतंत्री अंमल आत्ता संपेल, अशी आशा करू या. नको ती शय्यासोबत केलेलीच आहे, तिचा फायदा तरी उपटणे आज आवश्यक आहे. अर्थात काँग्रेसमधील एका गटाचेच राज्य यामुळे संपुष्टात येईल; दुसरा गट फोफावेल. पण काही हरकत नाही. काँग्रेसची संघटित शक्ती क्षीण होत आहे, हे त्यातल्या त्यात बरे आहे. आपल्याला साप मारता येत नाही, तर तो मारू शकणाऱ्याच्या हातात काठी द्यायला काहीच हरकत नाही.

दादांनी अखेरच्या लढाईचा पवित्रा घेतला आहे, तो तसाच कायम राहावा. मधेच त्यांनी अवसानघात न करावा, म्हणजे मिळवली! जनता पक्षात सुंदोपसुंदी चाललेली आहे, हे पाहून जर इंदिराजींच्या गोटात आनंदीआनंद होऊ शकतो; तर यशवंतरावांच्या आणि दादांच्या भांडणात आम्हाला आनंद का वाटणार नाही? बकअप दादा, तुमच्या विश्वासघातकी मित्राला एकदा ठेचून काढाच; नाही तर मधेच जुनी दोस्ती आठवेल, मध्येच महाराष्ट्राच्या हिताचा विचार सुचेल– तसे न होवो. हे युद्ध आता निकराचेच...

*(१५ ऑक्टोबर, १९७८)*

-०-०-०-

## २९

## सांगली कुणाच्या बापाची?

वसंतदादा पाटील यांचे राज्य जाऊन शरद पवारांचे राज्य आले, ही घटना महाराष्ट्राच्या राजकारणावर दीर्घकाळ परिणाम करणारी आहे. महाराष्ट्रातील काँग्रेस पक्षाचे आता कायमचे विभाजन झाले, असा याचा अर्थ आहे. लोकशाहीच्या वाढीसाठी झाली ही घटना चांगलीच आहे. कारण दीर्घकाळ सत्ता भोगल्यामुळे काँग्रेस पक्ष माजल्यासारखाच झाला होता आणि अनेक दुष्ट प्रवृत्ती राजकारणात वावरू लागल्या. सहकार चळवळ मलिन होऊन गेली, गुंडगिरीचे व दहशतवादाचे वातावरण महाराष्ट्राच्या अंतर्भागात वाढत गेले. नव्या सहकारशहांची निर्मिती झाली. आपापले आप्तस्वकीय व मित्रपरिवार सांभाळण्यासाठी अनेक अनीतिकारक गोष्टी घडत राहिल्या आणि या सर्व घडामोडींत महाराष्ट्राची दिल्लीतील प्रतिमा केविलवाणी झाली. यशवंतराव चव्हाणांची दिल्लीत जी अप्रतिष्ठा होत गेली, त्यालाही महाराष्ट्र काँग्रेसचे हे स्वरूप पुष्कळसे कारणीभूत ठरले. महाराष्ट्र काँग्रेस ज्या जातीय व शोषक राजकारणाचा अवलंब करीत होती, त्यामुळे महाराष्ट्रात विरोधी पक्षही निरोगीपणाने वाढू शकले नाहीत. तोंडदेखली लोकशाही व दलितांचा ढोंगी कळवळा यांवर महाराष्ट्र काँग्रेसची इमारत उभी होती. सत्तेची सर्व केन्द्रस्थाने महाराष्ट्र काँग्रेसच्या हाती होती तोपर्यंत सौदेबाजीने, देवघेवीने, धाकदपटशाने काँग्रेस पक्षातील सारे असंतोष शमवले जात होते. सत्ता जाताच नागडा स्वार्थ आणि संधिसाधूपणा यांचा सर्वांना प्रत्यय आला. काँग्रेस पक्षाची केविलवाणी अवस्था उद्या तात्त्विक मुद्द्यावर जे ध्रुवीकरण होईल,

त्या प्रक्रियेला उपकारक ठरेल.

यशवंतरावांच्या राजकीय नीतीतील दोन गटांचे तंत्र आज जनता पक्षाला फार उपयोगी पडले आहे, कारण नाराज काँग्रेसचा एक गट जनता पक्षात सहजपणे येऊन मिळाला. आपले वर्चस्व ठेवण्यासाठी चांगल्या वकुबाची माणसे पुढे येऊ द्यायची नाहीत; प्रत्येक गावात, तालुक्यात, जिल्ह्यात दोन माणसांना झुंजवत ठेवायचे आणि वेगवेगळ्या विरोधी पक्षांतील बोटचेप्या माणसाला सत्तेचे प्रलोभन दाखवून काँग्रेस पक्षात ओढायचे– ही यशवंतनीतीच अखेरीस महाराष्ट्र काँग्रेसच्या आजच्या अवस्थेला कारणीभूत झाली.

समाजवादी पक्ष, शेतकरी कामकरी पक्ष, रिपब्लिकन पक्ष– एवढेच नव्हे, तर कम्युनिस्ट विचारांची काही शेलकी मंडळी यशवंतरावांनी फोडून काँग्रेस पक्षात आणली. ही सर्व नव्याने प्रविष्ट झालेली मंडळी काँग्रेस राजकारणात भ्रष्ट होऊन बदनाम झाली व त्यांचे आपल्या जुन्या पक्षाशी वैमनस्य निर्माण झाले, तरी त्यांनी आपापले वेगळे गट काँग्रेसमध्ये ठेवलेच होते. यशवंतराव चव्हाण जोपर्यंत सत्तेवर होते (त्याप्रमाणे मध्यवर्ती सरकारात जोपर्यंत काँग्रेस पक्षाचे राज्य होते) तोपर्यंत नाखुशीने का होईना, सारे असंतुष्ट गट काँग्रेसमध्ये एकत्र राहिले. महाराष्ट्रात काँग्रेसला मिळत आलेले यश व विरोधी पक्षांचा फजितवाडा यांमुळे महाराष्ट्र काँग्रेसचा दुर्ग अजिंक्य आहे, असेच सर्वांना वाटत होते. पण सत्तेचे टेकू लागल्यामुळेच पडत असलेला हा वाडा दिमाखाने उभा होता.

संघटना काँग्रेस जेव्हा बाहेर फेकून दिली गेली, तेव्हा काही म्हातारी-कोतारी मंडळी काँग्रेसने गमावली. संघटना काँग्रेसचे महाराष्ट्रातील अधिवेशनसुद्धा केविलवाणे ठरले, याचे कारण यशवंतरावांच्या हातात सत्तेचा लगाम होता. इंदिराजींनी यशवंतरावांचे अवमूल्यन केले, ते एक संभाव्य स्पर्धक म्हणूनच! पण तेव्हापासून यशवंतरावांच्या एकछत्री गादीची भीती महाराष्ट्रातून नष्ट झाली. कुठले कोण शंकरराव चव्हाण– ते यशवंतरावांना दमात घेण्याचा प्रयत्न करू लागले. तिरपुडे-प्रेमलताबाई प्याद्यांचे फर्जी झाले. कोणे एके काळी यशवंतरावांची कृपा असावी म्हणून महाराष्ट्रात काँग्रेसवाल्यांची केवढी धामधूम चालत असे; त्याच यशवंतरावांच्या महाराष्ट्रातील सभासुद्धा केवढ्या पोरक्या झाल्या होत्या आणि काँग्रेस पक्षाच्या विघटनालासुद्धा खरी तेथेच सुरुवात झाली. आणीबाणीच्या काळात यशवंतरावजी हे एखाद्या कळसूत्री बाहुल्याप्रमाणे वागत गेले. त्यांच्या शब्दांतील धमकी संपली आणि महाराष्ट्रातील एकछत्री अंमल संपून गेला. यशवंतरावांच्या स्नेहाची किंमत वसंतदादा पाटलांना त्या वेळेस द्यावी लागली

आणि एखाद्या चपराशापेक्षाही अधिक मानहानी होऊन शंकरराव चव्हाणांच्या मंत्रिमंडळातून त्यांची हकालपट्टी झाली. पुढे संधी मिळताच वसंतदादांनी शंकररावांवर सूड उगवला. राजकीय संन्यास सोडून ते राजकारणात उतरले व आपले अल्पायुषी मुख्यमंत्रिपद मिळविण्याच्या आणि टिकविण्याच्या उद्योगाला लागले. यशवंतराव चव्हाण हा दोस्ती करण्यालायक मनुष्य नाही, हे ध्यानात आल्यामुळेच इंदिरा गांधींशी तडजोड करून त्यांना सत्ता मिळविणे क्रमप्राप्त झाले. गमतीची गोष्ट अशी आहे की, शंकरराव चव्हाणांच्या मंत्रिमंडळात शरद पवार होतेच, दादांच्या मंत्रिमंडळातही शरद पवार होते आणि वेळ येताच वसंतरावांना तोंडघशी पाडून व पुरोगामित्वाची वस्त्रे पांघरून जनता पक्षाशी सहकार्य करून झालेल्या मंत्रिमंडळातही ते आहेतच. त्या प्रत्येक कालखंडाचे समर्थन करण्याइतके वादकौशल्य त्यांच्याजवळ आहे. उद्या जरी शरद पवारांचे हे मंत्रिमंडळ मोडले व आश्चर्यकारक घटना घडून केवळ काँग्रेस पक्षाचे किंवा जनता पक्षाचे मंत्रिमंडळ आले, तरीही तेथे शरद पवार असणारच. याला चातुर्यही म्हणता येईल किंवा संधिसाधूपणाही म्हणता येईल! का आणखी काही? सत्ता असली की कोणतीही समर्थने सुंदर दिसतात.

काँग्रेसची दीर्घकालीन सत्ता संपुष्टात आली, या आनंदापोटीच जनता पक्षाने हे तत्त्वहीन मंत्रिमंडळ बनवले आहे. ध्रुवीकरणाच्या प्रक्रियेत यशवंतराव व त्यांचे पाठीराखे जनता पक्षाला सामील होतील, असा एक खोटा आशावाद राजकारणात वावरणारे व आत्ताच्या मंत्रिमंडळाचे समर्थन करणारे जनता नेते करतात. काँग्रेस पक्षात राहून यशवंतराव जेवढे इंदिराजींना रोखू शकतात, तेवढे ते जनता पक्षात येऊन रोखू शकणार नाहीत याचेसुद्धा भान पुष्कळांना उरत नाही. आज तरी 'वाय' काँग्रेस पक्ष टिकविला पाहिजे. काँग्रेस आय आणि काँग्रेस वाय यांचे कलह वाढू दिले पाहिजेत, परस्परांच्या चारित्र्यहननाची मोहीम गतिमान केली पाहिजे– हा साधा व्यवहारी हिशोब आहे. राजकारणात कुणी कुणाचे कायमचे मित्र नसते आणि इमान ही फक्त सोईची गोष्ट असते, हा अनुभव आपण घेतो आहेत. काँग्रेसचे अधिक तुकडे पाडण्यात जनता पक्षाचे हित नाही, कारण सुरक्षिततेच्या भावनेपोटी तरी काही मंडळी इंदिराजींकडे वळतील व इंदिराजींची शक्ती वाढेल. वसंतदादा पाटील तरी कधी इंदिरावादी होते? आज ते इंदिरावादी झालेच की नाही? आपले घर सुरक्षित असेल, तर दुसऱ्याचे घर पाडल्याचा आनंद व्यक्त करता येतो आणि त्याचा फायदाही उठविता येतो. राजनारायण आणि चरणसिंग यांसारखी भडक डोक्याची माणसे सूडबुद्धीने इंदिराजींनाही जाऊन मिळण्यास कमी करणार नाहीत. या देशात कुठल्याही

शक्तीपेक्षा इंदिराजींचे पुनरुत्थान जनता पक्षाला आणि देशालाही अडचणीत टाकणारे आहे, म्हणून अखेरीस राजकारणाचे सूत्र इंदिराद्वेषाभोवतीच घोटाळत राहणार आहे. ज्या काही बऱ्या-वाईट युत्या घडतात किंवा दुफळ्या माजतात, तिथे तिथे इंदिराजींचेच नकारात्मक किंवा होकारात्मक हात जाऊन पोचतात. एवढी शक्ती तर त्या आज बाळगून आहेत. आजचा क्षणिक विजय कदाचित उद्याच्या दारुण पराभवाचीही नांदी ठरेल. अशा वेळेला मदतीला येतील, ते हे स्वार्थासाठी सामील झालेले बाजारबुणगे नव्हेत! सत्तेपेक्षा सत्य, युतीपेक्षा नैतिक मूल्ये, संख्येपेक्षा परस्परांवरील विश्वास हाच अखेरीस जनता पक्षाला तारू शकेल.

सत्ता टिकविण्याच्या आणि मिळवण्याच्या नवनवीन प्रयोगात केव्हा तरी सत्तास्थाने भोगलेल्या काँग्रेसवाल्यांच्याच आपण स्वाधीन होत आहोत. मध्यवर्ती सरकार असो व महाराष्ट्र राज्य असो– निर्णायक सत्ता काँग्रेसवाल्यांच्याकडेच आहे. राजारामबापू निवडणुकीत पडले म्हणून; अन्यथा महाराष्ट्रातील जनता पक्षाला मुख्यमंत्रिपदाची माळ त्यांनाच घालावी लागणार होती. सत्ताग्रहण करायला, राबवायला किंवा टिकवायला सराईत काँग्रेसवाल्यांचीच मदत घ्यावी लागते, हे आपले दुर्दैव! मध्यवर्ती मंत्रिमंडळातसुद्धा सत्तेतील त्रिमूर्ती कोण? तर– मोरारजी, जगजीवन रामबाबू आणि चरणसिंग! यांची जातकुळी कुठली? ते एके काळचे सच्चे काँग्रेसवाले. समाजवादी आणि जनसंघ यांनी या तिघांपैकी कोणाची तरी धोतरे बडवून स्वयंसेवकाचे काम करायचे. ज्यांना राजकीय सौदेबाजी, डावपेच, भ्रष्टाचार यांचा स्पर्शही झालेला नाही, असा समाजवादी किंवा जनसंघीय नेता आमच्याजवळ नसावा, हे जनता पक्षाचे खरे दुर्दैव आहे. सभांना गर्दी करायला, मारपीट खायला, मंत्र्यांची खुशामत करायला माणसे लागतात; ती माणसे फक्त समाजवाद्यांनी आणि जनसंघाने पुरवायची. दोन्ही घटक पक्षांना कधीही असे वाटले नाही की, गेली तीस वर्षे आपण काँग्रेसच्या राज्यकारभाराविरुद्ध का आरडाओरड करीत होतो? काँग्रेस राज्यकारभाराबाबत आपल्या तक्रारी तरी काय होत्या? का काँग्रेसवालेच बरोबरच होते? समाजवादी आणि जनसंघीय यांच्यांतील बेबनाव कायम राहावा, यासाठी पूर्वाश्रमीचे काँग्रेसवाले किती जागरूक असतात, हेही या फाजील तत्त्वनिष्ठ माणसांना कधी कळतच नाही. केव्हाच संपुष्टात आलेली संघटना काँग्रेस आणि मोडीत निघालेले पुढारी आज सत्तेतील मोठा वाटा उपटून बसले आहेत.

परंतु महाराष्ट्राच्या राजकारणातील हे स्थित्यंतर तत्त्वशून्य असले तरी

काही महत्त्वाचा बदल करणारे आहे. सधन मराठा वर्गाची मिरासदारी आता संपुष्टात येऊ पाहत आहे. अन्य जाती-जमातींना न्याय्य वाटा मिळण्याची शक्यता वाढते आहे. सत्तेची अनेक केन्द्रे आता उद्ध्वस्त होणार आहेत. महाराष्ट्रातील शुगर लॉबीतही गंभीर स्वरूपाची फाटाफूट झाली आहे. महाराष्ट्रातील एकमेकांचे डावे-उजवे हात समजले जाणारे नेते आता एकमेकांना पाण्यात पाहत आहेत. शरद पवार सत्तेवर येणार, असे पाहताच महाराष्ट्रातील अनेक जिल्हा काँग्रेस कमिट्यांनी शरद पवारांना आपला पाठिंबा कळवून टाकला. हात जोडलेले आहेतच– काल वसंतदादांपुढे, आज शरद पवारांपुढे!

सत्ता गेल्यामुळे वसंतदादांचा तोल मात्र प्रमाणाबाहेर सुटलेला दिसतो. तीस वर्षांतील अनेक पापांचे जाबजबाब देण्याची काही काँग्रेस पुढाऱ्यांवर वेळ येणार आहे. शंकरराव चव्हाण मुख्यमंत्री होते, तेव्हा दादा गटाच्या लोकांचे जाबजबाब झाले. दादा मुख्यमंत्री होते, तेव्हा चव्हाण - पवार या सर्वांच्या चौकश्या झाल्या. तीच वेळ आता वसंतदादांवर येणार आहे. अनेक काढून घेतलेले खटले, वशिल्याने केलेल्या नेमणुका, कुणाला उपकृत करण्यासाठी घेतलेले शासकीय निर्णय– या साऱ्यांची पडझड होणार आहे. आपल्याशी इमानदार राहिलेल्या अनेकांची प्रतिष्ठा धोक्यात येणार आहे, म्हणून दादा चिडले आहेत. यशवंतराव चव्हाणांच्या विरुद्ध उघडपणे बोलता येत नसले, तरी त्यांना पाठिंबा देणाऱ्यांवर तरी बोलता येते.

दादा म्हणतात, "दोन्ही काँग्रेसच्या ऐक्याबाबत वाटाघाटी करण्यासाठी आपण इंदिरा गांधींशी बोला व एकदाचा सोक्षमोक्ष लावा– असे मी यशवंतराव चव्हाणांना म्हटले, पण या भेटीला त्यांनी नकार दिला. तुम्ही इंदिरा गांधींना भेटणार नसाल, तर स्वर्णसिंगांना बोलवा व या प्रश्नाचा निकाल करू, असे मी म्हटले; यात एका राजकीय पक्षाच्या कार्यकर्त्याची जबाबदारी म्हणून माझे काय चुकले? मला इंदिरा गांधींनी मोह दाखवला, लालूच दाखवली, चव्हाण व माझ्यात फूट पडली– अशी स्टंटबाजी करणे, ही एक प्रकारची राजकीय लबाडी आहे. आपण ज्यांना मित्र मानले, त्यांनी पाठीत सुरा खुपसला. चांगल्याशी चांगले वागावे; हा माझा स्वभाव, पण आबासाहेब खेबुडकर ज्या पद्धतीने वागले, त्यांना त्याच पद्धतीने प्रतिकार केला जाईल!"

वसंतदादांच्या म्हणण्यानुसार त्यांच्या पाठीत कुणी तरी सुरा खुपसला आणि यशवंतराव जर असेच म्हणाले, तर? इंदिराजींची हुकूमशाही असह्य झाल्यामुळे यशवंतरावांना मनातून न आवडणारे निर्णय घ्यावे लागले. या

त्यांच्या जीवन-मरणाच्या लढ्यात वसंतदादांनी त्यांना साथ का नाही दिली? मुख्यमंत्री होण्याची त्यांना एवढी घाई का झाली होती? शरद पवार जनता पक्षाच्या साह्याने मुख्यमंत्री होऊ शकतात, तर वसंतदादा का होऊ शकले नाहीत? काही जुने हिशेब चुकविण्यासाठी वसंतदादांनी मुख्यमंत्रिपद टिकविण्याची घाई केली नव्हती काय? यशवंतरावांच्या शब्दाशिवाय महाराष्ट्र काँग्रेसचे पान हलत नसे आणि वसंतदादांनी ते बिनतक्रार अनेक वर्षे सहन केले. मग इंदिरा काँग्रेसशी चुंबाचुंबी करून दादांनी यशवंतरावांच्या पाठीत वार घातलाच ना? ऐक्याचे गुऱ्हाळ चालू ठेवण्याचा अधिकार वसंतदादांना कुणी दिला? क्षणभर असे समजू या की, वसंतदादांनी सदसद्‌विवेकबुद्धीने किंवा पक्षहिताच्या दृष्टीने काँग्रेस पक्षाच्या ऐक्याचा प्रयत्न केला; मग ही सदसद्‌विवेक बुद्धी वसंतदादांच्या काही मित्रांनी– आबासाहेब खेबुडकरांनी दाखवली, तर त्यांची काय चूक आहे? वसंतदादांनी यशवंतरावांजवळ इमान दाखवायचे नाही आणि आबासाहेब खेबुडकर वगैरे दादांच्या मित्रांनी मात्र इमान दाखवायलाच पाहिजे, हे गणित समजण्यापलीकडचे आहे. सत्ता गेली की, डोके फिरते, ते हे असे! आपल्या बाजूचे लोक असतील ते तत्त्वनिष्ठ, पुरोगामी व इमानी; आपल्या बाजूला नसतील ते बेइमानी आणि प्रतिगाम्यांशी हातमिळवणी करणारे– खूप न्याय आहे! दादा हजर असताना त्या सभेत दादांच्या विजयाच्या घोषणा देण्यात आल्या. त्या वेळी लढ्याचा आदेश द्यावा, अशी दादांकडे भाई ताराचंद शाह यांनी मागणी केली. ‘‘काँग्रेसभवनामधील यशवंतरावांचा फोटो बाहेर फेकून देणार आहोत. तुम्ही आदेश दिला नाहीत, तर मोर्चा आणून आम्ही हे काम करणार आहोत.’’ असेही ताराचंद शहा म्हणाले. महाराष्ट्रात राष्ट्रपती राजवट आली तरी चालेल; पण पवारांची राजवट मोडून काढू, असा निर्धार त्यांनी व्यक्त केला. दादा व यशवंतराव या दोन छत्रपतींत खासदार आबासाहेब खेबुडकर यांनी कलुषाची भूमिका घेतली, असे शहर अध्यक्ष दडगे यांनी सांगितले. या सभेत एकाने ‘आबासाहेब खेबुडकरांना मी सांगलीत राहू देणार नाही.’ असे दादांना बजावले. त्यावर बाजीराव बेलवलकर म्हणाले, ‘‘आपला निर्णय दादांकडे मागू नका. ते आपण बघून घेऊ.’’

दादा हजर असताना या तऱ्हेची भाषा बोलली जाते. एवढेच नव्हे, तर एके काळी मुख्यमंत्री असणारा माणूस या तऱ्हेची भाषा सहन करतो– हा काँग्रेसची राजवट किती हुकूमशाहीची, दहशतीची आणि गुंडगिरीची आहे याचा पुरावा आहे. सांगलीसारख्या एका जिल्ह्याच्या ठिकाणी आबासाहेब खेबुडकरांसारख्या एका खासदारास व तेही दादांबरोबर अनेक वर्षे इमानेइतबारे काम करणाऱ्या

**सांगली कुणाच्या बापाची? / १५९**

कार्यकर्त्याला ही वागणूक. हे तोल बिघडण्याचे लक्षण आहे की, त्यांची नैसर्गिक प्रवृत्ती आहे, याचाही शोध घेतला पाहिजे. या देशात लोकशाही आहे, असा बकवास अनेक वर्षे करणारी काँग्रेसमधली ही झुंडशाही चिरडून टाकण्यासाठीच तर काँग्रेसचे राज्य मोडणे आवश्यक होते. आबासाहेब खेबुडकरांना एक न्याय, तर विलासराव शिंद्यांना तोच न्याय का लागू नाही?

या देशात इंदिराजीच तेवढ्या एकट्या हुकूमशहा आहेत असे नाही, तर गावोगाव असे हुकूमशहा आहेत; ते सगळे पराभूत होणे आवश्यक आहे. आमचे दुर्दैव इतकेच आहे की, या देशातील हिंस्र शक्तींचा व्यापार करणारी माणसेच लोकशाहीचा आणि पुरोगामित्वाचा बुरखा पांघरून या देशात वावरत आहेत. आबासाहेब खेबुडकर यांना सांगलीत राहू देणार नाही असे म्हणणारे आणि म्हणवणारे, यांची सांगली ही काही बापजाद्यांची जहागीर आहे? जेथे अनेक सुलतान पराभूत झाले, जेथे अनेक राजे मातीस मिळाले; त्या या देशात तीस वर्षांच्या मदांध सत्तेने डोके फिरलेली माणसे अजूनही उरलेली आहेत. 'मुंबई पेटवू' असे म्हणणारे जांबुवंतराव धोटे काय, हात कलम करू म्हणणारे ठाकरे काय- सारे एकच. असली आव्हाने देणाऱ्या माणसांचा बंदोबस्त इंदिरेइतकाच अत्यावश्यक आहे. या देशात लोकशाहीचा देखावा आहे; आहे ती नंगी हुकूमशाही! लहान-लहान गुंडांनाच इंदिराजींसारखे राज्यकर्ते हवे असतात. आपण हुकूमशाही संपवली, या भ्रमात राहण्यात अर्थ नाही.

*(३ सप्टेंबर, १९७८)*

-०-०-०-

३०

# पुनरागमन - इंदिराकृत्येचे

जगाचे लक्ष जिच्याकडे वेधले होते, अशी चिकमंगळूरची पोटनिवडणूक पार पडून इंदिरा गांधी निकटचे प्रतिस्पर्धी वीरेंद्र पाटील यांचा पराभव करून निवडून आल्या. इंदिरा गांधी यांच्या त्या विजयामुळे राजनैतिक दृष्ट्या फार गंभीर परिणाम होणार नाहीत, असे मोरारजी देसाई, चंद्रशेखर यांनी जेव्हा जाहीर केले होते; तेव्हाच खरे तर जनता पक्षाला या निवडणुकीत विजय मिळणार नाही, हे लक्षात आले. वस्तुस्थिती अशी आहे की, कोणत्याही कारणाने का होईना, इंदिराजींचे सांसदीय लोकशाही माध्यमात पुनरागमन ही एक चिंतेचीच बाब आहे. वास्तविक, इंदिरा गांधींचा संपूर्ण बंदोबस्त करणे शक्य असतानासुद्धा चेंगटपणा आणि आत्मप्रौढी यामुळे वीस महिने होऊन गेले तरीसुद्धा इंदिरा गांधींना शासन करण्यात सत्तारूढ पक्षाला यश मिळाले नाही. आपल्याला शासन करण्याची जनता पक्षात हिंमत नाही, असे इंदिराजींना वाटू लागण्याइतपत जनता पक्षाने भोंगळपणा दाखवला. या जनता पक्षाच्या गुन्ह्याला प्रायश्चित्त हवेच होते. इंदिरा गांधींच्या विजयाने ते प्रायश्चित्त मिळाले. आमचे दुबळे आणि सर्वोदयी नेतृत्व अनेक निर्णय घेण्यात कुचराई करते, असा जो आरोप वारंवार केला जात आहे; त्याला जनता पक्षाचा चिकमंगळूरमधील पराभव हा एक सज्जड पुरावा आहे. हा विजय इंदिरा गांधींचा समजायचा, का जनता पक्षाचा नालायकपणाचा हा पुरावा समजायचा– याचाही विचार व्हायला हवा.

इंदिरा गांधी गेल्या लोकसभेच्या निवडणुकीत अवमानित झाल्या,

तेव्हा सर्वस्व पणाला लावून तो अपमान धुऊन काढण्याचा प्रयत्न करणार यात मुळीच शंका नव्हती. सार्वजनिक नीतिमत्तेबद्दल इंदिराजी कधीच प्रसिद्ध नव्हत्या. खोटेपणा, शब्दांचा खेळ, आपल्यावरील आरोप दुसऱ्यांवर ढकलण्याची तत्परता– या साऱ्या गोष्टींत आज तरी भारतात त्यांना जोड नाही. भारतासारख्या तशा अर्थाने मागासलेल्या देशात व्यक्तिपूजनाचे विलक्षण आकर्षण आहे. त्यातही वारसा-तत्त्व अजूनही विसरले गेलेले नाही. इंदिरा गांधी सत्तेवर असताना त्यांनी गाठीला अफाट पैसा लावलेला आहे. तो पैसा उघडपणे वापरता येत नसल्यामुळे आणि निवडणुकीत खराखुरा हिशोब द्यावा लागत नसल्यामुळे साधनसामग्रीत त्या कमी पडणारच नव्हत्या.

अरस यांचे राज्य सरकारही त्यांच्याच पक्षाचे असल्यामुळे सर्व प्रकारची सरकारी साधनसामग्री त्यांना उपलब्ध होती. आपल्याला सुयोग्य मतदारसंघ कोणता, याची त्यांनी काळजीपूर्वक पाहणी केलेलीच होती. त्या दृष्टीने फार पूर्वी आपल्या मतदारसंघात त्यांनी तयारीही केली होती. त्यांचा विजय जरी दुर्दैवी वाटला तरी अनपेक्षित मुळीच नव्हता. राक्षसी महत्त्वाकांक्षा असणारी व लोकशाहीवर विश्वास नसणारी अशी एक कपटपटू स्त्री म्हणून इंदिरा गांधी सर्वांनाच ज्ञात आहेत. हा इंदिराजींचा विजय नसून जनता पक्षाचा पराभव आहे, हेच यामुळे सिद्ध होते. जनता शासनाजवळ गुप्तहेर खाते होते. इंदिरा गांधींची चाल ओळखण्याच्या कामात जनता शासनाने दुर्लक्ष केले, असे दिसते. आंध्र व कर्नाटकांतील विधानसभा निवडणुकीत जनता पक्ष केविलवाणेपणाने पराभूत झाला होता, त्याचा कोणताही धडा जनता पक्षाने घेतलेला नाही.

दक्षिणेत जनता पक्षाची प्रतिमा कधीच उजळ नव्हती आणि इंदिराविरोधी वातावरण तर मुळीच नव्हते. इंदिरा गांधी राजकारणातून उठल्या, अशा अधीऱ्या फाजील विश्वासावर जनता पक्षाने इंदिरा गांधींच्या चालबाजीकडे दुर्लक्ष केले आणि स्वत: होऊन दक्षिणेतला आपला आणखीन एक पराभव स्वीकारला. याही धड्याने जनता पक्ष शहाणा होईल, अशी आम्हाला मुळीच आशा नाही. उत्तरेतील यशावर जनता पक्ष संतुष्ट आहे व उत्तर म्हणजेच सर्व भरतखंड– या पूर्वापार चालत आलेल्या संकेतावरच जनता पक्षाने आजपर्यंत विश्वास ठेवला आहे. दाक्षिणात्य भाषा ज्ञात असणारे नेते जनता पक्षाजवळ नाहीत.

शिवाय, नाही म्हटले तरी ज्याच्या हातांत राज्य शासन असते, त्या पक्षाला निवडणुकीवर खूप परिणाम घडविता येतो. पोलीसव्यवस्था इंदिराजींच्याच ताब्यात होती. लहान-मोठे अधिकारीही राज्य सरकारच्या हुकमानेच वागणार

होते. पोलीस हे आज्ञाधारक नोकर असतात व त्यांना आपली नोकरी टिकविण्यासाठी प्रसंगी पक्षपात करून गृहमंत्र्यांना खूश राखावेच लागते. हे सारे गृहीत धरायला नको होते काय? त्यातून आमचे पंतप्रधान हे सर्वोदयवादी व साधनशुचितेचा त्यांचा आग्रह. त्यामुळे मुळातच ही लढाई अधिक विषम झाली. म्हणून निवडणुकीचा निकाल कोणत्याही प्रकाराने अनपेक्षित असा लागलेला नाही. पंधरा-वीस दिवसांच्या कालावधीत जनतेचे मत बदलवता येईल, असे मानणे हासुद्धा लोकशाहीचा एक अपमानच आहे. राज्य शासन इंदिरावाद्यांच्याच हातात असल्यामुळे जनता पक्षाचे म्हणण्याजोगे वीस महिन्यांतील कर्तृत्वही दक्षिणेतील मतदारांच्या ध्यानी येऊ शकलेले नाही. जॉर्ज फर्नांडिस यांच्या हातात प्रचारसूत्रे होती, म्हणून निदान एक लाखापेक्षा अधिक मते तरी वीरेंद्र पाटलांना मिळू शकली. कारण जॉर्ज फर्नांडिस यांचा साधनशुचितेवर फारसा विश्वास नसावा. त्यांनी जिवाचे रान करून व निवडणुकीसाठी कल्पक प्रचाराचा अवलंब करून या निवडणुकीत अभूतपूर्व पराक्रम केला आहे. जनता पक्षाची त्यामुळे थोडी तरी लाज शिल्लक राहिली. यानिमित्ताने दक्षिणेत आपल्या कामाचा वेग वाढवला पाहिजे, एवढी अक्कल जरी जनता पक्षाला आली, तरी पुष्कळ झाले.

इंदिराजींचा गेल्या लोकसभा निवडणुकीत पराभव झाला, हा एक चमत्कार. असे चमत्कार पुनः पुन्हा होत नाहीत. परंतु असा काही चमत्कार होईल, अशी भाबडी आशा पुष्कळांना होती. ज्यांना वस्तुस्थितीचे भान आहे, अशा कुणालाही इंदिराजींचा या निवडणुकीत पराभव होईल, असे वाटत नव्हते. इंदिराजी विजयी झाल्या, ही भारताच्या राजकारणावर परिणाम घडविणारी घटना घडू नये, असे आम्हाला अत्यंत तीव्रतेने वाटत होते. परंतु त्यांच्या पराभवाचे स्वप्नरंजन करण्यात काही अर्थ नव्हता. एक गोष्ट या विजयाने नक्की झाली की, अगोदरच एकाधिकारशाही, आणीबाणीतील अत्याचार या मागे पडत चाललेल्या गोष्टी आता इतिहासजमा झाल्या म्हणायच्या. जनता पक्षाच्या अदूरदर्शीपणामुळे इंदिराजींच्या या अपराधांकडे दुर्लक्ष झालेच होते. शिक्षा करण्याची ताकद आणि हिंमत नसलेल्या माणसांनी अपराधांचे पाढे पुनः पुन्हा वाचून जनतेचा राग मात्र थंड केला. इंदिराजींना शिक्षा करण्याच्या कामी अनेक कायदेशीर अडचणी पुढे करण्यात येत असत; परंतु त्या कायदेशीर अडचणी नव्हत्या, तर तो व्यवहारी नेतृत्वाचा दुबळेपणा होता. जनता पक्षाचे ऐक्य टिकविण्यासाठी इंदिराजींचे अस्तित्व हवे आहे, असे मानणारा एक मोठा सामर्थ्यशाली गट जनता पक्षात आहे. जनता पक्षात मध्यंतरी फाटाफुटीचे जे एक निर्लज्ज प्रदर्शन झाले, त्यावर

इंदिराजींचे पुनरागमन हा उतारा होऊ शकेल, असे खासगी चर्चेत मध्यवर्ती शासनातील काही मंत्रीसुद्धा सांगत असतात आणि या जनता पक्षातील दुबळेपणाचाच इंदिराजींना फायदा मिळाला.

लोकशाही पाळण्यासाठीच आज आपण लोकशाहीचे अनेक संकेत धुडकावून लावतो आहोत. लोकशाहीत शासनावरचा लोकांचा विश्वास गृहीत धरलेला आहे. आज जनता शासनावरील तो विश्वास कमी झाल्याचे स्वच्छ दिसते. जनता शासनातील मातब्बर नेते परस्परांच्या विरुद्ध दिशेला तोंड करून वावरतात. एकमेकांना बदनाम करण्याची त्यांची मोहीम चालू आहे. अजूनही आपल्या घटक पक्षांचे वेगळेपण टिकवून पक्षीय स्वार्थ साधण्यात सर्वांना आनंद वाटतो आहे. असल्या विस्कळीत पक्षाला लोकांचा विश्वास पैदा करता येत नाही. सर्वांना समान न्याय लावावा, हे लोकशाहीचे गृहीत तत्त्व आज कोठे अवलंबिले जाते? पक्षाची प्रतिमा खराब करणाऱ्या मुखंडांना लगाम लावता आलेले नाहीत. एकमेकांच्या समजुती घालण्यात सारे पक्षीय नेतृत्व आज खर्ची पडते आहे. त्यामुळे शासनाचे अनेक चांगले निर्णय व कार्यक्रम घडूनही जनता पक्षाला प्रतिष्ठा मिळवता आलेली नाही. इंदिरा गांधी किंवा त्यांचे पाठीराखे यांच्या सर्व गुन्ह्यांना नकळत संरक्षण दिले गेले. गुन्हेगारांना संरक्षण ही नेहमीच शासनाची नालायकी समजली जाते.

उन्मत्त झालेले आणि वेगवेगळ्या मार्गांनी शासनाला बदनाम करणारे इंदिराजींचे अनुयायी अनेक प्रकारांनी देशात अशांतता निर्माण करीत आहेत. या सर्व अशांततेचे उद्रेक जनता पक्षाची प्रतिमा हळूहळू मलिन करीत आहेत. त्यातच काही घटक पक्षही आपापल्या शक्तीच्या प्रदर्शनाच्या निमित्ताने वेगवेगळ्या प्रकारचे असंतोष निर्माण करीत आहेत. चरणसिंग किसान मेळाव्याची दमदाटी देत आहेतच. जनता पक्षाचा एक सहकारी पक्ष अकाली दल निरंकारी पंथाच्या मेळाव्यावर हिंसक हल्ले करीत आहे. या सर्व प्रकारांचा अर्थ एकच आहे की, लोकशाहीतील मतभेदांची मर्यादा संपून जाऊन अराजकाला निमंत्रण मिळत आहे. त्यामुळे आपोआपच दुबळी लोकशाही नको, असे जनतेला वाटेल. या अशा लोकशाहीपेक्षा हुकूमशाही परवडली, असे वाटू लागणे; यापेक्षा लोकशाहीचा फजितवाडा तो काय व्हायचा? एकाधिकारशाहीला विरोध करण्यासाठी जे मार्ग अवलंबिले जात आहेत, तेच मार्ग एकाधिकारशाहीचे आकर्षण वाढवत आहेत. इंदिराजींचे पुनरागमन सांसदीय लोकशाहीत तत्काळ जरी बदल घडवू शकणार नाही, तरी या विजयामुळे लहान-मोठे जनता नेते डीमॉरलाइज्ड होऊ लागतील. जनता पक्षाच्या निर्मितीचे जे मुख्य कारण– ती आणीबाणी विस्मरणात जाईल.

मध्यवर्ती सरकारात व काही राज्यांत जनता पक्षाची सरकारे आली, तरीही पण वेगवेगळ्या राजकीय मतांचा मिळून एक पक्ष निर्माण करता येईल, अशी भाबडी आशा आता हळूहळू संपुष्टात येऊ लागलेली आहे. जनता पक्षाची पक्षीय निवडणूक घेण्याची हिंमत जनता पक्ष अजूनही दाखवू शकत नाही, याचे कारण जनता पक्ष आणखीन विस्कळीत होईल, अशी भीती नेत्यांना वाटते.

इंदिरा गांधीचा विजय हे दुश्चिन्ह आहे. या देशावर पुन्हा एकदा संकटाची चाहूल पडू लागली आहे. वृद्ध नेतृत्वाने निवृत्त होण्याची वेळ जवळ आली आहे. राजकारणात साधनशुचिता किती प्रमाणात वापरता येईल, याचाही फेरविचार करायला हवा. इंदिरा गांधी ही एक प्रवृत्ती आहे; आणि त्या राक्षसी नेतृत्वाशी मुकाबला करण्याची हिंमत आजच्या नेतृत्वात दिसत नाही. ज्या पक्षाला संघटना आहे, त्या पक्षाला भवितव्य आहे. इंदिरा गांधींना त्यांच्या अनुयायांची जी अधीरी पाठराखण लाभते, तशी जनता पक्षाला मिळण्याची शक्यता नाही. लोकांना पुन: पुन्हा जाग आणता येतेच, असे नाही. अपराधांच्या खुणा काळ झपाट्याने नष्ट करतो. सुख आणि स्वास्थ्य यांच्यामुळे माणसाचा चेवही कमी होतो.

या देशात पाच वर्षांनंतर कोणते चित्र दिसेल याचा विचार करणे, हेसुद्धा दु:खदायक आहे. जनता पक्षावर आजही काँग्रेस पक्षाचे प्रभुत्व आहे. जनता पक्षातील लोकशाहीवर प्रामाणिक निष्ठा असणारे नेतेही बोटांवरच मोजता येतील. ही माणसे एकाधिकारशाहीशी खरोखरीच मुकाबला करत आहेत काय? मला तर अशी शंका येते की, गेल्या वीस महिन्यांत जनता पक्षाचे हळूहळू एकाधिकारशाहीत रूपांतर होते आहे. म्हणून इंदिराजींचा विजय ही तशा अर्थाने एक भयसूचक घंटा आहे. अगोदरच देशातील उद्योगपती, बडी वृत्तपत्रे, ग्रामीण पुढारी हे एकाधिकारशाहीच्या बाजूनेच आहेत. ते अराजकाला निमंत्रण देत आहेतच. लोकशाहीचा रस्ता रक्तरंजित असेल, तर रक्तरंजित हुकूमशाहीचे स्वागत केले जाईल, अशी भीती वाटते. इंदिराजींचा विजय ही एक नगण्य घटना आहे, असा पुकारा जरी जनता नेते करत असले, तरी त्यांच्याही पोटात भीतीचा गोळा उभा राहिला असेल. यापुढे आमचे नेतृत्व हतबद्ध होणार, की आलेल्या संकटाशी मुकाबला करण्यासाठी प्रतिज्ञाबद्ध होणार– एवढाच आमच्यापुढचा प्रश्न आहे.

*(१९ नोव्हेंबर, १९७८)*

-०-०-०-

## ३१

## न्यायाचा रस्ता खुला झाला - केव्हा घालता बेड्या इंदिराजींना?

सुप्रीम कोर्टाने आणीबाणीतील अत्याचारांबद्दल खास न्यायालय स्थापण्याच्या विधेयकास आपली अनुमती दिली आहे. या अनुमतीचे संभाव्य परिणाम लक्षात घेऊन सुप्रीम कोर्टाच्या बेंचने वेगवेगळी निकालपत्रे केलेली आहेत. ही वेगवेगळी निकालपत्रके संपूर्णपणे पाहावयास मिळालेली नाहीत. तथापि, एकाच गोष्टीकडे पाहण्याचे विभिन्न दृष्टिकोन असतात, एवढेच त्यावरून सिद्ध होते. सत्य हेसुद्धा एकमेव सूर्यासारखे चकाकत असतेच, असे नाही. एकाच वेळेला अनेक सत्ये, अनेक असत्ये व्यक्त करण्याइतके स्वातंत्र्य आमच्या न्यायालयाला मिळालेले आहे आणि लोकशाहीचे अखेरचे आश्रयस्थान निर्विवादपणे सुरक्षित आहे.

अलाहाबादच्या हायकोर्टाचा निर्णय फिरविणारे सुप्रीम कोर्टसुद्धा हेच होते. आणीबाणीचे समर्थन करणारे काही न्यायाधीश याच न्यायपीठात वावरत होते आणि अजूनही वावरत असतील. आणीबाणीच्या कालखंडात सरकारने नागरिकांवर लादलेल्या खटल्यात सरकारच्या सोईनुसार न्याय न दिल्यामुळे हायकोर्टाच्या न्यायधीशांना मानहानी आणि बडतर्फी स्वीकारावी लागलेली आहे. आज लोकशाहीची पुनर्प्रस्थापना झालेली आहे. वृत्तपत्रांना, न्यायसंस्थेला, लोकप्रतिनिधिगृहांना आणि नागरिकांना ज्याचे-त्याचे स्वातंत्र्य परत मिळाले आहे. इंदिरा गांधींसारखा गुन्हेगारसुद्धा शासकीय गैरव्यवस्थेचा फायदा घेऊन लोकशाही स्वातंत्र्य उपभोगू शकतो, गुन्हा सिद्ध करणारे पुरावे नष्ट करू शकतो, लोकांच्या विस्मृतीचा फायदा घेऊन गुन्हे घडलेलेच नाहीत– घडले असेलच

तर त्याची जबाबदारी माझ्यावर नाही– असे निर्लज्ज समर्थन करण्याची हिंमत दाखवू शकतो आणि त्याहूनही महत्त्वाची गोष्ट म्हणजे, मागास भागात जाऊन राज्य शासनाच्या मदतीने लोकप्रतिनिधीसुद्धा बनू शकतो– हे सारे स्वातंत्र्य जनता पक्षाने आणलेल्या लोकशाही स्वातंत्र्यामुळे प्राप्त झाले.

नचपेक्षा अजूनही राज्यसभेतील बहुमताच्या जोरावर घटनेतील दुरुस्त्या करता आलेल्या नसल्यामुळे त्यांनीच केलेल्या कायद्यानुसार त्यांना स्थानबद्ध करणे सोपे होते. त्यांचे सर्व ठक आणि साथीदार यांनाही गजाआड घालणे कठीण नव्हते किंवा नगरवाला केसप्रमाणे न्यायाधीशावर वजन आणून दोन दिवसांत खऱ्या-खोट्या गुन्ह्यासाठी त्यांना जास्तीत जास्त शिक्षा देणेही कठीण नव्हते. लोकसभेच्या निवडणुकीनंतर जे तप्त वातावरण निर्माण झाले होते, त्याचा फायदा घेऊन वाटेल ते करणे जनता पक्षाला शक्य होते; परंतु जनता पक्षाने तसे केले नाही, यासाठी जनता पक्षाचे अभिनंदनही केले पाहिजे आणि दूषणही दिले पाहिजे. अभिनंदन अशासाठी की, गुन्हेगाराला संरक्षणाची सर्व साधने देऊन प्रचलित कायद्यानुसार खटला चालवून तो गुन्हेगार आहे, हे ठरवून घेईपर्यंत गुन्हेगार म्हणून वागवायचे नाही– या मूल्याची जनता पक्षाने जपणूक केली. परंतु दूषण अशासाठी की, या दिरंगाईमुळे गुन्हेगाराला नुसती आपली गुन्हेगारी लपवण्यासाठीच उसंत मिळाली नाही, तर आरोप सिद्ध करण्याची साधनेही नष्ट करता आली. अन्य गुन्हेगारांची एक प्रचंड संघटना उभी करून या देशात अराजक माजवता आले. शासनाच्या शुद्ध हेतूविषयी संशय उत्पन्न होण्याइतका दबाव आणि प्रचार गुन्हेगाराला करता आला. लोकशाहीतून न्यायालयाचे स्वातंत्र्य टिकविण्याच्या उद्दिष्टावरच एक प्रकारे लोकशाही माध्यमातून हल्ला होण्याची भीती इंदिराजींनी निर्माण केली आहे. न्यायालयाचा जेवढा म्हणून अपमान करणे शक्य आहे, तेवढा त्यांनी यापूर्वी वेळोवेळी केलेला आहे.

एक तर ही सर्व न्यायालये म्हणजे काही न्यायमंदिरांच्या दगडी इमारती नव्हेत, तर तेथेही माणसेच न्याय-अन्यायाचा विवेक करत असतात. त्यांना कितीही संरक्षण दिले तरी ती सामाजिक दडपण, गोंधळ, दंगे यांपासून सर्वथा विचलित राहू शकत नाहीत. हुकूमशाही पुन्हा येणार असेल; तर आणीबाणीच्या काळात जी न्यायालयांची कुतरओढ झाली, तिचा अनुभव पुन्हा येणार नाही कशावरून? रशियात किंवा हिटलरच्या जर्मनीत न्यायालयांचे काय धिंडवडे झाले किंवा कम्युनिस्ट देशात अजूनही होतात, हे विसरणे कसे शक्य आहे? अशा वेळेला न्यायालयांच्या मागे खऱ्या अर्थाने पोलीस, लष्कर यांच्या संरक्षणापेक्षा

एकच संरक्षण असते– ते म्हणजे, सत्याची स्वयंसिद्ध ताकद. ही ताकद कायम ठेवण्यासाठी जागृत असलेल्या जनतेने आणि लोकप्रतिनिधींनी गेल्या दीड वर्षाच्या कालखंडात सत्याच्या रक्षणासाठी द्यावी लागणारी किंमत अदा केली आहे, असे वाटत नाही.अराजकाच्या भीतीने सर्वसामान्य पोटभरू नागरिक झुंडशक्तीला शरण जातात. लोकप्रतिनिधी किंवा न्यायाधीश यांच्यावर अजिबात दडपण येत नसेल, असे मानणेही चूक आहे. राजकीय लाभासाठी, मतांसाठी, स्वार्थासाठी उन्मत्त आणि झुंड संघटनांशी, नेत्यांशी जी हातमिळवणी केली गेली; तिने जनता पक्षाच्या मूळ प्रेरणास्थानावरच आघात केलेला आहे.

आमचे स्वातंत्र्य अबाधित राहील, अशी घोषणा करणाऱ्यापेक्षा आमच्या स्वातंत्र्यावर प्रहार करणाऱ्या ज्या-ज्या कोणी झुंडशक्ती असतील, त्या सर्व काबूत ठेवण्याची किमया जनता शासनाला जमलेली आहे, असे वाटत नाही. अजूनही पूर्वीच्या काँग्रेसच्या वेळकाढू धोरणाप्रमाणेच आम्ही गुंडगिरीशी तडजोड करतो, चौकश्यांचे नाटक करतो, गुंडांना वेगवेगळ्या प्रकारे संरक्षण देतो. एखाद्या दलिताने बलात्कार केला, तर त्या दलितांना शिक्षा देण्याची हिंमत किंवा चौकशी करण्याचे सामर्थ्य कनिष्ठ स्तरावराच्या पोलीस अधिकाऱ्याला किंवा मॅजिस्ट्रेटला राहिलेले नाही. तथाकथित एका पुरोगामी लाटेत आपण सापडल्यामुळे कामगार, दलित, अल्पसंख्याक हे कसलाच अन्याय करीत नाहीत– हे गृहीत धरूनच शासकीय कारभार चालला आहे. उदाहरणे पुष्कळ देता येतील. अनेक संपांतील कामगारांचे वर्तन, विद्यार्थ्यांनी बंद पाडलेली विद्यापीठे, ठिकठिकाणी झालेल्या जातीय दंगली– या सर्वांच्या बाबतीत सरकार बोटचेपेपणाने वागते व संघर्ष नको ही भूमिका नेहमीच घेते. अचानक संप करून एकदम वाहतूक विस्कळीत झाली म्हणून नागरिकांना दुःख भोगावे लागले, तर सरकार संपावर जाणाऱ्या कामगारांना काय शिक्षा करते? विद्यार्थ्यांनी विद्यापीठाचा ताबा घेतला, त्या विद्यार्थ्यांना कोणती शिक्षा झाली? मराठवाड्यात सवर्णांनी हरिजनांची– विशेषतः महारांची– मालमत्ता जाळली व मारपीट केली, त्याची चौकशी चालू आहे. परंतु हे होण्यासाठी तप्त वातावरण ज्यांनी निर्माण केले, त्यांचा गुन्हेगारीत कधीच हात नव्हता काय? जातीय भावना चेतवणे हा एक दखलपात्र गुन्हा आहे, तो केल्याबद्दल मराठवाड्यात किती जणांना अटक झाली, शिक्षा झाली?

सर्वांना संतुष्ट ठेवताना कोणीही संतुष्ट राहत नाही, समाजात सारखे क्षुब्ध वातावरण राहते आणि अशा वेळेला वेगवेगळ्या तात्त्विक अधिष्ठानाखाली अराजक माजवू इच्छिणाऱ्यांचा सर्व लोकशाही तंत्रावर दबाव येत जातो. यात

पोलीस यंत्रणा, न्यायालये यांचाही समावेश आहे. इंदिरा गांधीच जेथे न्यायमूर्तींचे समन्स नाकारतात व त्यांना काढण्या बांधून कोर्टात हजर करण्याची शासनाची हिंमत नसते; तेव्हा अन्य आरोपींनी कोर्टाची अवज्ञा केली, तरी आपण काय बोल लावणार? आपण निर्दोष आहेत असे जर इंदिराजींना वाटत असेल, तर शासनमान्य अशा कोणत्याही चौकशीला किंवा न्यायालयाच्या आज्ञेला त्या ठोकरून का लावतात? आणि जनता शासन आजपर्यंत तरी त्यांचे काहीही वाकडे करू शकलेले नाही. कोणत्या वेळी दंगल पेटेल– लाठीमारात, गोळीबारात कोणाची आहुती पडेल– भाड्याने आणलेल्या रौद्र समाजाला कोणाला बळी जावे लागेल– याचा आज तरी फारसा विधिनिषेध नाही. नागरिकांची लोकशाही निष्ठा तरीही अबाधित राहावी, या म्हणण्याला काही अर्थच नाही.

जवळपास दीड वर्षाच्या अवधीनंतर प्रचलित न्यायव्यवस्थेपेक्षा अधिक कार्यक्षम आणि जलदगती न्यायालये निर्माण करावीत, असा जनता पक्ष शासनाने विचार केला आहे. आजपर्यंत या देशात खास न्यायालये निर्माण केलेली नाहीत, असे नाही. पण ती करण्यासाठी एवढा घोळ कोणी घातल्याचे ऐकिवात नाही. एवढी सावधगिरी वापरून वरिष्ठ न्यायालयाची परवानगी घ्यावी, असे जनता पक्षाला अजूनही वाटले, याचा अर्थ जनता पक्षाला इंदिराजींची भीती वाटते– हाच आहे. जर शासनच गुन्हेगाराला भीत असेल तर गुन्ह्याला शिक्षा कशी काय होणार, अशी चिंता नागरिकांना वाटणे स्वाभाविक नाही काय? वास्तविक, खास न्यायालय निर्माण करणे, हा शासनाचा अबाधित अधिकार आहे.

या देशातील ज्येष्ठ कायदेपंडित उपलब्ध असताना, शासनाचे अधिकार कोणते, संसदेचे अधिकार कोणते, खास न्यायालयाची तरतूद केली तर कोणत्या अडचणी निर्माण होतील– यांचे विचार भारताचे गृह खाते घेऊ शकले नाही, ही लाजीरवाणी गोष्ट आहे. पण काहीही असो– एकदा ह्या अनिर्णित अवस्थेतून जनता शासन आता बाहेर पडले आहे. दोन्ही सभागृहांच्या संयुक्त बैठकीत सध्या बहुमताने हे विधेयक पास करून घेणे आता सहज शक्य आहे.

खास न्यायालयाच्या विधेयकातील संभाव्य त्रुटी सुप्रीम कोर्टाने अगोदरच व्यक्त करून ठेवल्या आहेत. निर्दोष विधेयक तयार करून ते सर्व लोकप्रतिनिधींच्या समोर ठेवणे, त्याला प्राणपणाने केला जाणारा कडवा विरोध मोडून काढणे, सर्व कायदेशीर आणि शासकीय ताकदीने ह्या देशातील सर्वोच्च गुन्हेगार इंदिराजी यांना न्यायालयासमोर खेचणे– या बाबतीत तरी जनता पक्षाने आता चालढकल करू नये. कायदा काहीही सांगत असला, लोकांचे मत काहीही असले; तरीही

ह्या विधेयकाच्या निमित्ताने किंवा न्यायालयाच्या कामकाजाच्या निमित्ताने इंदिराजी आपल्या साऱ्या हिंस्र शक्ती गोळा करतील आणि अराजक माजवण्याचा प्रयत्न करतील. तेव्हा जनता पक्ष व शासन यांची खरी कसोटी लागणार आहे. कारण न्याय, सभ्यता यांवर इंदिराजींच्या अनुयायांचा फारसा विश्वास नाही. परवा नागपुरात विधानसभा बंद पाडण्यासाठी इंदिरावाद्यांनी दंगल घडवून आणली. सरकारला बळ वापरावे लागेल एवढी ही दंगल उग्र करायची, निरपराध नागरिकांना हैराण करायचे आणि मग सरकारने बळाचा अतिरिक्त वापर केला म्हणून दंगल करायची– हा इंदिराजींचा पवित्रा आहे. सभागृहात पेपरवेट फेकणारे, चपला फेकणारे, शिवीगाळ करणारे लोकप्रतिनिधी लोकशाहीचे रक्षण कसे करू शकतील?

शासनाजवळ लष्कर आहे, पोलीसदल आहे; शासन काय ते बघून घेईल, असला अलिप्तपणा लोकांनीही दाखवून चालणार नाही. इंदिरावादी असभ्य बनले, गुंड बनले, तरी आपण तसे बनून चालणार नाही– हा नीतिविचार काही काळापुरता तरी आपण विसरला पाहिजे. इंदिरावाद्यांचा मोर्चा येणार, तर त्याच्या दसपट जनतावाद्यांचा मोठा मोर्चा तिथे हजर पाहिजे. न्यायालयाभोवती जर कोणी 'इंदिरा गांधी जिंदाबाद' अशी घोषणा करू पाहील, तर 'इंदिरा गांधी मुर्दाबाद'च्या घोषणेने इंदिरावाद्यांचा आवाज लोकांनी दाबून टाकला पाहिजे. शब्दाला शब्द, शस्त्राला शस्त्र, रक्ताला रक्त हे अखेरचे उत्तर नाही, हे आम्हालाही माहीत आहे. पण सुसंस्कृत असण्याचा मक्ता काय आम्ही एकट्यांनीच घेतला आहे? काही गुंडांनी या देशातील लोकशाही ओलीस ठेवावी आणि आम्ही षंढपणाने ते पाहत राहावे, हे आता होता कामा नये. खास न्यायालयासाठी आता परवानगी मिळालेली आहे. द्रौपदी पणाला लावणाऱ्या क्षमाशील धर्मराजाचा वेष आता उतरवून ठेवून 'सहदेवा, अग्नी आण' असे संतापाने म्हणणाऱ्या रौद्र भीमाचा वेष चढण्याची वेळ आली आहे. दीड वर्षात झाले ते झाले. होतात चुका. पण चुकांचे परिमार्जन करण्याची ही मात्र शेवटची संधी आहे आणि या वेळेस चार-सहा नेत्यांवर जनतेने अवलंबून न राहता एका अभिनव न्यायप्रयोगाच्या सिद्धीसाठी सर्वांनीच कंबर कसली पाहिजे. इंदिराजींच्या चातुर्यामुळे, न्यायपद्धतीतील त्रुटीमुळे जर इंदिराजी गुन्ह्यातून मुक्त झाल्याच तर... पण जाऊ दे! असल्या दळभद्री विचारांना तूर्त आपण थारा देऊ नये. पुढचे पुढे पाहू.

*(१७ डिसेंबर, १९७८)*

-०-०-०-

## ३२

# इंदिराजी, बोलत राहा; असंच उन्मत्त वागत राहा!

इतके दिवस नानाविध आयोगांच्या चौकश्या, निवडणुकांतील पराभव, जनता लाट व काँग्रेसमधील फाटाफूट– यांमुळे इंदिरा गांधींचे तोंड काळवंडलेले होते. परंतु, जनता पक्षातील नेत्यांच्या अब्रूची लक्तरे वेशीला टांगल्यामुळे इंदिराजी आपल्या पूर्वीच्याच उन्मत्तपणाने देशसंचार करू लागल्या आहेत. आतापर्यंत जी सावधगिरी त्या बाळगत होत्या, तीही बाळगण्याचे आता त्यांना कारण उरलेले दिसत नाही. लोकांना आपली उन्मत्त प्रतिमा आवडते, हे त्यांच्या ध्यानात येऊन चुकल्यामुळे परिस्थितीने लादलेला संयम त्यांनी आता झुगारून दिला आहे.

महाराष्ट्रातील फुटक्या काँग्रेसचे 'यशवंतद्वेषी शकल' इंदिरा काँग्रेसमध्ये जाण्याचा समारंभ मुंबईत साजरा झाला. यशवंतरावांनी महाराष्ट्रात ज्या पद्धतीने संघटना बांधली व जवळपास पंचवीस वर्षे अविच्छिन्नपणे नेतृत्व भोगले, तीच यशवंतनीती महाराष्ट्र काँग्रेसची मोडतोड करण्यास कारणीभूत ठरली आहे. दिल्लीत यशवंतरावांची प्रतिष्ठा गेली तरीसुद्धा महाराष्ट्रात त्यांचे नेतृत्व जोपर्यंत अभंग होते, तोपर्यंत महाराष्ट्र काँग्रेसला कळिकाळाचेही भय नव्हते. आणीबाणीच्या निर्मितीपासून ते काँग्रेस ऐक्याच्या चर्चेपर्यन्त त्यांनी अत्यंत अनाकलनीय पवित्रे घेतले. जनता पक्षाशी युती करून महाराष्ट्रात त्यांनी काँग्रेसच्या सत्तेचा खेळ जिवंत ठेवला. परंतु, मध्यवर्ती सरकारात मात्र जनता पक्षाचे मंत्रिमंडळ पाडण्याचा आचरट उद्योग केला. दिल्लीतील जनता सरकारच केवळ पडले असे नाही, तर यशवंतरावांच्या बुद्धीचे दारिद्र्यही

उघडे पडले. त्यामुळे दिल्लीत ज्यांचे हसे झाले, त्यांचे महाराष्ट्रातही हसे झाले. महाराष्ट्रातही त्यांचे राज्य संपुष्टात आले असून शरद पवार यांच्या हातांत सत्ता आहे, याचा काही फायदा त्यांना मिळू शकेल; पण जनता पक्षावरील त्यांची टीका व त्यातही जनसंघाबाबत त्यांचा आकस शरद पवार यांनाही सत्ताभ्रष्ट केल्यावाचून राहणार नाही.

इंदिरा गांधींची आजची प्रतिमा वाढवण्याचे शिल्पकार यशवंतरावच आहेत. आजपर्यंत आयुष्यात त्यांनी ज्या चुका केल्या, त्या चुकांची फारशी किंमत त्यांना मोजावी लागली नाही; कारण महाराष्ट्र काँग्रेस ते एकसंध राखू शकले होते. पण या वेळेची त्यांची चूक त्यांना, काँग्रेस पक्षाला आणि जनता पक्षालाही महाग पडेल, असे दिसते. काँग्रेसमधील एक लहानसा गट इंदिरा पक्षात गेला, असे ते म्हणत असले तरी ते मनातून हादरले आहेत. अशा वेळेला खुल्लमखुल्ला काही स्वच्छ भूमिका त्यांनी घेणे भाग आहे. 'डाव्या गटांची एकजूट', 'जनसंघ व इंदिरा काँग्रेस वगळून एकजूट' असल्या भंपक ध्रुवीकरणात ते गुंतून पडणार नाहीत, अशी आशा करू या! एक तर इंदिरा गांधींचा– म्हणजेच एकाधिकारशाहीचा संपूर्ण पाडाव करण्याची उघड-उघड भूमिका घेऊन त्यांनी जनता पक्षाशी सहकार्य करावे. ते करायचे असेल, तर संघ-जनसंघ-द्वेषाला त्यांनी काही काळापुरता तरी आवर घालावा किंवा सरळ-सरळ इंदिराजींना शरण जावे. इंदिराजींचा पूर्ण पाडाव होण्यापूर्वीच भलत्याच मुद्द्यावर फर्नांडिस, मधू लिमये यांनी जनता पक्षाची फाटाफूट केली. जनसंघाशी वैर करायला नंतर पुष्कळ संधी उपलब्ध होणार होती. तोपर्यंत न थांबता अवेळीच त्या नेत्यांनी बुद्धिभेद केला व पक्ष फोडला. निमित्त यशवंतरावजींचा ठराव झाला. परिस्थितीचे पुनर्मूल्यांकन करून जनसंघद्वेष बाजूला ठेवून केवळ इंदिराजींच्या एकाधिकारशाहीविरुद्ध एकत्र येण्याची आज राष्ट्रीय गरज आहे. इंदिराजींचे खरे स्वरूप आता प्रगट होऊ लागले आहे. सत्तेच्या दिशेने इंदिराजींना एक पाऊलही पुढे जाऊ देणे धोक्याचे आहे.

जनता पक्षाच्या फाटाफुटीमुळे देशात अस्थिरता निर्माण झाली आहे. अस्थिर कालखंडात उन्मत्त हुकूमशहांना लोकप्रियता लाभते. ज्याचे बोलणे-वागणे लोकांना समजू शकते, असा एकाधिकारशहा सर्वसामान्य माणसांना तारणहार वाटण्याची शक्यता असते. एकाधिकारशाहीमुळे एकदा पोळलेली जनता नेत्यांच्या चुकीच्या पावित्र्यामुळे पुन्हा एकाधिकारशाहीकडे वळते की काय, अशी भीती वाटते. म्हणून ज्यांचा-ज्यांचा एकाधिकारशाहीला विरोध आहे, त्या सर्वांची एकजूट करण्याची आवश्यकता आहे.

काँग्रेसमधील काही असंतुष्ट पुढारी इंदिरा काँग्रेसमध्ये जाण्याच्या निमित्ताने मुंबईत जो समारंभ घडवून आणण्यात आला, त्या वेळेस आणि नंतरच्या परिषदेत त्यांनी जी विधाने केली, त्यांवरून त्यांच्या मनातील विचारांची दिशा कळते. गरिबांना न्याय मिळण्यासाठी लोकशाही सीमित करावी, असे त्यांनी स्वच्छ सांगून टाकले. ही शुद्ध कम्युनिस्ट विचारसरणी आहे. आणीबाणीचे हे एक समर्थन तर आहेच; परंतु आपल्या बापाने या देशात पंचवीस-तीस वर्षे लोकशाहीचा जो काही प्रयोग केला, त्याच्या अपयशाचीही स्वच्छ कबुली त्यात आहे. लोकशाहीद्वारे गरिबांचे प्रश्न सोडवता येत नाहीत, असे म्हणणाऱ्या कृत्येला सत्ता देऊन या देशातील जनता आपणहून गुलामगिरीत जायला तयार होईल काय? हे उघड-उघड सांगण्याचे धारिष्ट्य इंदिराजी दाखवू शकतात– या त्यांच्या निर्लज्जपणाला काय म्हणावे! लोकशाही दुबळी करण्यासाठी आपणच प्रयत्न करायचा व ती पराभूत झाली म्हणूनच आपणच डांगोरा पिटायचा, हे फक्त अंत:करणाने हुकूमशहा असणाऱ्यालाच शक्य आहे. या देशातील लोकशाही का पराभूत झाली याचे खरे उत्तर धनिकांच्या, बड्या बागाईतदारांच्या, स्मगलिंग व काळाबाजार करणाऱ्यांच्या साह्याने काँग्रेसने सत्ता राबवली– त्यात आहे. कम्युनिस्ट देशांत असते तशी एकपक्षीय किंवा व्यक्तिसमूहाची राजवट पुन्हा लादण्याचा हा उघड-उघड प्रस्ताव आहे. लोकशाही नष्ट करणाऱ्या गुन्हेगारांचा लोकशाही माध्यमातून बंदोबस्त होऊ शकत नाही, कारण हीच मंडळी लोकशाहीने दिलेल्या सर्व स्वातंत्र्यामुळे व सवलतींमुळे सर्व गुन्ह्यांपासून बचाव करून घेतात. केवळ लोकशाही असल्यामुळेच आजपर्यंत इंदिराजी तुरुंगाबाहेर राहू शकल्या आहेत, याचेही त्यांना विस्मरण झाले आहे. खरे तर लोकशाहीस्वातंत्र्यावरचा त्यांचा हक्क त्यांनी केव्हाच गमावला आहे. लोकशाहीचे संरक्षण चुकीच्या व्यक्तीला मिळाले, म्हणून या देशातील लोकशाही लज्जित झालेली आहे.

गरिबांना न्याय मिळावा म्हणून लोकशाही सीमित असावी, असे त्यांना वाटते. इंदिराजींनी गरिबांना काय न्याय दिला, ही गोष्ट जगजाहीर आहे. नसबंदी करताना त्यांच्याकडून झालेली जबरदस्ती, संजयसारख्या नादान मुलासाठी या गरीब देशाचा त्यांनी उधळलेला पैसा आणि सर्वसामान्य माणसांवर आणलेली दडपणे, अनेकांवर आलेला तुरुंगवास, छळवणूक आणि मुसलमान वस्तीवर त्यांनी केलेला पोलिसी हल्ला– हे सारे त्यांच्या लेखी गरिबांसाठी केलेले अमोलिक कृत्यच होय. एका व्यक्तीच्या फाजील महत्त्वाकांक्षेसाठी लोकांनी किंमत तरी किती मोजायची? इंदिराजींजवळ शब्दांचा कारखाना आहे. पण प्रतिभा, कष्ट

आणि समर्पित कार्यकर्ते यांचे काही बळ नसताना गरिबांची गरिबी हटणार नव्हतीच. गरीब नागरिक हे इंदिराजींचे साधन आहे आणि त्यांचा कळवळा हे त्यांचे हत्यार आहे. बचावासाठी त्यांना लोकशाही हवी असते; पापविमोचनार्थ त्यांना धर्मगुरूंचे आशीर्वाद हवे असतात, स्वतःची लोकप्रियता दाखवण्यासाठी त्यांना गरीब माणसांच्या झुंडी लागतात. पण हा त्यांचा मुखवटा आहे. त्याआड दडलेली आहे— नागरिकांच्या रक्ताची भुकेली एक राक्षसी. राक्षसांची मायावी शक्ती तिला ज्ञात आहे आणि अशाच आशा-आकांक्षा असणारी गिधाडे त्या जमा करू शकतात. प्रश्न असा आहे— या देशातील सर्वसामान्य माणसांपुढे या राक्षसी मनोवृत्तींच्या माणसांचा मायावीपणा आम्ही उघड कसा करू शकणार? आणीबाणीच्या कालखंडात इंदिराजींनी अपार धनसंपत्ती गोळा केलेली आहे. वेगवेगळ्या सरकारी खात्यांत आपली माणसे घुसवली आहेत. आपल्या देशातील अराजकाचा फायदा घेऊ इच्छिणारे इतर देश इंदिराजींना मदत करायला तयार आहेत. अशा वेळेला लोकांजवळ पोचायचा स्वस्त आणि सोपा मार्ग म्हणजे भारतीय वृत्तपत्रे. प्रथमपासूनच इंदिराजींचा वृत्तपत्रांवर राग आहे. त्यांच्या संभाव्य डावपेचांत वृत्तपत्रे अडचणीची आहेत आणि म्हणून आतापासूनच त्यांनी वृत्तपत्रांवर आग पाखडायला सुरुवात केली आहे.

आणीबाणीत वृत्तपत्रस्वातंत्र्य गेलेलेच होते; ते पुन्हा जायला हवे, असे इंदिराजींना वाटते; तरच त्यांची कालची, आजची आणि उद्याची कृष्णकृत्ये लोकांपासून दडून राहतील. त्यांनी परवा निर्लज्जपणे सांगून टाकले की, लोकशाही म्हणजे वृत्तपत्रस्वातंत्र्य नव्हे. वृत्तपत्रांना स्वातंत्र्य असावे हे खरे; पण ते दिले की त्यांचा दुरुपयोग होतो, असे दिसते. याचाच अर्थ— सदुपयोग आणि दुरुपयोग हे ठरविण्याचा अधिकार इंदिराजींना हवा आहे. त्यांना सोईचे असेल, त्याचा पुरस्कार करणे म्हणजेच त्यांच्या लेखी वृत्तपत्रस्वातंत्र्याचा सदुपयोग होय! वृत्तपत्रांवर सेन्सॉरशिप पुन्हा आणली जाणार किंवा नाही याविषयी त्यांना खात्री देता येणार नाही, असे त्यांनी स्वच्छ सांगितले. याचाच अर्थ— त्यांचे शासन आले तर वृत्तपत्रांना सेन्सॉरशिपला तोंड द्यावे लागेल. जनता पक्षाने वास्तविक वृत्तपत्रांना अधिक स्वातंत्र्य दिलेले आहे. इंदिरा गांधींना मात्र वाटते की, जनता पक्षानेही छुपी सेन्सॉरशिप जारी ठेवलेली आहे. आपल्या खुनाचे समर्थन करण्यासाठी दुसऱ्या माणसानेसुद्धा खून केलेले आहेत आणि आज केले नसले, तरी उद्या तो करेल, असले भंपक समर्थन करण्यासारखे हे आहे. बेजबाबदार विधान आणि पुराव्याशिवाय आरोप करण्याची इंदिराजींची जुनी पद्धत त्यांनी अजून सोडलेली

नाही. माहिती आणि नभोवाणी खात्यात लालकृष्ण अडवाणी यांनी राष्ट्रीय स्वयंसेवक संघाची माणसे नेमली, असे एक नेहमीचे विधान करून ते सिद्ध करण्याची जबाबदारी त्यांनी टाळली. पुढे तर त्या बन्सीलाल यांच्या प्रशंसेपर्यंत वाहवत गेल्या. त्या जर अशाच बोलत राहिल्या, तर जनता पक्षाला विजय मिळविण्याची शक्यता आहे. त्यांच्या तोंडावर नियंत्रण घालण्याची कोणातही शक्ती नाही आणि उन्मत्तपणा त्यांच्या रक्तातच भिनलेला आहे. पण हीच गोष्ट आजच्या निवडणुकीच्या युद्धात आपल्याला साह्यभूत होणार आहे.

इंदिराजी आहेत तशाच आहेत. त्या बदलणार नाहीत. आपल्या हातून नकळत काही अत्याचार झाले असतील, त्याबद्दल क्षमा करावी, असे म्हणत असतानाच; आपली प्रत्येक कृती कशी बरोबरच होती, हेही त्या सांगतात. त्यांच्याच कालखंडात महागाई वाढली, भ्रष्टाचार वाढला, हे त्यांच्याच काळच्या सरकारने प्रसिद्ध केलेल्या आकड्यांवरून सिद्ध होते. जनता सरकारने किमती स्थिर राखल्या, हेसुद्धा त्यांना मान्य नाही. खरे म्हणजे, मानवी रक्ताने ज्या व्यक्तीचे हात रंगले आहेत, त्या व्यक्तीने बऱ्या-वाईटाची चिकित्सा करीत पत्रकारांनाच उपदेश करावा, न्याय्य आणि सदाचारी पुरुषांचा अपमान करावा; यापरते या देशाचे दुर्भाग्य कोणते? इंदिरा गांधींच्या सभेसाठी पत्रकार आले असताना त्यांना नीट रिपोर्टिंग करावे, अशी दमदाटी देण्यात आली.

''हे जनता पक्षाचे चमचे आहेत. एक 'नवशक्ति' सोडल्यास बाकी सारे चोर आहेत.'' अशा घोषणाही करण्यात आल्या. निःस्पृह आणि स्वतंत्र वृत्तीच्या पत्रकारांच्या नशिबी यापुढे काय काय येणार आहे, कुणास ठाऊक? खरे तर वृत्तपत्रस्वातंत्र्याच्या त्यांच्या भूमिकेमुळे इंदिरा गांधींवर पत्रकारांनी बहिष्कारच टाकला पाहिजे.

इंदिराजींचे पुनरागमन तर झालेले आहे. त्यांची शक्ती किती याचे अंदाज न बांधता, पुरोगामी-प्रतिगामी असला वाद न वाढवता, या देशातील सर्व राजकीय शक्तींनी इंदिरा काँग्रेसच्या विरोधात एकत्र उभे राहिले पाहिजे. एकदा या देशावरची हुकूमशाहीची राजवट संपली की, मग संघ-जनसंघ यांच्याशी काय करायचा तो मुकाबला करावा; आज आपापसांत भांडून इंदिराजींचे सामर्थ्य वाढवावयाचे दुष्ट कृत्य करू नये.

*(२३ सप्टेंबर, १९८७)*

-०-०-०-

**इंदिराजी, बोलत राहा; असंच उन्मत्त वागत राहा! / १७५**

## ३३

## इंदिराजींना स्वतःच आपला खड्डा खणू द्या!

इंदिरा गांधींच्या सरकारचे पहिले हंगामी अंदाजपत्रक जाहीर
झाले. अंदाजपत्रकात कोणतेही नवे कर लादलेले नाहीत आणि
रेल्वेचे अडतीस कोटींचे व सर्वसामान्य बाराशे पस्तीस कोटींच्या
तुटीचे हे अंदाजपत्रक आहे. अशाच तऱ्हेच्या अंदाजपत्रकाची अपेक्षा
तज्ज्ञांनी व्यक्त केली होती, परंतु सर्वसामान्य माणसाचा मात्र अगदी
भ्रमनिरास झाला.

नवी राजवट आली, तेव्हा जनतेला काही नवा दिलासा हवा
होता; परंतु हे बजेट तर अर्थ खात्यातील कोणाही कारकुनाने सादर
करावे, असे आहे. यात नव्या युगाची चाहूल तर राहोच, पण
प्रगतीचीही कसली खूण नाही. चरणसिंगांनी गेल्या वर्षी मांडलेल्या
अंदाजपत्रकापासून या देशात महागाईला परत प्रारंभ झाला. ही महागाई
रोखण्याची इंदिरा सरकारने कोणतीही धिटाईची पावले टाकलेली
नाहीत. उलटपक्षी, एक भेकड असा दृष्टिकोन स्वीकारलेला आहे.
महागाई व टंचाई या सर्वांचे खापर त्या जनता पक्षाच्या राजवटीवर
फोडू पाहतात आणि ते निस्तरण्यासाठी आपल्याला अधिक काळ
लागेल, अशी याचना त्या करताना दिसतात. वस्तुस्थिती मात्र तशी
नाही. जनता पक्षाने भाव नियंत्रित राखले होते व या देशातील
दुकानांपुढील रांगाही कमी केल्या होत्या. जनता सरकारने जीवनविषयक
महत्त्वाच्या गोष्टी बाजारात उपलब्ध करून ठेवल्या होत्या. लोक
नाराज झाले याचे खरे कारण जनता पक्षाचे धोरण चुकीचे होते, हे
नव्हे; तर पक्ष म्हणून जनता पक्षाला काही प्रतिमा उरलेली नव्हती, हे

होय. व्यक्तिपूजक समाजात नेतृत्वाकडून काही अपेक्षा असतात; त्या जनता पक्ष पुरवू शकला नाही, हे त्याच्या अपयशाचे मुख्य कारण आहे. म्हणून इंदिरा गांधी जेव्हा सत्तेवर आल्या, तेव्हा सर्वसामान्य माणसांची त्यांच्याकडून अपेक्षा अर्थातच खंबीर नेतृत्वाची आहे. एवढा प्रचंड विजय मिळवूनसुद्धा इंदिराजी आत्मविश्वास गमावून बसल्या आहेत, असे मानायला पुष्कळ जागा आहे. देशाचे अंदाजपत्रक ही काही धीट आणि कणखर निर्णय घेण्याची एक संधी त्यांनी उघड-उघडपणे गमावली आहे. काही धीट निर्णय घेतलाच, तर तो राबवला जाण्याची शक्यता त्यांना वाटत नाही; कारण अनुयायी प्रचंड असूनही त्यांच्याजवळ कसलीही पक्षसंघटना नाही.

या देशात जर काही बदल घडवून आणायचे असतील, तर ते बदल एखाद्या व्यक्तीच्या माहात्म्यामुळे घडवून आणता येणार नाहीत. व्यक्ती दिशा देऊ शकेल किंवा चेतनाही देऊ शकेल; परंतु दिशा आणि चेतना स्वीकारण्यासाठी प्रामाणिक कार्यकर्त्यांची फौजही हवी. इंदिरेजवळ सत्तेच्या लोभाने जमा झालेले बाजारबुणगे या देशातील परिवर्तनाला उपयोगी पडतील अशी आशा बाळगता येत नाही. नोकरशाही तर सुस्त आणि कायद्याप्रमाणे काम करणारी असते. घोषणा करणे सोपे असते, पण अंमलबजावणी फार कठीण असते. इंदिरा गांधींनी स्वत:च्याच काँग्रेस पक्षसंघटनेचा विध्वंस केला व नव्याने पक्ष बांधण्याची हिंमत आणि बुद्धी कधीच दाखवली नव्हती, म्हणून परिवर्तनाच्या सगळ्या वल्गना तशाच राहणार.

इंदिरा गांधींना आपले दुबळेपण माहीत असले पाहिजे, म्हणून त्यांनी 'जैसे थे' प्रकारचे अंदाजपत्रक सादर केले. आज काही नवे कर बसवलेले नाहीत, परंतु तुटीच्या अंदाजपत्रकाने भाववाढ होतेच होते. फक्त त्याला अधिक काळ लागतो, इतकेच. सवडीने आणि सोईने काही करवाढी पुढे होतीलच. पण आज कोणाचाही विरोध होऊ नये, एवढ्यासाठी त्यांनी हे बुळबुळीत अंदाजपत्रक मांडले आहे. कर न बसल्यामुळे लोक खूश होतील व आगामी विधानसभा निवडणुका जिंकणे सोपे जाईल, असाही त्यांचा होरा असावा. विधानसभा निवडणुका होण्यापूर्वी लोक नाराज होतील असे काहीही करावयाचे नाही, असे त्यांनी ठरवले असावे. परंतु महागाई रोखणे आणि दुर्मिळ होत जाणाऱ्या वस्तू उपलब्ध करणे, या दोन्ही गोष्टी फार कठीण आहेत. इंदिराजींनी जे अर्थकारण त्यांच्या दहा वर्षांच्या काळात केले (आणि आपल्या अल्पशा कारभारात जनता पक्षही बदल करू शकला नाही), त्यांचेच हे गंभीर परिणाम आता दिसू लागले

आहेत. इंदिराजींना अर्थशास्त्राचे फारसे ज्ञान नाही, ही गोष्ट उघड आहे; पण ज्ञानवंतांना किंमत देऊन व त्यांना कामाला लावून देशाच्या समस्या सोडवण्याइतकी उदारताही त्यांच्याजवळ नाही. वास्तविक, एखादी दीर्घ पल्ल्याची योजना आखून काही धाडसी निर्णय घेण्यात आले, तरच या देशाला तरणोपाय आहे. इंदिराजींच्या सत्तेला आता कसलाही धोका नाही. विरोधकांना कसलीही नैतिक प्रतिष्ठा नाही. अशाही वेळेला जर समस्यांना हात घालण्याची हिंमत दाखवली नाही, तर मग इंदिराजींच्या विजयालाही अर्थ नाही. या घटकेला तरी इंदिराजींच्या हाती अप्रतिहत सत्ता आहे. पक्षाभिमान सोडून या देशातील सारी बुद्धिमत्ता त्यांनी गोळा केली, तरच काही प्रश्न सुटू शकतील; परंतु तसे होणार नाही. कारण राष्ट्रीय स्वरूपाच्या नेत्याला लागणारी उदारता, दूरदृष्टी आणि सभ्यता या तीनही गोष्टी इंदिराजींच्या जवळ कधीच नव्हत्या.

इंदिराजींच्या हाती दहा वर्षांहून अधिक काळ अखंड सत्ता होती. त्या काळात अधून-मधून लोकांना भुलवण्यासाठी त्यांनी काही आकर्षक निर्णय घेतले. एक तर त्या निर्णयामागे स्वत:ची प्रतिमा मोठी करण्यापलीकडे काही उद्देश नव्हता. किंबहुना, आपल्या देशातील खऱ्या समस्या सोडवण्याचा काही प्रामाणिक प्रयत्न त्यांच्या कारकिर्दीत कुठे जाणवला नाही. आज कोणी इंदिरा गांधींना पर्याय काय, असा प्रश्न विचारला; तर नकारार्थी उत्तर देऊनसुद्धा इंदिराजी हाही भारतीय नेतृत्वाला पर्याय नव्हे, असे दुर्दैवाने म्हणावे लागते. परमेश्वर उद्धार करण्यासाठी देवदूत पाठवणार नाही किंवा परदेशातूनही नेतृत्वाची आयात करता येत नाही. या देशातील नेतृत्वात तर केवळ राड उरलेली आहे. कणा नसलेले व दिशा नसलेले क्षुद्र नेते पाहून आपण भयभीत झालो, तरीसुद्धा यांपैकीच कोणाला तरी पंतप्रधान करणे आवश्यक आहे. इंदिराजींजवळ काही अलौकिक कर्तृत्व आहे किंवा देशाच्या भवितव्याचे एखादे स्वप्न आहे, असे कधीच जाणवले नसतानासुद्धा त्यांना देशाने परत नेतृत्व दिले आहे. या देशाला यापुढे एखादी व्यक्ती तारू शकेल, या विचाराचाच आपण त्याग केला पाहिजे. अनेक लोकांची बुद्धिमत्ता आणि दीर्घकालीन प्रयत्न यांमुळेच काही परिवर्तन घडले, तर त्याची शक्यता आहे. एकमेकांचे पाय ओढून शक्ती घालवावी, एवढी शक्तीसुद्धा आता कोणाजवळ उरलेली नाही. प्रचंड विजयाने धुंद झालेल्या इंदिरा गांधींना राष्ट्रीय सरकार किंवा सामुदायिक नेतृत्व अशा कल्पना मान्य होणे शक्य नाही. आज या घटकेला तरी या देशातील कोणत्याही समस्येपेक्षा आपल्या अपमानास जबाबदार असणाऱ्या विरोधी पक्षांचा व सरकारी अधिकाऱ्यांचा नि:पात

करण्याची समस्या त्यांना मोठी वाटते; आणि सूडाने पेटलेल्या माणसाच्या हातून देशहिताचे काही घडेल, असा भरवसा धरता येत नाही.

अंदाजपत्रके बाहेर आली, नवे कर नाहीत म्हणून बाजारातून गडप झालेल्या काही वस्तू जास्त दराने का होईना पण आता परत मिळू लागतील; पण मुळातच सर्व वस्तूंची टंचाई आहे, त्यामुळे महागाई रोखणे अशक्य आहे. डिझेल, रॉकेल, सिमेंट, कागद या गोष्टी कितीही प्रयत्न केला तरी नियंत्रित दराने देता येतील, अशी शक्यता नाही. एक तर इंदिराजींनीच या सर्व उद्योगपतींना पिळून प्रचंड पैसा जमा केला होता आणि त्यांच्या निवडणुकीच्या तंत्रात पैसा ही गोष्ट महत्त्वाची असल्यामुळे उद्योगपती, व्यापारी, साठेबाज यांच्यावर त्या नियंत्रण घालू शकणार नाहीत. त्या तसा देखावा करतील, परंतु व्यापाऱ्यांकडून अधिक खंडणी घेऊन त्यांना सोडूनही देतील. महाराष्ट्रातील साखरशहांनी निवडणुकीत किती पैसा ओतला, ही गोष्ट अज्ञात नाही. त्यांचा पैसा वसूल होईपर्यंत साखरेचे भाव कमी करून इंदिराजींचे कसे चालेल? ज्या कारखानदारांकडून त्यांनी बेनामी पैसा उकळला, त्या कारखानदारांना व्यापाऱ्याला माल देताना 'ऑन पैसे' घेतले म्हणून शिक्षा तरी करणार कशी?

इंदिराजी या देशात बहुमताने निवडून आल्या, ही गोष्ट मान्य केली पाहिजे; पण त्यांचे राज्य म्हणजे टोळीवाल्यांचे राज्य. एका असंस्कृत, जंगली राजवटीप्रमाणे काही काळ ही राजवट चालेल; पण तरीही विरोधी पक्षांनी ही राजवट उधळण्याचा प्रयत्न करू नये. संप, मोर्चे, घेराव किंवा टाळेबंदी यामुळे उत्पादनात खंड पडू देऊ नये. इंदिराजी काही अमरपट्टा घेऊन आलेल्या नाहीत. त्यांचे राज्य असेल किंवा नसेल, पण या देशातील मानवसमूहाची प्रगती आपण कोणत्याही कारणाने रोखता कामा नये. या देशात तरी क्रांतीची स्वप्ने पाहण्यात काही अर्थ नाही. माणसे हळूहळू शिकतील, शहाणी होतील आणि योग्य वेळी योग्य निर्णय घेतील, यावर लोकशाहीवाद्यांनी तरी विश्वास ठेवला पाहिजे. दंगे किंवा उत्पात यांनी शासन बदनाम करता येते, पण चांगले शासन निर्माण करता येत नाही. या देशातील खर्चिक निवडणुका हे लोकशाहीला बदनाम करणारे शस्त्र होऊ पाहत आहे. म्हणून राज्ययंत्र मोडण्यापेक्षा ते सुधारण्याचा विचार करण्याची वेळ आली आहे. कोणत्याही नव्या योजनेला विरोध करणे, हे विरोधी पक्षाचे कामच आहे, अशी या देशात समजूत आहे. त्याचप्रमाणे विद्यार्थ्यांना, कामगारांना आणि शेतकऱ्यांना अस्वस्थ करणे, हे विरोधी पक्षांचे उद्दिष्ट मानले जाते. विरोधी पक्षांनी आता आपले स्वरूपच बदलण्याची वेळ आलेली आहे.

यापुढे जो पक्ष कृतिशील कार्यक्रमांना अग्रहक्क देईल, त्यालाच काही भवितव्य आहे.

इंदिराजींना पराभूत करण्याचा काही काळ कोणीही प्रयत्न करू नये. स्वतःचा नाश करायला त्यांच्या त्या समर्थ आहेत. सेल्फ डिस्ट्रक्शन– आत्मनाश करून घेण्याची प्रबळ इच्छा अहंकारी डोक्यात नेहमीच असते. शिवाय संजयचे साह्य त्यांना होईलच. त्यांना हवे तसे राज्य करू द्या. त्या स्वतःचा खड्डा स्वतःच खणतील; पण तोपर्यंत या देशातील जनतेपासून दूर जाण्याचा मूर्खपणा मात्र विरोधी पक्षांनी करता कामा नये. कम्युनिस्टांनी जसे बंगालमध्ये आपले पाय रोवलेले आहेत; तसे चारित्र्य, सेवा व श्रम या बळावर आपणही या देशात आपले पाय रोवण्याचा यत्न करू शकतो. पण त्यासाठी विरोधकांनी आपली उद्दिष्टेच बदलली पाहिजेत. आपल्याला लोकांनी का नाकारले, इंदिराजींना का स्वीकारले याचे जसे ज्ञान आपल्याला हवे; तसेच यापुढे आपल्याला कोणी नाकारूच शकणार नाही, असे काही कर्तृत्वही आपल्याजवळ हवे. मदतीचा एक हात आपण देऊ केला, तर अर्धपोटी माणसांचे दोन्ही हात आपल्या मदतीला येतात. विध्वंसनाचे कार्य काही विरोधक नष्ट करतात; पण त्याचबरोबर असंख्य शत्रू निर्माण करतात. सर्जनाचे कार्य दीर्घ पल्ल्याचे व कष्टाचे असले, तरी एका दाण्याच्या बदल्यात ते पन्नास दाणे देऊ करते.

ज्या देशातील नेतृत्वाविषयी देशात किळस उत्पन्न झालेली आहे; त्या देशातील नेतृत्व, पक्षसंघटना यासंबंधीच्या साऱ्या कल्पनाच आता बदलल्या पाहिजेत, तरच कदाचित पराभूत लोकशाही उद्या मान वर करू शकेल. केवळ निवडणूक म्हणजे लोकशाही हे मानल्यामुळेच फसवे यश आणि दारुण अपयश यांचे आपण धनी झालो. बऱ्या-वाईट शब्दांच्या सापळ्यात आपण अडकलो. शब्द जरी गळ्यातून येत असले, तरी त्या शब्दांना अर्थ येतो तो हृदयाच्या प्रामाणिकपणामुळे आणि हाता-पायांच्या कष्टामुळे. लोकशाही ही केवळ शाब्दिक करमणूक आहे, असे मानल्यामुळेच ती पराभूत झाली आहे.

*(२३ मार्च, १९८०)*

-०-०-०-

३४

# बचेंगे तो और भी लढेंगे!

आपल्या देशात गेल्या तीन वर्षांत खूप तऱ्हेचा वैचारिक आणि सामाजिक गोंधळ चालू आहे. कुणाला नेमके काय म्हणायचे आहे, हेच मुळी समजेनासे झाले आहे. कोणत्याही सामाजिक आणि राजकीय नेत्याला समजून घेण्याचा प्रयत्न अनाठायी जातो आहे, कारण त्याच्या विचारात आणि कृतीत काही एकवाक्यताच नाही. खरे पाहता, गेल्या शे-दीडशे वर्षांत इतका निराशाजनक काळ आपल्या देशात आलेला नाही. पारतंत्र्याच्या काळात त्या निराशेला एक स्वातंत्र्यप्राप्तीचे टोक होते, त्यामुळे कोठे ना कोठे तरी धुगधुगी आहे, असे वाटे. आजचे हे सर्व नेते कुठल्या तरी आकस्मिक रोगाने मृत्यू पावले तर देशावर फार उपकार होतील, असे वाटू लागले आहे.

राजकीय पक्ष म्हणून या देशात कोणत्याही पक्षाला कसलीही प्रतिष्ठा उरलेली नाही. राजकीय चारित्र्य तर औषधालाही उरलेले नाही. पैशाचे गैरप्रकार करत नाही, असा एकही राजकीय नेता शोधून सापडणार नाही. त्यामुळे आमचे सारेच सामजिक जीवन सडू लागले आहे. पैशाचा अपव्यय, अधिकारस्थानांचा दुरुपयोग, आपला म्हणून जो माणूस असेल त्याला मिळणारे संरक्षण व सवलती– या साऱ्या गोष्टी पाहिल्या की, त्याचे परिणाम आपोआपच कामगार, विद्यार्थी-चळवळी, सहकार-चळवळी किंवा लहान-मोठ्या संस्थाजीवनात उमटणार. माझ्या हातून कोणतेही पाप घडलेले नाही, अशी ग्वाही देण्याची क्षमता एकाही नेत्याजवळ उरलेली नसावी, यापेक्षा देशाचे

दुर्भाग्य ते काय असणार? अगदी साध्या-साध्या प्रश्नाबाबत माणसे तत्त्वशून्य होत चाललेली आहेत. जनता पक्षाचा जो बोजवारा उडाला, त्याची दोन कारणे सांगितली जातात. एक– दुहेरी निष्ठांचा प्रश्न आणि दुसरे– जनता पक्ष हा पक्ष म्हणून कधीही एकरूप झाला नाही. दोन्ही कारणे खरी की खोटी, याची विवंचना आता करण्याचे कारण नाही. परंतु या जनता पक्षाच्या विघटनानंतर वेगवेगळे घटक पक्ष आपले सवते सुभे करून एकाधिकारशाहीविरोधाची भाषा करतात, ती किती हास्यास्पद आहे? चरणसिंगांच्या पक्षात चरणसिंगांचा अंतिम अधिकार, बाबूजींच्या पक्षात बाबूजींचा अंतिम अधिकार; मग इंदिराजींच्याच पक्षात इंदिराजींचा अंतिम अधिकार असला तर ती मात्र एकाधिकारशाही– हे गणित कसे काय जमते? खरे तर एकाधिकारशाही नाही असा या देशात एकही पक्ष नाही. मतभेद झाला की, नवा पक्ष काढायचा आणि आपले चार इमानी सेवक घेऊन निराळी चूल मांडायची– हा लोकशाहीचा अजबच प्रकार मानला पाहिजे. लोकशाहीची मूल्ये प्रामाणिकपणे मानणारे या देशात आहेत तरी कोण? एखाद्या समूहाने एकत्र यायचे ठरवले की, त्या समूहातील बहुसंख्याकांचे मत, हेच त्या समूहाचे मत म्हणून ओळखले जायला हवे. जनता पक्ष आपल्याला लोकशाहीवादी पक्ष म्हणवत असे; परंतु जनता पक्षाने तरी आपल्या पक्षात निवडणुका कोठे घेतल्या? निवडणुका घेतल्या तर पक्षाचे स्वामित्व आपल्या हातून सुटेल, या भयाने समाजवादी मंडळींनी निवडणुकांना विरोध केला. बरे, जी काही नियुक्त कार्यकारिणी होती, तिला आपले निर्णय पक्षाच्या अधिवेशनात पटवून देण्याची हिंमत का नव्हती? म्हणून पक्षाचे अधिवेशन घेण्याचे टाळण्यात आले. लोकशाही म्हणजे चार बुरसटलेल्या धंदेवाईक पुस्तकी पंडितांचे मत– अशी जर लोकशाहीची कल्पना असेल, तर तिलाच एकाधिकारशाही असे म्हणतात.

काँग्रेसच्या ३० वर्षांच्या राजवटीत अप्रच्छन्नपणे एकाधिकारशाहीच होती. गांधींचे असो, नेहरूंचे असो व इंदिरा गांधींचे असो– एखाद्या माणसाला अवाजवी महत्त्व देऊन त्याचे स्तोम वाढवायचे आणि तो डोईजड झाला की, त्याला एकाधिकारशहा म्हणून झोडपायचे– हा एक अजब मूर्खपणा आहे. आपल्याला स्मरत असेल तर मोहन धारिया, चंद्रशेखर, रामधन या तरुण तुर्कांनी इंदिराजींना एक नवी प्रतिमा बहाल केली आणि त्या प्रतिमेचेच राक्षसी महत्त्वाकांक्षेत परिवर्तन झाले. इंदिरा गांधी मुळात इतक्या अहंकारी नव्हत्या; पण त्यांचा अहंकार आज लोकशाहीचा आक्रोश करणाऱ्या अनेकांनीच खुलवला. आता त्या डोईजड झाल्या, तेव्हा आपण त्यांना एकाधिकारशहा म्हणू लागलो. अलाहाबाद कोर्टात

इंदिराजींची गुन्हेगारी सिद्ध झाली; तेव्हा पक्षनेत्या आणि पंतप्रधान म्हणून इंदिरा गांधींनीच अधिकारपदावर राहावे, असा प्रस्ताव बाबूजी आणि यशवंतराव यांनी मांडला. इंदिराजींशिवाय देशाचे चालणार नाही, अशी त्यांची भूमिका होती. एखाद्या व्यक्तीवाचून देशाचे चालत नाही, असे म्हणणे लोकशाहीविरोधी आहे. अशा तऱ्हेने या सर्व लोकांनी आपल्या हाताने इंदिराजींची राक्षसी महत्त्वाकांक्षा प्रज्वलित केली आणि तीच सर्व मंडळी आता गळे काढून एकाधिकारशाहीला विरोध– अशी रडगाणी गात आहेत.

ठीक आहे; त्या काळात अक्कल सुचली नाही म्हणून चुका झाल्या, हे मान्य केले, तरी आजचा एकाधिकारशाही-विरोध तरी प्रामाणिक असावा? पण दुर्दैवाने तोही विरोध प्रामाणिकपणाचा नाही. मधू लिमये आपल्याला मोठे राजकीय विचारवंत समजतात. त्यांनी ज्या वेळेस जनता पक्ष फोडला; त्या वेळेस मोरारजींचे पंतप्रधानपद जावे, एवढाच उद्देश त्यांच्यासमोर होता. या देशात कसलेही अरिष्ट आले की, त्याचे खापर जनसंघ आणि संघ यांच्यावर फोडायचे– अशी प्रथा आहे. चरणसिंग आणि संघ यांचे जेव्हा गुफ्तगू होते, तेव्हा संघ-जनसंघ जातीय नव्हते. परंतु, चरणसिंगांच्या फाजील महत्त्वांकाक्षेला आळा बसावा म्हणून जेव्हा जनसंघ गटाने चरणसिंगांची पाठ सोडली व मोरारजींना साथ दिली, त्याबरोबर जनसंघ एकदम जातीय ठरू लागला. इंदिराजींच्या मनमानी कारभाराला कंटाळून या देशातले सर्व विरोधी पक्ष एकत्र आले, तेव्हा प्रत्येकाचे गुण-दोष प्रत्येकाला माहीत होते. तरीही इंदिरा गांधी हे या देशावरील फार मोठे संकट आहे, असे समजून उदार मनाने जुनी वैरे विसरून या लोकांनी एकमेकांना मगरमिठी मारली होती. एकाधिकारशाहीचा संपूर्ण मुकाबला झाला काय? इंदिरा गांधींचे भय संपले काय? तसे होऊन मग जनता पक्ष फुटला असता, तर ते काळाच्या हिशोबात बरोबर ठरणार होते. दीर्घकाळपर्यंत परस्परांचा उच्छेद करण्याची आकांक्षा बाळगणारी माणसे एकत्र नांदतील, अशी कुणाचीच अपेक्षा नव्हती. याचाच अर्थ– जनता पक्षाची एकजूट आणि एकाधिकार-शाहीविरोध यांचे काही अतूट नाते होते. एक तर एकाधिकारशाहीविरोध हा मुळातच खोटा होता, म्हणून जनता पक्ष फुटला किंवा काही अन्य स्वार्थासाठी किंवा अहंकारासाठी एकाधिकाशाहीशी मुकाबला करण्याचे स्थगित करून जनता पक्ष फोडण्यात आला.

आज आपणच आपल्या मूर्खपणाने इंदिराजींची एकाधिकारशाही या देशावर लादली आहे याचे भान लिमये, फर्नांडिस, मृणाल गोरे यांना नसले तरी आम्हाला जरूर आहे. मुळात एकाधिकारशाहीविरोध या शब्दप्रयोगाला तसा

काही अर्थच नाही, कारण हे सारे राजकीय नबाब स्वत:ची प्रतिमा जपण्यासाठी आपले सामर्थ्य वापरतात. इंदिरा गांधी तरी दुसरे काय करतात? इंदिरा गांधी एकट्या एकाधिकारवादी आणि राजनारायण, चरणसिंग, बाबूजी, फर्नांडिस, लिमये हे तेवढे लोकशाहीवादी– अशी वर्गवारीच मुळात मूर्खपणाची आहे. राजकीय मुत्सद्देगिरीच्या अभावामुळे यांपैकी कुणीही पंतप्रधान होऊ शकला नाही आणि इंदिरा गांधी झाल्या, हेच काय ते दुखणे आहे.

या सर्व मंडळींना जनता पक्षातील जनसंघ गटाचे अस्तित्व असह्य झाले; कारण जनसंघ गटाने सभासद-नोंदणी करून पक्षावर कब्जा मिळवण्याचा प्रयत्न केला, असा दावा काही जण करतात. सभासद-नोंदणी करून पक्षाची ताकद वाढवणे, हा काही गुन्हा नाही. बरे, इतरांनी अशा तऱ्हेने सभासद-नोंदणी करू नये, म्हणून कोणी अडवले नव्हते. लोकशाहीत मतांना किंमत आहे. केवळ राजकीय निवडणुकांत नव्हे, तर पक्षाच्या निवडणुकांतसुद्धा. ही गोष्ट काही गुप्त नाही. आपल्या विचारांचा पक्षावर कब्जा बसवणे, ही लोकशाहीतील अनिवार्य गरज आहे. समाजवाद, निधर्मी शासन, लोकशाही जीवनपद्धती, एकाधिकारशाहीविरोध या सर्व सभेत बोलण्याच्या तर गोष्टी नव्हेत? बरे, ही गोड तत्त्वज्ञाने घेऊन समाजात आपल्या मतांचा प्रभाव वाढवण्यासाठी सर्व रान खुले होते. त्यापैकी काहीच न करता पक्षावर जर एका गटाचे प्रभुत्व होत असेल, तर तो पक्षच मोडून टाकण्याची अवदसा मधू लिमयांना का सुचावी? एकाधिकारशाहीपेक्षा दुहेरी निष्ठा हा देशापुढे अग्रहक्काचा प्रश्न होता काय? शिवाय जनता पक्षात आपले प्रभुत्व नाही, म्हणून जनता पक्ष फोडून तरी आपली कितीशी प्रतिष्ठा उरणार आहे, हे ज्ञान सामान्य शाळकरी मुलालासुद्धा सुचण्यासारखे आहे. चरणसिंग, राजनारायण यांच्याबद्दल गंभीरपणे विचार करण्यात अर्थच नाही, कारण भारतीय स्तरावरील प्रश्नांची गुंतागुंत त्यांना कधी समजणार नाही. पण मधू लिमये, फर्नांडिस यांच्याबाबत तर असे म्हणता येणार नव्हते.

जनता पक्षाने समजा पाच वर्षे राज्य केले असते, तर जनसंघ एवढा प्रबळ होणार होता का, की त्याचा उच्छेद करणे पुढे कधी शक्य होणार नव्हते? आता केवळ समाजवाद्यांचीच नव्हे, तर या देशातील प्रत्येक पक्षाची जी केविलवाणी अवस्था झाली आहे– तिचे शिल्पकार कोण? तर मधू लिमये, फर्नांडिस हेच. या कपाळकरंट्या माणसांना या देशातील नागरिकांनी कधीच क्षमा करता कामा नये, कारण त्यांनी आपले स्वत:चे तर हसे करून घेतलेच; पण या देशात नामशेष होऊ पाहणारी इंदिरा गांधींची सत्ता त्यांनी परत सर्वांच्या बोडक्यांवर आणून

बसवली. एकाधिकारशाहीला आपणच जन्म द्यायचा आणि तिच्याविरुद्ध मुकाबला करण्यासाठी आपणच उभे राहायचे, या मूर्खपणाला म्हणावे तरी काय? दोन संकटे जेव्हा समोर येतात, तेव्हा अधिक तातडीचे आणि भयंकर संकट निवारण्याचा प्रयत्न प्रत्येक जण करतो. एकाधिकारशाही आणि दुहेरी निष्ठा या दोन संकटांत मधू लिमयांनी दुहेरी निष्ठा हे अनिवार्य आणि तातडीचे संकट म्हणून स्वीकारले, म्हणून आता मधू लिमये किंवा त्यांचे पाठीराखे यांच्या एकाधिकारशाहीविरोधाला या देशाचा नागरिक कवडीचीही किंमत देणार नाही आणि प्रत्यक्षात त्या गोष्टीचा प्रत्ययही आला आहे. या व्यवहारशून्य आणि देशबुडव्या माणसांपेक्षा एकाधिकारशाही परवडली, असा निखालस आणि स्पष्ट निर्णय भारतीय जनतेने दिला आहे. विधानसभेच्या निवडणुकांतसुद्धा जनता याच निर्णयावर शिक्कामोर्तब करेल, यात मला तरी काही संशय वाटत नाही. इंदिरा गांधी बहुमताने निवडून येऊन त्यांचे राज्य या देशावर येईल, असे भाकीत मी गेल्या निवडणुकीच्या २० दिवस आधी केले होते आणि हे भाकीत करण्यासाठी राजकीय पांडित्याची मुळी गरजच नव्हती. आता तर इंदिरा गांधींचा पक्ष बहुमताने निवडून येईल, असे भाकीतसुद्धा करण्याची गरज नाही. कारण जनता पक्षाकडून फजित झालेला नागरिक जनता पक्षातील घटक पक्षांकडे चुकूनसुद्धा वळणार नाही.

आपल्या हातून लोकांची घोर फसवणूक झाली व आपले राजकीय अंदाज चुकले, म्हणून या देशात कोणाला पश्चात्ताप झाल्याचे दिसत नाही. अजूनही एकास एक उमेदवार उभे करण्याची भाषा चालूच आहे आणि प्रत्येक घटक पक्ष आपल्या वेगळ्या याद्या प्रसिद्ध करण्याची तत्परता दाखवतो आहे. चुका झाल्या म्हणून शहाणपणा काही कुणाला सुचलेला नाही. उलटपक्षी, एकमेकांचे वाभाडे काढण्यात ही मंडळी अजूनही गुंग आहेत. जनता पक्षातील फाटाफूट इंदिरा गांधींनी अपेक्षिलेलीच होती आणि तेच त्यांचे मुख्य भांडवल होते. काँग्रेसच्या आतापर्यंतच्या सर्व निवडणुकांत ५० टक्क्यांहून अधिक मते मिळवण्याचे भाग्य काँग्रेसला कधीच लाभलेले नाही; तरीही तो पक्ष या देशावर स्वामित्व करू शकतो, याचे कारण विरोधी पक्ष कधीच एकत्र येऊ शकत नाहीत, याबद्दल काँग्रेसला (आता खऱ्या अर्थाने इंदिरा काँग्रेसला) वाटणारा दृढ विश्वास, हेच होय. एकाधिकारशाहीविरोधी भूमिकेला काही अर्थ असता व खरोखरीच संकटाचे गांभीर्य जर विरोधी पक्षांना समजले असते, तर वाटेल त्या उपायांनी सर्व विरोधी पक्ष एकत्र आले असते; पण तशी त्यांना बुद्धी सुचणारच नाही. याचे कारण या सर्वांचा एकाधिकारशाहीविरोध हाच मुळात खोटा आहे. हे

सारेच मुळात एकाधिकारशाहीचे जन्मदाते आहेत. मग ही मंडळी लोकांची अशी फसवणूक कशासाठी करतात?

याचे प्रमुख कारण असे की, आपल्या अपयशाचे खापर त्यांना कुठल्या तरी अनामिक कारणावर थोपायचे आहे. राज्य करण्याची जबाबदारी या कोणालाच नको आहे. यांना बळजबरीने जरी कोणी दिल्लीच्या तख्तावर बसवले, तरी तेथून ते पळून येतील. कारण राज्य चालवायचे चातुर्य, औदार्य त्यांना झेपण्यासारखेच नाही. ज्यांना दोन-तीन वर्षेसुद्धा राज्य चालवता आले नाही, त्यांनी पुन्हा सत्ता संपादन करण्याची भाषा कशासाठी बोलायची? यांना निवडून देऊन जनतेचा काय फायदा होणार आहे? आणीबाणीतील गुन्हेगारांना किमान शासन करणेसुद्धा जनता पक्षाला जमले नाही. राज्य करणे म्हणजे संप करण्यासारखे नाही. विघटनाचेच काम करण्याची ज्यांना जन्मजात सवय आहे, त्यांच्याकडून रचनेची अपेक्षा करण्यात काय अर्थ आहे? जनता पक्षाचा जो काही बरा कारभार झाला; तो दंडवते, वाजपेयी यांच्यासारख्या अपवादभूत नेत्यांच्या व्यक्तिगत कर्तृत्वाने झाला. एरवी देशाचे शासन चालवणे, धीटपणाने त्याला सामोरे जाणे व अपयश आले तरी ते उन्नत मानेने स्वीकारणे– ही राज्यकर्त्यांची लक्षणे जनता पक्षाने कधीही दाखविलेली नाहीत.

इंदिरा गांधींवर गेली १०-१२ वर्षे मी सातत्याने टीका करीत आलो. त्यांच्या कारकिर्दीत काँग्रेसच्या भ्रष्ट, बिघडत चाललेल्या कारभारावरही अत्यंत कठोरपणाने मला लिहावे लागलेले आहे. इंदिरा गांधींच्या ठिकाणी अनेक दुर्गुण आहेत. कारण नसताना त्या बलाचा वापर करतात. संशयाने त्या इतक्या पछाडलेल्या आहेत की, सहकाऱ्यांवर त्या विश्वास टाकू शकत नाहीत. सत्ता टिकविण्यापलीकडे त्यांच्याजवळ कसलेच धोरण नाही. पक्षाची संघटना त्या बांधू शकल्या नाहीत. गुंडगिरीची प्रवृत्ती असणाऱ्या अनेक सहकाऱ्यांना त्या जवळ करतात आणि तुलनेने अधिक बऱ्या असणाऱ्या सहकाऱ्यांचा उपमर्द करतात. आर्थिक धोरणाबाबत त्या सदैव गोंधळलेल्या असतात. आपण पंडितजींच्या कन्या आहोत आणि आपला पंतप्रधानकीवर जन्मसिद्ध अधिकार आहे, असेसुद्धा त्या मानतात. लोकशाहीचा दिखाऊ सांगाडासुद्धा त्या ठेवीत नाहीत. त्यांच्या अवगुणांची यादी खूप लांबवता येण्यासारखी आहे. पण ते काहीही असले, तरी त्या लोकरंजन करू शकतात. त्यांचे आणि लोकांचे नाते दृढ आहे, ही गोष्ट कशी नाकारायची? त्यांची लोकप्रियता कशात आहे, याचे अचूक निदान करणे फार कठीण आहे. परंतु राज्य करण्याची त्यांच्यात हिंमत आहे. देशावर गंभीर

संकटे आली, विरोधकांनी खिंडीत गाठले; तरी त्या बावचळत नाहीत. सन १९७७ च्या निवडणुकीत प्रचंड अपयश आणि अपमान भोगावा लागला. या अपमानातून त्यांनी शांत चित्ताने मार्ग काढला आणि तुलनेने जनता पक्षनेते एका निवडणुकीतील अपयशाने किती हताश झाले आहेत, हे पाहिले की, तुलनेचे वर्तुळ आपोआप पूर्ण होते. दुर्दैवाने माझ्यासारख्या माणसाला इंदिरा गांधींची भलावण करण्याची वेळ यावी, ही जनता पक्षाने आम्हाला दिलेली देणगी आहे.

या देशातील गढूळलेले राजकारण केव्हा शुद्ध होईल ते होवो; परंतु ज्या कोणाची लोकशाही मूल्यांवर प्रामाणिकपणे श्रद्धा आहे, त्यांना हताश होऊन कसे चालेल? लोकशाहीत यश-अपयश या गोष्टी क्रमप्राप्त आहेत. एका निवडणुकीत विरोधी पक्ष पराभूत झाले, म्हणून एवढे नैराश्यग्रस्त होण्यासारखे काय आहे? जेव्हा एखाद्या देशाचा कालखंड विचारात घेतला जातो, तेव्हा पाच वर्षे हा अगदी क्षुल्लक काळ असतो. या पाच वर्षांत मतपरिवर्तनाची आपल्याला संधी मिळते. पण त्यासाठी झाल्या चुकांची कबुली देण्याची हिंमत मात्र हवी आणि ही कबुली देण्याचा यत्न जोपर्यंत जाणवत नाही, तोपर्यंत मतपरिवर्तनाचीही शक्यता नाही अन् तोपर्यंत इंदिरा गांधींच्या राजवटीला अजिबात धोका नाही. दुसरे महत्त्वाचे कारण या देशात त्यांना कोणी शत्रूच उरलेला नाही. विरोधी पक्ष एकमेकाला ठेचण्यासाठी कमरा बांधून उद्युक्त झाले आहेत. इंदिरा गांधी उद्या पराभूत झाल्याच, तर त्या आणीबाणीपूर्वक काळातील चुकांच्या पुनरावृत्तीमुळेच होतील; परंतु त्यासाठी केवळ दैवावर अवलंबून राहणे, हे लोकशाहीला कितपत सुसंगत आहे? जी काही उरली-सुरली अब्रू असेल– जी काही संघटना असेल, ती सारी कामाला लावून घट्ट पायांवर उभ्या राहणाऱ्या पक्षांनाच या देशात काही भवितव्य आहे. आमचा पराभव झाला आहे, पण आम्ही अजून मेलेलो नाही. 'बचेंगे तो और भी लढेंगे' हा एकच मंत्र या युद्धात बरोबर बाळगण्यासारखा आहे. पूर्वीपेक्षा इंदिराजी अधिक सावध झालेल्या आहेत. पूर्वीइतक्या आततायीपणाने त्या वागतील, असे दिसत नाही. म्हणून तर विरोधी पक्षाचे काम आणखी कठीण आहे. नागड्या हुकूमशाहीला विरोध करणे सोपे असते, पण छुप्या हुकूमशाहीला पराभूत करणे हे दुस्तर काम आहेच. लोकमताचा लंबक पुन्हा एकदा आपल्या बाजूने वळवून घेण्यासाठी निष्ठेने उभे राहण्यासाठी कोण कोण तयार आहेत, हाच आपल्यापुढचा खरा प्रश्न आहे.

*(१ मे, १९८०)*

-०-०-०-

# ३५

## मानवी न्यायालय आणि परमेश्वरी न्यायालय!

संजय गांधी यांचा मृत्यू ही एक लोकविलक्षण घटना घडलेली आहे आणि त्या धक्क्यातून अजून राजकीय वातावरण सावरलेले दिसत नाही. वस्तुत: संजय गांधी अशा कोणत्याच राजकीय स्थानावर नव्हते की, ज्यांच्या आकस्मिक दुर्दैवी मृत्यूनंतर फार राजकीय उलथापालथ घडावी. परंतु या देशातील राजकारणाची दिशाच काही वेगळ्या नीतिमूल्यांवर चालते. त्यामुळे प्रत्यक्ष फार मोठे अधिकारपद नसले, तरीही संजय गांधी या देशातील राजकारणात एक नियंत्रक शक्ती बनलेली होती याची चुणूक गेल्या निवडणुकीतील नव्या चेहऱ्या-मोहऱ्यांच्या आमदार, खासदारांकडे पाहून पटण्यासारखी आहे. म्हणूनच संजय गांधी यांचा अपघाती मृत्यू राजकारणात काही बदल घडवून आणील असे वाटले, तर त्यात फार काही गैर नाही.

संजय गांधी यांचे राजकीय आयुष्य खरे तर चार-पाच वर्षांचे. त्यांच्या वर्तनात आणि निर्णयात आक्षेप घेण्यासारख्या खूप गोष्टी असल्या, तरी त्यांचे नेतृत्व आवडणारा एक मोठा वर्ग या देशात निर्माण झाला आहे. सर्वसामान्य माणसाला धडाडून निर्णय घेणारी माणसे आवडतात. गेल्या दोन-तीन वर्षांच्या जनता पक्षाच्या निर्नायकी अवस्थेमुळे संजय गांधीसारखे हट्टी व एकारलेले व्यक्तिमत्त्व त्याच्या सर्व दुर्गुणांसकट लोकांना आवडू लागलेले होते. फार मोठे कर्तृत्व मागे ठेवून संजय गांधी मृत्यू पावलेले नाहीत; परंतु पुष्कळांच्या मनांत आशा निर्माण करू शकणारे एक व्यक्तिमत्त्व अनपेक्षितपणे संपुष्टात आले, ही अर्थातच खेदजनक गोष्ट आहे. लोकशाहीचे

निर्णय पाळण्याबाबत आपण खळखळ करता कामा नये. इंदिरा गांधींना लोकमताने निवडून दिले; एवढेच नव्हे, तर संजय गांधी आणि त्यांच्या आशीर्वादाने नव्याने राजकारणात आलेली मंडळी ही लोकमताने निवडून आलेली आहेत. लोकांनी संजय गांधींच्या नेतृत्वावर कोणत्या कारणासाठी प्रेम केले, हा संशोधनाचा विषय व्हावा; परंतु केवळ पैशाच्या बळावर किंवा नेहरू कुटुंबातील वारसाहक्कामुळेच त्यांनी लोकप्रियता मिळवलेली आहे, हे म्हणणे तितकेसे खरे नाही.

नेहरू कुटुंबातील वारसा ही एक फार मौलिक गोष्ट आहे. तिचा काही अंशी लाभ इंदिराजींना, विजयालक्ष्मी पंडितांना, तसाच संजय गांधींना मिळाला. अजूनही थोर पुरुषांच्या रक्तामांसाच्या नातेवाइकांबद्दल या देशातील लोकांच्या काही खास श्रद्धा आहेत. लोकमान्यांचे नातू म्हणून जर जयंतराव 'केसरी'चे संपादक होऊ शकतात आणि लोकांना त्यात काहीही गैर वाटत नाही; तर मग नेहरू कुटुंबातील वारसांनाही काही खास हक्क मिळाले, म्हणून गहजब करण्यात काय अर्थ आहे? आनंदराव चव्हाण यांच्या पत्नी म्हणून जर प्रेमलबाई चव्हाणांसारख्या सामान्य बुद्धीच्या स्त्रीला महाराष्ट्र काँग्रेस (इं.) च्या अध्यक्षा म्हणून सुखेनैव जगता येते; तर मोतीलालजी, पंडितजी आणि इंदिराजी या तीनही नेत्यांचा वारसा मिळालेल्या संजय गांधीला त्या लौकिकाचा काहीच फायदा मिळणार नाही, असे कसे होईल? उलटपक्षी, त्याने त्या संधीचा चांगला फायदा घेतला नाही, अशी तक्रार करायला पाहिजे. नियतीने प्रगतीची आणि समृद्धीची सर्व द्वारे त्याच्यासाठी खुली करून ठेवली होती. या जगात संजयहून अधिक अनुकूलता कोणालाच लाभणे शक्य नाही. नावलौकिकवान घराणे, संपत्ती व सत्ता यांचे सातत्याने असलेले अस्तित्व, निसर्गाने दिलेले सुंदर रूप आणि या देशातील श्रद्धाळू जनता– असा समन्वय झाल्यानंतर काहीही प्राप्त करून घेणे कठीण नव्हते. शिवाय इतरांजवळ जे नाही ते तरुण वय, घराण्यातच चालत आलेली थोडी फार मग्रूर वृत्ती यांमुळे सर्वसामान्य जनता त्याच्यासारख्याच्या पुढे नम्र झाली, यात काहीच आश्चर्य नाही.

या सुदैवी संधीचा संजयने फारसा फायदा करून घेतला नाही. त्याने शिक्षणाकडे दुर्लक्ष केले. सामान्य वकुबाच्या मित्रांची संगत केली. नेहरू कुटुंबाला लाभलेला जो एक जनमोहिनी मंत्र आहे, त्याचा आरंभी-आरंभी तरी त्याच्याकडून दुरुपयोग झाला. मोठ्या माणसांच्या मुलांचे थोडेसे असेच होते. त्यांच्याकडे लक्ष द्यायचे मनात आणले, तरी या मोठ्या माणसांना ते देता येत नाही. इंदिराजींसाठी पंडितजी वेळ काढू शकले नाहीत. त्याचप्रमाणे संजय-राजीवसाठी इंदिराजी वेळ

**मानवी न्यायालय आणि परमेश्वरी न्यायालय! / १८९**

काढू शकल्या नाहीत. मग मुले नोकरा-चाकरांकरवी वाढतात व पब्लिक स्कूल्समधून त्यांचे शिक्षण होते. आपल्या आई-वडिलांबद्दलच्या नाना वदंतांनी ही अल्पवयीन मुले कुढी बनत जातात. त्यातूनच जे दुर्गुण निर्माण होतात, त्यामुळे नियतीने दिलेली अनुकूल परिस्थिती त्यांना पूर्णपणे उपभोगता येत नाही.

संजयने चांगल्या प्रकारे शिक्षण पूर्ण करायला हवे होते. एका राजकारणी आणि लौकिकवान घराण्यात त्याचा जन्म झाला होता. आरंभी त्याला राजकारणात पडायचे नसेल; परंतु जेव्हा राजकारणात पडायचे निश्चित झाले, तेव्हा त्याने आपल्या कृतींवर काही बंधने घालून घ्यायला हवी होती. या देशाची सर्वोच्च सत्ता, उद्योगपती आणि पंतप्रधानासारखी आई पाठीशी असतानाही त्याने काढलेला मारुती मोटारचा प्रकल्प यशस्वी होऊ शकला नाही. त्यात काही बेकायदा गोष्टी झाल्या आणि आर्थिक घोटाळे झाले, यांबद्दल उठलेला गदरोळ सोडून देऊ. पण एकही मोटार प्रत्यक्ष रस्त्यावर येऊ शकली नाही, ही वस्तुस्थिती आहेच की. व्यवसाय स्वीकारला की, त्याला व्यासंगाची जोड लागते. केवळ पैशाच्या बळावर वाटेल तेथे यशस्वी होता येत नाही. बरे, मारुती मोटारचा प्रकल्प एखाद्या उद्योगपतीकरवी यशस्वी करून घेतला असता, तरीही चालण्यासारखे होते किंवा तो सार्वजनिक प्रकल्प करून त्याला आपली सुटका करून घेता आली असती. पण आपले कुणीही वाकडे करू शकणार नाही, या त्याच्या सहकाऱ्यांच्या आणि कदाचित स्वतःच्या भ्रमामुळे त्याने स्वतःची व आपल्या आईची अकारण बदनामी करून घेतली. वास्तविक, एखादा मोटार कारखाना काढणे, ही केवळ आज व्यावहारिक कुशलता आणि आर्थिक जमवाजमव एवढ्यावर अवलंबून असणारी गोष्ट आहे. असल्या गोष्टीत आलेले अपयश कायमच्या स्वरूपाचे डाग त्याच्या आयुष्यावर ठेवून गेले आहे.

खरे म्हणजे, संजय गांधींबाबत जे इतर अनेक आरोप आणि प्रत्यारोप आहेत, त्यांच्यांतून तो आता कायद्याच्या दृष्टीतून मुक्त झाला आहे. अतिरेकी उत्साह हा त्याच्या हातून अनेक चुका घडण्यास कारणीभूत झाला असेल, परंतु वेळच्या वेळी त्यात सावरण्याचे संयमी शिक्षण त्याला मिळालेच नव्हते. ते जर मिळाले असते, तर संजय गांधी यांना आपल्या आईप्रमाणेच जनमानसावर मोहिनी टाकण्यात अधिक यश आले असते.

या देशातील वृद्ध नेत्यांनी इथल्या लोकशाहीची फसवणूक केली आहे. सर्वच पक्षांतल्या वृद्ध नेत्यांना लोक आता कंटाळले आहेत. परंतु, राजकारणात खोल पाय रोवून बसणाऱ्या वृद्ध कपींना तेथून उखडून काढणेही अशक्य झाले

होते. संजय गांधींवर टीका करणाऱ्यांनासुद्धा हे मान्य करायला हवे की, नेतृत्वात तरुण रक्त येऊ पाहते आहे, ते केवळ संजय गांधींमुळेच. ज्यांना आणखी दहा-पंधरा वर्षे तरी कोणी निवडणुकीत तिकीट दिले नसते, अशा कित्येक नव्या उत्साही तरुण युवकांना केवळ संजय गांधी यांच्यामुळे लोकांचे प्रतिनिधित्व करण्याची संधी मिळाली आहे. हा देश फाजील उत्साही तरुणांच्या हातांत जाऊन देशाचे वाटोळे झाले तरी चालेल; पण या निष्क्रिय म्हाताऱ्या नेतृत्वाला नेस्तनाबूत केलेच पाहिजे, अशी आज सर्वांचीच भावना आहे. संजय गांधींनी आशीर्वाद दिलेले अनेक तरुण नेते आता खरोखरीच आपला प्रभाव पाडू शकतील किंवा काय, यांवर संजय गांधींच्या कर्तृत्वाचा कस लागणार आहे. संजय गांधींना आपला नेता मानणाऱ्या या सर्व तरुणांनी आपली जबाबदारी ओळखून आता वागायला हवे. जी लकाकून गेली, ती केवळ उल्का नव्हती; तर तो एक स्थिर स्वरूपाचा एक चमकता तारा होता, हे सिद्ध करण्याची जबाबदारी संजयला नेता मानणाऱ्या युवकांवर येऊन पडली आहे. वृद्धांचा प्रभाव कमी करणे, महत्त्वाचे निर्णय तातडीने घेणे, मुसलमानांच्या आणि कम्युनिस्टांच्या अराष्ट्रीय वृत्तीला पायबंद घालणे, असे जे संजय गांधींचे ठळक स्वभाववैशिष्ट्य होते; त्यामागे असणारे सूत्र पकडून या तरुण खासदार-आमदारांनी एक स्वतंत्र राजकीय मंच स्थापण्याची गरज आहे. नाही तर आज एकाकी पडणाऱ्या इंदिरा गांधींभोवती पुन्हा ती सारी म्हातारी भुतावळ जमा होईल आणि संजय गांधींचे राजकारणात येणे  हे निरर्थक होते, असे सिद्ध होईल.

संजय गांधींच्या या आकस्मिक आणि अपघाती निधनामुळे या देशातील सर्व पक्षांच्या नेत्यांनी वेगवेगळ्या प्रकारे शोक व्यक्त केला आहे. मृत्यू– मग तो कोणाचाही असो– ही शोकदायीच घटना आहे. त्यात तो अवेळी– त्यातही अपघाती– असेल, तर ही अधिकच दुःखदायी घटना आहे. शिवाय तो मृत्यू एका अशा कुटुंबात घडला की, ज्या कुटुंबावर या देशातील जनतेने निहायत प्रेम केले. त्यातही या मृत्यूला आणखीच एक करुणेची झलक आहे. सन १९८० च्या लोकसभा निवडणुकीपूर्वी अशा तऱ्हेचा मृत्यू संजय गांधीला आला असता, तर वृत्तपत्रांनी त्याची फारशी दखलही घेतली नसती किंवा त्याच्या मृत्युयात्रेला असे भव्य स्वरूपही आले नसते. कारण आणीबाणीच्या काळापासून संजय गांधी, इंदिरा गांधी हे दोघेही आरोपींच्या पिंजऱ्यात होते. नाना तऱ्हेचे आरोप व खटले त्यांच्याविरुद्ध चालू असल्यामुळे आणि त्यांच्याचमुळे पुष्कळांना दुःख भोगावे लागल्यामुळे लोकांना त्यांच्याबद्दल राग होता. जनता पक्षातील

लाजिरवाणी फाटाफूट हे संजय गांधी व इंदिरा गांधींना वरदान ठरले. लोकांना आदरासाठी हृदयात एखादी व्यक्ती हवी असते. पूर्वी इंदिराजींची मूर्ती लोकांनी हृदयात स्थापन केलेली होती. आणीबाणीच्या पर्वानंतर लोकांनी ती मूर्ती छिन्नविच्छिन्न करून फेकून दिली. इंदिराजींनी अत्यंत अपमानित, एकाकी अवस्थेत तो काळ धीराने काढला. अर्थात संजय गांधीपुढे तर दुसरा पर्यायच नव्हता. त्याच्यावर तर प्रत्यक्ष काही गुन्हे शाबीतही झाले होते. इतक्या अपमानित अवस्थेतून पुन्हा लोकप्रियतेच्या शिखरावर चढणे, ही काही सोपी गोष्ट नाही. जगात असे उदाहरण क्वचितच घडले असेल. परिस्थितीतून तावून-सुलाखून इंदिराजींचे जे व्यक्तिमत्त्व बाहेर पडले, त्याचा फायदा संजय गांधीला मिळाला आणि त्या जगावेगळ्या संधीचा फायदा घेऊन आईला त्याने पराकाष्ठेची मदत केली. खरे म्हणजे, त्यापूर्वी त्याची राजकारणात केवळ लुडबूड होती आणि या निवडणुकीत मात्र त्याने प्रत्यक्ष राजकीय कामगिरी केली, असे म्हटले पाहिजे. लोकसभेच्या निवडणुकीपासून संजय गांधीने स्वत:ची अशी एक यंत्रणा उभी केली होती आणि त्यामुळेच युवकांचा नेता असे त्याचे चित्र उभे राहिले. जुन्या वृद्धांचा सल्ला त्याने झिडकारून टाकला. निवडणुकीत जे-जे पवित्रे घ्यावे लागले, ते-ते अनेकदा त्याने स्वत:च घेतले. त्यांतले काही निर्णय खुद्द इंदिराजींनाही धोक्याचे वाटत होते. सुदैवाने संजय गांधीने घेतलेले निर्णय बरोबर ठरले आणि त्याची प्रतिमा एकदम उजळली. तो त्याचा अतिरेकी उत्साह आणि मनमानी कारभार पूर्वी टीकेला जागा निर्माण करीत असे, तेच त्याचे आता गुण ठरले आणि आज ना उद्या संजय गांधी हा एक भारतीय पातळीवरचा नेता होऊ शकेल, अशी शक्यता पुष्कळांना जाणवू लागली.

वास्तविक, संजय गांधी हे अँटी-मुस्लिम आणि अँटी-कम्युनिस्ट म्हणून विख्यात आहेत. खुद्द संघ आणि जनसंघातही या त्यांच्या धोरणामुळे त्यांना चाहणारे काही लोक आहेत. परंतु, ते तितकेसे खरे नाही. अशा तऱ्हेचे राजकीय धोरण ठेवण्यासाठी लागणारा व्यासंग त्यांनी कधीच केलेला नाही. अँटी-मुस्लिम आणि अँटा-कम्युनिस्ट शब्दसुद्धा त्यांचे यथार्थ वर्णन करू शकणार नाहीत. एकाने रशियाची बाजू उचलून धरावी आणि दुसऱ्याने अमेरिकेची बाजू उचलून धरावी, अशी या देशातली फार जुनी परंपरा आहे. कारण आपल्याला अलिप्त राहणे सोईचे नाही. आपला कल कधी रशियाकडे असतो, तर कधी अमेरिकेकडे. आपल्या देशातील राजकारणाचा कल आणीबाणीपासून रशियाकडे जास्त झुकू लागला, त्याची प्रतिक्रिया म्हणून संजय गांधी कम्युनिस्टविरोधी बनले असावेत.

मुसलमानांबद्दल त्यांचे मत नेमके काय होते, हे सांगणे फार कठीण आहे. कारण त्यांच्या परिवारात, जिवलग मित्रांत काही मुसलमानही आहेत. इतक्या अल्प वयात आणि फारसा राजकीय व्यासंग नसताना त्यांना अशी मते चिकटवणे चुकीचे ठरेल. एक राजकीय जीवित सुरू होण्याआधीच संपून गेले, असा निष्कर्ष फार तर त्यांच्या मृत्यूबद्दल काढता येईल.

आज त्यांच्याबद्दल जी स्तुतिसुमने वाहण्यात येत आहेत, त्यातला पुष्कळसा भाग उपचाराचा आहे. कारण यांपैकी बहुतेक सर्व मंडळी संजय गांधी 'हा उद्याचा धोका' असे मानीत होती. मृत्यूनंतर वैर संपते, ही गोष्ट खरी आणि ते संपायलाही हवे. विशेषत: ज्या व्यक्तीने काही विचारधारा मागे ठेवली नसेल, तिच्याबाबतचे सारे राग-लोभ संपायला हवेत. कारण तो संपतो, तेव्हा सारेच संपते. इंदिरा गांधींची व्यथा मात्र समजता येण्यासारखी आहे. त्या संजयवर किती अवलंबून होत्या, हे त्यांच्यापासून मनाने आणि शरीराने दूर असणाऱ्या कुणालाही सांगता येणार नाही. त्या दोघांच्यातील वितुष्टाबद्दल कधी अनेक बाजारगप्पा प्रसिद्ध होत होत्या; त्यांत फारसे तथ्य असेल, असे वाटत नाही. इंदिरा गांधींनी एका लोकविलक्षण अपमानित कालखंडातून पुन्हा उच्च पदावर आरोहण केले, त्या कामी संजय गांधींच्या शक्तीचा त्यांना नक्कीच उपयोग झाला असला पाहिजे. तरुणपणाचा उत्साह व हूडपणा हळूहळू कमी होईल आणि लोकसभेत वावरल्यावर त्याच्या अंगी एक 'राजाचे औदार्य' येईल, अशी इंदिराजींना खात्री वाटत असली पाहिजे.

संजयला सत्तेच्या राजकारणात घाईगर्दीने ढकलण्यापेक्षा अनुभव घेण्यासाठी त्यांनी पक्षाच्या संघटनाकार्यात गुंतवले. जे पंडितजींनी इंदिरा गांधींबाबत केले, तेच इंदिरा गांधी संजयबाबत करू पाहत होत्या. इंदिरा गांधींना संधी मिळाली तशी जर संजय गांधींना मिळाली असती, तर नेहरू कुटुंबातील हा चवथा वारसही देशाचा प्रमुख नेता होऊ शकला असता आणि नेहरू राजवंश कायम राहिला असता. पण नियतीने हा साराच मनसुबा जमीनदोस्त केला. अर्थात, नियतीने जमीनदोस्त केला, असे म्हणण्यातही काही अर्थ नाही. संजय गांधींचे जे उपजत अवगुण होते, त्या अवगुणांनीच हा अपघात घडवून आणला. देशाचे सर्वोच्च नेतृत्व ज्याच्या डोळ्यांसमोर दिसू लागले होते, अशा माणसाने अपुऱ्या तयारीनिशी आणि माहितीनिशी विमानविद्येच्या कसरती करण्यात धन्यता मानावी, हे काही प्रौढ शहाणपण नाही. खरोखरीच अकस्मात काही संकट कोसळून हा अपघात झाला असता, तर गोष्ट निराळी; हे तर सरळ-सरळ मृत्यूला निमंत्रणच

होते. हे साहस कशासाठी? आपण कशासाठी या इतक्या क्षुद्र साहसात आयुष्याचा खेळ खेळतो आहोत, याचे भान संजय गांधींना उरले नव्हते. नॉर्मंडीवर जेव्हा इंग्लिश सैन्य दुसरी आघाडी निर्माण करण्यासाठी उतरले, तेव्हा पंतप्रधान चर्चिल यांना प्रत्यक्ष युद्धभूमीवर जायची इच्छा झाली. नेत्यांनी प्रसंगी असामान्य धैर्य दाखवावे, ही गोष्ट खरी. पण अविवेकाने तो जर भलतेच साहस करायला निघाला, तर त्याचे आयुष्य त्याच्या मालकीचे नसते, हे सांगणारी कोणी तरी शक्ती असावी लागते. इंग्लंडच्या राणीने त्या वेळेस चर्चिलला युद्धभूमीवर जाऊ दिले नाही. कारण त्या वेळेस चर्चिल हे इंग्लंडच्या प्रतिकारशक्तीचे प्रतीक होते. आपल्या देशाच्या युवाशक्तीचे संजय गांधी जर प्रतीक होते, तर आपल्या आयुष्याशी असला खेळ खेळण्याचाही त्यांना अधिकार नव्हता. निसर्गशक्तीचा एक नियम असा आहे की, माणसाला दिलेली मर्यादित शक्ती तो कोणत्याही दिशेने वापरू शकतो, पण अन्य कुठल्या तरी दिशेने ती शक्ती कमी झालेली असते, याची जाणीव शक्ती वापरणाऱ्याने ठेवायला हवी. जोपर्यंत संजय गांधींवर कसलीही राजकीय जबाबदारी नव्हती, तोपर्यंत त्यांच्या मेंदूवर कसलेही तणाव नव्हते. म्हणूनच त्यांची शरीरशक्ती त्यांना दुसरीकडे वळवता येत होती. पण आता नाही म्हटले तरी या देशाची संपूर्ण जबाबदारी असणाऱ्या पंतप्रधान इंदिरा गांधी यांचा तो उद्याचा राजकीय वारस होता आणि त्याची जबाबदारी नकळत त्यांच्या शरीरशक्तीवर स्वामित्व गाजवीत होती.

या देशात अशा अनपेक्षित घटना सतत घडत आलेल्या आहेत आणि त्यामुळेच दिशा दिसू लागण्यापूर्वीच आमच्या देशाची नौका पुन्हा वादळात सापडते. शास्त्रीजी चार-पाच वर्षे अधिक जगले असते, तर देशाचे राजकारणच अगदी निराळे झाले असते. मग नेहरू राजवंश मधेच निर्माण झाला नसता; परंतु असेच आकस्मिकपणे शास्त्री गेले आणि एक भरकटलेला प्रवाह सुरू झाला. त्यात आणीबाणीचे एक भयंकर वादळ होऊन गेले. जयप्रकाशजींसारख्या ऋषितुल्य माणसाचा छळ करण्याचे इंदिराजींना कारण नव्हते. या देशात एक विलक्षण घातक पर्व सुरू झाले. त्यात अनेक अत्याचार व अन्याय घडले. सगळेच अत्याचार इंदिरा गांधी व संजय गांधी यांनी केले असणे शक्यच नाही; परंतु अन्यायी कारभाराला सुरुवात झाली की, मग लहान-मोठे सारेच अधिकारी अन्यायाचा पाठपुरावा करू लागतात. त्या कालखंडात इंदिरा गांधी आणि संजय गांधी यांचा सर्वथा अध:पात झाला आणि मग त्यांना निवडणुकीत नामुष्की पत्करावी लागली. सर्व विरोधी पक्षांनी एकत्र येण्याचा प्रसंग त्यामुळेच उद्‌भवला.

चरणसिंग, मोरारजी आणि बाबूजी या तिघांचाही जगण्यातला शेर संपलेला असताना ते जगतच राहिले आणि भांडतच राहिले. कोणाच्याही ध्यानी-मनी नसेल इतक्या लवकर इंदिराद्वेषाचे युग संपले. इंदिरा गांधी आणि संजय गांधींवर इतक्या दिरंगाईने खटले चालू होते की, त्या खटल्यांत काही काळेबरे आहे, असे लोकांना वाटू लागले होते. इंदिरा गांधींचा परत राजकीय उदय झाला आणि त्यांच्यावरचे खटले एकामागोमाग निकालात निघाले. या देशातील न्याय हा सत्तेशी संबंधित आहे, हे पुन्हा एकदा सिद्ध झाले. म्हणजे तुम्ही गुन्हे केलेत तरी हरकत नाही, पण तुम्ही तुमची सत्ता जाऊ देता कामा नये. संजय गांधींच्या अपघाती मृत्यूच्या वेळेस जनता पक्षाने या दोघांच्यावर लावलेल्या सर्व खटल्यांचा निकाल लागून ते दोघेही निर्दोष सुटलेले होते, परंतु लोकांच्या मनातील शंका मात्र दूर झालेल्या नाहीत.

राजद्रोहाच्या आरोपाखाली लोकमान्य टिळकांना जेव्हा मुंबई हायकोर्टाने सहा वर्षांच्या जन्मठेपेची शिक्षा सुनावली, तेव्हा त्यांनी काढलेले उद्‌गार या वेळेस आठवतात. ते म्हणाले होते, "आपण जरी मला दोषी ठरवले असले, तरी आपल्या न्यायालयापेक्षा आणखी एक मोठे न्यायालय वरती आहे; त्या न्यायालयात मी निर्दोषीच आहे, अशी माझी खात्री आहे." आज परिस्थिती अशी आहे की, संजय गांधी मानवी न्यायालयात निर्दोष सुटले, पण त्या वरच्या न्यायालयात मात्र दोषी ठरलेले दिसतात. एरवी त्यांच्या मृत्यूची कारणमीमांसाच करता येत नाही. नियतीची इच्छा म्हणूनच अशा अनपेक्षित अपघातांकडे पाहावे लागते. नियतीची इच्छा सर्वथा निरर्थक नसते. तिच्यामागे काही तरी एक योजना असलीच पाहिजे, संजय गांधी यांच्या या मृत्यूमुळे कदाचित या देशात दुभंगलेली काँग्रेस एकत्र होणार असेल... कदाचित या देशाचे वृद्ध नेतृत्व कायमचे अस्तंगत होणार असेल... किंवा कदाचित...

– अशी भाकिते करण्यास फारसा अर्थ नाही. अखेरीस काळच त्याचे उत्तर देणार आहे.

*(६ जुलै, १९८०)*

-०-०-०-

## ३६

# राजकारणाचे तीनतेरा वाजले

इंदिरा काँग्रेसने लोकसभेत बहुमत प्राप्त केल्यानंतर त्या पक्षाचा काही चटकदार व कार्यक्षम कारभार सुरू होईल, अशी अपेक्षा होती. इंदिरा गांधींना पुन्हा सत्ता राबविण्याची जी संधी मिळाली आहे, तिचा वापर करून एक कार्यक्षम शासनकर्ती असा जो त्यांचा पूर्वलौकिक होता; त्याची स्मृती परत जागवली जाईल, असे वाटत होते. अर्थात तो पूर्वलौकिकही फारसा खरा नव्हता. पूर्वी त्यांच्या मंत्रिमंडळात अनुभवी आणि कार्यक्षम मंत्री असूनही त्यांचा कारभार फारसा समाधानकारक नव्हता. प्रसिद्धी-तंत्रावर त्यांची हुकूमत असल्यामुळे त्या आपला आब राखून होत्या, इतकेच. आणीबाणीकाळात त्यांची राजकीय दिवाळखोरी जगजाहीर झाली. काही माणसे अनुभवाने शहाणी होत जातात व संधी मिळाली की, हळूहळू आपल्या व्यक्तिमत्त्वाचा विकास करून घेतात. इतकी वर्षे राजकारणात राहून व नेहरू कुटुंबाचा वारसा सांभाळून इंदिराजींना काही प्रौढ शहाणपण आलेले नाही. ते आले असते, तर त्यांनी आपल्या मंत्रिमंडळात अनुभवी आणि कार्यक्षम सहकारी घेतले असते. परंतु, त्यांचा जुन्या माणसांवर अजिबात विश्वास नाही आणि संजय गांधींच्या उन्मत्त हस्तक्षेपामुळे अपमानित झालेल्या आपल्या सहकाऱ्यांची त्या समजूतही घालू शकल्या नाहीत. राजकारणाला नवे वळण लावण्याची त्यांची क्षमता संपली आहे. त्याही आता बुढ्ढ्या नेत्यांत जमा झाल्या आहेत. पूर्वीची धिटाई त्यांना सोडून गेली आहे आणि म्हणून भारतीय राजकारणाचे तीनतेरा व्हायला सुरुवात झाली आहे. इंदिरा गांधींच्या

गेल्या सहा महिन्यांच्या राजवटीत कोणताही महत्त्वाचा राजकीय निर्णय घेतला गेला नाही. विधानसभेच्या निवडणुका झाल्या, मध्यवर्ती व राजकीय स्तरावरची अंदाजपत्रके कशीबशी एकदाची मांडली गेली आणि कोणताही असंतोष होऊ नये, अशी काळजी घेतली गेली. यापरते नवे काहीच घडले नाही आणि घडणेही शक्य नव्हते, कारण पूर्वीची उभारी आणि संहारक आवेश इंदिराजींनी दोन वर्षांच्या कालखंडात कायमचाच गमावला आहे.

राजकारणात येण्याची संजयची खरोखरी पात्रता होती किंवा काय, हा एक संशोधनाचा विषय होईल. पण मिळालेल्या संधीचा फायदा घेऊन आपले स्थान उंच करून घेण्याची त्याच्याजवळ फारशी कुवतही नसावी. त्याच्या अपघाती मृत्यूमुळे त्याच्या कर्तृत्वाचे भांडे फुटले नाही आणि त्याच्याबद्दल चुकीच्या अपेक्षा ठेवणाऱ्यांची फार मोठी सोय झाली. अगोदरच चैतन्य हरवलेल्या इंदिराजी संजयच्या मृत्यूपासून अधिकच चैतन्यशून्य बनू लागलेल्या दिसतात. त्यांचे काही तरी गुप्त धन हरवलेले आहे, यात शंकाच नाही. या अघटित घटनेमुळे त्यांच्या व्यक्तिमत्त्वात काही बदल झालेला असेल, तर भारतीय राजकारणात त्यांचा निभाव लागणे कठीण आहे. बुद्धिमत्ता, प्रतिभा आणि स्वप्नाळूपणा हे त्यांचे कधीच भांडवल नव्हते. भारून टाकणारे वक्तृत्व त्यांना कधीच अवगत नव्हते. एका उग्र-तामसी लोकनायिकेची प्रतिमा त्यांनी निर्माण केली आणि जनता पक्षाच्या नेभळ्या प्रतिमेच्या पार्श्वभूमीवर त्यांचा तो उन्मत्तपणा सुखावह वाटू लागला. पण तोच उन्मत्तपणा त्यांना अलीकडे सोडून गेलेला दिसतो.

या देशाचे राजकारण कुजल्यासारखे झालेले आहे. काही अपवाद सोडले, तर या देशात सर्वंकष अशी सत्ता इंदिरा काँग्रेसच्या– म्हणजे इंदिरा गांधींच्या हातांत एकवटलेली आहे. देशाचे चित्र पालटून टाकायचे म्हटले, तर ते त्यांना अशक्य नाही. विरोधकांचे नैतिक धैर्य ओसरलेले आहे, तोपर्यंतच त्यांना नवा बनाव घडवावा लागेल. पण त्यांची खरी कोंडी झालेली आहे ती म्हणजे, त्यांच्याजवळ पक्ष असा नाही. एका माणसाच्या लहरीनुसार भारतासारख्या प्रचंड देशाचा कारभार चालवणे व तेथे परिवर्तन करून दाखविणे, ही गोष्ट जवळजवळ अशक्यप्राय आहे.      हुकूमशाहीलासुद्धा देशभर विखुरलेली एक मजबूत अशी संघटना असते. लष्करी हुकूमशाहीतही कार्यक्षम अशा अधिकाऱ्यांची एक सुसूत्र फळी असते. कम्युनिस्ट देशांतील पक्षीय हुकूमशाही संघटनेत पक्षाच्या कडव्या कार्यकर्त्यांची फौजच्या फौज राखावी लागते. लोकशाहीत तर जागृत अशा

लहान-मोठ्या कार्यकर्त्यांची संघटना जाणीवपूर्वक जोपासावी लागते.

जगातील कोणत्याही राज्यपद्धतीने राज्यकारभार करावयाचा असेल, तर त्यासाठी राष्ट्रीय स्वरूपाची काही यंत्रणा असावी लागते. अशी कोणतीही यंत्रणा इंदिराजींजवळ नाही. इंदिरा गांधींचा पक्ष म्हणजे निवडणुकीपुरते वापरायचे एक खेळणे आहे. निवडणूक संपली की, हे खेळणे अडगळीत फेकून द्यायचे. मग सारी पक्षीय सूत्रे त्या-त्या राज्यातील सचिवालयातूनच हलवावी लागतात. शासनाचा आणि पक्षाचा एकच कार्यक्रम चालू होतो. एकोणसत्तर सालापूर्वीची काँग्रेस हा एक पक्ष होता. त्याला कार्यालये होती. स्वतंत्र असा कार्यक्रम होता. पक्षाध्यक्षाला काही तरी किंमत होती. आता काँग्रेसजवळ– निदान इंदिरा काँग्रेसजवळ– पक्षाची अशी काही यंत्रणा शिल्लक नाही. अशा परिस्थितीत या देशाचे राज्ययंत्र केवळ नोकरशाही-मार्फत चालवण्यावाचून काहीही पर्याय उरत नाही. कधी नव्हे ते या नोकरशाहीचे प्राबल्य वाढलेले आपल्या ध्यानात येईल. त्याचेही कारण तेच आहे. नोकरशाहीच्या अधीन झालेली पक्षीय लोकशाही ही अधिकाधिक भ्रष्ट होत जाते, कारण एकमेकांना कब्ज्यात ठेवण्यासाठी नोकरशाही आणि पक्ष यांच्यांत घाणेरडी स्पर्धा सुरू होते.

जो काही पक्ष म्हणून इंदिराजींच्या हाती आला, त्या पक्षाची मोडतोड संजय गांधींनी पुरती करून टाकली. चारित्र्य, पक्षाची सेवा, लोकशाहीवरील श्रद्धा व लोकप्रियता या साऱ्या गोष्टी इंदिरा काँग्रेस पक्षात आज कवडी किमतीच्या झाल्या आहेत. इंदिरा गांधी आणि फक्त संजय गांधी यांनाच श्रद्धा देणाऱ्या आणि प्रेषित मानणाऱ्या सामान्य वकुबाच्या स्तुतिपाठकांच्या हातांत हळूहळू पक्षीय स्थाने गेली आणि त्याचाच परिणाम– असेच लोक शासनात भरले जाऊ लागले. ही अशी नाकर्ती आणि परपुष्ट माणसे स्वत: काम करत नाहीतच, पण काम करणाऱ्या माणसालाही काम करू देत नाहीत. म्हणून या देशात एकाच आवाजाचा प्रतिध्वनी ऐकू येतो आणि तो म्हणजे– इंदिरा गांधींचा. संजय गांधी मरून गेला, पण पक्षात उत्पन्न होणारे दुसरे आवाज पार नष्ट करून तो मेला. आज जी भलतीच मंडळी तरुणपणाच्या नावाखाली शासनात आणि पक्षात शिरली आहेत, त्यांच्या बळावर कोणालाही राज्य करणे शक्य नाही. कारण त्या तरुणांजवळ फक्त उत्साह आहे; लोकशाही शासन राबवण्याची पूर्वतयारी नाही. त्यांपैकी बहुतेकांचे पूर्वचरित्र काही तरी बेबंद आणि झुंड संघटनाकार्यातच घडले आहे. लोकशाहीत समोरच्या माणसालाही काही हक्क आहेत, हे गृहीत धरणे भाग असते आणि दुसऱ्याचा हक्क मानण्यासाठी सुसंस्कृतपणाची आवश्यकता

असते. बेजबाबदार टोळीवाल्यांच्या साह्याने इंदिरा काँग्रेसने राज्य करण्याचा प्रयत्न केला, तर इंदिराजी या चांगल्या हुकूमशहासुद्धा होऊ शकणार नाहीत आणि लोकशाही नेत्या होणे त्यांच्या नशिबातच नाही.

खरे म्हणजे, देशापुढचा आजचा प्रश्न हुकूमशाही आणि लोकशाही– हा आहे, असे मला वाटत नाही. कधी कधी अगतिक होऊन असे म्हणावेसे वाटते की, अगदी प्रच्छन्न हुकूमशाही या देशात आली तरी चालेल; परंतु या देशातील महत्त्वाच्या प्रश्नांना तातडीने हात घालावयाला हवा. कायदा आणि सुव्यवस्था यांचा दर्जा ओसरतो आहे. उद्योगधंद्यांत उत्साहाचे वातावरण नाही व औद्योगिक अशांतता वाढते आहे. शिक्षणव्यवस्था निरुद्देश झालेली आहे, त्यामुळे निरुपयोगी बेरोजगारांचे तांडे निर्माण होत आहेत. या देशाची परंपरेवरची श्रद्धा ओसरते आहे आणि कसलेही आदर्श आपण निर्माण करू शकत नाही. धर्मांधता आणि जातीयताही वाढत्या प्रमाणावर आहेत. या देशाला एकरूपत्व लाभण्याऐवजी मानसिक दृष्ट्या दुभंगलेल्या अवस्थेत इथल्या नागरिकांना राहावे लागले आहे. खरे पाहता, प्रत्येक क्षेत्रात नव्या व्यावहारिक जीवनक्रमाची सुरुवात व्हायला हवी आहे. पण या देशातील भाकरीचा प्रश्नच इतका गंभीर आहे की, तो सोडविण्यापायीच देशाची सर्व शक्ती खर्ची पडत आहे. चांगले आणि प्रामाणिक नागरिक परदेशांतून आयात तर करता येत नाहीत; ते येथेच निर्माण करायला हवेत. ते निर्माण करण्याची कोणतीही यंत्रणा आपल्याजवळ नाही.

पोखरलेली कुटुंबव्यवस्था, भोगवादी व केवळ अर्थवादी समाजव्यवस्था आणि बहकलेली सांस्कृतिक व्यवस्था भवताली असताना, जसा माणूस घडणार तसाच तो इथे घडत आहे. एक कणाहीन, भोगलोलुप आणि लाचार माणूस आज या सार्वभौम देशाचा नागरिक आहे. तो ज्याप्रमाणे बंड करणार नाही त्याप्रमाणे कष्टही करणार नाही, तो ज्याप्रमाणे सुखाने हुरळून जाणार नाही त्याप्रमाणे दुःखाने उन्मळून पडणार नाही. तो कोडगा होऊ पाहतो आहे. कसलीही लायकी नसताना संजय गांधीसारख्या एका लाडावलेल्या मुलाला राष्ट्रीय नेत्याचा मान देण्याची निर्लज्ज धिटाई या देशात दाखविली जाते, त्यावरून इथले राजकारण किती खालच्या पातळीवर आले आहे याचा अंदाज येईल. या अशाच कोडग्या अवस्थेची परिणती परकीय सत्तांचा हस्तक्षेप वाढवण्यात होते. आज अनेक परकीय देशांतून या देशात पैसा, तत्त्वज्ञान व मनुष्यबळ यांची आयात होत आहे. आपला देश एक ज्वालामुखी बनू पाहत आहे आणि या ज्वालामुखीच्या तोंडावर बसून सर्व पक्ष सूडाचे राजकारण करीत आहेत. जेव्हा कधी या ज्वालामुखीचा

स्फोट होईल, तेव्हा आजचे विद्यमान पक्ष आणि राजकीय नेते या ज्वालामुखीत जळून जातील. 'जो थांबला तो संपला', हे साऱ्या जीवनाचे सूत्र असते. विशेषत: राजकारणात तर थांबायला सवडच नाही. थांबायचे म्हटले, तरी मागची माणसे पुढे रेटत नेतात; त्यापेक्षा आपणच आपला मार्ग चालत राहिलो, तर आपला धक्का पुढच्याला लागेल– निदान मागच्याचा तरी आपल्याला लागणार नाही. रस्ता चुकला तरी चालेल, परंतु थांबून चालणार नाही आणि आज राजकारण ठप्प झालेले आहे.

इंदिराजींचा उन्मत्तपणा ही काल एक कारक शक्ती होती, पण आज...!

(३ ऑगस्ट, १९८०)

- ० - ० - ० -

३७

# इंदिराजींशीच काय, पण सैतानाशीही सहकार

गेल्या महिना-दोन महिन्यांत या देशातील शासन संपुष्टात आले आहे, असे जाणवू लागले आहे. कधी नव्हे एवढी अशांतता या देशात निर्माण झालेली पाहावी लागते. पूर्वीच्या इंदिराजींचा तोरा उतरलेला दिसतो आहे. अननुभवी आणि नालायक सहकाऱ्यांमुळे इंदिरा काँग्रेस पक्षाची शासनावरील आपली पकड सुटली आहे. वेगवेगळ्या मंत्र्यांची वक्तव्ये, वर्तणूक आणि परिस्थिती यांना कुठे ताळतंत्र उरलेले नाही. देशासमोर काही गंभीर संकट निर्माण झाले आहे, याची थोडीशीसुद्धा जाणीव राज्यकर्त्या पक्षाला दिसत नाही. आपला देश अराजकाच्या उंबरठ्यावर येऊन ठेपला आहे. महागाईची कमान चढती आहे. देशातील प्रत्येक घटकाची अस्वस्थता वाढती आहे. आसाममधील न्याय्य मागणी हुकूमशाही पद्धतीने चिरडून टाकण्यात आली आहे. अशांत परिस्थितीत घ्यावयाचे जादा अधिकार शासनाने हातांत घ्यायला आरंभ केला आहे. थोडक्यात, आणीबाणीपूर्व काळ आला आहे. इंदिरा गांधींनी हे वातावरण हेतुपुरस्सर निर्माण केले आहे की, परिस्थिती आटोक्यात आणण्याची त्यांची कुवत संपली आहे, याचा विचार आज प्रस्तुत आहे.

प्रत्येकाचा काही एक काळ असतो. इंदिरा गांधींच्या सुवर्णकाळाची दहा वर्षे त्यांनी मोठ्या आनंदाने भोगली; परंतु अनंत काळापर्यंत तशीच परिस्थिती राहील, अशी आशा त्यांनी अजून करावी, ही हावरी प्रवृत्ती होय. नशिबाने आपल्याला परत प्रतिष्ठेचे जीवन जगण्याची संधी मिळाली, यात त्यांनी संतोष मानायला हवा होता. आता मिळालेला

प्रत्येक दिवस हा ग्रेस पीरियड आहे, असे समजून राज्यकारभारातही त्यांनी एक ग्रेस आणायला हवा. पण तसे काही घडलेले दिसत नाही. संजय गांधींचा मृत्यू ही नियतीने इंदिराजींना दिलेली सावधगिरीची सूचना होती. पण त्या सूचनेचाही काही उपयोग झालेला नाही. माणसे आपले स्वभाव बदलत नाहीत, हेच खरे. नव्या परंतु नालायक माणसांना जवळ घेऊन आणि दैवावर हवाला टाकून इंदिराजीही त्यांच्या तिसऱ्या– म्हणजेच अखेरच्या कालखंडाची वाटचाल करीत आहेत. या कालखंडाची अखेर कशात होईल, हे सांगण्यासाठी कोणत्याही ज्योतिष्याची गरज नाही. या देशातला जो ज्वालामुखी आतून धगधगतो आहे, त्याचे पहिले भक्ष्य इंदिराजीच असतील. आपल्याबरोबर आणखी कोणकोणाला त्या जाळून टाकतील, एवढेच पाहावयाचे आहे.

आज देशासमोर एक नवेच संकट निर्माण होऊ पाहत आहे. ते म्हणजे, या देशाविरुद्ध एक अघोषित युद्ध सुरू झाले आहे. हे एक प्रकारचे या देशावरील आक्रमण आहे. यापूर्वी आक्रमणे बाहेरून होत असत; पण आता ती पोटात शिरूनही करता येतात, असे आढळून आले आहे. भारत सरकारलाच नव्हे, तर कोणत्याही राजकीय पक्षाला या देशाविरुद्ध एक युद्ध सुरू झालेले आहे, याचे भान आलेले दिसत नाही. सारे जण नेहमीप्रमाणेच एकमेकांवर आरोप करून लोकांची दिशाभूल करीत आहेत. या देशात ज्या दंगली चालू झाल्या आहेत, त्या जातीय दंगली आहेत असा जो गवगवा करण्यात येतो, तो अजिबात खरा नाही. जोगेंद्र मकवाना किंवा महाराष्ट्राचे मुख्यमंत्री अब्दुल रहमान अंतुले यांनी संघ आणि भारतीय जनता पक्षाला या दंगलीला जबाबदार धरावे, हे त्यांच्या स्वभावास साजेसेच आहे. त्यांच्याकडून सत्यदर्शनाची अपेक्षा आम्ही करीतच नाही. देशाची चिंता करण्यापेक्षा त्यांना पक्षाची चिंता लागलेली आहे. त्यामुळेच या दंगलीचे नेमके स्वरूप काय आहे ह्याचे मूल्यमापन करणे, हे त्यांच्या कुवतीबाहेरचे आहे. हिंदू-मुसलमान यांच्यात कोणतीही दंगल घडली की, प्रतिक्रियेचे तंत्र आता ठरून गेले आहे. प्रत्येक पक्षाचे या दंगलीवरचे भाष्यही आता ठरलेले आहे. अधून-मधून शांतता समित्याही स्थापन होतात. चार फाजील माणसे एकात्मतेच्या नावाखाली हिंदू-मुसलमान भाऊ-भाऊचे नाटक घडवून आणतात. राखी, भाऊबीज, रंगपंचमी असे सण साजरे करतात. हिंदू-मुस्लिम ऐक्याची दृश्ये पाहायला मिळतात, पण ते नाटक असते. वेगवेगळी कमिशन्स नेमून या दंगलीच्या चौकश्याही होतात आणि पक्षपात करायचे ठरविले, तरीही नव्याण्णव टक्के वेळा त्या दंगली मुसलमानांनीच सुरू केल्या, हे सिद्ध होते. असे असून

मुसलमानांविरुद्ध कारवाई करण्याची कोणाचीही इच्छा नाही. मुसलमानांची मर्जी राखण्यासाठी सर्वच पक्ष इतकी हुजरेगिरी करीत आहेत की, स्वाभिमाना नागरिकाला त्याचे आश्चर्य वाटते. शाही इमामाबरोबर जनता पक्षानेही करार केला होता आणि करार मोडल्यास इमामाने बंडाची धमकी दिली होती. मुसलमानांच्या लांगुलचालनाच्या धोरणामुळे या देशाची वाताहत चालली आहे, हे जरी खरे असले; तरी आज घडत असलेल्या दंगली मात्र जातीय दंगली नव्हेत. आजच्या दंगली हे एक प्रकारचे युद्ध आहे. भारतातल्या मुसलमानांनी अरबस्तानामधून येणाऱ्या शस्त्रास्त्रांच्या आणि संपत्तीच्या साह्याने इथल्या सरकारला दिलेले ते एक आव्हान आहे. या वेळेस मुसलमानांचे लक्ष्य गरीबगुरीब हिंदू हे नाहीत; तर सरकार, कायदा आणि पोलीस हे आहेत. मोरादाबादच्या दंगलीत किती पोलीस मारले गेले, किती जखमी झाले याची आकडेवारी तपासली म्हणजे ही दंगल दोन धर्मांतील पुरातन वैमनस्यातून निर्माण झालेली नाही, तर जग जिंकू पाहणाऱ्या आक्रमक इस्लामाच्या विस्तारवादातून झाली आहे, हे लक्षात येईल. मोरादाबाद हे नुसते निमित्त आहे. येथील अनुभवावरून हिंदुस्थानभर दंगली पेटविण्याचा त्यांचा मानस स्वच्छ दिसतो आहे. येथील धर्मवेडे मुसलमान, अरबस्तानातून येणारा पैसा व शस्त्रास्त्रे आणि दुबळे होत जाणारे इंदिरा काँग्रेसचे शासन, या सर्वांचा परिपाक म्हणजे मोरादाबादची ही दंगल आहे. म्हणूनच नेहमीच्या जातीय दंगलीच्या रिवाजाप्रमाणे संघ-जनसंघाच्या डोक्यावर खापर फोडण्यात फार मोठी चूक घडणार आहे. नेहमीप्रमाणे 'लांडगा आला रे आला' अशी आरोळी मारत राहिल्यामुळे खरोखरीच लांडगा आलेला आहे, इकडे दुर्लक्ष होणार आहे.

शिवाय संघ कशासाठी दंगली पेटवील? हा देश असुरक्षित राहावा व अराजक यावे, अशी का कम्युनिस्टांप्रमाणे संघ-जनसंघाची नीती आहे? या देशावर सत्ता मिळवायचीच असली तर ती दंगली करून मिळेल, यावर विश्वास ठेवण्याइतके संघवाले मूर्ख नसावेत आणि संघाला दंगली करायच्याच असतील; तर संघ जेथे सामर्थ्यशाली आहे तेथे तो दंगली करील, का जेथे त्याचे काहीच सामर्थ्य नाही अशा ठिकाणी तो दंगली करील? संघाला बदनाम करायला दंगली हे साधन आता पुरणार नाही. याहून अधिक प्रभावी साधन आता अंतुल्यांनी निर्माण करायला हवे. बदनामीचा फायदा फार अपुरा आहे, त्यामुळे अंतुल्यांना कोर्टात खेचून संघाची गुन्हेगारी सिद्ध करण्याचे आव्हान देता येणार नाही. अंतुले यांनाही सच्चा मुसलमान होण्याचे स्वप्न पडू लागल्याचे दिसते, त्यामुळे या वेळेस अल्लाच त्यांचे रक्षण करो! प्रसंग आला तर इंदिराजी आपली सुटका

चपळाईने करून घेऊ शकतील आणि मुसलमानांनी उठविलेल्या या नव्या युद्धात अंतुल्यासारख्यांचा बळी देऊन टाकतील. उद्या संघ हा खरोखरीच या दंगलीला जबाबदार आहे, असे जर कोणी सिद्ध केले; तर संघाची पाळेमुळे खणून टाकायला कोणाचीही अडचण राहणार नाही. आमचीसुद्धा नाही. कारण या दंगलीत शासनाची तर बेइज्जत होतेच, पण हिंदूंचेही अफाट नुकसान होते. अशा दंगलीतून धडा घेऊन हिंदू धीट किंवा शूर झाले आहेत आणि त्यांनी गुंड मुसलमानांशी मुकाबला केला आहे, असेही ऐकिवात येत नाही. मुसलमान दिवसेंदिवस अधिकच मुजोर आणि आक्रमक होताना आम्ही पाहतो आहोत. असे असताना संघ-जनसंघच या दंगली घडवून आणतात, असे म्हणणे म्हणजे हिंदूंच्या मूर्खपणावर शिक्कामोर्तब करण्यासारखे आहे. ज्या दंगलीत आपला फायदा नाही, त्या दंगली हिंदू कशाला सुरू करतील आणि करायच्याच, तर त्या हिंदू वर्चस्व असलेल्या गावात करतील की मुसलमानांकडून मार खाण्यासाठी मुस्लिम वर्चस्व असलेल्या गावात करतील? सत्तेच्या खुर्चीत बसले की, भांग प्यायल्यानंतर सुचतात, तशा वाट्टेल त्या कल्पना सुचतात. शिवाय अशांच्या मूर्ख विचारांना प्रसिद्धी देण्यासाठी नाना लाचार पत्रकार तयार असतात. आपण काय बोलतो, त्या बोलण्याचे परिणाम समाजावर काय होतात व प्रश्न समजावून घेण्याची आपली कुवत त्यामुळे लोकांच्या लक्षात येते, याकडेही राजकीय मंडळी मुळीच लक्ष देत नाहीत. त्यामुळेच देशात निर्माण झालेल्या अघोषित युद्धाबद्दल अंतुले काय किंवा मकवाना काय, यांना सुतराम कल्पना नाही. त्यामानाने इंदिरा गांधी पुष्कळच शहाण्या आहेत. अलीकडे मूर्खपणाची विधाने करण्यात त्यांनी बरीच काटकसर केली आहे. देशापुढे काही एक गंभीर समस्या निर्माण झाली आहे आणि ती सोडविण्यासाठी आपले नादान सहकारी किंवा राज्या-राज्यांतील आपली बिनबुडाची मंत्रिमंडळे असमर्थ आहेत, हे त्यांच्या लक्षात आले असावे. इंदिरा गांधींचा उत्कर्षकाल केव्हाच संपलेला आहे आणि आता त्यांची उतरंड चालू झाली आहे. ज्या मुसलमानांना गेल्या दहा-पंधरा वर्षांत त्यांनी लाडावून ठेवले आहे, त्या मुसलमानांच्या हातूनच त्यांच्या राजवटीची अखेर होणार, असे आता स्वच्छ जाणवू लागले आहे.

मोरादाबादला शे-दोनशे माणसे मेली म्हणजे जग बुडाले, असा त्याचा अर्थ नाही. तशी ती इंदिरा आईच्या कृपेने नेहमीच मरत असतात. माणसे मेल्याचे दुःख नाही, पण काळ सोकावतो– म्हणजे मुसलमान सोकावतात. प्रचंड प्रमाणावर शस्त्रसाठा करून अगदी योजनाबद्ध तऱ्हेने मुसलमानांनी पोलिसांच्या

तळावर हल्ला करून पोलिसांना आव्हान दिले. हे उघड-उघड भारतीय सरकारलाच आव्हान आहे. निधर्मीपणाच्या नावाखाली शरणागत झालेले भारत सरकार मोरादाबादच्या देशद्रोही युद्ध गुन्हेगारांना काय सजा देते, हे आता पाहायचे आहे. गेली काही वर्षे हिंदुस्थानात मुसलमानांनी ठिकठिकाणी लष्करी छावण्या निर्माण केलेल्या आहेत. जे मोरादाबादला घडले, ते आता हिंदुस्थानात कुठेही घडू शकेल. पाकिस्तानातून पाण्यासारखा नव्हे, तेलासारखा पैसा हिंदुस्थानात वाहत येतो आहे. अरबस्तानातील श्रीमंत आणि धनाढ्य अरबी व्यापाऱ्यांनी हिंदुस्थानला आपली रंगशाळा बनविली आहे. हिंदुस्थान सरकारला यातील काहीच माहीत नसेल, हे म्हणणे फार कठीण आहे. माहीत सर्व काही आहे; पण मुसलमानांना दुखवावे कसे, हा इंदिरा सरकारपुढील खरा महत्त्वाचा प्रश्न आहे.

मुसलमानांना दुखवले म्हणजे येथील लोकशाहीद्वारासुद्धा इंदिरा काँग्रेस धोक्यात येईल.शिवाय इस्लामी राष्ट्रांजवळ असणारा खनिज तेलाचा साठा हे दुसरे एक भय आहेच. पाकिस्तान आणि बांगलादेश हे राहू-केतू भारतापुढे अडचणी निर्माण करायला तत्पर आहेत. सत्तेवर कुणीही असो– सत्ता टिकविण्यासाठी मुसलमानांपुढे झोळी पसरायची असेल, तर ती सत्ता काय किमतीची? त्यापेक्षा सर्व राजकीय पक्षांनी इंदिराजींना सांगावे– तुम्ही आमरण राज्य करा, तुम्ही हवे तर वंशपरंपरा राज्य करा, तुमचा पक्ष यावत् चंद्र दिवाकरौ या देशावर राज्य करो; तुम्ही कितीही दुष्ट असलात तरी भारतीय आहात. मनात आणलेत तरीसुद्धा तुम्ही गंगेशी आणि हिमालयाशी बेइमान होऊ शकणार नाहीत. कितीही नासले असले तरी तुमच्या अंगातले रक्त एके काळच्या हिंदू बापजाद्यांचेच राहणार. केव्हा ना केव्हा तरी तुमच्या बापजाद्यांनी पुर्वी घोरीचा पराभव केलेला आहे. अफजलखानाचे पोट फाडलेले आहे. शाहिस्तेखानाची बोटे तोडलेली आहेत. दिल्लीच्या मुसलमान बादशहाचे पोतेरे केलेले आहे. जिंकायला आलेल्या मुसलमानांच्या कबरी त्यांना येथेच खणाव्या लागलेल्या आहेत. तुमच्या नित्याच्या नादानपणाला क्षमा असो. परंतु सत्ता टिकविण्याच्या भीतीने तुम्ही जर मुसलमानांना शरण जाण्याचा नादानपणा करणार असाल, तर त्याला मात्र क्षमा नाही. सत्तेचे राजकारण करणाऱ्या तुम्हाला आम्ही सत्तेची शाश्वतीच देतो. म्हणजे मुसलमानांपुढे नमण्याचे तुम्हाला कारण उरणार नाही. पण काही सांगता येत नाही– अखेरीस जो-तो 'आदतसे मजबूर' असतो. हे जे भारताविरुद्ध युद्ध घोषित केले आहे, त्या युद्धाला तुम्ही सामोरे कसे जाता यावर भारताचे भवितव्य आज अवलंबून आहे. केवळ या युद्धात यशस्वी होणे हाच सवाल असेल, तर इच्छा नसतानाही

इंदिराजींचा पुरस्कार करण्याची आमची तयारी आहे. हुकूमशाही, लोकशाही असले शब्दयुद्ध करण्याची आजची वेळ नाही. ते करायची वेळ आली, तर आम्ही इंदिराजींविरुद्ध उभे राहू. पण या घटकेला या पुरातन हिंदू देशावर तिरंगा फडकणार का हिरवा चाँद– हा सवाल उभा आहे. अशा वेळेला मुसलमानांविरुद्ध आम्ही सैतानाशीही सहकार करू– मग इंदिराजींशी सहकार्य करण्याबाबत शंकाच नाही.

(७ सप्टेंबर, १९८०)

- ०- ०- ०-

# ३८

## देवता राहोच, निदान मायाविनी तरी...

जगात किती तरी गंभीर घटना घडत असतात. इराण आणि अमेरिका यांच्यात ओलीस ठेवलेल्या नागरिकांसंदर्भात जो वाद निर्माण झाला, तो नवे अध्यक्ष रीगन यांच्या अधिकारग्रहणापूर्वी संपलेला आहे. इराकमध्ये कम्युनिस्टांचा वाढता प्रभाव अमेरिकेला खुपू लागला आहे. त्यामुळे इराणमधील संघर्ष लवकरात लवकर संपवणे अमेरिकेला भाग आहे, कारण रशियाच्या साह्याने इराकने इराणची नाचक्की करून टाकली आहे. अफगाणिस्तानात यापूर्वी रशियाने आपले सैन्य घुसविले आहे, त्याचाही गंभीर धोका अमेरिकेला व जगाला जाणवू लागला आहे. मध्य आशियात अस्वस्थता काही कमी नाही; पण चीनमधील अंतर्गत गोंधळामुळे त्या देशातील चीनचा हस्तक्षेप कमी प्रमाणात आहे, इतकेच. एकूण, जगातच कम्युनिस्टांचा प्रभाव वाढल्यासारखा दिसतो. याचे कारण कम्युनिस्ट जीवनपद्धती मान्य होत आहे, असे नाही; तर लहान-सहान देशांतील महत्त्वाकांक्षी हुकूमशहा रशियन शस्त्रास्त्रे आणि सैनिक यांच्या बळावर आपापल्या सत्ता मजबूत करण्यात मग्न आहेत. एकदा का कम्युनिस्टांचा शिरकाव एखाद्या देशात झाला की, तेथून कम्युनिस्टांना हाकलणे जवळपास अशक्य होते. कारण आर्थिक आणि संरक्षणदृष्ट्या ही राष्ट्रे कमकुवत ठेवण्याचे कम्युनिस्टांचे धोरण असते. ती परावलंबी बनतात. त्या-त्या हुकूमशहांना प्रतिक्रांती टाळायची असेल, तर कम्युनिस्टांची जोखडशाही अपरिहार्य होऊन बसते.

जग इतके लहान राहिलेले नाही, म्हणजे ते आकाराने मोठे

झाले आहे अशातला भाग नाही; तर दळणवळणाची साधने, विज्ञानयुगाचा प्रभाव, पंचमस्तंभीयांच्या कारवाया यांमुळे देशाच्या सीमा पुसट होऊ लागल्या आहेत. आपल्या देशापुरता विचार केला, तर लक्षावधी परकीय नागरिक आपल्या देशाच्या सीमेत घुसत आहेत आणि आपण त्याबाबत काही करू शकत नाही. एकट्या लष्करी बळावर पूर्वीच्या पाकिस्तानचे आणि आताच्या बांगलादेशातून आलेले घुसखोर परत पाठविण्याची आपल्यात हिंमत नाही. इथे राहण्याचा कोणताही नैतिक अधिकार त्यांना नाही आणि आपल्याजवळ त्यांना हाकलून देण्याचे बळ नाही. मुसलमानी जग इंधनाच्या बळावर माजलेले आहे. आपल्या देशाचे सारे अर्थकारण इंधनाची किंमत वाढली किंवा इंधन दुरापास्त झाले म्हणजे कोलमडते. अमेरिकन राष्ट्राच्या कह्यात असणारे पाकिस्तानसारखे मुसलमानी राष्ट्र इथल्या मुसलमानांना चिथावणी देते. या देशात असलेल्या मुसलमानांची नातीगोती आणि धार्मिक देव-घेव इस्लाम जगताशी असल्यामुळे इथल्या घटनांपेक्षा अन्यत्र घडणाऱ्या घटनांत इथला मुसलमान नागरिक अधिक गुंतलेला असतो. म्हणून जे-जे होईल ते-ते पाहावे, अशी एक षंढ भूमिका भारत सरकार घेते आहे. या देशात लोकसंख्यावाढीचा वेग थोपविण्यात आपण यशस्वी झालेलो आहोत. वाढत्या लोकसंख्येच्या गरजा केवळ अन्न-पाण्याच्याच असतात, असे नाही. त्या सर्वच बाबतींत वाढत असतात. ही भूमी लोकसंख्येचा वाढता भार स्वीकारायला असमर्थ झाली आहे, एवढे खरे.

जगाच्या नकाशावर हिंदुस्थानला कवडीची किंमत नाही; कारण या देशाला कोणत्याही बाबतीत निश्चित काही धोरण नाही, ताठ कणा नाही अगर प्रश्नाला सामोरे जाण्याचे धारिष्ट्य नाही. आपल्या संरक्षणासाठी कधी रशिया, तर कधी अमेरिका साह्यभूत होणार असते. मूर्ख नियोजनामुळे कोणत्याही वस्तूची टंचाई झाली की, आपल्या देशाचे शिष्टमंडळ रशियाच्या किंवा अमेरिकेच्या वारीला ताबडतोब निघते आणि पात्र भिकाऱ्याला दान घालावे, या न्यायाने मदतीचे आश्वासन घेऊन परतते. कुठल्या ना कुठल्या तरी साह्याशिवाय येथे कोणताही प्रकल्प चालू होत नाही. इथली विमाने सुट्या भागांअभावी उडत नाहीत; तर धरणे, कालवे यांचे काम पैशावाचून अडून राहते. इतका सार्वत्रिक भीकमाग्या देश या जगात कोठेच नसेल. वर्षानुवर्षं आपण परदेशाची मदत घेतो आहोत आणि ती खाऊन फस्त करतो आहोत. जपान, जर्मनी, इस्राईल या सर्वच राष्ट्रांनी अमेरिकेची मदत घेतली; परंतु त्या मदतीचा उपयोग करून आपापली राष्ट्रे समर्थ बनवली. आम्ही अजूनही परकीय मदतीचा जोगवा मागतच आहोत.

परदेशांत संधी मिळते म्हणून या देशातील बुद्धिवान लोक निघून जातात, कारण इथे त्यांच्या विद्वत्तेची बूज राहत नाही. एवढेच नव्हे, तर त्यांना यथायोग्य असे संशोधनाचे किंवा सेवेचे वातावरणही नसते. सर्व क्षेत्रे मूर्ख व महत्त्वाकांक्षी राजकारणी लोकांनी अडवून ठेवली आहेत. विद्वानांना या देशात काम करणे शक्य होत नाही. वेगवेगळ्या विषयांतील प्रश्न सोडवण्यासाठी आपण महामंडळे स्थापन करतो. त्यांना कोट्यवधी रुपयांचा पतपुरवठा करतो. पण ती महामंडळे चालविण्यासाठी जी मंडळी नेमतो, ती बहुतांशी रुसलेली किंवा पराभूत झालेली राजकारणी असतात. यामुळे स्वातंत्र्य मिळाल्याला तीस वर्षांहून अधिक काळ लोटूनही या देशाचे दारिद्र्य हटत नाही किंवा ते हटेल, असे कुणाला वाटतही नाही.

या देशाला अमेरिकन समृद्धीचे वेड लागलेले आहे. त्याचबरोबर रशियन सरकारीकरणाचे वेड लागलेले आहे. या दुहेरी मूर्खपणामुळे या देशातील राज्यकारभार काही विशिष्ट लोकांच्या हातांत जाताना दिसतो. राजकारणात इतका काळा पैसा क्वचितच कुठे आला असेल. केवळ इथल्या निवडणूकपद्धतीमुळेच काळ्या बाजाराला राजकीय संरक्षण मिळाले आहे. राजकारणात टिकायचे असेल, तर पैशाचे केंद्रीकरण अपरिहार्य आहे, असे आपले आजचे आर्थिक धोरण आहे. सरकारच्या अनिश्चित धोरणामुळे, कामगारवर्ग बेशिस्त बनल्यामुळे व कच्च्या मालाचा नियमित व पुरेसा पुरवठा होऊ शकत नसल्यामुळे लहान-सहान उद्योगधंदे सारखे अडचणीत येतात. आजारी उद्योग ही आजच्या सरकारची फलश्रुती आहे. यामुळे कामगारांचे वेतन बुडते, उत्पादन घटते व वस्तूंची टंचाई भासते. या देशात समाजवादी अर्थरचना स्वीकारली आहे, असे म्हटले जाते. सरकारीकरण झालेले उद्योगधंदे सरकारच्या नियंत्रणाखाली आहेतच. सहकारी उद्योगधंद्यांवर सरकारी भांडवलामुळे आणि आजच्या सहकारी कायद्यामुळे सरकारचे प्रभुत्व असते. खासगी उद्योगधंद्यांवरही सरकारचे प्रभुत्व आपोआप येत आहे. देशाची संपूर्ण अर्थव्यवस्था काही तरी सूत्रानुसार असावी याकडे भान नसल्यामुळे राजकीय सोईनुसार औद्योगिक धोरणे ठरली जातात. परिणामी, या देशातील सारी कारखानदारी नेहमीच धोक्याच्या पातळीवर वावरत असते. राजकारणासाठी पैसा लागतो, तो उद्योगपतीने पुरवयचा असल्यामुळे अगोदरच गैरव्यवहार करणाऱ्या थैलीशहांना रान मोकाट सुटले आहे. समाजवादाची भाषा करणारे मंत्री आणि गरिबी हटवू इच्छिणारे सरकार या उद्योगपतींकडून कोट्यवधी रुपयांची मागणी करतात आणि उद्योगपती ती सुखनैव पुरी करतात. आयकर खात्याच्या धाडी या राजकीय

**देवता राहोच, निदान मायाविनी तरी... / २०९**

पद्धतीने घातल्या जातात. राजकीय शक्तींचे प्रदर्शन करण्यासाठी संप घडवले जातात. ज्याला जमेल त्याने अर्थव्यवस्थेची लूट करावी, अशी आजची आर्थिक व्यवस्था आहे. राष्ट्रीयीकृत झालेल्या बँकासुद्धा ग्राहकांना फसवतात. लहान उद्योगधंदे गिळून टाकण्यासाठी मोठ्या उद्योगपतींना त्या मदत करतात. राजकारण्यांचा पाठिंबा असणाऱ्या उद्योगपतींना एकाच तारणावर दोनदा पैसे देतात. लाइफ इन्शुरन्स कॉर्पोरेशन विमेदारांची नाना तऱ्हेने पिळवणूक करते आणि त्या अन्यायाची दाद मिळवण्यासाठी विमाधारकाला कोर्टाचे सव्यापसव्य करावे लागते.

राजकीय पक्ष बदलला किंवा मंत्र्याचे खाते बदलले की, बदल्यांचे प्रचंड सत्र सुरू होते. अगोदरच नोकरशाही ही निर्जीव असते; आता ती निष्क्रिय होत चालली आहे. याचे कारण राज्यकर्त्यांचा अकारण हस्तक्षेप. कोणाही प्रामाणिक अधिकाऱ्याला कायद्यानुसार काम करणे जवळपास अशक्य झाले आहे. दिलेले प्रामाणिक निर्णय राजकारणी लोक धडाधड बदलतात. त्यामुळे अधिकाऱ्यांची काहीही पत उरलेली नाही. आपण कोणताही निर्णय फिरवून आणू, असा दम फडतूस राजकीय पुढारी कलेक्टरला भरू शकतो.

आजच्या जगाच्या अस्वस्थ अवस्थेत इतका निष्काळजी राज्यकारभार परवडण्यासारखा नाही. आंध्र सरकारने मुसलमानांसाठी पोलीस खात्यात राखीव जागा ठेवल्या, हा घटनेचा धडधडीत उपमर्द झाला. तरीही कुणाला शरम वाटत नाही. असल्या मूर्ख प्रगटनाला कोणताही सरकारी अधिकारी जबाबदार असणे शक्य नाही. मुस्लिम अनुनयात गर्क असणाऱ्या इंदिरा काँग्रेसच्या धोरणाचाच हा भाग आहे. इंदिरा काँग्रेसला आजची घटना अडचणीची वाटते. न्यायालये साह्यकारी वाटत नाहीत. लोकशाही पद्धत अपुरी आहे, असे वाटते. मग कधी कधी विचार येतो– आज इंदिरा पक्षाची अधिसत्ता आहे, ती राहू दे! दीर्घकाल राहू दे. आम्ही कितीही ओरडलो तरी तुम्हाला जे करायचे ते तुम्ही करणार आहात. हवे तर इंदिरा गांधींना राज्याभिषेक करा, पण काही ना काही ठाम भूमिका घेऊन या देशाचे प्रश्न सोडवा. महागाई रोखा. जीवनावश्यक वस्तू उपलब्ध करून द्या. एरवी या देशातील नागरिकांचा दिल्लीतील सिंहासनाशी संबंध तरी काय आहे? तुम्ही हवे तितके दिवे तुमच्यावरून ओवाळून घ्या, पण देशातील थोडा तरी अंधार कमी करा. तुम्ही काही करू इच्छित नाही, अशा वेळेस विरोधी पक्षांनी तुमच्याशी सहकार्य करायचे म्हणजे काय करायचे? तुमच्या सभेची पटांगणे झाडून स्वच्छ करायची काय? तुम्ही शंकराचार्यांच्या भेटीला गेलात की, तुमच्या चपला बाहेर सांभाळायच्या? तुमच्याहीपेक्षा विरोधी

पक्ष नालायक आहेत, म्हणून तर तुम्ही सुरक्षित आहात. ते जर थोडे अधिक कार्यक्षम असते किंवा त्यांच्याजवळ देशहिताचा विचार शिल्लक असता, तर तुम्हाला राज्यावर येण्याची वेळच आली नसती. तुम्ही काही कराल, धडाडीने काही निर्णय घ्याल, म्हणून तर लोकांनी तुमची शासनावर पुन्हा नियुक्ती केली. पूर्वी तुम्ही चुका तरी करत होतात. चुका करण्यासाठी माणसांना काही तरी करावे लागते. आज तुम्ही काहीच करत नाही. अशा परिस्थितीत विरोधी पक्षाने (किंवा तुमच्या पक्षातील लोकांनी तरी) काय करावे, अशी अपेक्षा आहे? आसामच्या प्रश्नाबाबत तुमचे मत तरी काय, ते अजूनही कोणाला कळलेले नाही. भाववाढ होते आहे, हे तुम्हाला मान्य आहे; पण केव्हा तरी ती कमी होईल म्हणून अगतिक होऊन तिच्याकडे डोळे लावून का पाहत बसायचे? अफगाणिस्तानमध्ये लाल सेना आली. त्या सेनेच्या स्वागताला तरी जावे, नाही तर मुकाबल्याची भाषा तरी बोलावी. मुसलमान योजनाबद्ध रीतीने या देशात दंगे घडवत आहेत. त्यांना शस्त्रे तरी पुरवा किंवा त्यांना धडा तरी शिकवा. तुमच्या लेखी या देशात जे देशद्रोही, समाजद्रोही किंवा परधार्जिणे आहेत; त्यांचा निकाल लावून टाका– पण काही तरी करा! घर गळू लागले म्हणून तुम्ही पावसाळा थांबण्याची वाट पाहत आहात; पण आत आलेल्या पाण्याने घरच वाहून जाण्याची वेळ आली आहे. धार्मिक, जातीय, प्रांतीय अशा तऱ्हेचे वाद नवनवे रूप धारण करीत आहेत. काही ठिकाणी तुमचा पक्ष त्यांना मदत करतो, तर काही ठिकाणी विरोध करतो; पण असे धरसोडीचे वर्तन किती दिवस चालणार?

बाई, तुम्ही लोकप्रिय आहात, हे कबूल करण्यासाठी आमच्यासारख्यांची गरज नाही. आज या घटकेला तुमच्याशिवाय सर्व देशाला मान्य होईल, असा पुढारी दिसत नाही. नाही म्हणायला अटलबिहारी वाजपेयींचे नाव अलीकडे ऐकू येऊ लागले आहे, पण तुमच्यापुढे त्यांचा पाड तूर्त तरी लागणार नाही. तुमच्याजवळ राक्षसी महत्त्वाकांक्षा होत्या, तेव्हा तुमचे रूप विलोभनीय होते; कारण त्याला राक्षसी सौंदर्य होते. शक्तिपात झालेल्या राक्षसाचे कुरूपपण तेवढे उरते. जे काही तुम्हाला करायचे असेल, त्याला अडविणारे आज तरी दुसरे कोणी नाही. पण काही करायचेच नसेल, तर मात्र तुमची इच्छा नसली तरी तुमची जागा खाली करायला लागेल. इतिहासात या घटकेपर्यंत तरी एक भन्नाट, आक्रमक आणि अनपेक्षित निर्णय घेणारी व्यक्ती अशीच तुमची नोंद झाली आहे. ती तेवढी तरी तशीच राहावी, याविषयी तुम्ही चिंता वाहायला हवी. एरवी उदात्त, विचारी, प्रतिभापूर्ण अशी प्रतिमा तुम्हाला लाभणारच नव्हती. राक्षसांची इतिहासाला

**देवता राहोच, निदान मायाविनी तरी... / २११**

गरज असतेच. देव होता येत नसेल, तर राक्षस व्हा. पण अगदीच निष्क्रिय, निरर्थक कृमिजीवन जगू नका. आम्हाला हे तुमचे जीवन पाहवत नाही. या देशातील नेतृत्वात तेजस्वी महापुरुषांची अपेक्षा आम्ही केव्हाच सोडून दिली आहे; निदान मायावी राक्षसाची प्रतिमा तरी आमच्यापुढे उभी राहावी. जगाच्या वेगवान गतीबरोबर आम्ही नाइलाजाने फिरत आहोत. अनेक नवी राष्ट्रे जन्म पावतात, हुकूमशहा जन्म घेतात, पराक्रमाच्या विजय-गर्जना होतात व शरणागतांचे आक्रोशही ऐकू येतात. हे सारे जग आमच्या लेखी या घटकेला नगण्य आहे. आमच्या देशापुरती एखादी मायाविनी आमच्या दृष्टीस पडावी, एवढी आशा तुम्ही पुरवणार नाही काय?

(१ फेब्रुवारी, १९८१)

-०-०-०-

## ३९

# आमच्या देशाची स्थिती

'आपल्या देशाची स्थिती' नावाचा एक लेख विष्णुशास्त्री चिपळूणकरांनी शंभर वर्षांपूर्वी लिहिला होता. जोपर्यंत अभ्यासक्रम सुधारण्याच्या नावाखाली काही फाजील पुरोगामी आणि मार्क्सवादी विचारसरणीची मंडळी शिक्षणक्षेत्रात धुडगूस घालत नव्हती, तोपर्यंत तो लेख अनेक वर्षे अभ्यासक्रमात समाविष्ट केला जात असे. भाषाशैली, स्वाभिमान आणि देशभक्ती यांनी मंडित झालेल्या मराठी भाषेच्या या शिवाजीबद्दलचे ज्ञान त्यामुळे त्या काळच्या विद्यार्थ्यांना होत असे. विष्णुशास्त्री चिपळूणकरांनी जोपासलेल्या कृतिशील राष्ट्रभावनेतूनच मोठमोठ्या संस्था, मान्यवर व्यक्तींचे कर्तृत्व, इतिहास-संशोधन, संस्कृतमधील विद्यांविषयी जिव्हाळा व आपल्या भारतीय संस्कृतीला अध:पातापासून वाचविण्याचा उपाय, यांचा या देशात नव्याने विचार सुरू झाला. आज चिपळूणकरांना विसरणे, हा सोईचा विषय झाला आहे. म्हणून आजच्या तरुण पिढीला त्या थोर महात्म्याची ओळख राहिलेली नाही.

आजच्या ज्या मराठी भाषेत आपण विचार-व्यवहार करतो, त्या मराठी भाषेचा शिवाजी म्हणून चिपळूणकरांना ओळखले जात होते. चिपळूणकरांना 'प्रतिगामी' असे लेबल लावून त्यांना मोडीत काढण्याचा उद्योग चालू झाला आहे; पण कोंबडा झाकून ठेवला, म्हणून स्वयंप्रकाशित सूर्य उगविण्याचे थांबत नाही. महाराष्ट्रापुरते असे म्हणता येईल की, इथले बहुतेक सर्व संस्थाजीवन हे चिपळूणकरांच्या कर्तृत्वाचे फळ आहे. इंग्रजांना महाराष्ट्रात जो तीव्र प्रतिकार झाला,

त्याचे उगमस्थान चिपळूणकरांच्याच तेजस्वी राष्ट्रभावनेत होते. चिपळूणकरांनी लोकहितवादी आणि फुले यांच्यावर टीका केली ती मुख्यत्वेकरून सुधारणांबाबत नव्हे, तर सुधारकांच्या 'इंग्रजी राज्य हे ईश्वरी वरदान आहे व आपण राज्य करण्यास नालायक आहोत,' या भूमिकेबाबत. आगरकरांसारख्या तेजस्वी पुरुषालासुद्धा इंग्रजी राज्य हे नीतिमान असून आपण राज्य करण्यास असमर्थ आहोत, म्हणून इंग्रजी राज्याचा स्वीकार करावासा वाटतो– यावरून तत्कालीन परिस्थिती किती शरणागत, स्वाभिमानशून्य व इंग्रजी राज्यापुढे लाचार झाली होती, हे लक्षात येईल. सामाजिक सुधारणा होऊच नयेत व आपल्या समाजपद्धतीत काही दुर्गुण नाहीतच, असे चिपळूणकर व त्यांचे शिष्योत्तम लोकमान्य टिळक यांचे कधीही मत नव्हते. आपले चांगले ते टिकवावे, वाईटाचा त्याग करावा; पण हे करीत असताना परकीय सत्ता या ठिकाणी स्थिर होईल अशा तऱ्हेचे चाळे करू नयेत, या त्यांच्या म्हणण्यात प्रतिगामित्व कसे काय येते, हे समजणे कठीण आहे. समाजाला सुधारणांसाठी तयार करणे व कर्त्या पुरुषाने त्यापायी खर्ची पडणे, हा सामाजिक सुधारणेचा रस्ता आहेसे टिळकांना वाटत होते. समाजपुरुष सामाजिक बदलाला कसकसा तयार होतो, हेही आपण गेल्या शतकात पाहिले आहे. विज्ञानाच्या रेट्याने, प्रवासाच्या साधनांनी स्पर्शास्पर्श विचार नष्ट झाला; पण घटना आणि कायदा यांचा बडगा असूनही अस्पृश्यता काही नष्ट होऊ शकली नाही. स्त्रीस्वातंत्र्याविषयी आगरकर खूप काही बोलले, दुसऱ्या महायुद्धानंतर स्त्रीमुक्तीची दारे आपोआप खुली झाली; परंतु स्त्रीस्वातंत्र्य काही खऱ्या अर्थाने येऊ शकले नाही. आधी सामाजिक, की आधी राजकीय– हा वाद तद्दन मूर्खपणाचा होता, हे काळाने सिद्धच केले आहे. दोन-तीन वर्षे राजकीय सुधारणा झाल्याशिवाय सामाजिक सुधारणांना वेग येणार नाही, हे मृत्यूपूर्वी आगरकरांच्याही ध्यानात आले होते. गुलामगिरीच्या काळात आणि नंतर स्वातंत्र्योत्तर काळातही आगरकरांचे स्वप्न कितीसे साकार झाले? त्यांची तळमळ आणि विचारांची झेप हिच्याशी प्रत्यक्ष सामाजिक सुधारणांचा वेग यांचे नाते मात्र जुळले नाही. जुने सोडताना समाज खळखळ करतो. या क्रिया-प्रतिक्रियांतूनच सामाजिक सुधारणा स्थिर होत जातात. अजूनही या आधुनिक जगात विधवेचे केशवपन होते, अगदी मंत्रिपदावर असणाऱ्या मातब्बरांच्या कन्यांचे अल्पवयात विवाह होतात, स्त्रियांवर दिवसा ढवळ्या बलात्कार होतात आणि अजूनही स्त्रीचे कन्यादान होते. हा सारा फुले-आगरकरांच्या सुधारणांचा विजय झाला, असे म्हणायचे काय? लोकशाही आली आणि ब्राह्मणांचे वर्चस्व संपले. पण स्त्रिया मतदानाचा हक्क खऱ्याखुऱ्या

अर्थाने बजावू शकतात काय? लोकभ्रमावर शास्त्रीबुवांनीही लिहिले. आगरकर व फुले तर बडवे, उपाध्ये, मांत्रिक अशा धर्मदलालांविरुद्ध कडाडून लिहीत होते. म्हणून अंधश्रद्धा संपल्या काय? बुवांचे स्तोम कमी झाले काय? उलटपक्षी असे दिसते आहे की, ज्योतिषी, मांत्रिक, उपासना, यज्ञयाग, कर्मकांड या सर्वांना भलतीच प्रतिष्ठा आली आहे. समाजवादी म्हणवली जाणारी माणसेसुद्धा परंपरागत पद्धतीने विवाह, मुंजी, सत्यनारायण, वास्तुशांती वगैरे धार्मिक परंपरा पाळतात. कम्युनिस्ट समजले जाणारे लोकही मनःशांतीसाठी जपजाप्य करतात. एक बेजबाबदार, धर्मनास्तिक, भोगवादी समाज निर्माण करण्यापलीकडे खरे तर या समाजात काही घडलेलेच नाही, अजूनही या देशात स्त्रियांची उघड-उघड विक्री होते. सरकारी मान्यतेने दुर्दैवी स्त्रिया देह विकत असतात. अस्पृश्यांनी स्पर्श केलेला पुतळा धुऊन घेतला जातो.

देशातले समाजवादी आणि निधर्मी शासन सामाजिक सुधारणेसाठी कोणतेही धाडसी पाऊल टाकू शकत नाही. तसे असते, तर समान नागरी कायदा मुसलमानांना लावला गेला असता. मुसलमानांनी मागासलेले राहावे, अशी तर फुले-आगरकर यांची इच्छा नव्हती. हे सारे होऊन आमची धर्मावरची श्रद्धा वाढली आहे का? तसेही दिसत नाही. खरा धर्म कोणता, हे आमचे धर्मगुरूही सांगू शकत नाहीत आणि आमचे विचारवंतही सांगू शकत नाहीत. जे काही धर्माचे बंधन होते, तेही संपुष्टात आले आहे. कायद्याची भीती उरलेली नाही. कोणत्याही मार्गाने समृद्धी मिळवावी, अशा चार्वाक नीतीचा आज अवलंब झाला आहे. बुद्ध काय वा शंकराचार्य काय, धर्म काय किंवा मार्क्सवाद काय, गांधी काय वा आंबेडकर काय– हे सारेच आज व्यापाराचे विषय झाले आहेत.

शास्त्रीबुवांनी आपल्या लेखात वर्णन केले होते त्यापेक्षा आपल्या देशाची स्थिती फारशी बदललेली नाही. आपल्याला कोणत्याही प्रकारचा राजा आणि कोणतेही राज्य चालते. कोणत्याही राजाच्या ठिकाणी आपण परमेश्वर आहे, असे समजतो. म्हणून कोणत्याही राजसत्तेशी भांडण करणे, या समाजाला कधीही जमले नाही. राजाने कसेही वागले तरी इथल्या नागरिकाला चालते. राजाने मारले व पावसाने झोडपले, तर तक्रार करायची नसते. म्हणून इंग्रजी राज्य हे परमेश्वरी वरदान होते आणि इंदिराजींचे राज्य हे परमेश्वरी राज्य आहे. तेव्हा दोन्ही राज्यांबद्दल तक्रार करणे देशद्रोह आहे. इंग्रजी राज्य स्वीकारण्याची व त्याचे रक्षण करण्याची जबाबदारी रानडे, गोखले, फुले या सर्वांनीच घेतली होती. कारण आपण राज्य करायला नालायक असल्यामुळे आपण शहाणे होईपर्यंत

परमेश्वरानेच त्यांना राज्य करायला पाठविले आहे, अशी त्यांची श्रद्धा होती. आजही अन्य कोणीही पक्ष राज्य करायला लायक नाही, म्हणून परमेश्वरानेच इंदिराजींची योजना केली आहे, असे पुष्कळांना वाटते. म्हणजे शंभर वर्षे झाली तरी आमच्या देशाची स्थिती तीच आहे.

इंग्रजांचे राज्य गेले तर पुन्हा भटा-ब्राह्मणांच्या हातांत राज्य जाईल, म्हणून फुल्यांनी इंग्रजी राज्याचा पुरस्कार केला. इंदिराजींचे राज्य गेले तर भा. ज. प. चे राज्य येईल, या भयाने इंदिराजींचा पुरस्कार करणारे फुल्यांचे तथाकथित अनुयायी आजही आहेत. इंदिराजींनी आपला राजवंश स्थापन केला तरी त्यांना चालेल, इंदिराजींनी मुसलमानांचे स्वामित्व मानून त्यांच्या हातात राज्य दिले तरी चालेल; परंतु स्वाभिमानी आणि या देशाची परंपरा सांगणारा कोणताही पक्ष सत्तेवर येता कामा नये, या विचारसरणीला कवटाळून बसणारे पुष्कळसे लोक आहेत. इंग्रजांचे राज्य गेल्यावर ब्राह्मणांचे राज्य येईल हे फुल्यांचे भाकीत चुकले, हे आपण पाहिलेच आहे; तेव्हा इंदिराजींचे राज्य गेल्यावर भा. ज. प. चेच राज्य येईल, असे मानायलासुद्धा फारसा आधार नाही आणि भा. ज. प. चे राज्य इंदिरा गांधींपेक्षा वाईट असेल, असे मानायला तर मुळीच आधार नाही. पण 'भित्यापाठी ब्रह्मराक्षस' हेच खरे. आज भेदरलेल्या समाजाच्या पाठीमागे इंदिरा राजवंशाचा राक्षस लागलेला आहे. त्यातून या समाजाची सुटका करणे, हे मानवी प्रयत्नांच्या हाती दिसत नाही. ज्याप्रमाणे संजय गांधी नामक एका वादळाचा नाश नियतीने केला, तसेच काही घडावे, अशी अपेक्षा करणेही व्यर्थ आहे. आणीबाणी-काळानंतर इंदिरा शासनाचा राक्षस काही काळ बाटलीत बंद होता; पण फाजील व व्रात्य अशा मधू लिमये अन् फर्नांडिस यांसारख्या मुलांनी बाटलीचे झाकण उघडले आणि हा महाकाय राक्षस पुन्हा विनाशकारी रूपाने प्रगट झाला आहे.

इंदिरा गांधींना भविष्याची चिंता नाही, देशाची चिंता नाही, पक्षाचीही चिंता नाही. एक काळ असा होता की, हा राक्षस आपल्या रौद्र सामर्थ्याने भयभीत करण्यासाठी तरी काही ना काही करीत होता. आता हा राक्षस कुंभकर्णाप्रमाणे नुसता झोपून आहे. कोणताही निर्णय घेण्याची क्षमता त्याच्यात उरलेली नाही. नालायक, कर्तृत्वशून्य आणि स्वार्थी अशा असुरांच्या हाती भरतखंडाचे राज्य सोपवून मांत्रिकांच्या, ज्योतिष्यांच्या आणि धर्मगुरूंच्या भजनी इंदिराजी लागल्या आहेत. लोक बंड करणार नाहीत, याची त्यांना खात्री आहे. कोणी कम्युनिस्टांचे राज्य येईल म्हणून, कोणी भा. ज. प. चे राज्य येईल म्हणून तर कोणी बाबूजी, चरणसिंग, चव्हाण अशा अन्य असुरांचे राज्य येईल म्हणून; आपल्या राज्याला

धोका आणणार नाही, ही त्यांना खात्री आहे. निद्रिस्त असला तरी हा राक्षस आहे, याचा मात्र विसर पडू देता कामा नये.

इंग्रजांच्या पराक्रमाने हतबुद्ध झालेले शंभर वर्षांपूर्वीचे नागरिक आणि इंदिराजींच्या पराक्रमाने हतबुद्ध झालेले आजचे नागरिक यांच्या परिस्थितीत काहीच फरक नाही. हतबुद्ध झालेली माणसे विवेकशक्ती घालवितात, तशी ती आजच्या समाजानेही घालविली आहे. अशी हतबुद्ध झालेली माणसे प्राप्त परिस्थिती हे ईश्वरी वरदान मानतात. इंदिराजींचे राज्यही पुष्कळांच्या लेखी ईश्वरी वरदान आहे. शंभर वर्षे झाली तरी आमच्या देशाची स्थिती आहे तशीच आहे; खरे तर ती अधिक बिघडली आहे. ती बिघडण्याला जी अनेक कारणे आहेत, त्यांतील महत्त्वाचे कारण काँग्रेसचे दिशाहीन राजकारण होय. काँग्रेसमध्ये पुरोगामी आहेत, प्रतिगामी आहेत, आस्तिक आहेत-नास्तिक आहेत, मंत्रचळे आहेत अन् बुद्धिवादी आहेत. इंदिराजींच्या सुरक्षित पदराआड कम्युनिस्ट आहेत, समाजवादी आहेत. एवढेच कशाला– परंपरावादी हिंदुत्वनिष्ठसुद्धा आहेत. इंदिराजींचा शब्द जरी अखेरचा असला तरी प्रत्यक्षात या परस्परविरोधी विचारसरणी असणाऱ्या असुरराज्यात त्यांच्या अखेरच्या शब्दालाही शून्य किंमत प्राप्त झाली आहे! या देशात काही घडतच नाही काही– घडवावे, अशी आकांक्षाही नाही. मिळेल ते स्वीकारावे, अधिकासाठी भीक मागावी, चुकले तर क्षमा मागावी, वेळोवेळी, इंदिरानिष्ठेचे प्रदर्शन करावे, खालच्याला लाथा माराव्यात आणि वरच्याचे पाय घट्ट धरून ठेवावेत– यापरते या देशात आता काही घडत नाही. कायद्याच्या आधाराने वा कायदे तोडून मिळेल तितके लुटावे, लुटीतील जमेल तितका हिस्सा वरती माताजींकडे पोचता करावा, वरिष्ठांची मर्जी संपादित करावी– हा एक प्रतिष्ठित व्यवसाय झाला आहे. पुस्तकातील कायदा पाळलाच पाहिजे, असेही नाही. आपणच कायदा करणारे आहोत, तेव्हा हवा तो कायदा आपल्यासाठी करून घेता येईल. न्यायालयाने तो मानला नाही, तर न्यायालये लोकशाहीविरोधी आहेत, असा बकवा करता येईल– आहे काय आणि नाही काय!

इंग्रजी राज्यात कायद्याला जेवढी किंमत होती, तेवढीही आता राहिलेली नाही. न्यायालये, पोलीस, परंपरा, धर्म, रीतीरिवाज या सर्वांना अगदी इंग्रजांच्या राज्यातसुद्धा काही प्रतिष्ठा होती; पण आज मात्र जे इंदिरानिष्ठ आहेत, तेच प्रतिष्ठित आणि ते प्रतिष्ठित म्हणतील तोच कायदा– अशी परिस्थिती आहे. इंग्रज निदान परकीय तरी होते. त्यामुळे त्यांच्याविषयीचा असंतोष जागा करणे लोकमान्यांना शक्य होते परंतु, आजच्या लोकनायकांना ते करण्यात फारसे यश

येत नाही आणि येणारही नाही. जेव्हा एखाद्या समाजात स्वाभिमान हाच दुर्गुण होतो, बुद्धी हीच अडगळ होते आणि चारित्र्य हेच ओझे होते; तेव्हा या देशाचा उद्धार मनुष्यच काय, परमेश्वरही करू शकणार नाही. उद्धार-उद्धार म्हणजे तरी काय? या उद्धाराच्या कल्पनासुद्धा नुसत्या आदर्शवादी असून चालणार नाहीत. रशियात ज्याप्रमाणे माणूस नामक प्राण्याला खरोखरच प्राणिरूप प्राप्त झाले आहे, तसे होणे– हाही माणसाचा उद्धारच नाही का? इंदिराजींच्या राज्यात इंदिरानिष्ठ होणे, हाच खरा माणसाचा उद्धार असतो. कारण इंदिरानिष्ठ झाले की, या इहलोकातील सर्व प्रश्न सुटतात. व्यक्तिस्वातंत्र्य, विचारस्वातंत्र्य आणि सत्यप्रियता या साऱ्या भिकारीपणाकडे नेणाऱ्या गोष्टी आहेत. अजीजी, लाचारी किंवा भाटगिरी हेच खरे उत्कर्षाचे मार्ग नाहीत काय? एखाद्या इंदिरानिष्ठ विचारवंताच्या मोजमापाप्रमाणे आमच्या देशाची स्थिती उत्तम आहे. सगळीकडे आबादीआबाद आहे, महाग असल्या तरी वस्तू मिळतात. काही थोडेफार अपवाद सोडले, तर स्त्रियांची अब्रू सुरक्षित आहे. दर वर्षी काही हजार लोक अपघातात, दुष्काळात, गोळीबारात मरत असतील; पण पासष्ट कोटींच्या या देशात असे होणारच. अजून सडके का होईना, पण रेशनवर धान्य मिळते. महिन्याने का होईना, पत्रे पोचतात आणि उशिरा का होईना, गाड्या मुक्कामाला येतात. ऑफिसे उघडतात, बँका उघडतात, जमेल तितका वेळ ही मंडळी फाईली उघडून बसतात आणि पगाराच्या मानाने व वरिष्ठांच्या संमतीने काम करण्याचा प्रयत्न करतात. चौक्यांत पोलीस विड्या फुंकत बसून पहारा करतात. शंभरच काय, पण हजार वर्षांपासून आमचा समाज जसा जगत आला, तसाच आमचा समाज आजही चालतो आहे. 'ठेविले अनंते तैसेचि रहावे, चित्ती असो द्यावे समाधान' या तुकारामबुवांनी सांगितलेल्या मार्गाचा पडताळा येतो आहे. उगीच कुरकुर करण्यात काय अर्थ आहे? अकारण कुरकुर करणाऱ्या व जनतेला तकलीफ देणाऱ्या समाजकंटकांना सुरक्षित ठिकाणी म्हणजे तुरुंगात खाऊ-पिऊ घालून ठेवले, तर घटनेचा अवमान कसा काय होतो, हेच इंदिरानिष्ठांना कळत नाही. खरे तर समाजाला भाकरीही नको अन् स्वातंत्र्यही नको; त्यांना इंदिराजीच हव्या आहेत. त्या आहेत तोपर्यंत कोणताही प्रश्न या देशात अस्तित्वात नाही. प्रश्न असलाच, तर तो म्हणजे इंदिराजी हाच आहे! या प्रश्नाचे उत्तर... पण जाऊ द्या– हेही उत्तर आपण परमेश्वरावरच सोपविलेले बरे!

*(५ जुलै, १९८१)*

-०-०-०-

## ४०

## सातारी राजकारणाची दानत

---

घटना साधीच आहे.

या घटनेकडे फारसे कुणाचे लक्षही गेलेले नाही.

वृत्तपत्रांच्या एका कोपऱ्यात कुठे तरी ही बातमी येऊन गेली आहे. बातमी होती, तीही एक ग्रामीण भागातली.

सातारा जिल्ह्यात खटाव नावाच्या एका छोट्या गावात ही घटना घडली. मध्यंतरी महाराष्ट्रात गावगन्ना जी महाविद्यालये निघत गेली, तसेच एक महाविद्यालय या गावात निघाले. या महाविद्यालयाचे नाव 'शहाजीमहाराज महाविद्यालय' असे ठेवण्याचा समारंभ नुकताच पार पडला.

एखाद्या कॉलेजचे नामकरण करण्याचा समारंभ ही काही फार मोठी बातमी नव्हे. संस्थेला एखादे नाव असावेच लागते. वेळेवर एखादा दाता भेटला नाही, तर 'अमुक अमुक एज्युकेशन सोसायटीचे जनता महाविद्यालय' अशा स्वरूपाचे एखादे मोघम नाव ठेवले जाते. नंतर सवडीने एखादा दाता मिळाला की, त्याच्याकडून भरघोस देणगी घेऊन त्या कॉलेजचे नामांतर केले जाते. 'सर्वे गुणा: कांचनमाश्रयंते' या न्यायाने अशा धनवंतांना गुणवान समजून सार्वजनिक संस्थांना त्यांची नावे दिली जातात. अशा गोष्टीत समाजालाही फारसे काही गैर वाटत नाही. सार्वजनिक संस्थांचा पसारा पै-पैसा वर्गणी जमवून अलीकडे भागू शकत नाही. तेव्हा धनवंतांच्या हातून द्रव्य संपादन करून समाजोपयोगी संस्था चालवण्याची पूर्वीपासूनची प्रथा आता वाढीला लागली आहे. पूर्वी संस्थानिक, राजे-रजवाडे अशा स्वरूपात

देणग्या देत. आज ती जागा सहकारमहर्षी, श्रीमंत बागाईतदार किंवा उद्योगपती यांनी घेतली आहे. सार्वजनिक सेवेचे फार मोठे प्रेम असते, म्हणून हा दातृत्वाचा उमाळा नसतो; तर यामुळे सामाजिक प्रतिष्ठा मिळते. कररूपाने सरकारला जे पैसे जाणार असतात, त्यातूनच या देणग्या दिल्या जातात. शिवाय आपले किंवा वाडवडिलांचे कायमचे स्मारक होऊन बसते. संस्थेच्या कारभारातही घुसता येते. तिथेही पुन्हा काही नवे व्यवसाय उघडता येतात व आपल्या नजीकच्या माणसाला रोजगार मिळवून देता येतो. अर्थात ही गोष्ट खरी की, हेच पैसे दारू आणि बाया यांतही त्यांना उडवता आले असते. परदेशच्या वाऱ्या किंवा महागड्या इंपोर्टेड वस्तू, वातानुकूलित गाड्या या किंवा अशा अनेक भोगसाधनांत पैसा उडवण्यापेक्षा हा पैसा सार्वजनिक संस्थांच्या वाढीसाठी खर्च झाला, तर त्यातल्या त्यात चांगलेच म्हटले पाहिजे.

आपले नाव मागे राहील, अशा भ्रामक समजुतीने हा दानव्यवहार होतो. पण अशा किती तरी संस्थांची नावे कोणा महाभागांची आहेत, हेही दहा-वीस वर्षांत कळेनासे होते. कारण मागे नाव करण्यासाठी केवळ पैशाचे बळ पुरत नाही. शहरात वेगवेगळ्या रस्त्यांना जी नावे दिली आहेत, ते अजब महापुरुष होते तरी कोण– असा प्रश्न नेहमीच पडत असतो. नगरसेवक आपल्या आई-बापाची नावे आपल्या सत्ताकाळात अजरामर करण्याचा प्रयत्न करतात आणि आपले हसे करून घेतात. सत्ताधीशांना खूश करण्यासाठी त्यांचे आश्रित, आमदार, खासदार किंवा मंत्री यांचीही नावे देताना आपण पाहतो. एक तर मागे टिकून राहण्याची यांपैकी कोणाचीही पात्रता नसते. या कामी हा सत्तेचा गैरवापरच म्हटला पाहिजे. मध्यंतरी थोर आणि राजकीय पुढाऱ्यांची नावे देण्याची एक लाट स्वातंत्र्यानंतर निर्माण झाली, आणि ते बरोबरही होते. स्वातंत्र्यानंतर जी एक अस्मिता जागी झाली, त्याचेच ते चिन्ह होते. पण त्याचाही अतिरेक झाला. गांधी रस्ता नाही किंवा नेहरू उद्यान नाही, असे या देशात एकही गाव नसेल. त्या-त्या काळातील मुख्यमंत्र्यांच्या नावे त्या राज्यात किती शिक्षण संस्था निघाव्यात याला मर्यादाच नाही. महाराष्ट्रात गावोगाव यशवंत महाविद्यालये आणि यशवंत सहकारी संस्था निघाल्या. अशी नावे ठेवल्यामुळे त्या काळातल्या महाराष्ट्रातील काँग्रेस संघटनेच्या अग्रभागी असणारे यशवंतराव चव्हाण यांच्याकडून अनेकांनी अनेक सवलती, मानाची पदे मिळवून घेतली. त्यांतलेच खटाव येथील यशवंतराव चव्हाण महाविद्यालय हे कॉलेज आणि चंद्रहार पाटील हे त्या कॉलेजच्या व्यवस्थापक मंडळाचे पुढारी होत.

यशवंतराव यांनी प्रत्येक गावात दोन गट झुलवत ठेवले. कधी एकावर, तर कधी दुसऱ्यावर कृपा दाखवून दोन्हीही म्होरक्यांना यशवंतरावांचे आपल्यावर प्रेम आहे असे वाटेल, अशी त्यांनी दक्षता घेतली. चंद्रहार पाटील हे यशवंतरावांचे खास फ्राइंड. खटावमधल्या केशवराव पाटलांना– म्हणजे चंद्रहार पाटलांच्या चुलत्यांना– शह देण्यासाठी निर्माण केलेले एक बाहुले. यशवंतराव म्हणतील ती पूर्व दिशा, अशा काळात चंद्रहार पाटील एकदा आमदार म्हणूनसुद्धा निवडून आले. खानदानी घराणे, रुबाबदार व्यक्तिमत्त्व आणि तरुण वय यांमुळे चंद्रहार पाटील हे यशवंतरावांच्या आश्रयाखाली उच्चपदावर जातील, असे सर्वांना वाटले. पण तसे काही घडले नाही. पुढे काँग्रेसची सद्दी संपली आणि जनता लाट आली. त्या वेळी चंद्रहार पाटील जनता पक्षात आले. तिथेही त्यांचा प्रभाव पडला नाही. पुढे जनता लाट संपली आणि इंदिरा लाट सुरू झाली, तेव्हा चंद्रहार पाटील इंदिरा काँग्रेसमध्ये जाणे अपरिहार्य होते. इथे आपली इंदिरानिष्ठा दाखवल्याशिवाय आपली धगडत नाही, हे त्यांनी ओळखले आणि इंदिरानिष्ठा दाखवावयाची म्हणजे केवळ इंदिराजींचा जयजयकार करून किंवा संजय गांधीला देवदूत मानून भागत नाही; तर आपली जुनी नाती आपण पूर्णपणे तोडली आहेत, हेही सिद्ध करावे लागते.

एक असा काळ होता की, यशवंतरावांची कृपादृष्टी आपल्याकडे वळावी, म्हणून महाराष्ट्रातले यच्चयावत काँग्रेसवाले परमेश्वराला साकडे घालीत, यशवंतरावांना खूश करण्यासाठी कोलांट उड्याही मारीत. पण काळ बदलला की, घराचे वासेही बदलतात. जिथे यशवंतरावांचे जिवलग मित्र वसंतदादा पाटील यांनी 'यशवंतरावांची पाळेमुळे खणून काढीन' अशी कृष्णेच्या काठावर आण-भाक घेतली, तिथे बाकीच्यांचे काय होणार? दादांच्या पत्नी शालिनीबाई यांनी यशवंतरावांच्या भेकडपणामुळे आपल्या नवऱ्याचे मुख्यमंत्रिपद गेले, हे लक्षात ठेवून यशवंतरावांशी उभा दावा मांडला आहे.

अशा परिस्थितीत एकदा सन्मानाने 'यशवंतराव चव्हाण महाविद्यालय' असे खटाव येथील कॉलेजला दिलेले नाव बदलण्याचा शालिनीबाईंनी आणि त्यांचे नवे आश्रित चंद्रहार पाटील यांनी अनुदार व असभ्य उद्योग केला. ही खरी साताऱ्याच्या राजकारणाची दानत आहे. यशवंतरावांचे नाव बदलून वसंतदादा, शालिनीबाई, अंतुले किंवा इंदिराजी यांचे नाव कॉलेजला द्यावे– असे नक्कीच त्यांच्या मनात आले असावे. पण अजून थोडी लाज शिल्लक असल्यामुळे शहाजीराजांचे नाव कॉलेजला देण्यात आले आहे, म्हणजे उगाच बोंब मारायला

नको. शिवाजीच्या बापापेक्षा यशवंतराव मोठे नाहीत! पण या बेशरमपणाला खरोखरीच तोड नाही. महाराष्ट्राचे राजकारण हे किती खालच्या पातळीवर गेले आहे, याचाच हा पुरावा आहे.

यशवंतराव आज सत्तेवर नाहीत किंवा सत्तेच्या जवळपाससुद्धा नाहीत, म्हणून सत्तापिपासू लोकांनी त्यांचा जाहीर अवमान करण्याचा हा प्रयत्न केला आहे. खरोखर या नामांतराची गरज होती काय? त्या कृत्यामुळे यशवंतरावांचे खरोखरीच अवमूल्यन झाले काय? का, इंदिरा काँग्रेसच्या पुढाऱ्यांच्या हीन मनोवृत्तीचे दर्शन यातून घडते? वैयक्तिक द्वेषाचे राजकारण या देशात किती खोलवर पसरलेले आहे, याचाच हा सज्जड पुरावा आहे. ज्या इमानदारीसाठी या महाराष्ट्रात मराठा समाज छत्रपतींचे नाव लावतो, त्या छत्रपतीलाही काळिमा आणणारी ही गोष्ट घडली आहे.

यशवंतरावाबद्दल आम्हाला काही फार प्रेम आहे, म्हणून काही या नाव बदलण्याचा आम्ही निषेध करत नाही. आज ना उद्या योग्य तो व्यवहार जमला, तर यशवंतराव आपल्या सर्व गणगोतांसह इंदिरा काँग्रेसमध्ये जातील याचेही आम्हाला ज्ञान आहे. यशवंतरावांचे महाराष्ट्रातील राजकारण हे सतत टीकेचा विषय झाले आहे. तरीही काँग्रेस पक्ष– मग ती इंदिरा काँग्रेस असो, की अरस काँग्रेस असो– तिने यशवंतरावांशी कृतज्ञ राहायलाच हवे. महाराष्ट्रात काँग्रेसची पाळेमुळे खोलवर रुजवणारा, महाराष्ट्रातील मराठा समाजाला राजकीय व शैक्षणिक प्रतिष्ठा मिळवून देणारा आणि महाराष्ट्राच्या अस्सल मातीतून जन्माला आलेला यशवंतराव हा स्वयंभू पुढारी आहे. अतिशयोक्तीचे वाटले तरी सत्याच्या जवळचे वाटते, म्हणून हे विधान करणे भाग आहे की, 'टिळकांनंतर मराठी माणसाने मानलेला हा सर्वमान्य पुढारी आहे.' त्यांचे पवित्रे चुकले असतील; नव्हे, चुकले आहेतच, म्हणूनच ते सत्ताभ्रष्ट झाले. पण म्हणून त्यांची पूर्वीची कामगिरी पुसून टाकण्यात अर्थ नाही, कारण ती तशी पुसून टाकताही येणार नाही. उलट, तसे करणाऱ्यांचा क्षुद्रपणा आणि कोतेपणा मात्र जगजाहीर झाला आहे. सतत सत्तेसाठी लाचार होणारे, पै-पैशाला इमानदारी विकणारे आणि भिकेची ओंजळ पसरणारे इंदिरावादी हेच चेष्टेचा विषय होत आहेत.

पण 'शरम' ज्यांनी पदरात गुंडाळून ठेवली आहे, त्यांना लोक काय म्हणतात, हा विचार सुचण्याचे कारणच नाही.

*(२४ मे, १९८१)*

-०-०-०

# ४१

# काँग्रेसची लाडावलेली मुले

पिढ्यान् पिढ्या ज्यांच्या घरात श्रीमंती आहे, त्या घराण्यांतील मुले ऐषारामी आणि निष्क्रिय बनतात, कारण त्यांना लाडावून ठेवलेले असते. पोटाला भाकरी मिळवण्यासाठी काही कष्ट करण्याची त्यांच्यावर जबाबदारी नसते, म्हणून त्यांना कोणी कष्ट करू देत नाही; किंबहुना, कष्ट करणे हे प्रतिष्ठेला बाधक आहे, अशी शिकवण दिली जाते. साऱ्या गोष्टी त्यांना विनासायास मिळत असल्यामुळे त्यांच्या बुद्धीचा विकास होत नाही. अशा या लाडावलेल्या मुलांना संगतही वाईट मिळते. ती हळूहळू अहंमन्य आणि विकृत बनत जातात.

या देशातील काँग्रेसजनांची स्थितीही अशीच आहे. गेली शंभर वर्षे या काँग्रेस घराण्याला मानमान्यता लाभलेली आहे. फार मोठमोठे कर्तृत्ववान, बुद्धिवान आणि लोकप्रिय पुरुष या घराण्यात होऊन गेले. या सर्वांच्या त्यागामुळे या घराण्याचा लौकिक वाढला आणि प्रत्यक्ष स्वातंत्र्य मिळाले, तेव्हा या देशातील तिजोऱ्यांच्या किल्ल्या या पक्षाच्या हातात पडल्या. आपल्या या काँग्रेस घराण्याला प्रतिष्ठा कशामुळे मिळाली, याचेच विस्मरण या घराण्यातील लाडावलेल्या कार्ट्यांना झाले आणि सत्ता हाती आल्या-आल्याच या दिवट्यांनी पूर्वेच्या व पश्चिमेच्या सधन भूमीची विल्हेवाट लावली. अजूनही आपल्या मालकीची भूमी विकण्याचा त्यांनी सपाटा चालू केला आहे. एवढी प्रचंड भूमी आपल्या ताब्यात आहे, त्यातली पाच-पन्नास हजार चौरस मैल जमीन गेली म्हणून बिघडले कुठे, असेही त्यांना वाटत असावे. हिमालयातील थोडी जमीन गेली; तर तेथे झुडूपही

उगवत नव्हते, असे सांगायलाही या उधळ्या चिरंजीवांनी कमी केले नाही. केशरासारख्या मौल्यवान पदार्थाचे मळे पिकवणारी जमीन आज नावापुरतीच आपल्या ताब्यात आहे. आसपासची जमीन घुसखोरांनी आधीच बळकावली आहे आणि आहे तीही रखवालीच्या खर्चापायी कर्जात रुतून बसली आहे. उलुपी राज्यकन्येचे जन्मस्थान अशी नागभूमी हीसुद्धा अशीच जाण्याच्या मार्गावर आहे. या उधळ्या आणि दिवाळखोर कार्ट्यांच्या ढिसाळ कारभारामुळे चारही दिशांकडून आपल्या मालमत्तेची चोरी होत आहे. पण या लाडावलेल्या कार्ट्यांना त्याचे काही नाही.

आपल्या बापजाद्यांनी आपल्यासाठी कमावून ठेवलेली मालमत्ता वाढविण्याचे तर दूरच, पण हाती आलेली मालमत्ता दोन्ही हातांनी उधळून टाकण्याचे काम चालू आहे. आपली मौजमजा उत्तम तऱ्हेने चालावी, म्हणून मिळेल त्या सावकाराकडून कर्जे काढण्याचा सपाटा त्यांनी चालू केला आहे. आज जगात आपल्याला कर्ज दिले नसलेला कोणी सावरकारच शिल्लक राहिलेला नाही. भिकाऱ्यांकडूनसुद्धा भीक घ्यायला या चटोर कार्ट्यांना शरम वाटली नाही. यांतले काही सावकार तर इतके शिरजोर आहेत की, ते हव्या तशा अटी घालतात. या भूमीतील रयतेच्या मुलीबाळींची मागणी करतात. विलासस्थाने किंवा धर्ममंदिरे उभारण्यासाठी जागा मागतात. या लोकांना भाजीपाला, फळे, धान्ये किंवा कोंबड्या, बकऱ्या देण्यापायी आपलीच रयत अर्धपोटी राहिली तरी या दिवट्या कार्ट्यांना कधी खंत वाटत नाही; कारण स्वत:ला तिन्ही त्रिकाळ पंचपक्वान्नांचे भोजन मिळते. कोणा भल्या घरच्या अश्राप बायकांचे पदर ओढताना त्यांना काहीच वाटत नाही. मग त्यांतल्या काही बायाबापड्या आपल्याला उपकृत करणाऱ्या सावकारांनी पळवल्या तर बिघडले कुठे, असे त्यांना वाटते. कुबट आणि ओल आलेल्या झोपडीत लक्षावधी रयत राहते आणि ही कार्टी वातानुकूल आलिशान बंगल्यांत राहतात. एवढेच नव्हे, तर नवनवी विलासस्थाने बांधून आपल्या विकृत वासनांचे कोड पुरवू पाहतात. लोकांनी आपला सतत जयजयकार करावा, आपल्याला हारतुरे द्यावेत, आपल्यासाठी कमानी उभ्या कराव्यात– असे त्यांना सतत वाटते आणि जे करत नाहीत, त्यांना बेइमान ठरवून वेळोवेळी ठोकून काढायलासुद्धा ही उन्मत्त कार्टी कमी करीत नाहीत. त्यांनी आपले कौतुक करून घेण्यासाठी भाडोत्री विद्वान, भाडखाऊ पत्रकार, लाचार साहित्यिक आणि अनेक शब्दांधळे शायर जमा केले आहेत.

कोणी तक्रार करू लागला, अन्यायाचा प्रतिकार करू लागला किंवा

त्यांच्या सुखविलासी जीवनावर कुरकुर करू लागला की, त्यांचा मस्तकशूळ उठतो आणि मग स्वत:च्या सेवेसाठी व रक्षणासाठी बाळगलेले शिकारी कुत्रे हे बेइमानी रयतेवर सोडतात. या कुत्र्यांना अशा बेइमान रयतेला ठेचून काढण्याचे चांगले शिक्षण दिलेले असते. लाठ्या, बंदुका, अश्रुधूर यांचा वापर करण्याचे शिक्षण दिलेले हे कुत्रे– ही लाडावलेली कार्टी जेव्हा बाहेर पडतात; तेव्हा त्यांच्या मागे-पुढे असतात. हे कुत्रे लोकांना चावे घेतात व त्यांची प्रतिकारशक्ती मोडून काढतात. इतक्यानेही भागत नाही. कधी कधी पोटात भुकेचा अग्नी पेटतो आणि आपल्याला पोटभर जेवू न घालणाऱ्या आपल्या मालकांना जाब विचारण्याची बुद्धी रयतेला सुचते. अशा वेळेला प्रथम शक्तीने त्यांचा समाचार घेण्यात येतो. त्यांची घरेदारे उद्ध्वस्त केली जातात. अनेक स्त्रियांचे कुंकू पुसले जाते. असेल-नसेल ती चीजवस्तू लुटली जाते. गरीब रयत एवढ्याने मृतवत् होते. पण समजा– तिने तरीही प्रतिकार केलाच, तर त्यांतल्या चार दादांना मूठपसा धान्य देऊन विकत घेतले जाते. मग ते मालकाच्या औदार्याचे कौतुक करतात. तेवढ्यानेही भागले नाही, तर मग रयतेतच भांडणे लावून दिली जातात. आज अनेक वर्षे उपाशी राहिलेली रयत संपत्तिमान आणि शक्तिमान अशा या घराण्याशी वैर करू शकत नाही. जरा स्वाभिमानी असणारी माणसे मग टिपून-टिपून मारली जातात आणि एकदा का रयतेला धडा मिळाला की, काही वर्षे या लाडावलेल्या कार्ट्यांचे आयुष्य सुखात जाऊ लागते.

एवढ्यानेच काही भागत नाही; तर आपल्या घराण्याची ही मालमत्ता आपल्या वंशजांकडे चिरंतन टिकली पाहिजे, असाही या लाडावलेल्या कार्ट्यांचा हट्ट असतो आणि तो पुरविण्यासाठी आम्ही भोगत असलेली सुखे आमच्या नशिबाने आम्हाला मिळाली आहेत व त्याला धर्मगुरूंचा आशीर्वाद आहे, असे सांगितले जाते. आम्हीच नव्हे, तर आमचे पुत्र-पौत्रदेखील या भूमीचे मालक आहेत आणि आमच्या सुखासाठीच परमेश्वराने आम्हाला ही सृष्टी बहाल केली आहे, असे त्यांना वाटते. यावच्चंद्रदिवाकरौ हे असेच चालणार. गोडधोड खावे, चांगल्या घरात राहावे, चांगली वस्त्रे ल्यावीत, तुमच्याकडून जयजयकार ऐकावा– यासाठीच आमचा जन्म आहे, असे त्यांना वाटते. आम्हाला विरोध म्हणजे धर्माला विरोध, आमचा अपमान म्हणजे परमेश्वराचा अपमान, आमच्याशी वैर म्हणजे सत्याशी वैर– असे तत्त्वज्ञान निर्माण होते. जे लोक आमच्याशी वैर म्हणजे सत्याशी वैर करतात, त्यांना जगण्याचा अधिकारच नाही. भूपती हा विष्णूचा अवतार आणि दैवाशी वैर करून रयत कोणत्या नरकाचे साधन करणार

आहे? आमच्याशी सेवावृत्तीने वागून रयतेचे कल्याण होईल. आमचे उष्टे-माष्टे त्यांच्यासाठी आम्ही राखून ठेवू. येऊन-जाऊन तुमची चिंता भाकरीचीच आहे ना? आमच्या ताटाबाहेर जेवढे सांडते, तेवढ्याने तुमचे पोट सहज भरेल. आमच्या युवराजांनी किंवा मनसबदारांनी चाखून टाकलेल्या स्त्रियांशी तुमचे संसार सुखाचे होतील. मात्र, तुम्ही मान उंच करून बघता कामा नये. भुकेचा कटोरा लपवता कामा नये. तुम्हा दीनवाण्या आणि बापुडवाण्या रयतेचे प्रश्न सोडवण्याचे आम्ही प्रयत्न करू. आमची ती जबाबदारी आहे. आमच्या जमिनी तुम्हाला कसायला देऊ, मात्र तुम्ही घाम गाळून त्यात धान्य पिकविले पाहिजे. जमीन आमची, बैल आमचे, अवजारे आमची, बियाणी आमची आणि आमच्याच कृपेने पाऊसही पडतो; तेव्हा उत्पन्न झालेले धान्यसुद्धा आमचेच. तुम्हाला जिवंत ठेवण्यासाठी मूठ-मूठ दाणे आम्ही तुमच्या पदरात निश्चित टाकू. तशी मुळी आमची परंपराच आहे. आम्ही आमची परंपरा सोडणार नाही; तुम्ही तुमची परंपरा सोडता कामा नये. अप्रिय शब्दाने आम्हाला दुखवता कामा नये. आम्ही कोणाचेही ऐकून घेत नाही. तीही आमची परंपराच आहे.

हे पाहा, आपल्याला त्रास करून का घेता? आम्ही तुमच्यासाठी त्रास सहन करू, जबाबदाऱ्या पेलू, सिंहासनावर बसू. आम्ही हे सारे तुमच्यासाठीच करणार आहोत. आम्हाला कसला म्हणून लोभ नाही. आमच्यावर सर्व जबाबदारी सोपवून तुम्ही मोकळे व्हा! तुमची डोकी भडकवणारे लोक जगात आहेत. आमच्याबद्दल तुमचा ते गैरसमज करून देतील. पण लक्षात ठेवा– ते तुमचे शत्रू आहेत. आम्हीच मित्र– तुमचे रक्षणकर्ते आहोत.

शिवाय, तुम्हाला देवाने बुद्धी दिलेलीच नाही; जी काही आहे, ती फक्त आमच्याजवळच आहे, हे पक्के लक्षात ठेवले म्हणजे आमच्या आज्ञांची तामिली करताना तुम्हाला अवघड वाटणार नाही. आकाशातील सर्वशक्तिमान प्रभूचे कार्य करण्यासाठीच आमचा जन्म झाला आहे. आम्ही आहोत म्हणून तुम्ही आहात; आम्ही नसतो तर तुमचे काय झाले असते, हेच कळत नाही. म्हणून, हे अजाण पुत्रांनो, तुम्ही एकदा परमेश्वराचे– म्हणजेच आमचे जयगान गा. म्हणा– काँग्रेसचा जयजयकार असो! अंतुल्यांचा जयजयकार असो! प्रतिपरमेश्वर इंदिरा गांधींचा जयजयकार असो! आमेन!

(१४ जून, १९८१)

- ०-०-०-

# ४२

## अंतुले यांची नवी लोकशाही

बरेच दिवस काही शब्दांचे अर्थ मी शोधतो आहे, परंतु त्यांचे यथायोग्य अर्थ मला काही सापडले नाहीत. ज्यांना लोक शहाणे समजतात, त्यांचे ग्रंथही मी वाचून पाहिले; परंतु त्यायोगे माझ्या मनात घोटाळाच अधिक होऊ लागला आहे. ॲरिस्टॉटलपासून ते जयप्रकाशजींपर्यंत सर्वांकडून लोकशाहीचे बरे-वाईट अर्थ आम्ही ऐकत आलो आणि 'लोकांनी, लोकांच्या हितासाठी, लोकांच्या प्रतिनिधींकडून राबवलेली व्यवस्था म्हणजे लोकशाही'– अशी एक कामचलाऊ व्याख्या करून या देशात लोकशाही आली. निवडणुका आल्या, लोकप्रतिनिधी आले, घटना कार्यान्वित झाली. या देशात शिक्षणाचे प्रमाण कमी. तेव्हा लोकशाही येथे रुजणार नाही, अशी पुष्कळांना शंका वाटत होती. भारतात लोकशाही परंपरेने आली नसून कायद्याच्या आणि घटनेच्या आधाराने सिद्ध झालेली आहे. उत्स्फूर्तपणे एखादी कल्पना स्वीकारल्याशिवाय ती कल्पना समाजात रुजत नाही. या देशात लोकशाही अजून रुजलेली नाही, ही गोष्ट खरी; परंतु तिचा प्रयोग अगदीच फसलेला आहे, असा निष्कर्ष काढणेही बरोबर नाही.

लोकशाहीचा प्रयोग अयशस्वी झाल्यासारखा वाटतो याची कारणे आहेत. मुख्य कारण– या देशातील आर्थिक आणि सामाजिक विषमता. घटनेने सर्वांनाच समान स्वातंत्र्य दिलेले असले, तरी या देशात ते स्वातंत्र्य उपभोगण्याची क्षमता अनेक घटकांत निर्माणच झालेली नाही. दुबळ्या व बोलू न शकणाऱ्या समाजाला दाबून टाकणाऱ्या

शक्ती येथे प्रभावित झाल्या आहेत. जातिसंस्था आणि धर्मसंस्था या माणसा-माणसांतील सारखेपणाच नाकारतात. येथील अर्थव्यवस्थाही आर्थिक समानता नाकारताना दिसते. राजकीय पक्ष सोईनुसार लोकशाहीचे हवे ते अर्थ घेतात आणि त्याचा गैरवापर करतात. या देशातील कोणताही राजकीय पक्ष खऱ्याखुऱ्या अर्थाने लोकशाहीवादी नाही. लोकशाही ही पुष्कळांची सोय आहे, तर पुष्कळांनी तो व्यापाराचा विषय केला आहे. लोकशाही ही केवळ राजकारणापुरती समाजव्यवस्था नसून ते एक मानवी मूल्य आहे आणि त्यातील उणिवांसकट त्याचा स्वीकार करण्यावाचून खऱ्या स्वातंत्र्याचा लाभ कुणालाच होणार नाही. झुंडशाही म्हणजेच लोकशाही, असे मानण्याइतपत सर्व राजकीय पक्ष आज घसरलेले आहेत. याचा परिणाम, लोकशाही आज तरी निष्प्रभ झाल्यासारखी वाटते. लोकशाहीची टिंगलटवाळी उघडपणे कुणी करीत नाही, पण लोकशाहीचा पाणउतारा करण्याची पद्धत प्रत्येक राजकीय पक्षाने अंगीकारलेली आहे.

सन१९७७ च्या निवडणुकीत इंदिरा गांधींचा दारुण पराभव जेव्हा झाला, तेव्हा येथील लोकशाही प्रौढ झाली– विचारवंतांपेक्षा या देशातील जनता शहाणी आहे, असा सूर सर्व पत्रकारांनी लावला. पण त्याच जनतेने ७९ मध्ये या देशातील सर्व पक्षांना नाकारले व इंदिरा गांधींना निवडून दिले, तेव्हा हीच जनता अडाणी आहे आणि हिला फसविण्यात आले आहे, अशा तऱ्हेचा कांगावाही सर्वांनी केला. एक तर लोक शहाणे असू शकतात, नाही तर मूर्ख तरी असू शकतात. आपल्या सोईप्रमाणे त्यांना शहाणे आणि मूर्ख ठरविणारे लोकशाही मूल्यांचाच पाणउतारा करत असतात, हे विसरता येत नाही.

इंदिरा गांधींचे राजकीय तत्त्वज्ञान पत्रकारांना आणि विचारवंतांना आवडत नाही, म्हणून इंदिरा गांधींनी पुन्हा सत्तेवर येणे, ही गोष्टही त्यांना आवडलेली नाही. इंदिरा गांधी लोकप्रिय आहेत व त्या लोकशाही मार्गाने सत्तेवर आल्या आहेत, हेच जर नाकारायचे असेल; तर लोकशाही मार्गाने आपण त्यांचा पाडाव करू शकू, यावर आपला विश्वास नाही, असा त्याचा अर्थ होईल. नैराश्यग्रस्त माणसे शिव्या-शाप देतात, आदळआपट करतात; एवढेच नव्हे, तर लोकशाही मार्गाने निवडून आलेल्या पक्षाला राज्यकारभार करणे बऱ्या-वाईट मार्गाने अशक्य करून सोडतात. पण यायोगे इंदिराजींचा पराभव कसा काय होणार? नकारात्मक राजकारणाचा विजय होण्याची यापुढे फारशी शक्यता नाही. उलटपक्षी, इंदिराजींना राज्य करू दिले, तर त्यांची राज्य करण्याची नालायकी अधिकच सिद्ध होईल. देशातील प्रश्न सोडविण्याचा मार्ग त्यांनाही माहीत नाही, हे सिद्ध झाले, तरच

लोक अन्य पर्यायाचा विचार करतील. इंदिराजींना काढून टाकून त्यांच्या जागी मोरारजी, चरणसिंग, बाबूजी, चंद्रशेखर, फर्नांडिस, मधू लिमये, बहुगुणा यांपैकी कुणाला तरी राज्यावर बसवण्याची जनतेला इच्छा होईलच कशी? इंदिराजींचे राज्य वाईट असेल– नव्हे, आहेच– म्हणून काय लोक मोरारजींना परत पंतप्रधान करतील की काय? लोकशाहीत जर लोकांचेच मत प्रभावी असेल, तर आज लोकांच्या मनात काय खदखदते आहे याचा थोडा तरी विचार तथाकथित लोकशाहीवाद्यांनी करायला नको काय?

लोकांना राज्य करणारी माणसे हवी आहेत– मग त्यांचे राज्य चालविताना थोडा धसमुसळेपणा झाला, तर तिकडेही ते दुर्लक्ष करू शकतात; परंतु राज्य करण्याची कोणतीही लायकी नसताना लोकांनी कुणाला आणि काय म्हणून निवडून द्यावे? महागाई, भ्रष्टाचार, दीर्घसूत्रीपणा या साऱ्यांचा अतिरेक झालेला असूनही या देशातील विरोधी पक्षांना इंदिराविरोधी राजकीय असंतोष पेटविता आलेला नाही आणि तो येणारही नाही. मोर्चे, घेराव, शिबिरे, सभा– या साऱ्यांचे मंत्रसामर्थ्य आता संपलेले आहे. लोक मोर्चाला आता गर्दी करीत नाहीत. रिकामटेकडा वेळ घालविण्यासाठी आणि करमणूक करून घेण्यासाठी सभांना गर्दी करतात. ज्यांनी केवळ नकारात्मक भूमिका घेतल्या आहेत, त्यांच्यामागे धाव घेऊन जनतेची एकदा फसगत झाली आहे. लोकांना समजेल त्या भाषेत कृतिशील राजकारणाचा झेंडा घेऊन जेव्हा कधी या देशात कुणी 'अखेरच्या लढाईसाठी' उभा राहील, त्याला कदाचित इंदिरा गांधींशी मुकाबला करता येईल. शरद जोश्यांसारख्या एका सामान्य माणसामागे नागविल्या गेलेल्या अडाणी शेतकऱ्यांचे प्रचंड बळ कसे उभे राहते याचे रहस्य जेव्हा राजकारण्यांना गवसेल, तेव्हा इंदिरा गांधींच्या पर्यायाचा लोक विचार करील. तोपर्यंत हुकूमशहा असल्या तरी, त्यांचा राज्यकारभार कितीही अधोगतीला गेला, तरी या देशातील सर्वोच्च पदावरून त्यांची हकालपट्टी करणे कुणालाही शक्य होणार नाही.

इंदिरा गांधीचे आजचे सत्तास्थान ही अप्रिय, परंतु एक अपरिहार्य घटना आहे. कारण इंदिरा गांधींजवळ देशाच्या प्रगतीचे निश्चित आलेख नाहीत. त्यांच्याजवळ जिद्द होती, पण स्वप्ने नाहीत. आडदांडपणा होता, पण लोकांकडून प्रचंड कार्य करून घेण्याची कुवत नव्हती. म्हणून निवडणुकीत त्या यशस्वी झाल्या, पण त्यांचे राजशासन यशस्वी झाले नाही. त्या लोकप्रिय राहतील, पण म्हणून देशाचे काही भले होण्याची सुतराम शक्यता नाही. व्यासंगाचा अभाव, बुद्धीशी शत्रुत्व आणि प्रतिभेचे दारिद्र्य यांमुळे देशाच्या जडणघडणीसाठी त्यांच्या लोकप्रियतेचा

काही उपयोग होऊ शकलेला नाही. व्यक्तिश: मला त्यांच्या हुकूमशाहीपेक्षा त्यांची कर्तृत्वशून्यता अधिक धोक्याची वाटते. बांगलादेशाच्या वेळेस त्यांनी घेतलेले निर्णय आणि त्यांचा झपाटा देशाचे प्रश्न सोडविताना कुठेच जाणवत नाही. गचाळ माणसांचा गोतावळा त्यांनी आपल्याभोवती निर्माण केला आहे. त्या माणसांच्या सर्व निर्णयांची आणि दुष्कृत्यांची जबाबदारी घेतल्यावाचून त्यांना गत्यंतर नाही.

लोकशाही की एकाधिकारशाही, निधर्मी शासन की परंपरावादी शासन, समाजवादी अर्थकारण की मिश्र अर्थव्यवस्था– या साऱ्या पुस्तकी भांडणाचा या देशातील विचारवंत अकारण घोळ घालीत आहेत. सर्वच राजकीय पक्षांचे उद्योगपतींशी उत्तम संबंध आहेत. उद्योगपतींकडून पैसे घेऊनच ते पक्ष चालवितात. या पक्षांच्या अनेक वर्षांत साध्या अंतर्गत पक्षीय निवडणुकासुद्धा झालेल्या नाहीत. कामगारांची माथी फिरवून त्यांना अधिकाधिक हावरे बनवणे, उत्पादनात खीळ पाडणे, संघर्षाचे वातावरण तापत ठेवणे आणि पर्यायाने भाववाढीस कारण होऊन सर्वसामान्य जनतेला संकटात लोटण्यास कारणीभूत होणे– हे यांचे उद्योग आहेत. हे उद्योग तथाकथित डाव्या विचारसणीचे लोक करतात. ज्या पक्षाचा अध्यक्ष पक्षाच्या निवडणुका घेण्यास घाबरतो, त्याने लोकशाहीचा भाषा बोलण्यात काय अर्थ आहे? पक्षाच्या आणि व्यक्तीच्या अहंकारासाठी कामगार चळवळ वापरावयाची आणि संघटित कामगारांना व उद्योगपतींना अधिक लुटण्याची संधी मिळवून द्यायची, ही कसली डावी विचारसरणी? डावी विचारसरणी असणाऱ्या एकाही पक्षाने संघटित कामगारांच्या मागण्या आता पुरे झाल्या; आता जे काही मिळवून द्यायचे ते अन्य दुर्बल घटकांनाच मिळवून द्यायचे, अशी कधीही भूमिका घेतलेली नाही. हुकूमशाही पद्धतीनेच कामगारनेतेही वागतात. पक्षीय निवडणुकांना सामोरे जाण्याची ज्यांना भीती वाटते, त्यांनी सार्वजनिक निवडणुकीच्या वेळेस मात्र लोकशाही आणि सामाजिक समतेचा नारा वाजवण्यात खरोखरीच अर्थ नाही. इंदिरा गांधी या सर्व विरोधी पक्षीयांच्या समान शत्रू आहेत, याची विरोधी पक्षीयांना कधीही जाणीव आलेली नाही. मूठभर कवायती सैन्याच्या बळावर इंग्रजांनी शिंदे, होळकर, गायकवाड, भोसले यांना वेगवेगळे गाठून त्यांचा नि:पात केला; इंदिरा गांधी आज तेच करीत आहेत.

संघ, जनसंघ आणि भारतीय जनता पक्ष हे जातीय आहेत; मग मुस्लिम हे उदारमतवादी आहेत काय? त्यांच्याशी समझोता करताना त्यांची धर्मांधता

कुणाच्याही आड येत नाही. किशोर पवार हे अस्सल समाजवादी कामगार पुढारी हरिपाठाच्या उत्सवासाठी शेतकऱ्यांकडून पैसे गोळा करीत आहेत. त्यात आपण काही चूक करतो आहोत, असे त्यांना वाटत नाही. मात्र काँग्रेसवाल्यांनी उसाच्या टनामागे काही पैसे वसूल केले की, एकदम ते तेवढे चोर-दरोडेखोर कसे होतात? इंदिरा गांधी– एवढेच नव्हे, तर अनेक समाजवादी नेते अनेक कर्मकांडांत मश्गूल असतात. ज्योतिषी, मांत्रिक, धर्मगुरू, मुहूर्त, वास्तुशांती या सर्वांपासून मुक्त असलेली समाजवादी माणसे अपवादानेच भेटतात. या देशातील नागरिकांच्या अंत:करणात धर्म, जात, ईश्वर या साऱ्या गोष्टी इतक्या खोलवर रुतून बसलेल्या आहेत की, त्यांचे स्वरूप जरी भिन्न असले तरी परिणाम एकच होतो. सर्वांचेच बोलणे हल्ली ढोंगी वाटू लागले आहे. मनोमय इंदिराजी अत्यंत प्रतिगामी आहेत. ब्राह्मणी श्रेष्ठत्व त्यांच्या रोमरोमांत भिनलेले आहे, धर्मगुरूंचे आशीर्वाद त्यांना लागतात, त्या स्वत: ज्योतिषांचा सल्ला घेतात आणि हे सारे करून त्या पुरोगामी आणि ज्यांना कसलीही कर्मकांडे करायला सवड मिळत नाही, अशी समर्पित माणसे ही प्रतिगामी आणि देशविघातक– हे कोडे कसे काय सोडवायचे?

संघ, जनसंघ आणि आता भा. ज. प.– यांच्या संकटांपेक्षा इंदिराजींचे संकट कमी प्रतीचे आहे असे ज्या मधू लिमये, फर्नांडिस, चरणसिंग, मृणाल गोरे आदी मंडळींना वाटले, त्यांच्या लेखी जातीयतेपेक्षा एकाधिकारशाही हे सौम्य संकट आहे, हे उघडच आहे. मोहन धारिया, चंद्रशेखर, रामधन या तरुण तुर्कांनी मध्यममार्गी मोरारजी, निजलिंगप्पा, रेड्डी, स. का. पाटील या सगळ्यांना प्रतिगामी ठरवून इंदिराजींना पुरोगामीपणाची झूल चढवली. तेच चंद्रशेखर आज इंदिरा गांधींच्या विरोधात आहेत आणि ते ज्या पक्षाचे अध्यक्ष आहेत, त्याच जनता पक्षाचे पंतप्रधान म्हणून मोरारजींची निवड केली होती, हे लोकांनी विसरायचे कसे? निसरडी विचारसरणी, पूर्वग्रह, लोकमानसाचे अज्ञान या तीन राक्षसांनी या समाजवाद्यांच्या चिंधड्या केल्या आहेत. जनतेचा पाठिंबा त्यांना मिळेल, हा त्यांचा भ्रम आहे. भा. ज. प. आणि डावे कम्युनिस्ट यांनी आपली भांडी निदान लपवून ठेवलेली नाहीत. ज्या वेळेला ते लोकांच्या पुढे जातात– तेव्हा त्यांचे म्हणणे लोकांना समजते. पटते किंवा नाही, या प्रश्नाचा निर्णय अजून लागायचा आहे. पण इतर कोणत्याही पक्षांपेक्षा या पक्षांजवळ काही बरी-वाईट जीवनदृष्टी आहे. यांचे राज्य आले तर नेमके काय काय घडेल, याचे लोकांना ज्ञान आहे. लोक त्यांना निवडून देतील किंवा न देतील, हा प्रश्न आज विचारात घेण्याचे

कारण नाही; पण इंदिराजींना भीती आहे, ती याच दोन पक्षांची. भा. ज. प.ने लोकशाही स्वीकारून निवडणुका घेतल्या आणि सदस्यांनी पक्षप्रमुखांना निवडून दिले; परंतु त्यांचे राज्य आले तर त्यांची लोकशाही कशी असेल, याचे चित्र आपण आजही उभे करू शकू.

कम्युनिस्टांची लोकशाही कशी असते, याची प्रात्यक्षिके आज सर्व कम्युनिस्ट राष्ट्रांत पाहायला मिळतात. तेव्हा तो प्रश्न संपलाच आहे. मग या देशात लोकशाही-हुकूमशाही यांचा लढा चालू आहे की, शब्दशूर पुरोगाम्यांचा आणि कृतिबद्ध प्रतिगाम्यांचा किंवा अतिरेकी डाव्यांचा लढा चालू आहे? इंदिराजींनीही आपला राज्यकारभार कोणत्या तत्त्वाने चालला आहे, हे लपवून ठेवलेले नाही. असे असूनही लोक त्यांना भरघोस मते देत आहेत! लोकच लोकशाहीविरोधी मते देतात काय? लढा कुणाचा व कशाचा, याचा आपण काही बोध घेणार की नाही? इंदिरा काँग्रेस पक्षात अगदी लहानसहान निर्णयसुद्धा, '११, सफदरजंग' या कोठीतून घेतले जातात. 'वरून आलेल्या आदेशाचे पालन' हीच खरी लोकशाही, असे अंतुले यांनी परवा मुंबईत निगरगट्टपणे सांगून टाकले आहे. लोकशाही पक्षात एका व्यक्तीच्या आज्ञेचे पालन केले जाते, असे म्हणून अंतुले यांनी 'एकचालकानुवर्ती' संघाला लोकशाहीवादी असे सर्टिफिकेट देऊन टाकले आहे. श्रीमती गांधींना विभूतीचे स्थान देण्यास काही हरकत नाही, असे जेव्हा ते म्हणतात; तेव्हा सरसंघचालकांचा उल्लेख 'परम पूजनीय' म्हणून केला व गुरुदक्षिणा देऊन त्यांच्यापुढे लीन झाले म्हणून काहीच बिघडण्यासारखे नाही. संघाला इतके चांगले शिफारसपत्र आजपर्यंत कोणीही दिलेले नाही.

आज्ञा ऐकण्यात संघवाले इंदिरावाद्यांना कधीही हार जाणार नाहीत. आजपर्यंत मेंढरे म्हणून संघवाल्यांची ज्यांनी अवहेलना केली, तेही मेंढरे बनवण्याचे समर्थक बनलेले पाहून आकाशत पुष्पवृष्टी करण्यासाठी देवांची गर्दी झाली असणार. अंतुल्यांचे बरोबरच आहे. हा विचार त्यांना काही इंदिराप्रेमातून स्फुरला नसेल; हा विचार कुराणात सांगितलेला आहे. महंमदाच्या आज्ञांचे पालन न करणारा जगण्याच्याच लायकीचा नसतो. यापेक्षा अधिक विभूतिपूजा जगातल्या कोणत्याही धर्मात नाही. म्हणून अंतुले यांच्या या उद्‌गारामुळे आम्हाला 'हाय'से वाटले. शाबास अंतुले! लोकशाहीचे नवे अर्थ तुम्ही आम्हाला शिकविलेत आणि आमचा भ्रम दूर केलात, याबद्दल आम्ही तुमचे शतश: आभारी आहोत. आता मुख्यमंत्री म्हणून तुमचे काही काम उरलेच नाही. कोणाचीही समजूत घालण्याचा आता

प्रश्न नाही. आता इंदिराजींनी सांगायचे आणि तुम्ही ऐकायचे. न्यायालयांनी इंदिराजींच्या सूचनेवरूनच निर्णय द्यावेत, त्यातच देशाचे हित आहे– असे तुमचे मत तुम्ही मागेच सांगून टाकलेत. कायद्याची, घटनेची, लोकशाहीची भीती दाखवून जर कोणी इंदिराजींच्या आज्ञेचे पालन केले नाही; तर त्याला 'सजा-ए-मौत' देण्यावाचून काही गत्यंतरच राहणार नाही. या अवनीतलावर निर्माण झालेला अखेरचा फरिश्ता इंदिराजी आहे. त्या चुकू शकतच नाही. प्रत्येक प्रश्नावर त्यांचे मत घेतले की, संपले. कारण तो अल्लाचाच शब्द आहे. एकदा अशा अखेरच्या प्रेषिताच्या शब्दावर विश्वास टाकून जगायची सवय झाली की, मग सारे प्रश्न संपूनच जातात. कठोर आज्ञापालन– अनुशासनपर्व– फरिश्त्याचा जयजयकार!

*(२६ जुलै, १९८१)*

-०-०-०-

## ४३

## पापवृक्षाची गोमटी फळे : इंदिराजी आणि अंतुले

---

काँग्रेसच्या गेल्या तीस-पस्तीस वर्षांच्या कारभारात हिंदुस्थानात भ्रष्टाचाराचा वृक्ष झपाट्याने फोफावत गेला. इतका की, सर्वांनाच या देशाचे काय होणार, याची चिंता वाटू लागली. सदाचाराचे आणि कायद्याचे पालन करून या देशात जगणे आता दुरापास्त झाले आहे. गेल्या पिढीतील काँग्रेसचे सारे पुढारी किती तरी साधे जीवन जगत होते. त्यांच्या गरजाही कमी होत्या. गांधीजींच्या शिकवणुकीत आणि संस्कारांत तयार झालेला काँग्रेस पक्ष– साधेपणाने जीवन व्यतीत करावे आणि डामडौल व उधळपट्टी यांपासून दूर राहावे, अशा वृत्तीने जीवन जगत असे. गांधीजींच्या खादीचे रूपांतर पॉलिएस्टर खादीत झाले. तिसऱ्या वर्गाच्या प्रवासाचे रूपांतर वातानुकूलित कोचमध्ये झाले, साधे जीवन चेष्टेचा विषय होऊ लागले. मांसाहार आणि मद्यपान यांना एक वेगळीच प्रतिष्ठा निर्माण झाली. पूर्वीच्या काळात कार्यकर्ते पदरचे खाऊन समाजाचे कार्य करीत; आता अशा लष्कराच्या भाकरी भाजणे हास्यास्पद झाले आहे.

गांधीजींची हत्या झाली– नव्हे, गांधीजींच्या तत्त्वज्ञानाची हत्या झाली याला काही नथुराम जबाबदार नाही– जबाबदार आहेत काँग्रेसचेच नेते. या देशातील दारिद्र्य हे गांधीजींच्या साऱ्या राजकीय तत्त्वज्ञानाचे सूत्र होते. दरिद्री देशाचे प्रतिनिधित्व करावयाचे, तर माणसाच्या जीवनाशी सुसंगत असेच नेत्यांचे जीवन असले पाहिजे, अशीच त्यांची धारणा होती. त्यांचा कृपाश्रय हवा असणाऱ्यांना इच्छा असो वा नसो– साधेपणाचा अंगीकार करावा लागत होता. पुढाऱ्यांना जाड

सुताड्याचे मळकट कपडे पेहरावे लागत. अंगरक्षकाचा, छैलछबेल्यांचा किंवा चमच्यांचा ताफा बाळगता येत नव्हता. साधे जेवण जेवावे लागत होते. प्रार्थना ऐकाव्या लागत होत्या– कराव्या लागत होत्या. सूतकताईचा देखावा प्रत्येक जण प्रामाणिकपणे करीत होता. राष्ट्रपिता झोपडीत राहत होता आणि राष्ट्रपती एका प्रचंड महालात राहत होता, याची बोच नाही म्हटली तरी सर्वांना लागत होती. गांधीजींचा मृत्यू झाला आणि त्याबरोबर त्यांच्या साऱ्या तत्त्वज्ञानाचा मृत्यू झाला. जुन्या राजांना– संस्थानिकांना– जहागीरदारांना लाज वाटेल, अशा तऱ्हेची जीवनपद्धती गांधीभक्तांना हवीहवीशी वाटू लागली. गांधीजी विज्ञानाचे वैरी होते; कारण त्यांना विज्ञानातून उत्पन्न होणारा हव्यासवाद आणि भोगवाद देशाला बुडवून टाकेल, अशी भीती वाटत होती. गांधीजी  मृत्यू पावले याचा खरा तर काँग्रेसवाल्यांना आनंदच झाला. आता गांधीजींचे भय उरले नाही. व्रती जीवनाचे सतीचे वाण अंगीकारण्याची गरजही आता उरली नाही.

पंडितजींनी कारखानदारी आणली. कारखानदारीबरोबर भोगवादही आला. हा भोगवाद थोपविण्याची शक्ती नेहरूंच्यात नव्हती. नेहरूंच्या दीर्घकालीन राजवटीत एक नवा भोगवादी समाज निर्माण होत होता. नेत्यांचे परदेशी जाणे-येणे वाढले आणि त्या देशांतील अनीतिकारक भोगवादाची येथे लागवड  झाली. जीवनावश्यक वस्तूंपेक्षा चैनीच्या आणि हौसेच्या वस्तूंची कारखानदारी वाढली. परमिट आणि लायसेन्स यांचे एक षड्यंत्र सुरू झाले. काँग्रेसने समाजवादाचा अंगीकार केला, पण प्रत्यक्षात मात्र नव्या भांडवलशाहीची प्रस्थापना केली. त्यांच्याच कारकिर्दीत कैरों, मिश्रा, स. का. पाटील यांसारखे सत्ताधीश थैलीशहा निर्माण झाले आणि नवनव्या उद्योगपतींना गैरपद्धतीने पैसे मिळविण्याचा एक परवाना मिळाला. पंडितजी तत्त्वज्ञानात पुरोगामी होते, पण आचरणात मात्र सर्वथा नव्या भांडवलशाहीला जन्माला घालत होते. त्यांच्याच कारकिर्दीत एका नव्या भ्रष्टाचाराचा जन्म झाला.

काँग्रेसला स्वातंत्र्यानंतर सत्ता मिळाली, ही अगदी नैसर्गिक गोष्ट होती. कारण स्वातंत्र्यप्राप्तीच्या अखेरच्या लढ्यात काँग्रेस अग्रभागी होती. सत्ता मिळाली आणि या देशात लोकशाहीचा प्रयोग सुरू झाला. लोकशाहीत पक्षाचे महत्त्व वाढले. त्याचबरोबर निवडणुकाही आल्या. निवडणुकीचे तंत्र अजून विकसित झालेले नव्हते. म्हणून पहिल्या निवडणुकीत पैशाचा गैरवापर करणे फारसे घडले नाही. लोकमानसात काँग्रेसने केलेल्या त्यागाची नोंद होती. प्रत्यक्षात सत्ता मिळाली, तेव्हा काँग्रेसमध्ये बरेचसे व्यापारी वृत्तीचे लोकही घुसले होते. स्वातंत्र्य मिळविण्याच्या चळवळीत

बजाज, बिर्ला अशा चतुर उद्योगपतींनी व्यापारी हिशेबाने पैसा गुंतविला होता. त्या पैशाची वसुली स्वातंत्र्य मिळताक्षणीच त्यांना करायला आरंभ केला. मोठ्या सावधगिरीने आणि चातुर्याने आपल्या पसंतीचे अनेक उमेदवार त्यांनी निवडून आणले. निवडून आलेल्या अनेक लोकप्रतिनिधींना त्यांनी विकतही घेतले. स्वदेशी उद्योगधंद्यांच्या नावावर उद्योगपतींनी नवनवे उद्योगधंदे काढण्याचे परवाने मिळविले आणि उद्योगाची साम्राज्ये निर्माण केली. या देशात घडलेल्या दुसऱ्या सार्वत्रिक निवडणुकीपर्यंत काँग्रेसच्या त्यागाचे वलय संपले आणि संघटनेच्या नावाखाली चतुर अशा व्यापारी वृत्तीच्या राजकारण्यांच्या हातांत काँग्रेस संघटना जात चालली. कोणत्याही उपायाने निवडणुका जिंकणारा व पक्षकार्यासाठी पैसा उभा करू शकणारा हा त्या-त्या राज्यात सर्वश्रेष्ठ काँग्रेस पुढारी झाला. गांधीवादाचा वसा घेतलेले प्रामाणिक कार्यकर्ते राजकारणातून झपाट्याने बाहेर फेकले गेले.

पक्षसंघटनेसाठी पैसा लागतो, निवडणुकीसाठी पैसा लागतो आणि राजकीय काम करणाऱ्या पुढाऱ्यांना किमान सुविधा देण्यासाठीही पैसा लागतो, हे तत्त्व स्वीकारले गेले आणि पैसा हे राजकारणाचे नवे सूत्र बनले. काँग्रेस पक्षाच्या निरनिराळ्या ठिकाणच्या कोषाध्यक्षपदी समाजाची लूट करणारे उद्योगपती जाऊन बसले. लूट करण्याचा एक अधिकृत परवाना काँग्रेसजनांना देण्यात आला. अनवाणी चालणारे कार्यकर्ते एकदम एअरकंडिशन्ड आलिशान गाड्यांतून फिरू लागले. काँग्रेस कार्यकर्त्यांच्या अंगावरची चरबी वाढली. त्यांना धुळीचा आणि उन्हाचा त्रास होऊ लागला. या देशातील ठिकठिकाणच्या काँग्रेसकचेऱ्या धनवंतांच्या व्यापारी डावपेचांची केंद्रे झाली. सर्वच ठिकाणचे सरकारी अधिकारी काँग्रेस कार्यकर्त्यांच्या सूचनेनुसार सरकारी धोरण राबवू लागले. सहकार चळवळ हे संपत्तीचे नवे केंद्र काँग्रेस कार्यकर्त्यांना उपलब्ध करून देण्यात आले. त्यामुळे प्रचंड प्रमाणावर सरकारी पैसा काँग्रेस कार्यकर्त्यांना उपलब्ध झाला. काँग्रेस कार्यकर्ता असणे हे किफायतशीर आहे, हे कळल्याबरोबर अनेक व्यापाऱ्यांनी काँग्रेसमध्ये आपले बस्तान बसवून घेतले व काँग्रेस कार्यकर्त्यांच्या भागीदारीत नवनवे धंदे सुरू केले. अल्प व्याजात सरकारी भांडवल हवे तसे वापरायला मिळाल्यामुळे या देशात आवश्यक आणि अनावश्यक सरकारी उद्योगधंद्यांचे जाळे निर्माण झाले. सहकारी सोसायट्या, बँका, साखर कारखाने यांच्या साह्याने सर्व तऱ्हेच्या निवडणुका जिंकणे काँग्रेसवाल्यांना सोपे झाले.

नेहरूंच्या काळातच या भ्रष्टाचारी राक्षसाचा जन्म झाला आणि तोंडाने

समाजवाद आणि कृतीने भांडवलशाहीचा पुरस्कार– असे एक ढोंगी राजकारण या देशात सुरू झाले. एके काळी राजकीय पुढाऱ्यांबद्दल लोकांत आदर होता, कारण नि:स्वार्थी आणि सेवार्थी लोकांचा तो एक धर्म होता. हळूहळू राजकारणाला व्यापाराचे स्वरूप आले. खादीचे कपडे वापरणे, हे पापी माणसाचे संरक्षक कवच बनले. स्वातंत्र्यसैनिक किंवा देशभक्त म्हणवून घेण्यास स्वातंत्र्याच्या चळवळीत हवापालट म्हणून घडलेला तुरुंगवास उपयुक्त ठरू लागला. गांधी हे बजाज, बिर्लांकडून पैसे घेत आणि राजकीय चळवळी चालवत, म्हणून सर्वच राजकीय पुढारी उद्योगपतींचा आश्रय घेऊ लागले. जयप्रकाशजींसारख्या खऱ्याखुऱ्या गांधीवादी माणसालासुद्धा गोएंकाशेठच्या एक्स्प्रेस टॉवरमधील सव्विसाव्या मजल्यावरील आलिशान महालात राहणे किंवा परदेशी बनावटीच्या मर्सिडिस गाडीतून फिरणे, यात अनैतिक असे काही वाटेनासे झाले. पंतप्रधान मोरारजी सरकारी दौऱ्यावर असतानादेखील किर्लोस्करांसारख्या उद्योगपतींकडे राहण्याचे समर्थन करू लागले. कोणत्याही राजकीय पुढाऱ्याने– सार्वजनिक कार्यासाठी का होईना– पैसे मागितले की, उद्योगपती मोठ्या खुशीने पुरवतात, कारण त्याहून अधिक पैसा मिळविणे या राजकीय पुढाऱ्यांमार्फत सोपे असते. दिल्लीच्या राजधानीत उद्योगपतींचे प्रतिनिधी असतात आणि कोणत्याही राजकीय पुढाऱ्यांचे, सरकारी अधिकाऱ्यांचे किंवा पक्षधुरीणांचे लाड पुरविणे, हेच त्यांचे काम असते. या प्रतिनिधींना सचिवालयातल्या कोणत्याही कक्षात मुक्तद्वार असते आणि कोणत्याही फायली त्यांना उपलब्ध असतात. मंत्र्यापासून ते संत्र्यापर्यंत, बाई-बाटलीसारख्या क्षुद्र गोष्टीपासून ते सारे विकृत चाळे पुरविण्यासाठी खास अतिथिगृहे निर्माण करण्यात आली आहेत. राजकीय पुढारी ही माणसेच आहेत आणि त्यांनी थोडी मौजमजा केली तर काय बिघडले, असे एक सोईचे तत्त्वज्ञान निर्माण झाले आहे. भोगवादाला समर्थन देणारे तत्त्वज्ञान पैदा झाले.

काँग्रेसला सत्ता मिळाली आणि ती सत्ता हळूहळू रुजत गेली, त्याबरोबर ती सत्ता कुजू लागली आणि त्याची दुर्गंधी जीवनातल्या सर्वच क्षेत्रांत उमटू लागली. राजकारण करायचे म्हणजे हे सारे करावेच लागणार, हे तत्त्वज्ञान अधिकृतपणे सर्व राजकीय पक्षांनी अंगीकारले. काँग्रेस पक्षाला धनिकांचा पाठिंबा होताच, शिवाय सर्व सरकारी साधने त्यांना वापरता येत होती. पण विरोधी पक्षसुद्धा निवडणुकीच्या झुंजीत सामील होताना उद्योगपतींचाच पैसा वापरत होते. या देशातील निवडणुकीला एवढी प्रचंड रक्कम लागते की, ती गोळा करणे कोणलाही शक्य नाही. विरोधी पक्ष कामगार संघटनेच्या बळावर उद्योगपतींशी

सौदेबाजी करीत असतात आणि उद्योगपतीही विरोधी पक्षाला साह्य करून आपल्या सामाजिक लुटीत सामील करून घेतात. थोडक्यात, या देशातील लोकशाहीच समाजवादाचा गळा घोटत होती. श्रीमंतांना अधिक श्रीमंत केल्याचा आरोप विरोधी पक्ष काँग्रेस पक्षावर करीत होते, परंतु त्या कृतीत विरोधी पक्षही सहभागी होता. या देशाच्या स्वातंत्र्याच्या राजकीय प्रवासात जो राजकीय भ्रष्टाचाराचा वृक्ष वाढला होता, त्याला इंदिरा गांधींच्या राज्यात सत्तेची कटू फळे आली. आपल्या बापाच्या कारकिर्दीत ज्यांनी राजकीय लूट केली, त्यांना इंदिराजींनी हाकलून दिले आणि नवे लुटारू आपल्या पक्षात सामील करून घेतले. भारतीय राजकारणात भ्रष्टाचारी संपत्तीने खोलवर मूळ धरले होते. काळाबाजार करणारे, स्मगलर्स, दारू-व्यापारी अशांचा इंदिराजींनी आपल्या राजकारणासाठी उपयोग करून घेतला. त्यामुळे तो सर्व काळा पैसाही राजकारणात आला. व्यवसायाची तत्त्वे पाळून उद्योगपतींना व्यवसाय करावा लागतो, तसे कोणतेच नियम काळ्या पैशाला लागू नाहीत. या काळ्या पैशाच्या बळावर इंदिराजींनी एक पर्यायी अर्थव्यवस्था निर्माण केली आणि आज ती पर्यायी अर्थव्यवस्थाच देशाच्या अर्थकारणाचा कणा होऊन बसली आहे.

संजय गांधी हा एक हुच्च आणि जंगली माणूस. त्याला या पर्यायी अर्थव्यवस्थेत गुंतलेल्या गुंड माणसांनी स्वीकारले, कारण संजयची आणि त्यांची मनोवृत्ती एकच होती. संजय आणि त्याचे नवे टोळके कसल्याही नीतिमत्तेची भाषा बोलत नसे, कारण भांडवलशाही म्हटली तरी तिलाही काही बरे-वाईट संकेत आहेत. या संकेतांचा स्वीकार करावयाचे म्हटले, तर प्रस्थापित भांडवलशाही बंधनांचा स्वीकार करावा लागेल. संजय गांधीला समाजवादी दबाब जसा नको होता, तसाच भांडवलशाही शक्तीचाही दबाब नको होता. या आर्थिक कृष्णशक्तीच्या बळावर त्याने हात-पाय हलवायला सुरुवात केली आणि उद्योगपतींच्याही तोंडचे पाणी पळविले. उद्योगपतींना आपल्या गैरव्यवहाराला सत्तेची गरज लागते आणि तिची किंमत द्यायला ते तयार असतात. आपल्या लुटीचा काही भाग संघटित कामगारशक्तीलाही त्यांना द्यावा लागतो. सामाजिक सहानुभूती मिळविण्यासाठी अधून-मधून सामाजिक औदार्यही दाखवावे लागते. पण संजय गांधींनी ज्या कृष्णशक्तीचा आधार घेतला, त्या कृष्णशक्तीला कशाचीच गरज नव्हती. एका व्यक्तीच्या सत्ताकेंद्राची उभारणी करताना ती शक्ती कसलाही विधिनिषेध बाळगीत नाही. सैनिक, पोलीस आणि गुंड यांची ते एक प्रचंड संघटना निर्माण करतात. या संघटनेच्या बळावर एक सामाजिक दहशत निर्माण करणे, हे त्यांचे सूत्र

असते. असे दहशतीचे वातावरण संजय गांधींना पसंत होते. मात्र, लोकशाहीचा देखावा करता येत नव्हता. लोकशाहीचे संपूर्ण शिल्प उद्ध्वस्त केल्याशिवाय ही कृष्णशक्ती समाजावर सर्वंकष ताबा मिळवू शकत नाही. इंदिरा गांधी आणि संजय गांधी यांच्या मनोवृत्तींत फरक आहे तो ही असा की, इंदिरा गांधींना लोकशाहीचा एक बाह्य देखावा हवा आहे आणि संजय गांधीला तो नको होता. लोकशाहीचा बाह्य देखावा असण्याचा फायदा असा की, त्यामुळे जगातील लोकशाही-शक्तींशी संवाद राखता येतो आणि देशातील सर्वसामान्य नागरिकांना भुलविता येते. आणीबाणी आली ती संजयच्या सूचनेवरून. आणीबाणीत जे नागडे अत्याचार घडले, त्यालाही मुख्यत्वे जबाबदार संजय गांधींच्या प्रभावळीत निर्माण झालेले असंस्कृत आणि गुन्हेगारी प्रवृत्तीचे गुंडच. आणीबाणीची आणि आणीबाणीतील अत्याचारांची किंमत इंदिराजींना द्यावी लागली. मग एक गोष्ट त्यांच्या लक्षात आली की, संजय गांधीचा रस्ता धोक्याचा आहे. त्या मार्गाची आपल्या देशात गरजच नाही. उलट, लोकशाहीच्या बुरख्याआड हुकूमशाही राज्यकारभार अधिक किफायतशीरपणे करता येतो. इंदिरा गांधी आणि संजय गांधी यांच्यात काही संघर्ष होण्यापूर्वीच इंदिरा गांधींच्या मार्गातून संजय गांधी दूर झाला, परंतु संजय गांधीने राजकारणात आणलेले हे तत्त्वज्ञान अजून हाकलले गेलेले नाही. तरुण रक्ताला वाव देण्याच्या निमित्ताने संजय गांधीने राजकारणात जे गुंड घुसविले, त्यांचा इंदिरा गांधींच्या राजकारणावर अजूनही प्रभाव आहे. स्वत:चा फायदा साधून का होईना, पण इंदिरा काँग्रेस पक्षावर आणि इंदिरा गांधींवर प्रेम करणारे इंदिरा गांधींचे एके काळचे सर्व सहकारी आज अज्ञातवासात गेले आहेत. नीतीची, सभ्यतेची किंवा शिष्टाचाराची कसलीच दिक्कत नसणारे संजय गांधीचे चाहते आज ठिकठिकाणी सत्तेवर आहेत.

गुंडू राव काय, अर्जुनसिंह काय किंवा अंतुले काय– ही माणसे म्हणजे संजय गांधींच्या राजकारणाचेच अवशेष होत. या देशातील सर्वच राज्यांचा कारभार काँग्रेसने लावलेल्या एका भ्रष्टाचारी राक्षसाच्या हातात गेलेला आहे. आम्ही करतो तो भ्रष्टाचार नाही, तर हीच राष्ट्राची गरज आहे, असे म्हणण्याची हिंमत अंतुले दाखवितात; हे त्यांच्या संजय गांधीच्या निष्ठेचे फळ आहे.

'शरद पवारसुद्धा टनामागे दोन रुपये साखर कारखानदारांकडून घेत होते.' हे अंतुल्यांचे समर्थन म्हणजे; 'इतर लोक इतके खून करतात, मलाच एकट्याला शिक्षा का?' असे म्हणण्यासारखे आहे. सहकारी साखर कारखान्यांतील पैसा नव्हता शरद पवारांच्या बापाचा, ना अंतुल्यांच्या पितामहांचा. ग्राहकांना

पापवृक्षाची गोमटी फळे : इंदिराजी आणि अंतुले / २३९

साखर दुर्मिळ व महाग झाली होती किंवा शेतकऱ्यांना उसाचा योग्य दर मिळत नव्हता, याची खंत पवारांना नव्हती आणि अंतुल्यांनाही नाही. शेतकऱ्यांनी टाचा घासून मरावे किंवा ग्राहकांनी भडकत्या महागाईविरुद्ध बोंब ठोकावी; पण मला काय त्याचे, अशी वृत्ती राज्यकर्त्यांनी ठेवली. शेतकऱ्यांनी कष्टाने पिकवावे– ग्राहकांनी काळ्या बाजारात साखर घ्यावी आणि पवार, अंतुले यांनी उदार राज्यकर्ते अशी वाहवा मिळवावी, अशी यांची अपेक्षा दिसते. कायदे करणारे हेच, मोडणारेही हेच आणि त्याबद्दलचा निवाडा करणारेही हेच. साखर कारखान्यांतून लुटलेल्या पैशावर इंदिराजींच्या नावाने अंतुले 'चांगभले' म्हणणार आणि आपल्या चाहत्या लेखकांना व कलावंतांना खिरापत वाटणार; तरीही आपली करणी न्याय्य आहे आणि वर्तमानपत्र आपल्याबद्दल गैरप्रचार करतात, अशी बोंब मारणार.

अंतुले काहीही म्हणू देत, पण सिमेंटच्या प्रत्येक गोणीमागे त्यांनी किंवा त्यांच्या हस्तकांनी चाळीस रुपये वसूल केले आहेत, ही गोष्ट केव्हाही सिद्ध करता येण्यासारखी आहे. पण हे सिद्ध करून उपयोग काय? हे सिद्ध झाले तरी यांना शिक्षा कोण करणार? शंभर रुपये लाच खाणाऱ्या कारकुनाला शिक्षा करण्यात या देशाचे शासन धन्यता मानते; पण कोट्यवधी रुपयांची लाच खाणाऱ्या मंत्र्यांविरुद्ध आरोपपत्र सादर करण्याची हिंमत कोणत्याही शासनकर्त्यात नाही. कारण ज्यांच्या हातात शासनयंत्रणा आहे, तेच मुळात अट्टल गुन्हेगार आहेत. सुप्रीम कोर्टाच्या एखाद्या न्यायाधीशासमोर सिमेंटचा लाचखोरीचा व साखर कारखानदारांकडून लुबाडलेल्या पैशाचा खटला खरोखरीच उभा राहिला आणि न्यायासनावर जर दबाव आला नाही; तर अंतुले मुख्यमंत्रिपदावर राहोच, पण बाहेरसुद्धा राहणे शक्य नाही. पण अंतुल्यांना शिक्षा करणारे न्यायालय मात्र या देशात नाही, कारण या देशातील सर्वोच्च न्यायमूर्ती चंद्रचूड नसून इंदिरा गांधी याच आहेत. समोरच्या न्यायाधीशाला उद्देशून लोकमान्य म्हणाले होते की, "या न्यायालयापेक्षा वरती एक उच्च न्यायालय आहे आणि ते मला निर्दोषी सोडेल." तसेच अंतुल्यांवर खटला भरला आणि जरी इंदिरा गांधींनी इथल्या न्यायालयात त्यांची मुक्तता केली; तरी जे वरती खरे उच्च न्यायालय आहे, ते अंतुल्यांनाच काय पण इंदिरा गांधींनासुद्धा अफरातफर, लाचखोरी आणि अनेक कलमांखाली शिक्षा करील.

काँग्रेसने जो भ्रष्टाचाराचा एक वृक्ष लावला, त्याने हा देश पार पोखरून टाकलाय. केवळ राज्यकर्तेच नव्हे, तर सारे प्रजाजन हव्यासी आणि हावरे झाले

आहेत. कोणाचे लुबाडून का होईना, पण आमचे घर भरा– अशीच प्रत्येकाची मागणी आहे. अशा देशाला लोकमान्य टिळक किंवा महात्मा गांधी या जातीचा पंतप्रधान उपयोगाचा नाही; त्यांना इंदिरा गांधींसारखाच पंतप्रधान आणि अंतुल्यांसारखाच मुख्यमंत्री हवा.

*(१३ सप्टेंबर, १९८१)*

-०-०-०-

४४

# अंतुले गेले! नव्या हुजऱ्याचा शोध चालू!

कोणत्याही दुष्कृत्यास बेकायदा आणि अनीतिमान असे दोन निकष असतात. अनीतिकारक कृत्यांमुळे अंतुल्यांना शिक्षा भोगावी लागेल, असे मला कधीही वाटत नव्हते आणि इंदिराजी अशा कारणासाठी कोणाचीही हकालपट्टी करणे शक्य नव्हते. अंतुले हे इंदिरा कारभाराचे एक प्रतीक आहे. त्यांना आपणहून हलवले, म्हणजे आपणच आपल्या शासनाच्या अनीतिकारक कृत्यांना मान्यता देण्यासारखे आहे. परंतु अनीती जेव्हा बेकायदेपणाचा शिक्का घेऊन जगजाहीर होते, तेव्हा कायद्याने चालणाऱ्या राज्यात अपरिहार्य निर्णयांना तोंड द्यावे लागते. न्या. लेंटिन यांच्यापुढे बाबूराव सामंत आणि मृणाल गोरे यांचा जो अर्ज विचाराधीन होता, त्याचा निकाल लागल्यामुळे महाराष्ट्रातील नेतृत्वात बदल होण्याची आता वेळ आली आहे. हा लेख प्रसिद्ध होईपर्यंत इंदिरा काँग्रेस विधिमंडळ पक्षाची बैठक होऊन महाराष्ट्राचा नवा नेता नियुक्त होईल. आजपर्यंत जी परंपरा आहे, तीनुसार महाराष्ट्रात इंदिराजींच्या मर्जीतील कोणी तरी मुख्यमंत्री येऊन बसेल. पण एक झाकला आणि दुसरा उघडला, म्हणून त्यात फार मोठा बदल होणार नाही. इंदिराजींच्या शासनाची दिशा ठरलेली आहे. नवा नेता महाराष्ट्रात लोकप्रिय नसला तरी चालतो; तो इंदिरा गांधींना प्रिय असला, म्हणजे झाले. कारण महाराष्ट्रातील इंदिरा काँग्रेसचे आमदार स्वत:च्या बुद्धीने काही निर्णय घेऊ शकतील, असे मानता येणार नाही. इंदिराजींच्या खास निरीक्षकांनी मुंबईत यायचे व इंदिराजींनी ठरविलेल्या नेत्याला अनुकूल हवा निर्माण करून

त्याचा रस्ता खुला करायचा, याच मागील प्रकाराची पुनरुक्ती याही वेळेस होईल.

न्यायालयाच्या निर्णयानुसार राजकारणात बदल करण्याची आवश्यकता नाही, अशी सूचना विधान परिषदेचे अध्यक्ष गवई यांनी इंदिराजींना तार पाठवून केली. या सूचनेत किती मूर्खपणा आहे, याची त्यांना कल्पना नसावी. शासकीय कामकाजाच्या पद्धतीबद्दल ज्या मुख्यमंत्र्याला दोषी ठरविण्यात आले आहे, त्याचेच मुख्यमंत्रिपद कायम ठेवावे, अशी सूचना गवई यांनी उपहासाने तर केली नसेल? का इंदिरा गांधींच्या मनातील इच्छा गवई बोलून दाखवीत आहेत? अलाहाबाद हायकोर्टाचा निकाल पंतप्रधान इंदिरा गांधींच्या विरुद्ध लागला, म्हणून त्यांनी तरी कोठे पंतप्रधानपद सोडले? उलट, पंतप्रधानपद सोडावे लागू नये म्हणून त्यांनी देशात आणीबाणी पुकारली. अंतुल्यांवर हायकोर्टाने ठपका ठेवला, म्हणून त्यांना काढून टाकण्याची नैतिक भूमिका घेण्याचे इंदिराजींना फारसे कारण नाही; पण इंदिराजींना अंतुले हे आता ओझे झालेले आहे. त्यांच्या मनात काय चालले आहे, हे तर्कशास्त्राच्या आधाराने शोधणे अशक्य आहे.

एक गोष्ट खरी की, महाराष्ट्राच्या नेतृत्वात बदल करण्याची जी हिंमत विरोधी पक्षात नव्हती, ती हिंमत न्या. लेंटिन यांनी दाखविली. त्यामुळे न्यायालयाची प्रतिष्ठा थोडीफार उरंचावली आहे. सुप्रीम कोर्टाने मध्यंतरी सरकारला अनुकूल असे दोन महत्त्वाचे निर्णय दिले, त्यामुळे न्यायालयीन स्वायत्ततेबद्दल शंका निर्माण झाल्या होत्या. त्या पूर्णपणे फिटलेल्या आहेत, असे नाही; पण मुंबई हायकोर्टाने हा अभूतपूर्व निर्णय घेऊन या देशातील लोकशाही थोडीफार शिल्लक आहे, हे दाखवून दिले. त्याबद्दल न्यायालयाचे आभारच मानले पाहिजेत. राजाने संशयातीत असावे, असे भारतातील राजनीती सांगते. परंतु आपल्या लोकशाहीत सत्ताधीशांवर नुसता संशय व्यक्त करून भागत नाही, तर आरोपही सिद्ध करावे लागतात. नगरवाला आणि ललित नारायण मिश्र या दोन राजकीय हत्या होत्या. त्या गुन्ह्यांचे खापर स्वीकारायला कोणी तयार झाले नाही किंवा कोणी तसा आरोप करून न्याय मागण्याचा प्रयत्नही केला नाही. गैरकारभाराची चौकशी होऊन, त्यामध्ये गुन्हा शाबीत होऊन हकालपट्टी झालेले अंतुले हे कदाचित पहिले मुख्यमंत्री ठरतील.

या सर्व प्रकरणाचा बोध आपण काय घ्यावा? भ्रष्टाचार करू नये हा; की भ्रष्टाचाराचा आरोप सिद्ध होऊ देऊ नये, हा? भारतातील इंदिरा शासनातील अनेक मुख्यमंत्र्यांनी याहीपेक्षा फार भयंकर भ्रष्टाचार केलेले आहेत, पण ते

आरोप काही सिद्ध होऊ शकलेले नाहीत. म्हणजे चातुर्यात अंतुले कमी पडले, एवढाच त्याचा अर्थ. सिमेंट आणि साखर एवढी दोन प्रकरणे बाहेर आली, म्हणजे बाकी सारा कारभार शुद्ध होता, असे मुळीच नाही. एखाद्या काडीने उंटाचा भार सहन करण्याची क्षमता संपते आणि तो उंट खाली बसतो. ज्या सिमेंट वाटपाच्या भ्रष्टाचाराचा गवगवा झाला, ते एकंदर इंदिरा शासनातील एक क्षुल्लक प्रकरण आहे. पण हे प्रकरण विरोधकांपेक्षा अंतुल्यांनीच अधिक रंगविले, असे म्हटले पाहिजे. 'फुटक्या तोंडाने फुकट गेलेला मुख्यमंत्री' अशा आशयाचा एक लेख 'सोबत'च्या वाचकांनी वाचलेला आहे. आज त्याचे पुन्हा स्मरण करून देणे आवश्यक आहे. कारण भ्रष्टाचाराने अंतुल्यांचे मुख्यमंत्रिपद गेलेलेच नाही; त्यांचे मुख्यमंत्रिपद गेले ते त्यांच्या अनैतिक गोष्टींच्या उन्मत्त बडबडीमुळे. त्यांच्या राज्यकारभाराची लक्तरे त्यांनी आपणहूनच वृत्तपत्रांत आणून धुतली आणि आपले मुख्यमंत्रिपद गमावले.

महाराष्ट्राला आजपर्यंत इतक्या फुटक्या तोंडाचा मुख्यमंत्री मिळालेला नाही. अंतुले हे इतर मुख्यमंत्र्यांपेक्षा राज्यकारभारात फारसे वेगळे नाहीत, परंतु आपली प्रतिमा निर्माण करण्याच्या बाबतीत मात्र अगदी वेगळे आहेत. एक भन्नाट, साहसी आणि बिनधास्त ठगाची प्रतिमा त्यांनी आपल्या बोलण्याने निर्माण केली. त्या प्रतिमेचे त्यांना काही फायदे मिळाले. अशा तऱ्हेची प्रतिमा लोकांना आवडते– जशी ती 'शोले' या चित्रपटातील गब्बरसिंगाची आवडते. शिष्टमान्य संकेत धुडकावून लावणारा, शक्तीचे अवाजवी प्रदर्शन करणारा व मानापमानाच्या चुकीच्या कल्पनांतून आव्हाने-प्रतिआव्हाने देणारा बलदंड गुलजार माणूस भित्र्या समाजाला निश्चितच आवडतो. त्यामुळे अंतुल्यांना लोकप्रियता लाभली. पण त्या लोकप्रियतेचा लोकशाही शासनाला फारच उपसर्ग होऊ लागला. इंदिराजींनीही आपली आडदांड प्रतिमा उभी केली आहे. त्याची जवळपास सवंग नक्कल अंतुल्यांनी महाराष्ट्रात केली.

इंदिराजींजवळ चातुर्य आहे. नम्रता-उन्मत्तपणा, आंजारणे-गोंजारणे-झिडकारणे किंवा हौतात्म्याचा देखावा करणे– असे नाटकाचे वेगवेगळे प्रवेश त्या करीत असतात. पण या नायिकाप्रधान नाटकात आपणच कर्ती-करविती आहोत, याचे भान त्या कधी सुटू देत नव्हत्या. आपल्यापेक्षा बुद्धीत, प्रतिभेत आणि कर्तृत्वात वरिष्ठ असणाऱ्या प्रतिस्पर्ध्याचे चारित्र्यहनन त्या परस्परच करवीत असत. अंतुल्यांनी इंदिराजींकडून काही धडे घेतले आहेत, असे दिसत नाही. त्यामुळे महाराष्ट्रात कधी नव्हे ते त्वरित निर्णय घेणारे नेतृत्व निर्माण होऊनही प्रत्यक्षात ते हास्यास्पद

ठरले. अंतुल्यांच्या भोवतालची चांगली व हुशार माणसे हळूहळू हाकलली गेली आणि उरले ते फक्त लाचार हुजरे. अंतुल्यांना सबुरीचा सल्ला देणारा एकही सल्लागार त्यांच्याजवळ उरला नाही. वास्तविक, महाराष्ट्राचे मुख्यमंत्रिपद ही काही लहान-सहान गोष्ट नाही. शिवाय इंदिरा गांधींचे आशीर्वाद पाठीशी होते. तरीही महाराष्ट्रातील बुद्धिवान व कर्तृत्ववान माणसांना अंतुले विश्वासात घेऊ शकले नाहीत. सहमंत्र्यांची त्यांनी जी निवड केली, त्यांत अनुभवी किंवा वाक्चतुर माणसे अभावानेच होती. सभागृहात आपल्या वक्तृत्वाने विरोधी पक्षाचा आवेश ओसरवून टाकण्याची क्षमता तर कोणाजवळच नव्हती.

अंतुले मुख्यमंत्रिपदावरून हाकलले गेले, हा आपला फार मोठा विजय आहे, असे विरोधी पक्षीयांनी मानण्याचे कारण नाही. उलटपक्षी, अंतुले रोज काही तरी विक्षिप्त विधाने करून विरोधी पक्षीयांची प्रतिमा उजळीत होते. वसंतराव नाईकांसारखा अबोल आणि कार्यक्षम मुख्यमंत्री असता, तर आजचे सर्व विरोधी पक्ष अधिकच नैराश्यग्रस्त झाले असते. घडले आहे ते महाराष्ट्राच्या हिताचेच घडले आहे, असे आम्हाला म्हणवत नाही. येणाऱ्या मुख्यमंत्र्याला शुभेच्छा देताना जाणाऱ्या मुख्यमंत्र्याला शिव्या दिल्याच पाहिजेत, असे थोडेच आहे? का कुणास ठाऊक, सर्वसामान्य जनतेला प्रत्यक्ष फारसे काही न करताही इंदिराजी जशा जवळच्या वाटतात तसेच अंतुल्यांबद्दलही वाटत होते. अनीतीच्या मार्गाने असेल, पण अंतुले यांनी महाराष्ट्रातील अनेक सर्वाजनिक संस्थांना मुक्तहस्ताने मदत केली आहे. आणि ज्या-ज्या गरजू व्यक्ती त्यांच्यापर्यंत पोचू शकल्या, त्या सर्वांना 'सब घोडे बारा टक्के' पद्धतीचा हात पोचू शकला. अंतुले गेल्यामुळे कदाचित पत्रकार, बुद्धिवादी, विचारवंत यांना हर्ष झाला असेल. जणू काही लोकशाही आता मार्गावर आली, असे वाटू लागले असेल; पण सर्वसामान्य माणसाला लोकशाही-हुकूमशाही असल्या सर्व चर्चेत स्वारस्य नसते. राजसत्ता किती जवळ आहे, या जाणिवेवर ते संतुष्ट असतात. म्हणून सर्वसामान्य माणसांची प्रतिक्रिया 'अरेरे' अशीच होईल, कारण अंतुले त्यांना जवळचे वाटत होते.

राजकारणी माणसाने तोंडावर किती ताबा ठेवायला पाहिजे याचा एक धडा महाराष्ट्राला मिळाला. आपल्याला जे-जे घडायला हवे असते, ते-ते दुसऱ्याकडून घडवून घ्यायचे, या गोष्टीचा अंतुल्यांना विसर पडला. म्हणजे, होणाऱ्या प्रत्येक श्रेयात आपला वाटा राहावा आणि अपयश किंवा नामुश्की दुसऱ्यावर ढकलता यावी. अंतुले साऱ्या नामुश्कीचे धनी झाले आणि यश मात्र त्यांच्यावर रुसून बसले.

**अंतुले गेले! नव्या हुजऱ्याचा शोध चालू! / २४५**

असो. एक पर्व संपत आले आहे. त्यातील कडू-गोड आठवणी शिल्लक आहेत. नायक होण्याची आकांक्षा बाळगणारे अंतुले खलनायक ठरावेत, असे सुरस नाटक त्यांनीच घडवून आणले. म्हणून असे म्हणावेसे वाटते की, अंतुल्यांची पुढची वाटचाल मानहानीची होऊ नये अशी जर त्यांची इच्छा असेल, तर नायक होण्याचा हव्यास त्यांनी सोडून दिला पाहिजे आणि तोंडावर ताबा ठेवला पाहिजे. इंदिराजी आपल्या या लेकराला अगदीच वाऱ्यावर सोडणार नाहीत– निदान त्यांनी सोडू नये– कारण असे अमर्याद इमान अंतुल्यांसारखी माणसेच देऊ शकतील. आणि, इंदिरा गांधींना असल्याच इमानाची आज गरज आहे.

(२४ जानेवारी, १९८२)

- ०-०-०-

## ४५

## संजयचे नाव पुसायचे, राजीवचे लिहायचे–
## आहे काय, नाही काय!

संजय गांधी हे नाव खरे तर केव्हाच विसरून गेले आहे. संजय निराधार योजनेच्या निमित्ताने अधून-मधून संजय गांधी यांचे नाव ऐकू येते. परंतु या देशात मध्यंतरी काही भयंकर प्रकार घडून गेला, याचे आता हळूहळू विस्मरण होऊ लागले होते आणि त्या संकटाचे नाव होते संजय गांधी. संजय गांधींच्या खोट्या प्रेमापोटी संजय गांधी-भक्तांचे मेळावे भरविण्याची कल्पना काढण्यात आली आणि संजय गांधींच्या पत्नी मेनका यांना हाताशी धरून लखनौ येथे एक मेळावा भरविला गेला.

संजय गांधी जेव्हा सत्तेत लुडबुड करीत होते, तेव्हा इंदिरा काँग्रेस पक्षाला त्यांची गरज होती व त्यांच्या आरत्या ओवाळण्याचे काम मंत्र्यांपासून ते संत्र्यांपर्यंत सर्व जण करीत होते. इंदिरा गांधींपेक्षाही संजय गांधी हे त्या वेळेस महत्त्वाचे सत्ताकेंद्र झाले होते. 'संजय गांधींचा शब्द म्हणजे प्रेषिताचा शब्द' असा कालखंड येऊन गेला. उद्धटपणा, कटकारस्थाने, भयभीत करून आपले वजन वाढविण्याची युक्ती– असे अनेक प्रकार संजय गांधींच्या बाबतीत घडत होते.

संजय गांधी हा कोणी अलौकिक बुद्धीचा माणूस नव्हता; एवढेच नव्हे, तर पंडित नेहरूंच्या हा वाह्यात नातू पंडित नेहरूंच्या परंपरेला एक कलंक होऊन बसला होता. त्याने केलेल्या गुन्ह्यांबाबत त्याला शिक्षा होऊ शकली नाही, कारण त्याला शिक्षा करण्यासाठी जनता सरकार अस्तित्वातच राहिले नाही. त्यामुळे त्याची आई इंदिराजी आणि तो उजळ माथ्याने पुन्हा सत्तेवर आले. नियतीलाच

भारतीयांची दया आली. तिने इंदिरा गांधींचा हा वारस नष्ट करून टाकला आणि भारतीयांवरील संकट टळले. एक गुंड, सत्तापिपासू माणूस या देशाचा सर्वेसर्वा होण्याचे नियतीनेच नाकारले. एरवी भारतीय लोकशाहीला संजय गांधींना पराभूत करणे शक्य झाले असते, असे वाटत नाही.

भारतातील दुबळ्या लोकशाहीला उन्मत्त माणसे मोहात घालतात, असा अनुभव आहे. निष्क्रिय समाजाला आज्ञा पाळणे पसंत असते. संजय गांधीने 'झटपट निर्णया'च्या नावाखाली विवेकाला तिलांजली दिली, सत्तेचा दुरुपयोग केला आणि इतिहासात आपले नाव कुख्यात करून ठेवले. इंदिरा गांधींतील सर्व दुर्गुणांचे संजय गांधी वारसदार होते, पण इंदिरा गांधींना पंडितजींच्या सहवासात काही काळ राहायला मिळाले. त्यामुळे कोणतीही लोकशाहीविरोधी गोष्ट करताना त्यांचे मन काही काळ तरी भ्रमचित्त होत होते. संजय गांधींबाबत असे काही घडलेच नाही. सदाचाराचा त्यांच्याशी संबंधच आला नाही. नेहरू घराण्याचा वारसा, सत्ताकेंद्रातील स्थान, लाचार लोकप्रतिनिधी, अमाप पैसा आणि गुन्हेगार-वृत्तीचे सहकारी– यांमुळे एका वांड मुलांचे रूपांतर बघता-बघता एका राक्षसात झाले.

राक्षसालाही अनुयायी मिळतात. कधी भयाने, कधी शक्तीच्या आकर्षणाने सर्वसामान्य माणसेही अशा माणसापुढे नतमस्तक होतात. त्याच्या अविवेकी आज्ञा म्हणजे तारुण्याचा व पौरुषाचा आविष्कार असे मानण्याइतपत लोक नादान बनले. खुद्द इंदिरा गांधीही संजय गांधींपुढे हतबल झाल्या. संजय गांधी इंदिराजींना ब्लॅकमेल करतो, अशासुद्धा दंतकथा निर्माण झाल्या. संजय गांधीच्या अपघाती मृत्यूनंतर इंदिराजींना पुत्रशोक होण्याऐवजी मुक्ततेचा आनंद झाला, असेही लोक बोलू लागले. अपघातस्थळी इंदिरा गांधी पोचल्या, तेव्हा स्वत:च्या डोळ्यांतील नसलेले अश्रू पुसण्याऐवजी त्यांनी संजय गांधीच्या घड्याळाचा आणि किल्ल्यांचा शोध घेतला, असे म्हणतात. घड्याळात स्विस बँकेतील खात्याचा नंबर होता आणि तिजोरीत इंदिरा गांधींना पकडीत ठेवता येईल असे पुरावे होते, अशीही वदंता दिल्लीत पसरली होती.

राजकारण हे बदमाशांचा धंदा आहे असे म्हणतात, हे खरेच वाटावे, अशा त्या घटना होत्या. अनेक गोष्टींना प्रत्यक्ष पुरावे मिळत नाहीत, म्हणून कोर्टात त्या सिद्ध करता येत नाहीत. पुढे जे काही घडले, त्यावरून संजय गांधी मृत्यू पावले याबद्दल इंदिराजींना हायसे वाटले असले पाहिजे, असे विधान करायला मुळीच हरकत नाही. संजय गांधी जगला-वाचला असता, तर या देशाचा तो सर्वेसर्वा झाला असता, ह्यात शंकाच नाही. वेळप्रसंगी त्याने आईला

बाजूला सारून पंतप्रधानपद काबीज केले असते. मोगलांच्या काळात बापाचा वा भावाचा वध करून सम्राटपद मिळविण्याची परंपरा अस्तित्वात होतीच.

संजय गांधीच्या हातून काहीही घडले असते. संजय गांधीने जो गोतावळा जमवला होता तो क्रूर, दुष्ट आणि राक्षसी प्रवृत्तीचा होता. संजय गांधीमुळे सत्तेवर आलेले अनेक आमदार, खासदार आणि मुख्यमंत्री यांनी संजय गांधीच्या कारभाराचा नमुना दाखवलाच आहे. नीती, सदाचार, कायदा, लोकशाही या गोष्टी संजय गांधी सांप्रदायाला मान्य नव्हत्या. संजय गांधींच्या मृत्यूमुळे एकटी मेनका गांधीच विधवा झाली नाही, तर या देशातील सत्ताकेंद्रात असलेले अनेक जण विधवेचे जिणे जगू लागले. संजय गांधी निराधार योजना खरे तर या संजय गांधींच्या भक्तांसाठीच अस्तित्वात आली, असे म्हटले पाहिजे.

संजय गांधी मृत्यू पावले. इंदिरा गांधी जरी एका अनिष्ट पकडीतून मुक्त झाल्या, तरी त्यामुळे आपली दैवी प्रतिमाही गमावून बसल्या. त्यांच्या कारभारातील तेज ओसरले. त्यांची अजूनही देशावर आणि इं.कॉं. पक्षावर पकड आहे. त्यांच्या स्थानाला कसलाही धोका नाही, पण मनाची उभारी त्या घालवून बसल्या आहेत. अखेर संजय गांधी हा इंदिरा गांधींचा मुलगा होता. राजकारणात त्याला रस होता आणि पक्षावर त्याचे प्रभुत्व निर्माण होऊ लागले होते. त्याचा मृत्यू म्हणजे दैवाने दिलेली चपराक आहे, असे इंदिरा गांधींना वाटलेले दिसते. इंदिराजी मूळच्याच मंत्रचळया; आता त्या मांत्रिकांच्या, बुवांच्या, ज्योतिषांच्या आहारी अधिकच गेलेल्या आहेत. दैवाधीन समाज बंड करीत नाही आणि कळवळा दाखविला म्हणजे तो सतत फसतो, हे त्यांना माहीत आहे. विचारवंतांच्या बंडाची त्यांना मुळीच भीती वाटत नाही.

पुढे काय– या प्रश्नाने त्यांना अधून-मधून चिंता वाटत असावी. राजीव गांधी हा आता उरलेला त्यांचा एकमेव मुलगा. त्यांच्या सर्व इच्छा आता त्याच्यावर एकत्रित झाल्या आहेत. पण राजीव गांधी हा रडतराऊ आहे. मुळात राजकारणात यायलाच तो तयार नव्हता. त्याला जबरदस्तीने घोड्यावर बसविलेले आहे. हळूहळू तो तयार होईल, अशी इंदिराजींच्या मनात आशा आहे. पण हळूहळू म्हणजे, किती हळूहळू?

आपली कारकीर्द संपण्याअगोदर राजीव राजकारणात स्थिरस्थावर व्हावा, अशी त्यांची इच्छा आहे. राजीवला जर राजकारणात स्थान मिळायला हवे असेल, तर संजय गांधीची भन्नाट प्रतिमा पुसणे आवश्यक आहे. संजय गांधींनी निर्माण केलेला गोतावळा जेथे इंदिरा गांधींना अडचणीत आणू शकतो, तेथे तो

राजीवला नक्कीच अडचणीत आणू शकेल. या भीतीने संजय गांधींच्या भक्तांच्या मेळाव्याला इंदिरा गांधींचा विरोध होता. राजीव गांधींचे व्यक्तिमत्त्व सौम्य आहे आणि त्याला ही गुंड कंपनी केव्हाही अडचणीत आणेल, हा विचार इंदिराजींच्या मनात असणार. गेले काही दिवस संजय गांधींचे नाव इतिहासातून पुसून टाकण्याचा इंदिराजी प्रयत्न करीत आहेत तो त्याचमुळे. इंदिराजींची एके काळची लाडकी सून मेनकाही आता त्यांना नकोशी झाली आहे.

संजय गांधींच्या संगतीत काही काळ वावरलेली मेनका सहजासहजी गप्प कशी काय बसणार? संजय गांधीच्या उन्मत्तपणाचा काही अंश तिनेही वाढवलेला आहे. संजय गांधीचे नाव पुसले, तर आपले नावही अस्तित्वात राहणार नाही आणि आपल्या मुलालाही भवितव्य उरणार नाही, हे काय तिला कळत नाही? जसे दिवस लोटतील तशी संजय गांधींची प्रतिमा पुसट होत जाईल. म्हणून जे काही करायचे, ते तातडीने करायला हवे; म्हणून तिने आपल्या कजाग सासूबरोबर भांडण उकरून काढले आहे. संजय गांधींच्या या खोट्या भक्तीचा उमाळा लाडक्या राजीवसाठी मोडून काढणे इंदिराजींना तरी भाग आहे. संजय गांधींच्या भक्तांनी एकत्र येण्यामुळे इंदिरा गांधी पक्षाशी कशी काय बेईमानी होते? बेइमानी झालीच, तर ती राजीव गांधीशी होणार! पण इंदिरा गांधी आणि संजय गांधी एकत्र होते, तेव्हा जे गणित होते– त्याचे उत्तर 'हमारा नेता संजय गांधी' असे होते. आज राजकारणातील गणित इंदिरा गांधी आणि राजीव गांधी असे आहे, अशा वेळेला त्या गणिताचे उत्तर वेगळेच येणार!

काल-परवापर्यंत संजय गांधीच्या नावाने जे गळा काढीत होते, तेच लोक आज मेनका गांधी आणि तिच्या नवऱ्याचे मित्र यांच्या नावाने कोकलत उठले आहेत. या देशात तत्त्वाला निष्ठा दिल्या जात नसून त्या माणसांना दिल्या जातात, म्हणून 'राव मेले आणि पंत चढले' हेच येथील सत्य होय. संजय गांधी होता तेव्हा संजय गांधी जिंदाबाद, आज राजीव गांधी इंदिराजींच्या मर्जीत आहेत म्हणून राजीव गांधी जिंदाबाद! काल ज्या नावाचा जप केला, त्याच नावाने आज बोटे मोडायची आणि 'राजीव'चा नवा मंत्र शिकायचा– ही कसरत करताना इंदिरावाद्यांनाही मोठे अडचणीचे झाले आहे. पण करणार काय? सत्तेशी जुळवून घेतल्याशिवाय राजकारणातील मानसन्मान कुठून लाभणार? संजय मेला; मरो बिचारा! तो जेथे कोठे असेल, तेथे सुखात राहो! आता राजीवसाठी पुष्पांजली वाहणे आवश्यक बनले आहे. कबरीतून प्रेते काढून त्यांची विटंबना करण्यापेक्षा हे काही तितकेसे क्रूर नाही. एक नाव पुसायचे आणि नवे नाव लिहायचे– आहे

काय अन् नाही काय!

ज्यांनी-ज्यांनी त्या काळात आपल्या मुलांची नावे संजय ठेवली, त्यांनासुद्धा झपाट्याने आपल्या मुलांची नावे बदलून घ्यावीशी वाटतात. वर्तमानकाळात जगायचे असेल तर आपलाच भूतकाळ आपल्या हाताने गाडावा लागतो. उद्या 'संजय गांधी मुर्दाबाद, राजीव गांधी जिंदाबाद' अशी आरोळ द्यावी लागली तरी लाजण्याचे कारण नाही. नाण्याची एक बाजू बद्द झाली, तर नाण्याची चकचकीत बाजू बाजारात खपवावी लागते.

संजय-भक्तांनी संघाशी आणि भारतीय जनता पक्षाशी हातमिळवणी केली, ही इंदिरा गांधींची घोषणा कशी काय वाटते? संघवाल्यांचे हे चातुर्य पाहून आपण तर बुवा गोंधळून गेलो आहोत. मेलेल्या माणसांची कबर राखण्याचे काम संघवाल्यांनी कधीपासून सुरू केले? कदाचित असेही असेल की, कुत्र्या-गिधाडांनी ती कबर विस्कटून टाकू नये व प्रेतावरच ताव मारण्याचा प्रयत्न करू नये, म्हणून मानवतेच्या दृष्टीने हा विचार संघाने केला असेल. 'मरणान्तानि वैराणि' अशीही भूमिका असेल; काही सांगता येत नाही. जळी-स्थळी, काष्ठी-पाषाणी इंदिराजींना संघ आणि भा.ज.प. दिसतो, यावरून भा. ज. प. ची ताकद खरोखरीच वाढलेली दिसते. संजय-भक्तांच्या मेळाव्यामागे भा.ज.प. आहे, यापेक्षा संघाची अधिक बदनामी होऊच शकत नाही.

संजय गांधी हा या देशातील सर्व लोकशाही-शक्तींना भीती वाटणारा राक्षस अस्तंगत झाला. अशा व्यक्तीच्या स्मृतिप्रीत्यर्थ भरवलेला हा मेळावा म्हणजे विरोधकांच्या जखमेवर मीठ चोळण्याचाच प्रकार होय! पण इंदिरा गांधींनाही या मेळाव्याने दु:ख झालेले पाहून दोघेही समानधर्मी झाले, हा आनंद काय कमी आहे? विरोधी पक्ष व इंदिरा गांधी यांच्यात एकवाक्यता घडल्याचे हे पहिलेच उदाहरण असावे. अशीच वाटचाल काही काळ चालू राहिली, तर आणखीही काही गोष्टींत एकवाक्यता होऊ शकेल. राजीव गांधींबद्दलचे विरोधकांत जे मत आहे, तसेच जर एकमत इंदिरा गांधींचे झाले; तर या देशात इंदिरा गांधींच्या नंतर का होईना, खरी लोकशाही येण्याची शक्यता आहे.

लोक जेव्हा शबल असतात, तेव्हाच दैववादाचा जन्म होतो. देवालाच हाक मारायची वेळ या देशावर पुन्हा येऊ नये, अशी आशा करू या!

*(११ एप्रिल, १९८२)*

-०-०-०-

## ४६

## राजकीय क्षुद्र वटवाघळांचा नवा गोंधळ

परवा एक काँग्रेसचे जुने आमदार भेटले. माझ्या माहितीप्रमाणे ते शरद पवारांबरोबर होते. त्यामुळे चहापाणी होताक्षणीच मी त्यांना विचारले, ''शरद पवार हल्ली काय म्हणतायत?'' त्यावर ते म्हणाले, ''शरद पवारांचा संबंध काय? आम्ही आता इंदिरा काँग्रेसमध्ये गेलो.''

मी त्यांना म्हणालो की, महिनाभरापूर्वीच तुम्ही इंदिरा गांधींच्या कार्यपद्धतीविरुद्ध भाषण ठोकलेत. त्यावर ते हसत म्हणाले, ''हो, पण महिन्यापूर्वी! महिन्याभरात पुष्कळ काही घडून गेलंय!''

''काय बुवा? अशी काय इंदिराजींनी कार्यपद्धती बदलली की, ज्यामुळे त्या आदर्श शासनकर्त्या झाल्या?''

''त्या काहीच बदलल्या नाहीत हो; बदललो ते आम्ही!''

''ते जाऊ द्या हो– शरद पवार आहेत कुठे हल्ली? करतात तरी काय?''

''काही कल्पना नाही बुवा!''

''अहो, असे काय म्हणता? तुम्ही दोघे गळ्यात गळे घालून हिंडत होतात कालपर्यंत.''

''ते सगळे खरे आहे; पण आता पवारांचे नाव घ्यायचे नाही. आधीच इंदिरा काँग्रेस पक्षात प्रवेश करायला आम्ही उशीर लावला. जर का आता पवारांशी आमचे संबंध आहेत असे कळले, तर मग कंबक्तीच भरली की! आता गप्प राहायचे. फार उत्साह असेल तर बाबासाहेब भोसल्यांच्या नावाने पत्रके काढायची. पण तसे करायला जर फारच लाज वाटत असेल; तर वीसकलमी कार्यक्रम, संजय

गांधी निराधार योजना, असल्या निरुपद्रवी विषयांवर बोलायचे. जेव्हा पुन्हा सत्तांतर होईल, तेव्हा आपली पाटी कोरी हवी.''

''सत्तांतर होण्याची काही शक्यता आहे का?''

''छे: हो, जे काय घडायचे ते दिल्लीतच घडते. इथे आपली उगाचच हवा तपावायची– म्हणून निष्ठांचे प्रदर्शन करायचे, तर कधी सह्यांची मोहीम करायची. पूर्वीच्या काळी हत्तिणीच्या सोंडेत माळ देऊन ज्याच्या गळ्यात ती माळ घालेल, त्याला राज्याचा वारस नेमत असत. हत्तिणीची लहर हे राजपदाचे एकमेव क्वालिफिकेशन होते. आज त्यात फारसा फरक झालेला नाही. हत्तिणीच्या लक्षात येईल अशा तऱ्हेने हत्तिणीपुढे फक्त उभे राहायचे. माळ घातली तर मुख्यमंत्री; नाही घातली तर ज्या कुणाच्या गळ्यात माळ घातली असेल, त्या नावाने चांगभले! अंतुले मुख्यमंत्री झाले, वाहवा! बाबासाहेब भोसले झाले– तरी वाहवा! उद्या अगदी राजाराम शिंदे किंवा सूर्यकांत पाटील मुख्यमंत्री झाले, तरी आपल्या हातात काहीच नाही. दुसरे असे पाहा– एकाने केलेली प्रतिमा पुसून टाकेपर्यंत नव्याचे मुख्यमंत्रिपद निघून जाते. त्यामुळे कोणाच्याही गळ्यात पुन्हा माळ पडेल, या आशेने घुटमळत राहायचे. शरद पवारांचे बरे आहे. ते आता ऑल इंडिया लीडर झाले. पण आम्हाला त्याचा काय उपयोग? तेव्हा आहे हे बरे आहे म्हणत दिवस काढायचे! तुम्हा पत्रकारलोकांना जेवढा राजकारणात इंटरेस्ट आहे, तेवढा काही आम्हाला उरलेला नाही.''

काँग्रेसचेच किती तुकडे झाले आहेत, हे आता परमेश्वरालाच माहीत. लोकदलाची जवळपास हीच स्थिती. जनता पक्षात शिरलेले डॉ. सुब्रह्मण्यम स्वामी, परूळकर यांसारखे बगळे जर सोडले आणि संघटना काँग्रेसमधील म्हातारीकोतारी सोडली, तर जनतात उरतात ते फक्त समाजवादी. तेव्हा जनता पक्षाबद्दल काही बोलायलाच नको. ती मंडळी कोणत्या वेळेला काय बोलतील, कुणाची बाजू घेतील, हे त्यांच्या पक्षनेत्यांना कळणेसुद्धा कठीण असते; मग आमच्यासारख्या साध्यासुध्या पत्रकारांची त्यांच्याबद्दल अंदाज बांधण्याची काय हिंमत आहे! आपली वास्तविक पात्रता काय, आपल्या मागे लोक किती आहेत आणि आपल्या बोलण्यात काही सुसंगत विचारधारा आहे किंवा नाही, याचा यांपैकी कुणी विचारच करीत नाही.

इंदिरा गांधींना विरोध कशासाठी करायचा? त्यांना काढून टाकले, तर त्यांची जागा घेणारा नेता कोणत्या पक्षाजवळ आहे? या देशात जे-जे म्हणून गुंतागुंतीचे प्रश्न आहेत, त्यांना निश्चित असे उत्तर कोणापाशी आहे? यांपैकी

कोणाची कोणत्या कार्यक्रमावर निश्चित अशी श्रद्धा आहे? विरोधी पक्षाची एकजूट कशासाठी करायची? सारीच मौज आहे.

चरणसिंगांचा राजीनामा आणि परत 'ये-ये म्हशी' भूमिका इंदिरा गांधींना फार उपकारक आहे. ज्या माणसाबद्दल सर्वांना किमान आदर आहे, अशी कोणती व्यक्ती कोणत्या पक्षाजवळ आहे? जे-जे आज विरोधी पक्ष करू पाहत आहेत, ते-ते इंदिराजींना उपकारक आहे. जेवढी लोकशाही चेष्टेचा विषय होत जाईल तेवढी इंदिराजींच्या राज्यकारभाराबद्दल लोकांची आपुलकी वाढत जाईल. एखादा वर्षानुवर्ष बरा न होणारा व्रण जसा आपल्याला सांभाळून वागवावा लागतो, तशीच इंदिराजींची अवस्था आहे. अगतिक माणसाची त्या व्रणाबद्दल जी भूमिका असते, तीच आज अगतिक अशा मतदारांची झाली आहे.

ज्याला राजकारण करावयाचे आहे, त्याला या देशातील तीन प्रश्नांबाबत घट्ट भूमिका घ्याव्या लागतील. त्या म्हणजे– धर्म व जातिसंस्था, दारिद्र्य आणि विज्ञाननिष्ठेची महती. धर्म आणि जाती मानायच्या नाहीत असे मानले तरी धर्म आणि जाती-संस्था या देशात आहेत, या गोष्टींकडे लक्ष दिलेच पाहिजे आणि या दोन्ही गोष्टींमुळे या देशात जी फुटीरता निर्माण होते, तीमुळे या देशातील लोकशाही सदैव दुबळी राहणार आहे, हेही विसरता कामा नये. निधर्मीवाद हा कितीही आदर्श वाटत असला, तरी या घटकेला या देशाची स्थिती निधर्मीवादाला अनुकूल नाही. ज्या देशात सात-आठ कोटी मुसलमान धर्मपरिवर्तनाची कोणतीही भाषा ऐकायला तयार नाहीत, त्या देशात सेक्युलॅरिझम हा चेष्टेचा विषय होणारच! एका समाजाला शहाणपण शिकवीत राहायचे व दुसऱ्याचा मूर्खपणा जोपासत राहायचे, यामुळेच भा.ज.प.ला त्याच्या शक्तीपेक्षाही अधिक मान्यता प्राप्त होऊ लागली आहे.

आपण हिंदू आहोत आणि हिंदू म्हणवून घेण्यात आपण कोणत्याही धर्मावर अन्याय करीत नाही, असे जर हिंदूंना वाटू लागले; तर त्यामुळे लोकशाहीला मदतच होणार नाही काय? या देशातील नागरिकांत काही समान तत्त्वांचे आकर्षण निर्माण केल्याशिवाय राष्ट्र नावाच्या कल्पनेची उभारणी अशक्य आहे. जगात जे कोणालाही शक्य झाले नाही, त्या (सेक्युलर स्टेट) धर्मातीत शासनाचा प्रयोग करू पाहणाऱ्यांना येथील लोकमानसाचे काडीचेही ज्ञान नाही, असे म्हणावे लागेल. हिंदू या शब्दात कोणतीही द्वेषकल्पना दडलेली नाही; उलट हिंदुत्वातच सेक्युलर कल्पना विलीन होते, हे ज्या दिवशी येथील पक्षोपपक्षांना कळेल, तेव्हाच इंदिराजींना पर्याय निर्माण होऊ शकेल. जातिसंस्थेने पोखरला

गेलेला समाज एकत्र आणण्यासाठी जातीपेक्षा भव्य आणि उंच अशी धर्म हीच संकल्पना असू शकते.

हिंदू म्हणून समजल्या जाणाऱ्या धर्मातील उपद्रवी व कालबाह्य गोष्टी टाकल्या, तर हिंदुत्व हे जगद्व्यापक होऊ शकते– किंबहुना, एके काळी ते तसे होतेही.

या देशापुढील दुसरा गंभीर प्रश्न दारिद्र्याचा आहे. आपण पाश्चिमात्य तत्त्वज्ञानाने इतके भारून गेलो आहोत की, सर्व व्यवसायांचे राष्ट्रीयीकरण केले की येथील दारिद्र्य संपून जाईल, असा भ्रम आपण निर्माण केला आहे. अडाणी, निरक्षर आणि विखुरलेल्या समाजात राष्ट्रीयीकरण यशस्वी होत नाही; कारण राष्ट्रीयीकरणासाठी लागणाऱ्या शिस्तीचा तेथे अभाव असतो. मग शिस्त लावण्यासाठी रशियाने केली त्याप्रमाणे विलक्षण दंडुकेशाही वापरावी लागते. दंडुकेशाही वापरूनसुद्धा आर्थिक समानता येतेच, असेही म्हणता येत नाही. कम्युनिस्ट राष्ट्रांचीही साम्राज्यशाही निर्माण झालेली आपण पाहतो आहोत. गरीब राष्ट्रांना पिळून काढल्याशिवाय रशियाचेही भागत नाही. व्यक्तिस्वातंत्र्याच्या संकोच करून व झोटिंगशाहीचा वापर करून जर आपण राष्ट्रीयीकरणाचा उद्योग केला, तर ती झोटिंगशाही सर्वंकष आणि चिरंतन स्वरूपाची म्हणून स्वीकारावी लागेल. सामाजिक न्यायाला झोटिंगशाही हे एकमेव उत्तर आहे, असे ज्यांना वाटत असेल; त्यांना भारतीय परंपरा, या देशाचे भौगोलिक स्थान किंवा साठ-सत्तर वर्षे अस्तित्वात असलेल्या कम्युनिस्ट राजवटीकडून काहीच शिकायला मिळाले नाही, असे म्हणावे लागेल.

राष्ट्रीयीकरणासाठी प्रथम राष्ट्र या संकल्पनेला जन्म द्यावा लागेल. एका राष्ट्रात ज्यांच्या-ज्यांच्या निष्ठा गुंतलेल्या आहेत, त्यांना काही समान तत्त्व शोधून द्यावे लागेल. शिस्तीचीही जोपासना करावी लागेल. राजकीय पक्षाची उभारणी करायला निष्ठावंत कार्यकर्ते लागतील. कोणत्या तरी संघटनेची टिंगल-टवाळी करण्यापेक्षा आपल्याला अभिप्रेत असणारा संस्कार घडवणारी यंत्रणा राजकीय पक्ष का निर्माण करीत नाही? शब्दापेक्षा कृती माणसाच्या अंत:करणाला चट्कन जाऊन भिडते. येशू ख्रिस्ताच्या शिकवणुकीमुळे ख्रिश्चन धर्म वाढीला लागला नाही; तर क्रॉसखालच्या इमारतीत रुग्णालये, शाळा, अनाथालये निघत गेली म्हणून ख्रिस्ताचे तत्त्वज्ञान लोकांना समजू लागले. आगरकरांच्या प्रखर आणि बुद्धिवादी शब्दांपेक्षा महर्षी कर्व्यांचे अनाथ बालिकाश्रमाचे कार्य समाजाला खूप काही शिकवून गेले. फुल्यांनी स्त्रियांच्या शिक्षणासाठी शाळा काढली नसती, तर

फुल्यांचे बंड पुस्तकांच्या कपाटातच राहिले असते.

या देशात जे-जे काही चांगले घडले, त्या कृतीमागे कुणा तरी महात्म्याची समर्पित कृती उभी आहे. नेहरू एक वेळ विसरले जातील, पण गांधींना या देशातून हद्दपार करता येणार नाही. सावरकरांचे आजच विस्मरण होऊ लागलेले आहे, पण हेडगेवारांनी लावलेला वटवृक्ष मात्र प्रचंड प्रमाणावर वाढलेला दिसतो. कम्युनिस्टांचा प्रभाव आज ओसरल्यासारखा दिसत असला, तरी गिरणी कामगार म्हटल्यानंतर डांग्यांना विसरता येत नाही. प्रत्येक देशाचे एक मानसशास्त्र असते. ते मानसशास्त्र ज्या लोकांना कळले आहे, अशाच लोकांना येथील लोकांची मने वळवता येतील. लोकशाहीला मतपरिवर्तनाशिवाय दुसरा कोणताही आधार असत नाही.

या देशातील तिसरा गंभीर प्रश्न आहे, तो या देशाला विज्ञाननिष्ठ बनविण्याचा. नवी वैज्ञानिक उपकरणे आली, पण विज्ञाननिष्ठा कोठेही वाढीला लागलेली दिसत नाही. आपल्या क्रिकेट सामन्यात आपण यशस्वी झालो, तर आपण आपल्या टी.व्ही.लाच किंवा रेडिओलाच हार घालतो. त्या निर्जीव वस्तूला आपण कशासाठी हार घालतो, हे काही आपल्याला समजत नाही. वेगवेगळ्या प्रकारांनी आपल्या समाजात अग्नीची उपासना होत होती. या अग्निपूजेला काही विशेष अर्थही होता. देवापुढे निरांजन लावण्याऐवजी आपण चक्क विजेचा दिवा लावून ठेवतो; म्हणजे आपल्याला धर्मही धड समजत नाही आणि विज्ञानही समजत नाही. वैज्ञानिक भाषेत कर्मकांडांची महती सांगणारे बुवा धर्मालाच अवमानित करून त्यांची कुचेष्टा करीत असतात. म्हणून आपल्याला इहवादही समजलेला नाही किंवा अध्यात्मही समजलेले नाही!

पूर्वी साधकांना, संन्याशांना पोट भरण्यापुरती भिक्षा मागण्याचा अधिकार होता, कारण ते निरिच्छ साधक आपल्या परीने समाजाच्या उपयोगाचे काम करीत होते. आज व्यक्ती, संस्था, संघटना तर भिक्षा मागतातच; पण आपले सरकारसुद्धा जागतिक पातळीवर भिक्षेकरी झाले आहे. जर आपण आपल्या देशात असणाऱ्या सर्व साधनसामग्रीचा वापर केला असता, काटकसरीने जगत असतो व आपल्या राजकीय नेत्यांची राहणी अगदी साधी असती; तरच काही खर्चिक योजना राबविण्यासाठी परदेशातून पैसा आणणे क्षम्य झाले असते.

वैज्ञानिक दृष्टिकोन स्वीकारल्याशिवाय या प्रश्नाची तड लागणार नाही. किमान गरजा पुरविल्याशिवाय कोणत्याही चैनीच्या वस्तूंचे उत्पादन होणार नाही, असे आश्वासन आमचे शासनकर्ते का देत नाहीत? प्रगत राष्ट्रांतील

सुधारणा पाहून त्या-त्या सर्व सुधारणा या देशात आणण्याचा हव्यास आज होतो, कारण आपण जगाच्या नकाशावर मागासलेले राहता कामा नये. मूठभर लोक सुधारले म्हणजे काही देशाची सुधारणा होत नाही. स्वातंत्र्योत्तर काळात श्रीमंत व गरीब यांच्यातील दुरावा अधिकच वाढलेला दिसतो, याचे कारण आपल्या राजकर्त्यांनी अविवेकाने आणि उत्साहाने श्रीमंतांना अधिक श्रीमंत होण्याची कायदेशीर संधी उपलब्ध करून दिली.

आपण आपल्या देशातील लोकांची उन्नती साधण्यासाठी जे-जे कायदे केले आहेत, त्या कायद्यांची चिकित्सा केली; तर आपल्या लक्षात येईल की, वाढले ते फक्त तणाव, परस्परांवरील अविश्वास, हक्कांच्या चुकीच्या जाणिवा, आणि कर्तव्यपालनातील उदासीनता. कोणताही कायदा नीतीशी निगडित असलाच पाहिजे; नचपेक्षा त्या कायद्याचे हसू होते. दारूबंदीच्या कायद्याचे काय झाले? भूमिहीनांना जमीन वाटण्याचा जो उद्योग चालू आहे, त्या जमिनीत शेती करून कुणालाही त्या उत्पन्नात पोट भरणे शक्य नाही. गृहहीनांना बांधून दिलेल्या घरात राहणे कुणालाही शक्य नाही. गरीब लोकांना फसवून त्यांना आपण काही दिले, असा देखावा निर्माण करतो आहोत. पण सरंजामशाही काळापेक्षाही अधिकाधिक पिळवणूक करता येईल, असे कायदे आपण केले आहेत.

विसंगती, अनिश्चितता आणि अनुत्साह या तीनही दुर्गुणांनी या देशातील सर्व राजकीय पक्ष पोखरले आहेत. येत्या पन्नास वर्षांत आपल्या देशाचे चित्र कसे असावे, याचा आराखडाही कोणत्याही राजकीय पक्षाजवळ नाही किंवा कोणा विचारवंतालाही तो धीटपणाने मांडण्याचे धारिष्ट्य उरलेले नाही. कारण आपण विचारवंतांचे पंखच कापून टाकले आहेत. हे 'पुस्तकी पंडित' अशी त्यांची आपण हेटाळणी केली आहे. विद्यापीठांतून आपण जातीय राजकारण घुसवले. शिक्षणप्रसाराच्या निमित्ताने आपण ज्ञानाचे अवमूल्यन केले. सदाचारी माणसांचा उपहास केला. निवडणुकीत मते मिळविण्यासाठी वेगवेगळ्या जातींच्या, पंथांच्या, गटांच्या, धर्मांच्या फळ्या निर्माण केल्या. त्यातूनच वेगवेगळ्या देशविघातक चळवळी उभ्या राहिल्या आहेत. संपत्तीचे आणि सत्तेचे अवाजवी महत्त्व वाढू दिले आहे. ज्यांना एखाद्या विषयात काडीचेही ज्ञान नाही, त्यांची मते या देशात ग्राह्य मानली जाऊ लागली आहेत. अमेरिकेतून किंवा रशियातून आयात केलेली शिक्षणपद्धती, संस्थाजीवन, व्यापारपद्धती आपण स्वीकारून येथील सर्व परंपरांचा उपमर्द केला आहे.

उद्योगधंदे काढले, पण उद्योगी वृत्ती वाढवली नाही. लबाडीशिवाय

व्यापार होत नाही, या तत्त्वाला प्रतिष्ठा मिळाली. सहकारात स्वाहाकाराचा शिरकाव झाला. नालायक अपात्र अर्धशिक्षितांची फौज निर्माण करण्यात आपण धन्यता मानली. निसर्गाने दिलेले सारे वैभव आपण मातीला मिळविले. थोडक्यात, आपल्या डोळ्यांदेखत आपण होते ते सारे गमावले आणि जे-जे आयात केले, ते सर्व उधळून टाकले. स्वातंत्र्य मिळाले, तेव्हा भविष्याची आपण केवढी स्वप्ने पाहिली आणि त्या स्वप्नांची राखच आपल्याजवळ उरली.

मानवी जीवनावर ज्यांचा अखंड विश्वास आहे, ते याही परिस्थितीत उदास झालेले नाहीत; पण राज्यकर्ते मात्र सर्वच बाबतींत उदास झालेले दिसतात. गांधी-टिळकांचे नाव घेण्यात अर्थ नाही; पण अगदी काल-परवा ज्यांनी आपल्या स्वप्नाळूपणाने भुलवून टाकले, त्या पंडितजींचे तरी काय मागे उरले आहे? या देशाचे राज्य नेहरूंच्या कन्येकडे आले, पण नेहरूंच्या स्वप्नांच्या वारसदार इंदिराजी नाहीत. महाराष्ट्रासारख्या प्रगत राष्ट्राच्या मुख्यमंत्रिपदावर बसविण्यासाठी बुद्धी, कर्तृत्व, चारित्र्य या गुणांपेक्षा एका हस्तिनीची लहर पुरी पडावी, याची खंत वाटते. तरी पण प्रत्येक देशाला काही एक अवनतीचा काळ असतो. या देशाला या अवनतीच्या काळातून इंदिराजी बाहेर काढू शकत नाहीत, पण विरोधी पक्षीयांजवळही या देशाच्या उद्धाराची स्वप्ने दिसत नाहीत.

कुणाच्या तरी विरुद्ध चळवळी करीत राहणे, हेच विरोधी पक्षाचे काम होऊन बसले आहे. विरोधी पक्षांनी पर्याय द्यायचा असतो. कावळ्यासारख्या नुसत्याच व्रणावर टोची मारण्याने व्रण बरा तर होणार नाहीच, पण त्यात विखार मात्र निर्माण होईल. आपणही हळूहळू लष्करी किंवा निमलष्करी हुकूमशाहीच्या दृष्टीने वाटचाल करीत आहोत. अशी राजवट आलीच तर त्याविरुद्ध लोकांकडून प्रतिकार होईल, असा भ्रम बाळगण्याचे मुळीच कारण नाही. या देशातील राजकीय पक्षांबाबत लोकांचा भ्रमनिरास झालेला आहे. या देशातले राजकारणी वटवाघळासारखे वाटू लागले आहेत. हे प्रकाशाला घाबरतात– अंधारात फडफडतात, हताश होऊन अधून-मधून उलटे टांगून घेतात. हे धड पक्षी नाहीत, धड प्राणी नाहीत. यांचा रंग सरड्याप्रमाणे केव्हाही बदलतो. ते सुळ्कन् एका पक्षातून दुसऱ्या पक्षात जातात.

म्हणून या देशातील लोकशाही आज रुग्णावस्थेत आहे. तिच्या नाकाशी आज सूत धरलेले आहे. लोकसभेत आदळआपट करता येते, एवढीच तिच्या जिवंतपणाची खूण. स्वस्तात किंवा फुकट मिळणारी करमणूक यापेक्षा या लोकशाहीला आता काहीही अर्थ उरलेला नाही. अर्थात, ही करमणूक अंती फार

महाग पडणार आहे. त्यामुळे चलनवलन करणारे आपले हात-पाय थंड पडत चाललेले आहेत. अशा वेळेला इंदिराजींच्या नावाने बोटे मोडून इंदिराजी तर जाणार नाहीतच; पण जी काही उरली-सुरली अब्रू विरोधी पक्षीयांजवळ असेल, तीही शिल्लक राहणार नाही. रोगी अत्यवस्थ असतो, सगळे उपाय योजून झालेले असतात. निरोगी रक्तसुद्धा त्याला देऊन झालेले असते. तरीही जेव्हा रोग्याच्या प्रकृतीस उतार पडत नाही, तेव्हा वैद्यराज अगतिक होऊन म्हणतात, 'आता सारे दैवाधीन आहे.' तेव्हा रोग्याचे नातेवाईक काय समजायचे ते समजतात.

आज अशा अवस्थेला आपण आलो आहोत खरे, पण या रोगावर एखादी जालीम मात्रा असणारा वैद्यराज या देशात असणारच नाही, असे नाही.

(२५ एप्रिल, १९८२)

- ० - ० - ० -

४७

# आणखी एक रबर-स्टॅम्प – ग्यानी झैलसिंग – छे छे, अज्ञानी झीलसिंग!

हा लेख प्रसिद्ध होईल तोपर्यंत राष्ट्राध्यक्षांचे नाव जाहीर झालेले असेल. इंदिराजींच्या मनात काय चाललेले आहे, ते निकटवर्तीयांनासुद्धा कळू शकत नाही; तर ते इतरांना कळेल, अशी आशा बाळगण्यात अर्थ नाही. वास्तविक, राष्ट्राध्यक्षपद हा या देशातील सर्वोच्च सन्मान आहे. प्रदीर्घ सार्वजनिक सेवा, विद्वत्ता, ऋजुता आणि पांडित्य यांचा मिलाफ असणारा सर्वमान्य नेता राष्ट्राध्यक्षपदी असणे देशाच्या हिताचे आहे. राजेन्द्रप्रसाद व राधाकृष्णन यांच्यासारखी व्यक्तिमत्त्वे केवळ भारतातच नव्हे, तर जगातही आदरणीय होती. अशाच एखाद्या माणसाचा शोध घेऊन त्या पदावर त्याला बसविणे आवश्यक असते. पण अशा सर्वमान्य पदांबाबतसुद्धा इंदिराजींच्या कालखंडात दूषित आणि पक्षीय दृष्टी वापरली जाते.

राजकीय तर्कशास्त्र या गोष्टीचा इंदिराजींशी कधी संबंधच आलेला नाही. अनाकलनीय आणि धक्का देणारे निर्णय घेऊन भारतीय जनतेला मूर्च्छित करण्यावरच इंदिराजींचा भर असतो. अलीकडे इंदिराजींच्या स्वभावात काही मूलगामी फरक झाला आहे, असे जाणते लोक सांगतात. तरी मूळचे रक्तगुण प्रगट होणारच. राष्ट्राध्यक्षांची निवड कोणत्या निकषांवर केली जावी, याचे परंपरागत निकष इंदिराजी वापरीत नाहीत. ज्यांची नावे प्रगट झालेली आहेत, तो इंदिराजींचा लोकांना 'कात्रज' करण्याचा खेळ आहे. असा खेळ त्या अनेकदा खेळलेल्या आहेत. महाराष्ट्राच्या मुख्यमंत्रिपदाची निवड याच धक्का-तंत्राने त्यांनी केली. आताही तसेच होण्याची शक्यता आहे. कोणीही

राष्ट्रपतिपदी निवडून आला, तरी तो इंदिराजींच्या अधीन असणार, हे सांगायला नकोच.

वास्तविक, राष्ट्राध्यक्ष हा घटनादृष्ट्या राष्ट्रप्रमुख. त्याच्या नावाने देशाचा कारभार चालतो. परंतु असे असले, तरी त्याला शासनाविषयक कोणतेही अधिकार नाहीत. इंग्लंडची राणी ही ज्याप्रमाणे एक शोभेची वस्तू आहे, तसाच आपला राष्ट्राध्यक्ष हे एक शोभेचे बाहुले आहे. अर्थात, राष्ट्राध्यक्षांना अजिबात अधिकार नसतात, हे तितकेसे खरे नाही. राष्ट्राध्यक्षांच्या स्वाक्षरीशिवाय कोणत्याही वटहुकूमांना कायद्याचे रूप येत नाही. राजेंद्रप्रसाद आणि जवाहरलाल नेहरू यांच्यात घडलेले अधिकार-कक्षांचे संघर्ष यापूर्वीच प्रसिद्ध झालेले आहेत. राधाकृष्णन् यांनी अपवादभूत प्रसंगी पंतप्रधानांच्या अधिकारांना सीमित केले होते. या दोघांचाही या देशातील अधिकार आणि मान्यता एवढी मोठी होती की, पंतप्रधानांनाही त्यांचा वचक वाटत असे.

पण तदनंतर राष्ट्राध्यक्षपदाची किंमत हळूहळू कमी होत गेली. इंदिरा गांधींच्या राज्यात तर राष्ट्राध्यक्षांना रबर-स्टँपचे स्वरूप प्राप्त झाले. भारतीय घटनेत एकमेकांच्या शक्तीवर दबाव ठेवणारे पुष्कळ सेफ्टी व्हॉल्व्हस् ठेवलेले आहेत. ज्यांच्या मनात घटनेबद्दल आदर आहे व लोकशाही मूल्यांची ज्या पंतप्रधानांना कदर आहे, त्यांच्याकडून राष्ट्राध्यक्षांची प्रतिष्ठा आणि अधिकार यांचा आदर केला जातो. इंदिराजींनी लोकशाहीची मूलतत्त्वे वारंवार झुगारून दिली. घटना, संसद, न्यायालय आदी लोकशाहीचे जे स्तंभ आहेत; त्यांना इंदिराजींच्या कारकिर्दीत तडे गेले आहेत. भारताची येती दहा वर्षे लोकशाहीच्या संदर्भात फारच महत्त्वाची आहेत. दुबळी लोकशाही संपून त्या ठिकाणी लष्करी व निमलष्करी अधिसत्ता निर्माण होणार किंवा काय, असा प्रश्न वारंवार भेडसावत असतो. म्हणूनच राष्ट्राध्यक्षांची आत्ताची निवड हा सर्वांच्या चिंतेचा आणि चिंतनाचा विषय आहे.

भारत हे एक संघराज्य आहे आणि या संघराज्याचा प्रमुख म्हणून घटनात्मक दृष्ट्या राष्ट्राध्यक्षाला काम करावे लागते. वास्तविक, राज्यपाल हे राष्ट्रपतींचे प्रतिनिधी असायला हवेत व त्यांची नेमणूकही राष्ट्राध्यक्षांच्या संमतीनेच व्हायला हवी. आज दुर्दैवाने राज्यपालाची नेमणूक सर्वथा राजकीय म्हणजेच पक्षीय भूमिकेवरून केली जाते. राज्यपाल हे पंतप्रधानांचे बाहुले झाले आहेत. हरियाणाचे राज्यपाल गणपतराव तपासे यांना इंदिराजींनी आपल्याला हव्या त्या तऱ्हेने निर्णय घेण्यास भाग पाडले.

घटनेत काही पेचप्रसंग निर्माण झाला, तर शासनाच्या प्रमुखांनी आपला अधिकार वापरता कामा नये, तर तो अधिकार विवेकी आणि संयमी अशा राष्ट्राध्यक्षांच्या हातात असायला हवा. पंडितजींच्या काळातही राज्यपाल पंतप्रधानांनाच जबाबदार होते आणि म्हणूनच आपल्याला नको असलेली विरोधी पक्षीयांची राज्ये उलथून टाकण्याचे कार्य ते करू शकले. घटनात्मक पेचप्रसंगात राष्ट्रपतींसारखा सर्वोच्च आणि अपक्ष नेता काही मार्ग काढू शकतो; त्याला न्यायालयांचा सल्लाही मागता येतो, विरोधी पक्षांची भूमिकाही समजावून घेता येते. पक्षहितापेक्षा देशहित या भूमिकेवर राष्ट्राध्यक्ष स्थिर राहू शकतात.

पण हे केव्हा घडेल? तर, राष्ट्राध्यक्ष हा जर स्वतंत्र बुद्धीचा आणि सर्वांना मान्य असला, तर! पण हे घडणे कठीण आहे, याचे कारण राष्ट्राध्यक्षपदाची प्रतिष्ठा दिवसेंदिवस कमी करण्याचा प्रयत्न चालू आहे. पंतप्रधानांच्या कृपेने जो फालतू माणूस राष्ट्राध्यक्ष होतो, तो पंतप्रधानांना अप्रिय असणारा निर्णय कसा घेऊ शकेल? आपल्या देशात यापुढे असे अनेक प्रश्न निर्माण होणार की, ज्या वेळेस पंतप्रधानांचा रोष पत्करूनसुद्धा राष्ट्राध्यक्षांना आपले कर्तव्य पार पाडावे लागेल. सत्ता टिकविण्याच्या पक्षीय आणि स्वार्थी राजकारणात गुंतलेल्या पंतप्रधानांपेक्षा पक्षातीत आणि सत्तेची चिंता नसणाऱ्या राष्ट्राध्यक्षांना राष्ट्रहितकारक निर्णय घेणे सोपे जाईल.

शासनाच्या दैनंदिन व्यवहारात राष्ट्राध्यक्षांनी हस्तक्षेप करता कामा नये, अशी सर्व तरतूद घटनेत आहे; परंतु बहुमताच्या जोरावर केलेला एखादा कायदा जेव्हा सर्वोच्च न्यायालय फेटाळून लावते, तेव्हा पेचप्रसंग निर्माण होतो. आणीबाणीसदृश परिस्थिती देशात आहे किंवा नाही, हे ठरविणे पक्षातीत राष्ट्राध्यक्षाला अधिक सुलभ आहे. कारण सत्तांध पंतप्रधान कोणत्याही क्षुल्लक कारणासाठी आणीबाणी पुकारून आपल्या पक्षाला निर्माण झालेला धोका टाळण्याचा प्रयत्न करतात. सत्तेमुळे नाही म्हटले तरी माणसांचे डोके फिरलेले असतेच. काही महत्त्वाच्या बाबी राष्ट्राध्यक्षांकडेच सोपविलेल्या बऱ्या. देशातील असुरक्षित सीमा, अल्पसंख्य जाती-जमातींतील तणाव किंवा परकीय सत्तेपासून देशाला वाढत असणारा धोका– या साऱ्या गोष्टींचे गांभीर्य सत्तेचा खेळ खेळणाऱ्या माणसाला कळत नाही.

पंतप्रधान जेव्हा अतिरेकी निर्णय घेतात किंवा विरोधी पक्षीयांची मुस्कटदाबी करतात, अशा वेळेला पंतप्रधानांना आवरू शकणारी लोकसत्ताक शक्ती अस्तित्वात असली पाहिजे. यापुढे पंडितजींसारखा लोकशाहीप्रेमी आणि उदार नेता होण्याची

शक्यता कमी आहे, म्हणून पंतप्रधानांवर वचक राहील अशाच व्यक्तिमत्त्वाचा राष्ट्राध्यक्षपदासाठी शोध घेणे भाग आहे. इंदिराजींना असला राष्ट्राध्यक्ष मुळी नकोच आहे. देशभक्तीने प्रेरित होऊन आपल्या सत्तेला आव्हान देणारा राष्ट्राध्यक्ष इंदिरा गांधींसारख्या व्यक्तिमत्त्वाला चालणे शक्य नाही. मनमानी कारभाराची इंदिराजींना चटक लागली आहे. त्या वाटेल तो निर्णय घेतात आणि तोच निर्णय गरिबांच्या हिताचा असल्यामुळे लोकशाहीला धरून आहे, असा निर्लज्ज कांगावा करतात. त्यांच्या लेखी भारतीय घटना, उच्च न्यायालये किंवा विरोधी पक्ष हे सारे गरिबांच्या हिताआड येणारे अडथळे आहेत. अशा वेळेला स्वतंत्र वृत्तीचा राष्ट्राध्यक्ष हा आणखी एक नवाच अडथळा त्या निर्माण करणे शक्य नाही.

पंतप्रधान हे लोकमान्यपद आहे, कारण पंतप्रधानांची निवड लोकांनी निवडून दिलेल्या लोकप्रतिनिधींकडूनच होते. याउलट, राष्ट्राध्यक्षांची निवड लोकप्रतिनिधी करतात. म्हणून आपल्यापेक्षा राष्ट्राध्यक्ष कमी योग्यतेचे आहेत, असे इंदिराजी मानत असल्या पाहिजेत. पण हा दावाही चुकीचा आहे. राष्ट्राध्यक्षांची निवड ही जरी अप्रत्यक्ष होत असली तरी लोकांचे मत या निवडीत प्रतिबिंबित होतेच. दुर्दैवाने आमचे लोकप्रतिनिधी दिवसेंदिवस अधिक दुबळे होत चालले आहेत. पक्षाचा प्रमुख जे-जे सांगेल, त्यापुढे मान तुकविण्यावाचून त्यांना गत्यंतर राहिलेले नाही. लोकप्रतिनिधींमार्फत निवडला जाणारा राष्ट्राध्यक्ष इंदिराजींचा गुलाम होणे स्वाभाविक आहे. इंदिराजींनी कोणा एका दगडाची जरी राष्ट्रपती म्हणून शिफारस केली, तरी तो निवडून येईल, ह्यात कसलीच शंका नाही. वास्तविक, इंदिराजींना आपला निरंकुश अधिकार गाजविण्यासाठी आजपर्यंत कसलीही अडचण आली नाही आणि पुढेही येण्याची शक्यता नाही. एवढा निरंकुश अधिकार असूनही त्यांचे समाधान झालेले दिसत नाही.

राष्ट्राध्यक्षपद्धतीची शिफारस त्या वेळोवेळी करीत असतात आणि या देशातील पंतप्रधानपद व राष्ट्रपतिपद या सत्तेच्या अन् सन्मानाच्या दोन्ही जागांचे एकत्रीकरण करण्याची त्यांची आकांक्षा आहे. आज ना उद्या आजची राज्यशासनपद्धती बदलून राष्ट्राध्यक्षपद्धती या देशावर त्या लादणार, ह्यात मुळीच शंका नाही. आज त्यांच्या अफाट लोकप्रियतेमुळे त्यांना राष्ट्रध्यक्ष म्हणून निवडून येणे सोपे आहे. लाजेकाजेस्तव आज पक्षाची थोडी तरी ताबेदारी त्यांना पत्करावी लागते आहे. उद्या राष्ट्राध्यक्षपद्धतीचे शासन येथे आले, तर पक्षाच्या यशापयशाची चिंता करण्याचेही कारण त्यांना राहणार नाही.

जगात जेथे राष्ट्राध्यक्षपद्धती अस्तित्वात आहे, तेथेसुद्धा राष्ट्राध्यक्षांना

**आणखी एक रबर-स्टॅम्प –ग्यानी झैलसिंग–छे छे, अज्ञानी झीलसिंग! / २६३**

निरंकुश अधिकार दिलेले नाहीत. त्या-त्या देशातील लोकप्रतिनिधींच्या सभा राष्ट्राध्यक्षांच्या सत्तेवर नियंत्रण करतात. एवढेच नव्हे, तर निक्सनसारख्या भ्रष्ट राष्ट्राध्यक्षांना सत्ताभ्रष्टही करू शकतात. परदेशांना मदत द्यायची किंवा नाही, दिली तरी किती द्यायची, हेसुद्धा अमेरिकन राष्ट्राध्यक्ष ठरवू शकत नाहीत. आपल्या देशातील लोकशाहीच्या बुरख्याखाली असलेली शासनव्यवस्था ही एकाधिकारशाहीच आहे. आज पंतप्रधानांना जे अधिकार आहेत, त्यांपेक्षा अधिक अधिकार पंतप्रधानांना कशासाठी हवे आहेत, हा प्रश्न येथील लोकसत्तेने विचारला पाहिजे. अगोदरच खिळखिळी झालेली येथील लोकशाही इंदिराजींना अधिक सत्ता दिल्यामुळे संपूर्ण नष्ट होण्याचा धोका आहे. जो कोणी राष्ट्रपती आज निवडला जाणार आहे, त्याला इंदिराजींच्या फाजील महत्त्वाकांक्षेला खीळ घालण्याचा उद्योग करावा लागणार आहे. इंदिराजी आज आपल्यापुरता स्वार्थ पाहत आहेत. त्या काही अमरपट्टा घेऊन आलेल्या नाहीत. त्यांच्या मागे जो कोणी पंतप्रधान किंवा राष्ट्रपतीची जागा घेईल, तो देशापुढे वाटेल ते प्रश्न निर्माण करू शकेल. आपल्या घटनाकारांनी भारतीय मनोवृत्तीचा अभ्यास करूनच घटना लिहिलेली आहे. तिच्यात उणिवा आहेत; पण त्या दूर करण्याच्या प्रयत्नात भारतीय संविधान नष्ट न होवो, म्हणजे मिळवली.

या देशातील सर्वच गोष्टींचे अवमूल्यन होत आहे. त्यानुसार कर्तृत्ववान पुरुषांचेही अवमूल्यन होत आहे. भाषिक प्रांतरचनेमुळे महत्त्वाकांक्षी लोकांना राज्याच्या कारभारात महत्त्व प्राप्त करून घ्यावेसे वाटते. भारतीय स्तरावर नेतृत्व करण्याची आकांक्षा त्यामुळे कमी होते. भारतातील सर्व प्रांतांचे राजकीय ज्ञान, देशातील सर्वांनाच आकर्षित करणारे वक्तृत्व आणि व्यक्तिमत्त्व– त्यामुळेच नेत्याला मिळणारी भारतीय जनमान्यता आता दिवसेंदिवस कमी होत चालली आहे. काँग्रेस पक्षातही संपूर्ण भारतात लोकप्रिय होऊ शकेल असा नेता इंदिरा गांधींशिवाय नाही. पण विरोधी पक्षांतही अखिल भारतीय नेतृत्वाला पुरे पडणारे नेते किती आहेत? चंद्रशेखर आणि वाजपेयी या दोघांच्याही प्रतिमा उंचावण्याचा प्रयत्न ते-ते पक्ष करीत आहेत. पण दोघांनाही दक्षिण भारतात पुरेशी मान्यता आहे, असे वाटत नाही. संघ आणि संघप्रणीत संस्था वाजपेयींच्या मागे उभ्या राहिल्या, तर त्यांना भारतीय स्तरावर पोचता येईल. पण संघापेक्षा मोठे व्यक्तिमत्त्व निर्माण होण्यावर संघाचाच आक्षेप आहे. अगोदरच वाजपेयी हे संघ, जनसंघ आणि भा. ज. प. यांच्यापेक्षा आज मोठे झालेले आहेत; तेच संघवाल्यांना मान्य नाही. 'तरुण तुर्क' म्हणून चंद्रशेखर यांनी नाव मिळवले, ते जनता पक्षाच्या

फाटाफुटीच्या वेळेला सर्वथा गमावले आहे. मोरारजी, चरणसिंग, बाबूजी, यशवंतराव, काँ. डांगे या साऱ्यांच्या गोवऱ्या आता स्मशानात पोचलेल्या आहेत.

व्यक्तिगत अहंकारामुळे दुसऱ्या पिढीचे नेतृत्व निर्माण करण्याची जबाबदारी कोणीही उचलली नाही. परिणाम असा झाला की, इंदिराजींशिवाय या देशाला पर्याय नाही, अशी सर्वसामान्य भावना या देशात पसरली आहे. पंतप्रधान नेहरूंनंतर काय, असा प्रश्न जेव्हा विचारला जात असे; तेव्हा म. गांधींच्या तालमीत तयार झालेले अनेक नेते तेव्हा हयात होते, याचा विसर आपण पडू देता कामा नये. लोकांनी इंदिराजींपुढे नाइलाजाने मान तुकवली आहे, कारण इंदिराजींना आपणच पर्याय, असे म्हातारचळ लागलेले जगजीवन रामबाबू, चरणसिंग व मोरारजींना वाटते.

इंदिराजींनी दुभंगलेला काँग्रेस पक्ष जर एकत्र आणला असता, तर परंपरा आणि इतिहास असणारा काँ. पक्ष या देशाला पक्षीय नेतृत्व देऊ शकला असता. देश कुणासाठी खोळंबून राहत नाही, हे जसे खरे आहे; तसेच नेतृत्व हे एक दिवसात निर्माण होत नाही, हेही खरे आहे. जी काही संसदीय लोकशाही या देशात आहे, ती अजूनही देशापुढील उद्याचे प्रश्न सोडविण्यास समर्थ आहे. पण या संसदीय लोकशाहीच्या नरड्यालाच नख लावण्याचा इंदिराजींचा प्रयत्न आहे.

संसदीय लोकशाही पद्धतीपेक्षा राष्ट्राध्यक्षपद्धतीत फार धोके आहेत, अशातला भाग नाही. पण राष्ट्राध्यक्षपद्धतीचे हुकूमशाहीत रूपांतर करणे सोपे जाते. राजीव गांधींबद्दलची इंदिराजींची अपेक्षा फारशी फलदायी होते आहे, असे वाटत नाही. राजीव फारसा कर्तृत्ववानही नाही आणि त्याला महत्त्वाकांक्षाही नाही. संसदीय लोकशाहीपद्धतीतून राजीव पंतप्रधान होण्याची शक्यता दिसत नसल्यामुळे अध्यक्षीय पद्धतीबद्दल इंदिराजींचा आग्रह अकस्मात प्रकट होईल, तेव्हा त्याला विरोध करणे विरोधी पक्षीयांना कितपत शक्य होईल, याबद्दल शंका वाटते.

म्हणून आज होणारी राष्ट्रपतींची निवडणूक ही संसदीय पद्धतीचे भवितव्य ठरवणारी अशी घडणार आहे. जर इंदिराजींचे एखादे बाहुले राष्ट्रपती म्हणून निवडून आले, तर मदालसा इंदिरा गांधींची राक्षसी महत्त्वाकांक्षा पूर्ण होऊ शकेल. हिटलरने लोकशाही पद्धतीनेच हुकूमशाही निर्माण केली. तसेच लोकशाही राष्ट्रपतिपदाच्या निवडणुकीतूनच या देशात राष्ट्राध्यक्षांची हुकूमशाही येण्याची शक्यता आहे. लोकशाही हीच लोकशाहीचा गळा घोटू शकते, कारण खऱ्या

अर्थाने लोकशाही मूल्ये आपल्याला समजलेलीच नाहीत.

भ्रष्ट झालेल्या लोकशाहीतील सर्व दुबळेपणा लक्षात घेऊनसुद्धा भारतसारख्या गरीब, अशिक्षित आणि अविकसित देशाला लोकशाहीशिवाय पर्याय नाही. एकाधिकारशाहीने काही प्रश्न एकदम सुटल्यासारखे वाटतात किंवा दंगे, संप, अराजक यांवर नियंत्रण ठेवता आल्यासारखे वाटते. पण या चुटपुटीत राज्यपद्धतीत सर्व प्रकारची स्वातंत्र्ये फार मोठ्या प्रमाणावर ठेचून टाकली जातात. म्हणून इंदिराजींच्या महत्त्वाकांक्षेला आवर घालू शकेल, अशा योग्यतेचा राष्ट्रपती भारताला मिळणे आवश्यक आहे. डाव्या आणि उजव्या असल्या मूर्ख आघाड्यांच्या राजकारणामुळे इंदिराजींना आपल्या मनासारखे निर्णय सुखेनैव घेता येतात आणि योग्य वेळी डाव्यांचा व उजव्यांचा काटा त्या काढू शकतात. कोणतीही सत्ता ही डावी किंवा उजवी नसते; ती सत्ताच असते. राबवणाऱ्यांच्या सोईनुसार तिचे रंग बदलतात. 'पानी तेरा रंग कैसा, जिसमें मिलावे वैसा' या म्हणीप्रमाणे डाव्यांना ठेचताना ती उजवी होते आणि उजव्यांना ठेचताना ती डावी होते.

या देशात खरे तर डावे आणि उजवे असे कोणीच नाहीत. जे कोणी आहेत, ते पुस्तकातील छापील वाक्ये बोलत असतात. दुसऱ्याला नामोहरम करण्यासाठी डाव्या-उजव्या शब्दांचे वापर करीत असतात. माणसांना परेमश्वरनिर्मित रंग असतात, ते तेवढे पक्के असतात. माणसाची मान उंच करण्यासाठी रंगाची गरज नाही. निर्भरता, परदु:खाविषयी कणव आणि सर्वांविषयी आपुलकीची भावना या गोष्टींवर माणसांचा उत्कर्ष होतो. ज्या भू-खंडात आपण राहतो, त्या भूखंडातील नागरिकांना जाणवणारे समान तत्त्व ज्या पक्षाला शोधून काढता येईल, तो पक्ष डावा की उजवा– असा प्रश्न पडणारच नाही. डाव्या हाताने आमच्या देशाचा तिरंगा फडकवला किंवा उजव्या हाताने तो तिरंगा फडकावला गेला, तरी हातांची आठवण येणार नाही; दिसेल तो फडकणारा स्वाभिमानाचा झेंडा! (इंदिराजींचा रबर-स्टॅम्प झैलसिंग आता नवा राष्ट्रपती होतो आहे. झैलसिंग नव्हे, झीलसिंग.)

*(४ जुलै, १९८२)*

-०-०-०-

# ४८

## उतारवयात केलेले लग्न

परवा अंकलखोप येथे यशवंतराव चव्हाण आणि वसंतदादा पाटील प्रथमच एका व्यासपीठावर आले. वसंतदादा पाटलांना शंकरराव चव्हाणांनी मंत्रिमंडळातून काढून टाकले, तेव्हा यशवंतराव मूग गिळून बसले होते. तेव्हापासून आजपावेतो वसंतराव आणि यशवंतराव यांच्यांतून विस्तवसुद्धा जात नव्हता. त्या कालखंडात परस्परांनी आपले किती तरी विश्वासू मित्र गमावले, ते एकमेकांच्या द्वेषातून. परिणामी, दिल्लीत मानमान्यता नसली तरी महाराष्ट्रातील मानमान्यताही ते घालवून बसले. काळ सर्वांचा सूड घेतो असे म्हणतात, ते खरे आहे. महाराष्ट्रातील आपले राज्य सुस्थिर राहण्यासाठी दुखावलेल्या सर्व कार्यकर्त्यांची मोट बांधण्याचे अवघड काम आता त्यांच्याकडे आहे. हे काम सोपे नाही. यशवंतराव आणि वसंतराव यांच्या पदस्पर्शाने पावन झालेले अनेक टोणगे महाराष्ट्राच्या राजकारणात आज उच्चस्थानावर जाऊन बसले आहेत. त्यांना तेथून स्थानभ्रष्ट केल्याशिवाय चव्हाण-पाटलांचे मऱ्हाटी राज्य त्यांच्या ताब्यात येणार नाही.

यशवंतरावांचे राज्य महाराष्ट्रात होते, त्याला फार वर्षे झालेली नाहीत. यशवंतरावांच्या संमतीशिवाय महाराष्ट्रातील राजकारणाचे पान हलत नव्हते. वसंतदादांनी यशवंत-राज्याची उभारणी करण्यात मोठा वाटा उचलला होता. गटा-गटांत झुंज चालू ठेवून सर्व निर्णयांचे अधिकार आपल्या हाती राहतील, अशी कोल्हेचातुरी यशवंतराव दाखवीत असत. काँग्रेसच्या सर्वच गटांना यशवंतराव आपले वाटत होते हे त्यांचे मोठेपण आणि दादांनीही यशवंतरावांना या कामी हर

प्रकारे साथ दिली. महाराष्ट्राचे जातीय राजकारण संपूर्णतया संपले नसले तरी यशवंतरावांनी त्यावर पुरोगामित्वाची सफेदी मारली, हे कबूल केलेच पाहिजे. सत्ता गेलेले आणि सत्ता मिळवू न शकलेले असे महाराष्ट्रातील सर्व समाज यशवंतरावांच्या राज्यकारभारावर संतुष्ट होते. कोणी काही म्हटले, तरी महाराष्ट्राचा तो भाग्यकाळ होता हे कबूल केलेच पाहिजे. याच कालखंडात महाराष्ट्रात सहकारी चळवळ फोफावली आणि विनामूल्य शिक्षणाची सोय झाली. त्या गोष्टींचा परिणाम आज आपल्याला जाणवतो आहे. नवजागृतीचे वातावरण निर्माण करण्यात यशवंतरावांचा फार मोठा वाटा आहे. आज नवसाक्षर समाज जे शाब्दिक बंड करीत आहे, त्याचे कारण या लोकांना मोठ्या प्रमाणात शैक्षणिक सोई उपलब्ध झाल्या, हेच होय. सरकारने काहीच केले नाही, असे म्हणत असताना समाजात होत असलेल्या बदलांची मोजदाद करण्याचे विस्मरण होता कामा नये. करायला हवे होते तितके केले नाही किंवा कृतीला आग्रहाची जोड दिली नाही, असा त्या कालखंडावर फार तर आरोप करता येईल. सत्तेचे वाटप समाजातील लहान-लहान घटकांत करीत असताना सत्तेमुळे आणि त्यामुळे आलेल्या समृद्धीमुळे अखेरच्या स्तरावरील नवे नेतृत्व गाजणार नाही, यासाठी घ्यावयाची काळजी यशवंतरावांनी घेतली नाही; म्हणून आडदांड आणि बलदंड असे नेतृत्वाचे स्तर निर्माण झाले. शैक्षणिक संस्था आणि सहकारी संस्था ही राजकीय भ्रष्टाचाराची स्थाने झाली. महाराष्ट्रातील राजकारणाचा दर्जा आज फारच घसरला आहे, याचे कारण तो दर्जा प्रयत्नपूर्वक सांभाळण्याची जिद्द असणारा नेता महाराष्ट्राजवळ उरलेला नाही. आपला माणूस म्हणून वाटेल त्या पापांना संरक्षण मिळत गेले आणि त्यातूनच अंतुल्यांचे राज्य निर्माण झाले. अंतुल्यांना एकट्यांना या भ्रष्टाचाराबद्दल जबाबदार धरणे म्हणजे राजकीय अज्ञानाची परमावधी होय. अंतुले काही एका दिवसात निर्माण होत नाहीत. समाजाची एखादी अवस्था निर्माण होत असतानाच भ्रष्टाचाराचा वृक्ष हळूहळू वाढत असतो. कल्पद्रुमाला लागलेली सडकी फळे पाहून आपण आश्चर्यचकित होतो; पण त्याच्या शोध घेताना लक्षात येते की, हे फार जुने दुखणे आहे.

यशवंतराव आणि वसंतदादा यांच्या कारकिर्दीत काँग्रेस पक्ष सर्वार्थाने मजबूत होता आणि पक्ष जेव्हा मजबूत असतो, तेव्हा सर्वच भ्रष्टाचारावर मर्यादित प्रमाणावर का होईना, नियंत्रण असते. पर्याय देण्याची ताकद पक्षात आहे, हे प्रत्येक सदस्याला माहीत असते. इंदिरा गांधींनी वेगवेगळ्या क्षेत्रांत देशाचे नुकसान केले आहेच; पण त्यांचा सर्वांत गंभीर गुन्हा म्हणजे, त्यांनी काँग्रेस

पक्षाची अनेकदा केलेली चिरफाड. शंभर वर्षांहून जुना असणारा हा पक्ष अशा तऱ्हेने मोडून टाकण्यात इंदिराजींनी केवळ स्वार्थ पहिला आणि देशाचे कायमचे नुकसान केले. या देशातील सर्व बऱ्या-वाईट गोष्टींशी काँग्रेस पक्षाचा दीर्घकालीन संबंध आहे. जोपर्यंत काँग्रेस पक्ष मजबूत होता तोपर्यंत या देशाला सुरक्षित वाटत होते. लहान-मोठ्या झालेल्या चुका सावरण्याची ताकद संघटित पक्षात असते. आज या महाकाय देशाबाबतचे सर्व गहन प्रश्न सोडविण्याचा अधिकार इंदिरा गांधींच्या हातात एकवटलेला आहे; पक्षाची म्हणून काही शक्ती उरलेली नाही. इंदिरा गांधी काही अमरपट्टा घेऊन आलेल्या नाहीत. त्यांच्यानंतर या देशाचा कललेला डोलारा कोण सावरणार? ना कोणी व्यक्ती, ना कोणी सामुदायिक शक्ती! जी निर्नायकी अवस्था आज या देशाला आली आहे, तीच आज महाराष्ट्रालाही आलेली आहे. महाराष्ट्र राज्याचे मुख्यमंत्री बाबासाहेब भोसले हे असेच वरून लादलेले मुख्यमंत्री आहेत. जोपर्यंत इंदिराजींची कृपा आहे तोपर्यंत त्यांची खुर्ची धडधाकट राहील. यशवंतराव-वसंतदादा यांच्यासारख्या ज्येष्ठ नेत्यांवर बाबासाहेब भोसले आणि गुलाबराव पाटील यांच्यासारख्यांच्या हाताखाली काम करण्याची वेळ यावी, यापेक्षा महाराष्ट्राची अधिक हानी होण्याची शक्यता नाही.

यशवंतराव आणि वसंतदादा यांची स्थिती कवच-कुंडले काढून घेतलेल्या कर्णासारखी झाली आहे. म्हणूनच महाराष्ट्राच्या राजकारणात फारसा बदल होण्याची शक्यता नाही. त्या दोघांना आलेले हे शहाणपण फार उशिरा आलेले आहे. आमच्या हातून चूक झाली, आम्हाला लोकांनी क्षमा करावी– असे त्या दोघांनीही उद्‌गार काढले. पण त्यांना क्षमा करायला त्यांचे म्हणून जे लोक होते, ते समोर नव्हतेच. गावोगावच्या त्यांच्या जुन्या सुभेदारांना चव्हाण-पाटील यांची मैत्री आज तरी गैरसोईची आहे. सत्ता ज्याच्या हातांत, त्याला निष्ठा द्यायच्या– हा जो नवा मंत्र महाराष्ट्रात निर्माण झाला आहे, त्या मंत्रापुढे चव्हाण आणि पाटील यांचे काही चालेल, असे वाटत नाही आणि ज्या भोसल्यांच्या हातात सत्ता आहे, त्या भोसल्यांचा बोलविता धनी दिल्लीत बसला आहे. इंदिराजींच्या मते, चव्हाण आणि दादा हे राजकीय पेन्शनर आहेत. त्यांना फार तर पूर्वी केलेल्या चाकरीसाठी (किंवा फार तर त्यांनी उपद्रव देऊ नये म्हणून) राजकीय पेन्शन मिळेल. त्यांना सेवेत घेतले जाईल, अशी काही चिन्हे दिसत नाहीत. आणि जोपर्यंत दिल्लीत यशवंतरावांची वट वाढत नाही तोपर्यंत ती महाराष्ट्रात तरी कशी वाढणार? जेवढे म्हणून दोघांचे अवमूल्यन करता येणे शक्य होते तेवढे इंदिराजींनी केले आहे. तेव्हा उतारवयात केलेले लग्न– यापेक्षा या युतीत काही अर्थ नाही.

शुगर लॉबी किंवा मराठा लॉबी यापूर्वीच विघटित झाली आहे. साहित्यिक, सांस्कृतिक आणि राजकीय भूमीवर मराठा लॉबीचे पुनरुज्जीवन करण्याचा जोरदार यत्न चालू आहे, त्याला तेवढाच जोरदार प्रतिकार होतो आहे. कै. अण्णासाहेब पाटील यांचा मराठा महासंघ म्हणजे मराठा लॉबीच्या पुनरुज्जीवनाचा प्रयत्नच होता. मराठवाड्यात नामांतराच्या निमित्ताने घडले, त्याला कोणी काहीही रंग देवो; पण तेथेही मराठा लॉबी प्रभावित करण्याचा यत्न झाला. आम्ही बहुसंख्य असल्यामुळे महाराष्ट्राचा मुख्यमंत्री मराठाच असला पाहिजे, अशी एक घोषणा शालिनीबाई पाटलांनी पूर्वी केली होती. मराठा म्हणून आता एकत्र येऊन राजकीय वर्चस्व निर्माण करता येईल, या आशावादात फारसा अर्थ नाही. वेगवेगळ्या उपेक्षित समाजाला आपापली अस्मिता सापडली आहे. जातीचा विचार न करता जर राजकारण केले आणि काही राजकीय तत्त्वज्ञानाचा आश्रय केला, तरच महाराष्ट्राचे राजकारण बदलू शकेल. हातातील बाण निघून गेल्यानंतर शिकार कशी करणार? दुसरा बाण स्वत:जवळ नाही, तसाच पक्षीही उडून गेला आहे.

महाराष्ट्रातील राजकारण यामुळेच उदासवाणे झाले आहे. जातीचे अवसान संपले आहे. भारतीय जनता पक्ष सोडला, तर धर्माचे अवसान कोणाला नको आहे. अजून काही वर्षे तरी भा.ज.प.ला महाराष्ट्राच्या राजकारणात म्हणण्याजोगे स्थान मिळणार नाही. हिंदुत्वाचा अभिमान आता बहुजन समाजात शिरू पाहतो आहे. लोकशाही, निधर्मी राज्य, समाजवाद या असल्या तकलादू तत्त्वांवर समाजाची बांधणी करता येत नाही; समानधर्मी समाजच एकत्र येऊ शकतो. आणि ज्या वेळेस हिंदुत्वाचे आवाहन बहुजन समाजापर्यंत पोचेल, तेव्हाच एखाद्या राजकीय पक्षाला महाराष्ट्रात स्थिरता लाभेल. हिंदुत्व हेच राष्ट्रीयत्व ही काही धार्मिक कल्पना नव्हे, ती एक राजकीय कल्पना आहे. हिंदू धर्मातील जातिव्यवस्था, रूढी, वर्णव्यवस्था ही सर्वच्या सर्व नाकारूनसुद्धा हिंदुत्व शिल्लक राहतेच आणि तेवढेच हिंदुत्व आम्हाला अभिप्रेत आहे. समाजातील बहुसंख्य घटकांना अपमानित करणारा समाजरचनेतील भाग फेकून दिल्यानंतर जे हिंदुत्व उरते, त्या हिंदुत्वाच्या आधारावर भारताची पुनर्रचना होऊ शकेल.

महाराष्ट्राच्या राजकारणात यशवंतराव आणि वसंतदादा यांची झालेली युती महाराष्ट्रात फार काही बदल करू शकेल, असे मानायला मुळीच जागा नाही. स्पेन्ट फोर्स (निष्प्रभ झालेली शक्ती) असेच या युतीबद्दल म्हणता येईल. लहान-मोठ्या कार्यकर्त्यांना ज्या अडचणी येत होत्या, त्या आता कदाचित कमी

होतील. पण काँग्रेस पक्षाला त्यामुळे चेतना येईल, असे वाटत नाही. महाराष्ट्रात दीर्घकाळ चालत असलेले कटुतेचे वातावरण थोडे निवळले, असे फार तर म्हणता येईल. सातारा, सांगली आणि कोल्हापूर या दोघांच्याही प्रभावक्षेत्रात असणाऱ्या काही चळवळी थोड्याशा पल्लवतील, पण यापेक्षा काँग्रेस पक्षाला प्रतिष्ठा मिळवून द्यायला सद्य परिस्थितीत या युतीपासून फायदा नाही. अकारण निर्माण झालेले हे वादळ संपले, याचा आपण आनंद मानू या. कारण या दोघांचाही महाराष्ट्र काही अंशी ऋणी आहे आणि या ऋणातून मुक्त व्हायचे असेल, तर दोघांचाही राजकीय संन्यास संपणे भाग आहे.

*(६ जून, १९८२)*

-०-०-०-

## ४९

# इंदिराजींचे पाय अधिकच गाळात रुतले

त्रिपुरा, आंध्र आणि कर्नाटक या तीन राज्यांतील विधानसभांच्या सार्वत्रिक निवडणुका नुकत्याच पार पडल्या. त्रिपुरा हे तसे लहानसे राज्य आहे. तेथील निवडणुकीत काही उलथापालथ झाली, तरी त्याचा संपूर्ण देशाच्या राजकारणावर कसलाच परिणाम होण्यासारखा नाही. इंदिराजींच्या दिल्लीतील भरभक्कम सिंहासनाचा एखादा कपटाही त्यामुळे उडून जाणार नाही. त्रिपुरात मार्क्सवादी कम्युनिस्टांचे पूर्वीच बहुमत होते. या निवडणुकीने ते कायम राहिले आहे, इतकेच. पण आंध्र आणि कर्नाटक या दोन राज्यांची स्थिती तशी नाही. ही मोठी राज्ये आहेत. सत्त्याहत्तरच्या प्रचंड जनता लाटेत हे दोन्ही बुरूज माताजींच्या बाजूने भरभक्कम राहिले. त्या महापुरात उत्तर प्रदेश, बिहार, मध्य प्रदेश, गुजरात यांसारखे मोठमोठे वृक्ष वाहून गेले; पण ही लव्हाळी शाबूत राहिली. बुडत्या इंदिरा काँग्रेसला हा काडीचा आधार पुरला. माताजी पुन्हा सावरल्या. त्यांनी चिकमंगळूरमधून निवडणूक लढवली आणि त्या विजयी झाल्या.

हाच काडीचा आधार घेऊन त्यांनी जनता राज्य बुडवले आणि हातचे निसटलेले दिल्लीचे सिंहासन पुन्हा एकदा कब्ज्यात घेतले. विरोधी पक्षांची पूर्ण वाताहत झाली आणि बाई निर्धास्त झाल्या. खुंटा हलवला म्हणजे अधिक बळकट होतो, तसे झाले. आता आपले राज्य आणखीन दहा-वीस वर्षे तरी सुरक्षित झाले, संजय गेला तरी राजीव आहेच; त्याचीही बेगमी झाली, अशी गोड स्वप्ने त्यांना पडली असतील! त्या कैफात त्यांनी आपल्या पक्षातील

उरलीसुरली लोकशाहीही पार खलास केली. होयबांना आणि तोंडपुज्यांना हाताशी धरून सगळी सत्ता आपल्या हातात घेतली. माताजींचा जयजयकार करण्यापलीकडे या मंडळींना दुसरे कसलेही काम उरले नाही. निवडून आलेल्या आमदारांना आपला नेता निवडायचेही साधे स्वातंत्र्य राहिले नाही. दिल्लीच्या आदेशापुढे मान तुकवणे आणि बगळ्यासारखे ध्यान धरून दिसेल त्या स्वार्थावर झडप घालणे, एवढाच धंदा त्यांना उरला. म्हणून तर अंतुले, बाबासाहेब भोसले, गुंडू राव यांसारखी नररत्ने उत्पन्न झाली. या काळात अनेक दगडांना शेंदूर लागले आणि ते देव म्हणून सत्तेच्या देव्हाऱ्यात बसले. लाचार आणि आशाळभूत काँग्रेसवाले या देवांची आरती म्हणण्यासाठी 'मी-मी' करीत पुढे सरसावले.

बाई कृतकृत्य झाल्या. आता वैऱ्याची रात्र उरलीच नाही– सगळे कसे शांत-शांत! सगळीकडे आबादीआबाद! इंग्रजांच्या राज्यात काठीला सोने बांधून हिंडावे, कोठेही धोका नाही– अशी स्थिती होती म्हणतात. इंदिराजींच्या राज्यात तेच झाले. कुणीही सोम्यागोम्याने उठावे, बाईंचा जयजयकार करावा आणि हाताचा पंजा मिरवीत कोठेही निवडणुकीला उभे राहावे आणि निवडणूक जिंकावी. अफाट पैसा, अनिर्बंध सत्ता आणि माताजींचे 'अपौरुषेय' नाव या तीन गोष्टी एकत्र आल्यावर आणखी काय पाहिजे? सर्वत्र विजयच विजय! माताजींनी त्या-त्या प्रांतात एक दौरा केला की पुरे. सभेत लाखांचा समुदाय, इंदिराजींचे देवदुर्लभ दर्शन आणि त्यांची अमृतमय वाणी– बस्स! एवढ्या भांडवलावर सामान्य लोकांना अनंत काळपर्यंत झुलवता येते. त्यांची भाबडी मते बरोबर हाताच्या पंजाला मिळतात. आपला माणूस निवडून येतो. सत्तेचा बालेकिल्ला शाबूत राहतो. एकट्या माताजींचा हा केवढा पराक्रम!...

पण आंध्र आणि कर्नाटक या दोन राज्यांनी या खेपेस चमत्कार घडवला. आंध्रमध्ये बंडखोरी वाढली होती. मुख्यमंत्री बदलूनही ती शमलेली नव्हती. पण तशी बंडखोरी नाही कोठे? सगळ्याच राज्यांत त्यांना कमी-अधिक उपद्रव होता. गुजरातमध्ये रतुभाई अडाणी यांनी उघड-उघड बंड केले आणि त्यांचा गट बाहेरही पडला. आंध्रातला एक गट 'तेलुगू देसम्'ला मिळाला. कर्नाटकात बंगारप्पा बाहेर पडले. महाराष्ट्रातल्या बंडखोरांची तर तीही हिंमत झाली नाही. इंदिराजींना काही बोलता येत नाही, म्हणून त्यांनी बाबासाहेब भोसले यांच्या नावाने शिमगा केला. पण बाईला त्यांची फिकीर नाही. आपण नुसते डोळे वटारले तरी वर्मी दगड लागलेल्या श्वानपुंगवाप्रमाणे ही मंडळी शेपूट आत

ठेवून पळत सुटतील, याची त्यांना खात्री होती. बंडखोरांची यत्किंचितही भीती माताजींना नाही. आपल्या नावाचे माहात्म्य इतरांपेक्षा त्यांना अधिक ठाऊक आहे. आंध्र आणि कर्नाटकात आपण एक दौरा केला की, पुरे. इंदिराअम्मांचे पुण्यकारक, पवित्र दर्शन एकदा जनतेला घडवून निवडणुका हां-हां म्हणता जिंकल्या की, मग बंडखोरांचे पाहून घेता येईल. नव्हे, या विजयामुळे बंडखोरांना कसलेच अवसान राहणार नाही. पुन्हा एकदा दिल्लीचा शब्द प्रमाण– बस्स! खेळ खतम्.

पण आंध्र आणि कर्नाटक या राज्यांत या वेळी चमत्कार घडले. कावेरी व तुंगभद्रा, कृष्णा अन् गोदा यांच्या सुपीक प्रदेशांत या वेळी भलतेच पीक उगवले. आंध्रात एन्. टी. रामाराव यांची थोडीशी धास्ती इंदिरा काँग्रेस पक्षाला वाटू लागली होती. कारण एन. टी. रामाराव हे अत्यंत लोकप्रिय चित्रपट अभिनेते. या सिनेमावाल्यांना काँग्रेसवाल्यांचे राजकारण चांगले समजते. लोकांना कसे झुलवावे, हे एकट्या इंदिराजींना समजते काय; ते सिनेमावाल्यांनाही उत्तम कळते. तमिळनाडूत रामचंद्रन् यांनी तेच तंत्र वापरले आणि ते यशस्वी ठरले. करुणानिधीसारख्या जबरदस्त प्रतिस्पर्ध्याला उताणे पाडून हा लोकप्रिय नट तमिळनाडूत मुख्यमंत्री बनला. तेच तंत्र एन. टी. रामाराव यांनी वापरले. काँग्रेसवाल्यांनी आंध्रात घातलेला धिंगाणा त्यांच्या पथ्यावर पडला. काँग्रेस राज्याला विटलेले जनमत आपल्याकडे ओढून घेण्यात रामाराव यशस्वी ठरले. त्यांची सिनेमातली लोकप्रियता उपयोगी पडली. आपल्या देशात सिनेमानट आणि क्रिकेटवीर यांना तुलनाच नाही. लोकप्रियतेचे आणि कर्तृत्वाचे अफाट वलय आपणच त्यांच्याभोवती निर्माण केले आहे.

सुधारलेल्या इतर लोकशाही देशात लोकांच्या शहाणपणावर राज्यकर्त्यांचा विश्वास असतो. आमच्या देशात लोकांच्या अडाणीपणावर आणि मूर्खपणावर आमचे राज्यकर्ते विसंबून आहेत. जोपर्यंत आमचे लोक अडाणी आहेत, तोपर्यंत त्यांना यत्किंचितही भय म्हणून नाही. आमचे सिनेमावालेही लोकांच्या याच अडाणीपणावर सुखाने जगत आहेत. काँग्रेसवाले आणि सिनेमावाले यांच्यातील हे साम्य विचारात घेण्यासारखे आहे. म्हणून काँग्रेसवाल्यांचे हे लोकप्रियतेचे तंत्र सिनेमावाल्यांनी त्यांच्यावर बरोबर उलटवले. तमिळनाडूत रामचंद्रन यांनी ते यशस्वी केले. आंध्रात एन. टी. रामाराव यांनी तेच करून दाखविले. इंदिराजींचा नाममहिमा संपला.

'तेलुगू देसम्'सारखा राजकीय पक्ष स्थापन होऊन एक वर्षसुद्धा लोटले

नाही. या पक्षाने एक वर्षाच्या आत निवडणुका लढवल्या आणि दोन-तृतीयांश बहुमत मिळवून आंध्र जिंकला. हा सगळा प्रकार वरवर आश्चर्यकारक वाटण्यासारखा आहे. पण तसे आश्चर्य वाटावे, असे या घटनेत फारसे काही नाही. काँग्रेसवाल्यांच्या नालायक आणि भ्रष्ट राज्यास लोक एवढे विटलेले आहेत की, दुसरा कोणताही बरा पर्याय मिळाला, तर त्यांना हवाच आहे, एवढाच या घटनेचा बोध आहे. रामाराव यांनी या पर्यायासाठी आपली चित्रपटातील प्रतिमा उपयोगात आणली. त्या प्रांतातील लोकांनी त्यावर आता तरी विश्वास ठेवला आहे. 'तेलुगू देसम'सारखा प्रादेशिक पक्ष प्रदेशवादाला खतपाणी घालणारा आहे, एवढी नुसती निंदा करून चालणार नाही. ज्यांनी देशाचे ऐक्य व अखंडत्व टिकवून धरायचे, ज्यांनी राष्ट्रीय ऐक्याचा मंत्र जपायचा; तेच राज्यकर्ते जर चारित्र्यशून्य आणि भ्रष्ट निघाले, तर प्रदेशवाद उफाळून वर येणारच. हे पाप संपूर्णपणे इंदिराजींचे आहे. त्या आपला आणि आपल्या पक्षाचा आंधळा स्वार्थ फक्त साधत आहेत. लोकहिताची यत्किंचितही पर्वा त्यांनी केली नाही, त्रस्त झालेल्या जनतेला दिलासा मिळेल असे काहीही त्यांनी केले नाही; त्या पापांची ही फळे आहेत.

आंध्रात रामाराव यांच्या लोकप्रियतेने काँग्रेसचा बालेकिल्ला धुळीला मिळवला. पण कर्नाटकातही त्यांची सत्ता संपुष्टात आली. कर्नाटकात कोठल्याच पक्षाला बहुमत मिळाले नाही, पण काँग्रेसवाल्यांची सद्दी संपली. इतर पक्षांच्या कुबड्यांचा आधार घेऊन का होईना, पण जनता पक्षाची राजवट कर्नाटकात प्रथमच सुरू झाली. हा पक्ष कसा कारभार करील, त्यांचे राज्य पाच वर्षे टिकेल की नाही, हे प्रश्न खरेच आहेत; पण विरोधकांनी शहाणपणाने राज्य केले, तर यापुढचे दिवस त्यांचे आहेत, असे म्हणावयास हरकत नाही.

आता एक गोष्ट निश्चित झाली– इंदिराजींचे 'नाममाहात्म्य' संपले. 'इंदिरा गांधी' या नावात एक जादू होती खरी. या जादूच्या कांडीने सगळ्या देशावर मोहिनी मंत्राचा प्रयोग केला. पण या मंत्राचे सामर्थ्य आता संपले. 'इंदिरा गांधी आयी है, नई रोशनी लायी है' या घोषणा आता कुचकामाच्या ठरतील. 'गरिबी हटाव'सारखी एखादी नवी घोषणा काढून लोकांना झुलविण्याचे आणि बनविण्याचे कुशल तंत्र आता उपयोगी पडेल, असे दिसत नाही. 'इंदिरा गांधी आयी है, नयी घोषणा लायी हैं' असे सामान्य लोकसुद्धा आता समजतील. कर्नाटकच्या आणि आंध्राच्या जनतेवर इंदिराअम्माचा कसलाच प्रभाव पडलेला नाही, ही गोष्ट भावी राजकारणाच्या दृष्टीने फार आशादायक आहे. देवाचे केवळ नामस्मरण केले तरी माणसाचा उद्धार होतो, हा उपदेश अध्यात्माच्या क्षेत्रात कदाचित

बरोबर असेल. पण या देशातल्या देवीचे नामस्मरण केले तरी पक्षाचा (आणि स्वत:चा) उद्धार होतो, ही समजूत मतदारांनीच खोटी पाडली, हे चित्र मन उल्हसित करणारे आहे. पाच वर्षांपूर्वी लोकांनी दिलेली संधी जनता पक्षातील मूर्ख, अविवेकी आणि अहंकारी नेत्यांनी गमावली, ती संधी पुन्हा मिळू शकेल. विरोधक शहाणे होतील, तर ही गमावलेली संधी पुन्हा मिळेल आणि काँग्रेसची पस्तीस वर्षांची भ्रष्ट आणि नालायक राजवट पूर्णपणे उलथून टाकता येईल. आंध्र व कर्नाटक यांतील निवडणुकींचा हाच शोध आणि बोध आहे.

*(२३ जानेवारी, १९८३)*

-०-०-०-

## ५०

# सूर्य उगवायचा असेल, तर...

इंदिरा गांधी अनेक राजकीय प्रश्नांमुळे अस्वस्थ आहेत. अर्थात, त्यांच्याबद्दल सहानुभूती बाळगावी अशी मात्र परिस्थिती नाही, कारण यांतले बहुतेक प्रश्न त्यांच्याच अडेलतट्टू धोरणातून निर्माण झाले आहेत. केरळमधील सशस्त्र दंगली, कर्नाटक निवडणुकीतील पराभव, आंध्रमधील प्रादेशिक पक्षाचा जन्म आणि त्याने मिळवलेला अभूतपूर्व विजय– हे सारे त्यांनी जो काँग्रेस पक्ष खिळखिळा करून टाकला, त्यामुळेच घडले आहे. तमिळनाडू हा काँग्रेसच्या हातांतून जाऊन बरीच वर्षे झाली आहेत. बंगालमधील कम्युनिस्ट सरकार कम्युनिस्टांनी सातत्याने ताब्यात ठेवण्यात यश मिळविले आहे. शेख अब्दुल्लांना जणू काही काश्मीरचा प्रदेश तोडून दिला होता, अशाच पद्धतीने काँग्रेसने काश्मीरसाठी स्वतंत्र घटना बनवली आणि जवळपास एका स्वायत्त राज्याला जन्म दिला. आता त्या राज्याच्या मागण्या वाढत चालल्या आहेत. आणि तिथल्या इंदिरा काँग्रेसच्या कचेरीची जाळपोळ करण्यापर्यंत आणि कार्यकर्त्यांना मारून टाकण्यापर्यंत नॅशनल कॉन्फरन्स संस्थेचे चाळे वाढले आहेत. आसामातील फुटीर गटाला वेळोवेळी उत्तेजन देऊन लहान-लहान टोळीवाल्यांचे राज्य स्थापन केल्याकारणाने तेथे स्थिर असे राज्य कधीच निर्माण होऊ शकलेले नाही, बांगलादेशातून पूर्वीही व आजही मुसलमानांची घुसखोरी प्रचंड प्रमाणावर तिथे चालू आहे, त्याकडे पंडितजींनी आणि त्यांच्या कन्येने जाणीवपूर्वक दुर्लक्ष केले आहे. पंजाब प्रांताची फाळणी झाली. एकदा पाकिस्ताननिर्मितीच्या वेळेला आणि पुन्हा हरियाणाच्या निर्मितीच्या वेळेस.

अशा तऱ्हेने जातींना, धर्मांना, भाषांना, टोळ्यांना आणि प्रांतीयतेला उत्तेजन देत गेल्यामुळे साऱ्या देशभर विघटनाची एक क्रिया सुरू झाली आहे. राज्यांची स्वायत्ततेची मागणी अधिक बळावते आहे आणि मध्यवर्ती सरकार दुबळे होत चालले आहे. नालायक मुख्यमंत्री राज्यांवर लादून केंद्रसत्ता मजबूत राहील, असे इंदिराजींनी जे-जे प्रयत्न केले ते-ते सारे त्यांच्या अंगाशी आले. त्यामुळे देशाचे एकसंध स्वरूप आता जवळपास संपुष्टात आले आहे. इंदिरा गांधींच्या मृत्यूनंतर ही विघटनाची क्रिया फार मोठ्या प्रमाणावर सुरू होईल. पण त्याची कोणतीही चिंता इंदिराजींना वाटत आहे, असे दिसत नाही.

या संदर्भात दोन घटना लक्षात घेण्यासारख्या आहेत. पहिली घटना– बिगरकाँग्रेस (आय) राज्यांचे तीन मुख्यमंत्री आणि बारा विरोधी पक्षनेते देशाच्या परिस्थितीबाबत विचार करण्यासाठी एकत्र जमले होते ती; दुसरी– इंदिरा गांधींनी काश्मीर निवडणुकीच्या वेळेस जी भूमिका घेतली, ती. 'इंदिरा गांधी आणि काँग्रेस (आय) पक्ष हा या आजच्या देशाच्या परिस्थितीला कारणीभूत आहे', याबाबत विरोधी पक्षांच्या बैठकीत जरी सर्वांचे एकमत झाले असले, तरी सर्व भारतात प्रतिष्ठा आणि कार्य असलेले नेते किंवा मुख्यमंत्री तेथे फारसे नसल्याकारणाने केवळ इंदिरा गांधींना दोषी ठरवण्यापलीकडे ह्या सभेला तसे काही महत्त्व नव्हते. अखिल भारतात आपल्याला पर्याय निर्माण करण्यात विरोधी पक्षाला यश येणार नाही, याबद्दल अजूनही इंदिरा गांधींना खात्री आहे. किंबहुना, त्यामुळेच आपल्या पक्षाच्या कमजोरीबद्दल त्यांना चिंता वाटत नसावी. आपल्या देशाचा प्रचंड आकार, गुंतागुंतीचे स्थानिक प्रश्न आणि गंभीर स्वरूपाच्या राष्ट्रीय समस्या यांबद्दल इंदिराजी कोठेही सचिंत झाल्या आहेत, असे दिसत नाही. त्या गोंधळलेल्या जरूर आहेत आणि त्यांच्या गोंधळलेल्या मन:स्थितीमुळे देशात आणखी गोंधळ निर्माण होतो आहे. पण आजच्या अवस्थेतून देशाला तारणारा एकही तोडगा त्यांच्याजवळ जसा नाही, तसाच तो विरोधी पक्षीयांजवळही नाही.

मनुष्यप्रयत्नाशिवाय मानवाने निर्माण केलेले प्रश्न सुटत नाहीत, अशी या देशातील नेतृत्वाची मुळी श्रद्धाच दिसत नाही. ज्याने आपल्याला जन्माला घातले, तो आपले प्रश्न केव्हा तरी सोडवील, या दैववादावर विश्वास ठेवावा– अशीच सगळ्यांची धारणा दिसते. अंग झडझडून कोणी प्रयत्नाला लागले आहे, असेही कोठे जाणवत नाही. इंदिराजींच्या मते, विरोधी पक्ष देशविकासाच्या कार्यात अडथळे आणतात म्हणून देशाचे प्रश्न सुटत नाहीत; तर विरोधी पक्षांच्या मते, या साऱ्या गोंधळाला केवळ इंदिराजीच कारणीभूत आहेत. दुसऱ्यावर

जबाबदारी टाकली की, आपली जबाबदारी संपते, असे यांपैकी सर्वांना वाटत असले पाहिजे. पण या सर्व आरोप-प्रत्यारोपांतून देशापुढील प्रश्न दिवसेंदिवस अधिक गंभीर बनत चालले आहेत. हिंसाचाराचे, भ्रष्टाचाराचे आणि अकार्यक्षमतेचे प्रमाण वाढत चालले आहे. सरकारकडून जाहीर केलेले एखादे काम नियोजित वेळात पुरे झाले तर त्याचे आश्चर्य वाटावे, अशी परिस्थिती आज निर्माण झाली आहे. या देशातील राजकीय कार्यकर्ते, विचारवंत, अर्थशास्त्र, पत्रकार या सर्वांचीच आज कोंडी झाली आहे. इंदिरा गांधी आपल्या उदास आणि नाकर्त्या नेतृत्वाने समाजाचा सारा हुरूप नष्ट करीत आहोत.

इंदिरा गांधी व त्यांचे भाटचारण यांच्या मते– देशाची प्रगती होत आहे, प्रतिष्ठा वाढते आहे, उत्पादन वाढते आहे. हे जर खरे आहे, तर त्याचे दर्शन आम्हाला का होत नाही? प्यायला पाणी नाही, राहावयास जागा नाही; अन्नासाठी दाही दिशा वणवण करावी लागते आणि समाजातला कोणताही घटक संतुष्ट दिसत नाही– अशा परिस्थितीत देशाची प्रगती असे जे म्हणतात, ती होते तरी कुठे? मुंबईत गिरणी कामगारांचा संप वर्षाहून अधिक काळ रेंगाळत पडला; ह्याचे ना राजकर्त्यांना, ना कामगार पुढाऱ्यांना काही सोयर-सुतक. उलटपक्षी, अन्य ठिकाणचा कापड-उद्योग आता फायद्यात चालू लागला, याबद्दल समाधान दिसावे याचे आश्चर्य वाटते. बेरोजगारांचे प्रमाण वाढले. कोणत्याही परीक्षांचे निकाल वेळेवर लागत नाहीत. लक्षावधी गुन्हेगार कायद्याच्या कचाट्यातून शिरसलामत मोकळे सुटतात आणि न्यायालये, पोलीसदले व लोकप्रतिनिधी हे गुन्हेगारांचे हस्तक आहेत की काय, असे वाटण्याजोगी परिस्थिती निर्माण व्हावी– हे देशाची नाडी ठीक चालल्याचे लक्षण समजायचे की काय? आणीबाणी, हुकूमशाही, घराणेशाही वगैरे शब्द आता केव्हाच मागे पडले. कोणत्याही मार्गाने आणि कोणत्याही पद्धतीने राज्य चालवा; पण राज्य चालले आहे, हे आम्हाला जाणवू द्या, असे म्हणण्याची आज आमच्यावर वेळ आली आहे. हे राज्य चालले आहे तरी कसे, याचे खरोखर आश्चर्य वाटते.

काही गोष्टी थोड्या उशिराने का होईना, सुरळीत चाललेल्या दिसतात. अधून-मधून काही गुन्हेगारांना शिक्षा होते. बरेचसे दरोडे घातल्यानंतर का होईना, पण दरोडेखोर शरण येतात आणि मधून-मधून अपघात घडत असल्याने रेल्वेगाड्या चालत असल्या पाहिजेत. या देशात राज्ययंत्र असण्याची शक्यता यावरून दिसते आहे. पंतप्रधान, मुख्यमंत्री किंवा अन्य कोणी मंत्री जाता-येताना पोलीसदलेसुद्धा काम करताना दिसतात, यावरून या देशात पोलीस यंत्रणाही

असली पाहिजे, असे वाटू लागते. पण एरवी तसे पाहाल, तर राज्य अस्तित्वात असल्याची जाणीव नागरिकांत आता दिसेनाशी झाली आहे. उदरनिर्वाहासाठी काही तरी करावे लागते म्हणून शेतकरी शेते पिकवितात, नफा मिळविण्यासाठी व्यापारी धान्य दुकानात आणतात, स्वार्थासाठी कामगार व मालक कारखाना चालविण्याचा देखावा करतात. पण या सर्वांत या उपभोग्य वस्तूंचे मूल्य ठरविण्याची यंत्रणा काही या देशात जन्माला आलेली नाही. ज्याला जमेल त्याने, जमेल त्या वर्गाला लुटावे, या तत्त्वावर आपला समाज चालतो आहे. कुणीही कुणास ओलीस धरावे, हे आजच्या समाज-व्यवहाराचे सूत्र आहे. जात, धर्म, प्रांत या साऱ्या व्यापाराच्या गोष्टी आणि ज्याला जमेल त्याने मिळेल त्या भावाने ती-ती वस्तू विकावी, असा आजचा संकेत आहे.

लोकशाहीत अनेक स्वातंत्र्ये घटनेने नागरिकांना दिली आहेत. त्यांत इंदिराजींनी आणखी एका स्वातंत्र्याची भर घातली आहे– ती म्हणजे लुटण्याचे स्वातंत्र्य. या लुटण्याच्या शास्त्राच्या इंदिराजी तर बादशहा आहेत. अंतुले, गुंडू राव, अर्जुनसिंह, मिश्र, अंजय्या वगैरे धंदेवाईक लुटारू त्यांच्याच तालमीत तयार झाले. कुणी कारखानदारांना लुटावे, कुणी शेतकऱ्यांना लुटावे, सर्वांनी असंघटित अशा नागरिकांना लुटावे.

इंदिरा गांधी परवा काश्मीरच्या दौऱ्यात तिथल्या जनतेला उद्देशून म्हणाल्या, "एकाच पक्षाच्या हाती राज्याची सत्ता राहणे म्हणजे लोकशाहीला काही अर्थच नाही. शिवाय नॅशनल कॉन्फरन्सला काही राजकीय नीतिमूल्येच नाहीत." त्यांचे भाषण ऐकून आमचे कान धन्य झाले. भारतीय सरकारचे प्रसिद्धी खाते इतके कसे मूर्ख आहे? पंतप्रधानांच्या असल्या भाषणाला प्रसिद्धी देऊ नये, हे त्यांना कसे समजत नाही? एकाच पक्षाच्या हाती सत्ता राहण्याने लोकशाहीला अर्थ उरत नसेल; तर भारतासारख्या राष्ट्रात काँग्रेस या एकाच पक्षाच्या हातात सातत्याने सत्ता आहे, त्या अर्थी लोकशाहीला अर्थ उरलेला दिसत नाही, असा इंदिराजींच्या म्हणण्याचा अर्थ होतो. उलटपक्षी, आंध्रमध्ये निवडणुकीच्या वेळी त्यांनी केलेल्या भाषणात राज्यात आणि मध्यवर्ती सरकारात एकाच पक्षाच्या हातात सत्ता असणे– तीही काँग्रेसच्या हातात असणे– किती आवश्यक आहे, हे कळकळीने सांगितले होते. तसे सांगताना नव्या 'तेलुगू देसम्' पक्षाची टवाळीही केली होती. इंदिरा गांधींचे तसे बरोबरच आहे. काँग्रेस पक्षाच्या हातांत जेथे सत्ता असते तेथे स्थिरतेचे व अनुभवांचे सातत्य याची त्यांना आठवण होते आणि विरोधी पक्षीयांच्या हातात जिथे सत्ता असते, तिथे एकाच पक्षाच्या हातांत दीर्घकाळ सत्ता

राहिली तर लोकशाही धोक्यात येते, असे त्यांना वाटते. दोन प्रांतांत प्रश्न निराळे आहेत, तेव्हा त्यांची उत्तरे निराळीच असणार. त्यात विसंगती असली म्हणून काय झाले? वारा वाहील तशी पाठ फिरविणे, यालाच तर राजकारण म्हणतात!

'काश्मीरच्या परिस्थितीत व घटनेत कोणताही फरक करणार नाही', असे आश्वासन त्या काश्मिरी जनतेला देतात. पण आसाममध्ये मात्र होती ती परिस्थिती ठेवायला त्या मुळीच तयार नाहीत. कारण घुसखोर मुसलमान हे इंदिरा काँग्रेसचे मतदार आहेत, याची त्यांना जाणीव आहे. काश्मीरवर आपण नऊशे कोटी रुपये खर्च करतो, हे त्या अभिमानाने सांगतात; कारण त्यांना तेथील मुसलमानांची मते हवी आहेत. आसामवरसुद्धा त्या खर्च करतात; पण तो खर्च तिथल्या लष्करावर व पोलिसांवर करतात. हिंदूंना मारण्यासाठी पोलिसांना त्यांनी पुरविलेल्या बंदुकांवर व गोळ्यांवर त्या खर्च करतात.

असा प्रश्न निर्माण होतो की, इंदिरा काँग्रेसजवळ काही नीतिमूल्ये आहेत. कोणती बरे ती नीतिमूल्ये? आपल्या मुलाला पंतप्रधान करण्याची! मुसलमानांचा अनुनय करण्याची! पैशाच्या बळावर निवडणुका जिंकण्याची! भ्रष्टाचारी मुख्यमंत्री नेमण्याची! भुक्कड आणि लिंगपिसाट धीरेंद्र ब्रह्मचारीला राजगुरू करण्याची! उपयोग झाल्यावर सहकाऱ्यांचा राजकीय मृत्यू घडविण्याची! लोकशाही पायदळी तुडविण्याची! इंदिरा गांधींचे चरित्र व चारित्र्य तपासून पाहिले की, नवे नीतिशतक रचता येईल. नीती या शब्दाचा अर्थ बदलला, म्हणजे झाले. चारित्र्य, देशभक्ती, हौतात्म्य, यतिधर्म या साऱ्या शब्दांना तिलांजली दिली की, मग एक नवी सामाजिक व राजकीय नीती निर्माण होते.

हे विदारक चित्र पाहून विचारी माणसाला हळहळ वाटल्याशिवाय राहत नाही. पण नुसती हळहळ वाटून काही हे चित्र बदलणार नाही, त्यासाठी प्रयत्नांची पराकाष्ठाच करायला पाहिजे. माणसाच्या मनोवृत्तीच बदलावयास पाहिजेत. एकदम पासष्ट कोटी जनतेच्या प्रश्नांना हात घालण्यापेक्षा लहान-लहान समूह जागे करण्याचा उद्योग हाती घेतला पाहिजे. मोठे दुष्कर काम आहे हे! पण प्रत्येक देशाच्या इतिहासात असे कालखंड येतात, तेव्हा गडबडून जाऊन उपयोगाचे नाही. माणसे मरतात, पण मनुष्यजात जिवंत राहते. कितीही मोठी असली तरी राष्ट्रापुढे व्यक्ती ही नेहमी लहानच असते. महापूर, भूकंप, अवर्षण, वडवानल यांसारखे नैसर्गिक प्रकोप सोडले; तर बाकीच्या सर्व संकटांवर मात करण्याची दुर्दम्य शक्ती माणसाजवळ असते आणि ही दुर्दम्य शक्ती काही काळ क्षीण झाल्यासारखी वाटली, तरी ती संपूर्ण नष्ट होत नाही. मानवाच्या अस्तित्वाची त्याला असणारी आंतरिक ओढ

माणसाच्या साह्याला सदोदित  आली आहे. 'केल्याने होत आहे रे, आधी केलेचि पाहिजे'– हा मंत्रच मनुष्याला तारक असतो. एकाला दोन, दोनाला तीन अशी माणसे जोडल्यानेच मनुष्याची शक्ती वाढत असते. जमेल त्या विचाराला पाठपुरावा करून का होईना, माणसाची प्रतिकारशक्ती शाबूत ठेवणे– हे पत्रकारांचे, विचारवंतांचे व समाजसेवकांचे काम असते. समाज-परिस्थितीचे भयाण चित्र समोर उभे करण्याचा हेतू सर्वसामान्य माणसाला नैराश्यग्रस्त करण्याचा नसतो; तर समोर असलेले काम किती कठीण आहे हे त्याने लक्षात घ्यावे, हा असतो. चार-दोन दिवसांच्या प्रयत्नाने किंवा पाच-पन्नास माणसांच्या ताकदीने आजच्या समाजाचे परिवर्तन करणे अशक्य गोष्ट आहे, हे समजावे, हा त्यामागचा उद्देश आहे.

फार मोठा श्रमाचा असा उद्योग मांडल्याशिवाय गेल्या तीस वर्षांत निर्माण झालेली अनीतिकारक समाजयंत्रणा बदलणे कसे शक्य आहे? पुढारीपणासाठी आसुसलेले बोलभांड पुढारी साऱ्या सुधारणा फार सोप्या आहेत अशा थाटाने त्यांचे निराकरण करण्याचा उद्योग समजावून सांगत असतात आणि भाबड्या लोकांच्या मनात खोट्या आशा निर्माण करतात. हे लोक दिसायला सुधारक, पण मनातून मतलबी असतात. त्यांनी शब्दांचे सारे महत्त्वच घालवून टाकलेले असते. कृतीवाचून शब्द या समाजात निरर्थक ठरत आले आहेत. मानसन्मान, पैसा, कीर्ती यांचा लोभ सोडून जी कुणी सेवाव्रती माणसे समाजात जिद्दीने उभी राहत असतील, त्यांच्या हातून काही ना काही तरी घडण्याची शक्यता आहे. कुणाच्याही कोंबड्याच्या आरवण्याने सूर्य उगवला तरी चालेल, पण तो आरवणारा कोंबडा खरा असावा; आरवण्याची नक्कल करणारा बगळा नसल्याची खात्री करून घेतलेली बरी. समाजाला हुलकावणी देऊन चुकीच्या वाटेने नेणारे, राज्यकर्त्यांच्या आश्रयाने जगणारे व तरीही कळवळ्याची भाषा बोलणारे जे कोणी असतील, ते समाजशत्रू असतात. राज्यकर्त्यांना विरोधकांत फूट पाडायची असते, गैरसमज निर्माण करायचे असतात. म्हणून अशक्य गोष्टींच्या वल्गना करणाऱ्यांना ते उत्तेजन देतात. शब्द हरवलेल्या या देशात शब्दांचे काम आता संपले आहे. आता जे कुणी रचनेसाठी जमिनीत पाय रोवून उभे राहतील, त्यांच्या हाती देशाचे भवितव्य आहे. इंदिरा गांधींना पर्यायी पक्ष निर्माण होईल, असे दिसत नाही. पण त्यांना पर्याय एकच आहे– तो म्हणजे, हा समाज समर्थ करण्याची आकांक्षा असणारा कृतिशील, अबोल असा माणूस. शब्दबंबाळ अशा इंदिराजींच्या अचाट वक्तृत्वाला उत्तर देता येईल ते फक्त शब्दांवाचूनच, कृतीतून.

*(१२ जून, १९८३)*

५१

# नेहरू राजवंशाला अभिवादन

राजा आणि प्रजा यांचे नाते कसे असावे? राजा हा उपभोगशून्यस्वामी, चारित्र्यसंपन्न, विद्येला उत्तेजन देणारा आणि सर्वांना सांभाळून घेणारा असावा– अशी आदर्श राजाची व्याख्या केलेली आहे. राजा हा निर्भय असावा, प्रजाजनांची अब्रू त्याने स्वप्राणापेक्षा श्रेष्ठ मानावी, अशीही राजाकडून अपेक्षा असते. राजा हा विष्णूचा अवतार आहे, असे राजाबद्दल म्हटले जाते. कारण ब्रह्मा, विष्णू, महेश या सूत्रतयीतील प्रजारक्षणाचे कार्य त्याच्यावर अवलंबून असते. राजाने उदार असावे व मानवतेची आठवण ठेवावी, हे उच्च आदर्श राजाने पाळावेतच; पण ते आपल्या प्रजाजनांचे हितसंबंध धोक्यात न आणता. एका मर्यादित क्षेत्रातील प्रजाजनांचे वित्त आणि जीवित सुरक्षित ठेवण्याइतकेच, प्रजाजनांचे स्वत्व जतन करण्याचीही राजावर जबाबदारी असते.

पूर्वी जन्माने राजपद मिळत असे किंवा पराक्रमाने राज्य जिंकून राजपद मिळवता येत असे– आज काही प्रमाणात जन्माने राजपद मिळते आहे. एका मागोमाग एक अशा एका राजवंशाच्या तीन पिढ्या सर्वोच्च अधिकार भोगत आहेत. परंतु वंशाने किंवा वारसाने मिळालेल्या राजपदावर लोकमान्यतेची मुद्रा उठवावी लागते. प्रवृत्तीने आजही राजा आणि प्रजा हेच नाते कायम आहे, त्यामुळे लोकमुद्राही मिळून जाते. इमानाच्या, निष्ठेच्या आणि परंपरांच्या कल्पना भारतीय प्रजाजनांच्या मनावर खोलवर रुजलेल्या आहेत. कितीही युगे लोटली तरी राजा आणि प्रजा या संबंधात फारसा फरक

पडलेला नाही. राजाची जी परंपरागत कर्तव्ये आहेत, ती पाळण्याचे बंधन मात्र आता राजावर उरलेले नाही. कारण त्याचा ईश्वरी अवतार समाप्त झालेला असून लोकनेत्याचा अवतार सुरू झालेला आहे. प्रजापालनापेक्षाही आणखीही जबाबदाऱ्या आजच्या राजाने घेतलेल्या आहेत. विश्वकल्याणाची त्याला चिंता लागलेली आहे. स्व-राज्यात शांतता नसली तरी विश्वशांतीचे स्वप्न त्याला पडू लागले आहे. आपण सांगू तो नवा राजधर्म, हे तर त्याने गृहीतच धरलेले आहे; त्यामुळे परंपरांची, स्व-धर्माची किंवा कोणतीही नैतिक बंधने त्याच्यावर पडत नाहीत. प्रजेसाठी राज्य चालवायचे नसून स्वत:साठी राज्य चालवायचे आहे, या गृहीत कृत्यामुळे आजचे या देशाचे राजे आपल्या परीने स्वत:साठी राज्य चालवीत आहेत. प्रजेच्या वाट्याला अन्न-धान्याचे दुर्भिक्ष आले तर, 'दैवगती अगम्य आहे' या धर्मसूत्राचा आश्रय त्यांना घेता येतो. प्रजाजनांच्या दु:खाला त्यांचे तेच कारण आहेत, कारण ते श्रम करीत नाहीत, अन्नधान्याचे उत्पादन वाढवीत नाहीत, अधिक वेतन हवे यासाठी राज्य धोक्यात आणतात; त्याला राजा तरी काय करणार? राजकुल, राजा, राजाचा परिवार, राजाचे रक्षणकर्ते आणि इमानी सुभेदार यांच्या रक्षणाचेच फार अवघड काम यापुढे पडलेले असताना, तो प्रजाजनांचे अश्रू पुसणार केव्हा आणि कसे? या प्रश्नाला खरोखरीच उत्तर नाही. या देशातील जाणते विचारवंत वा आचार्य, आहे या राजाशिवाय या देशाला तरणोपाय नाही– असे त्रिवार सांगत असताना प्रजाजनांनी असंतोष व्यक्त करावा, ही लाजिरवाणी गोष्ट आहे.

असुरक्षित स्त्रियांवर दिवसाढवळ्या बलात्कार झाले, अश्राप माणसांना धमकावून दरोडे पडले, बंदिवासातून कुविख्यात गुन्हेगार पळून गेले, समाजात अव्यवस्था (!) निर्माण करणाऱ्या समाजकंटकांचे सुरक्षा अधिकाऱ्यांनाच डोळे फोडावे लागले किंवा गरम माथ्याच्या प्रजाजनांना वठणीवर आणण्यासाठी लाठीमार किंवा गोळीबार करावा लागला; तर त्याला राजाने काय करावे? राजा हे स्वत: तर करीत नाही? त्यांनी असे करावे, असे हुकूम तर त्याने दिलेले नाहीत? तो आपल्या प्रजाजनांच्या कल्याणासाठी विचार करीत असतो, त्यामुळे प्रत्यक्ष प्रजाजनांकडे लक्ष देण्यास त्याला वेळच उरत नाही. लोकांनी अजीजीने वागावे, दंगे करू नयेत, दिलेले काम इमाने इतबारे करावे, एकमेकांत चढाओढ करू नये, अल्पसंख्याकांना दुखवू नये– अशी त्याची साधी इच्छा आहे. पण लोक ती इच्छा समजूनच घेत नाहीत. लोक माथेफिरूपणाने वागतात आणि संकटे ओढवून घेतात, त्यात बिचाऱ्या राजाचा काय अपराध? प्रजाजनांच्या पापामुळे दुष्काळ

पडतो. अनीतीमुळे अतिवृष्टी होते. दुराचारामुळे अपघात होतात. ही केवळ दैवगती आहे.

संतसुद्धा सांगतात– 'ठेविले अनंते तैसेचि रहावे । चित्ती असो द्यावे समाधान।।' संतांनी हा उपदेश विचारपूर्वक केलेला आहे. जी परिस्थिती आहे ती परमेश्वरनिर्मित आहे, ती प्रजेने स्वीकारावी. नुसती स्वीकारावी असे नाही, तर समाधानाने स्वीकारावी. पोटात अन्न नसले तरी आक्रंदन करू नये. आकाशाचा निवारा ही परमेश्वराची कृपा आहे. माणसाला अन्न, वस्त्र, निवारा या गोष्टी हव्यातच कशाला? कारण या सृष्टीवर परमेश्वराने जो खेळ मांडला आहे, त्यातील आपण केवळ मातीची खेळणी आहोत. या नश्वर देहाची चिंता करण्याचे काही कारण नाही.

मुळातच हे सारे मायाजाल आहे. परमेश्वराचे भजन-पूजन करावे किंवा परमेश्वरस्वरूप असणाऱ्या राजाचे गुणगान करावे, ह्यातच जीविताचे साफल्य आहे. स्वत:चा, स्वधर्माचा किंवा आपल्या प्रिय वस्तूंचा लोभ धरून कुणाचे भले झाले आहे? पवित्र वाटणाऱ्या देव-देवतांचे भंजन झाले, तर राग मानू नये. कारण परमेश्वर सर्वत्र आहे. फोडल्यावर मूर्तीच्या ठिकऱ्या उडतात. त्या-त्या प्रत्येक ठिकरीत परमेश्वराचा निवास असल्यामुळे एका देवाचे अनेक देव केले याबद्दल आपण त्या मूर्तिभंजकाचे आभारच मानले पाहिजेत. आपल्या स्त्रिया कुणी पळवून नेल्या, तर रागावण्यासारखे काय आहे? नाही तरी मोक्षसाधनाच्या मार्गात विटाळाचे हे गाठोडे अडथळा आणीतच असते. शिवाय एका उदार आत्म्याने आपल्या स्त्रियांच्या प्रतिपालनाचा बोजा उचललेला पाहून आपल्याला धन्यच वाटले पाहिजे. 'सब भूमी गोपालकी' ही परमेश्वरी आज्ञा विसरून आपल्या काही भू-भागावर दुसरे राष्ट्र निर्माण झाले म्हणून खंत पावण्याचे मुळीच कारण नाही, कारण ही भूमीही गोपाळचीच राहिली आहे ना? माझे-तुझे असा द्वैतभाव असता कामा नये. एकाने थोबाडीत मारली म्हणून रागावण्याचे कारण नाही. कामक्रोधादी विकाराने माणसाचे अध:पतन होते. त्यापेक्षा शांतपणाने आपला दुसराही गाल मारणाऱ्याच्या स्वाधीन करावा. 'देह जावो अथवा राहो' अशी उन्मनी अवस्था एकदा प्राप्त झाली की, मारणारा कोण– असा प्रश्नच राहणार नाही. कारण देह एकदा का अंतिम सुखाच्या कल्पनेने भारून गेला की, कशाचीच चिंता उरत नाही.

प्रजा अशी सोशिक, आत्मरंगी रंगलेली; तसाच तिचा राजा असायला नको का? अल्पसंख्याकांची चिंता त्याने बहुसंख्याकांची किंमत देऊन वाहायला

नको काय? संख्याबळाचे भय अल्पसंख्याकांना अजिबात वाटता कामा नये, म्हणून राजाने आपले सारे सैनिकदल त्यांच्या संरक्षणार्थ उभे केले पाहिजे. त्यांना भयमुक्त करण्याचा एकच मार्ग आहे– तो म्हणजे, बहुसंख्याकांचे बळी देण्याची तयारी ठेवणे. हे आपले वा हे परके– ही अशी भावना राजाने बाळगायचीच नसते. किंबहुना, जे परके त्यांचे कौतुक करणे, हे राजाचे कर्तव्यच आहे आणि आपला राजा पदाची कर्तव्ये पार पाडीत असताना आपल्या धर्मावर घाला पडला, अशी वल्गना आपण का करीत आहोत? आजपर्यंत आपण अनेक आक्रमकांचे जोडे खाल्ले; मग आणखी थोडे खाल्ल्यामुळे काय बिघडणार आहे? उलट, 'मऊ मेणाहून आम्ही विष्णुदास' ही उक्ती आपल्याला सार्थ करता येईल. 'कठीण वज्रासी भेदू तैसे' हा उत्तरार्ध केवळ कविता पुरी करण्यासाठी लिहिला गेला आहे. भारतीय संस्कृतीशी त्याचा अनुबंध फार थोड्या वेळा आला आहे. माणसाच्या हाडापासून शस्त्र करणारे आणि शत्रूंचे निर्दालन करणारे ऋषी केव्हा तरी या देशात जन्म पावले, असे म्हणतात. तो इतिहासावर काळाकुट्ट डाग आहे. टोचणारी हाडे हवीच कशाला? या हाडांतून शस्त्रे निर्माण करायचीच कशाला? युद्धच करायचे नाही, तर शस्त्रे हवीत कशाला? अहिंसेने आम्ही स्वातंत्र्य मिळवले, असे नव्या इतिहासग्रंथात लिहिलेले आहे; मग स्वातंत्र्यरक्षणासाठी तरी शस्त्रांची गरज काय? अहिंसा हा आपला परम धर्म आहे. काहीही केले, तरीही दुसऱ्याला क्लेश देणे वा इजा करणे हे नरकाप्रत नेणारे आहे. नेणारा आपले लुटून किती नेईल? त्याला प्रतिकार करून अहिंसा तत्त्वाचा भंग करण्यापेक्षा नेसते वस्त्रसुद्धा कोणी नेले, तरी आपण प्रतिकार करता कामा नये. 'नंगे से खुदा भी डरता है।' मग आपल्या नंगेपणाला तो लुटारू केव्हा तरी घाबरणार नाही का? मुलाला कांडून, त्याचे मांस शिजवून अतिथीला तृप्त करण्याची या देशात परंपरा आहे. ही परंपरा खंडित करून कसे चालेल? आता नरमांसभक्षक अतिथी आले नाहीत, तर आपण काय करणार? परंतु तसे कोणी आलेच, तर त्याचेही स्वागत करायला भारतीय राज्यकर्ते तयार आहेत! नमुन्यासाठी आणि सवय राहावी म्हणून थोडीफार माणसे मारण्याची आपल्या राज्यात प्रथा आजही आहेच. उपयोग एवढाच की, अकस्मात कोणी रशियन, ताहिती, आफ्रिकन पाहुणे आलेच– तर धावाधाव करायला नको.

आपल्या तत्त्वज्ञानात 'राजा कालस्य कारणम्' असे वचन आहे. पूर्वीच्या शब्दांचे अर्थ आता बदललेले असल्यामुळे राजा हे कालकारण राहिलेले नसून प्रत्यक्ष काळच झालेला आहे. काळभैरवाचे एरवी रौद्र असणारे स्वरूप न

स्वीकारता राजाने हसरे 'राजीव' रूप स्वीकारले आहे. मरतानासुद्धा कुणाला वेदना होऊ नयेत व हसत-हसत मरण यावे असे मारेकऱ्याचे रूप असले की, कलिकाळाचेही भय वाटत नाही. आज आम्हा भारतीयांना जगातील कोणत्याही शक्तीचे भय वाटत नाही, याचे कारण 'राजा कालस्य कारणम्' हेच होय! 'जसा राजा तशी प्रजा' असे दुसरेही एक वचन आहे. मग राजा वागतो तसे न वागून आमचे कसे चालेल? राजा निरर्थक बोलतो, मग आमच्या बोलण्याला अर्थ असून कसे चालेल? राजा आपल्या मस्तकावर हिरवा चांद मिरवतो, मग सूर्याची प्रतिमा पुजून आमचे कसे भागेल? राजासारखेच वागणे हे आमच्या हिताचे आहे. कारण राजा हा परमेश्वरी अंश असल्याने त्याचा शब्द हा अखेरचा असतो. त्या विरुद्ध कोणी बोलायचे नसते. आम्हीही सहसा तसे बोलत नाही. पण कधी बोलण्याचा प्रयत्न केला; तर सृष्टीवरील नरकात, म्हणजे तुरुंगात आमची उत्तम व्यवस्था ठेवण्यात येईल. पाहण्यासारखे काही नाही म्हणून आमचे डोळेही काढले जातील. जगण्याजोगे फारसे काही नाही म्हणून कन्हैय्या बंधूंसारखी आम्हाला स्वर्गाची दारेही खुले होतील. कदाचित असेही असेल की, आमच्या संस्कृतीपेक्षा परकीयांची संस्कृती श्रेष्ठ असल्यामुळे 'पीपल गेट दि गव्हर्न्मेंट दे डिझर्व्ह' ही उक्ती आपण मानायला लागलो असू. लोकांना हवा तसाच राजा त्यांना मिळतो, असा त्याचा अर्थ आहे. लोक षंढ असतील, तर त्यांचा राजाही षंढ असायला नको काय? अन्यायाविरुद्ध बंड करणे हे जर प्रजाजनांना मान्यच नसेल, तर अन्याय दूर करण्याची तरी राजाला गरज काय? अर्धपोटी किंवा उपाशी राहायला प्रजा तयार असेल, तर राजाने पोटभर अन्न देण्याचा प्रयत्न कशासाठी करायचा? प्रजेला दास होण्याची हौस असेल, तर राजाने स्वातंत्र्यदेवीचा पुतळा उभा का करायचा? प्रजा जर 'रणछोडदास' देवाची पूजा करीत असेल, तर राजाने तरी लढता-लढता मरण्याची आकांक्षा का करायची? आपल्या डोक्याला त्रास नको, पराक्रमाची आस नको, समर्पणाचा ध्यास नको! राजाने तरी भलते उपद्व्याप का करावेत? सर्व काही दैवाधीन आहे, माणसांच्या हातात काही नाही. या देशातला राजा जेथे मारेकऱ्यांच्या गोळ्यांना बळी पडतो, तेथे प्रजेने तरी सुरक्षिततेची अपेक्षा का करावी?

खरी गोष्ट अशी आहे की, आपण प्राप्त परिस्थितीबाबत नाहक आरडाओरडा करीत आहोत. अर्थात, कितीही आरडाओरडा केला म्हणून प्रजेचे राजावरचे प्रेम कमी होणार नाही म्हणून बरे आहे; नाही तर मोठी आपत्ती ओढवली असती! आपल्या राजावर आपला किती भरवसा आहे बरे! यापूर्वीच्या राजावरही इतकाच

भरवसा आपण ठेवला होता. आपल्या कल्याणाचा एकच एक मंत्र आहे– तो म्हणजे 'राजनिष्ठा'. या मंत्राचे पालन केले की, आपल्या सर्व चिंता दूर होतील. आपले तसे काही वाईट चाललेले नाही. उशिरा का होईना, वर्षा-दोन वर्षांनी पत्रे मिळतात. अधूनमधून अपघात झाले, तरी बऱ्याचशा रेल्वेगाड्या सोईसवडीने मुक्कामावर पोचतात. रोज शे-पाचशे माणसांचे खून झाले, तरी कोट्यवधी माणसे जगू शकतात. काहींना पंचपक्वानेसुद्धा मिळतात, पण बाकीच्यांना एक-दोन दिवसाआड पेजसुद्धा मिळते! काहींना घरे मिळतात. कुणालाच काही न मिळण्यापेक्षा काही लोकांना का होईना, काही मिळते– हा पराक्रम नाही काय? राजा प्रसन्न आहे, हे दृश्य किती रोमहर्षक आहे! अशीही परिस्थितीत लोक समाधानात संसार करतात. त्यांना भरपूर मुलेबाळे होतात. शाळेच्या बंदिस्त कोंडवाड्यापेक्षा आपली आपण ती निसर्गाच्या सान्निध्यात शिकतात. खरे तर आपल्या राजाविषयी आपण किती कृतज्ञ असायला पाहिजे. पण काही नतद्रष्ट लोक अशा सर्वगुणसंपन्न राजाला अकारण शिव्याशाप देतात. देव त्यांचे मुळीच कल्याण करणार नाही! त्यांना आजच्यापेक्षाही अधिक यातना नरकात भोगाव्या लागतील. पण हे येथील प्रजाजनांना कळेल तेव्हा ना! राजाला प्रसन्न करून घेण्यात प्रजेचे हित आहे, हे येथील प्रजाजनांना समजू नये, यापेक्षा अध:पात तो काय व्हायचा? आणि असल्या अध:पतित लोकांची आपण चिंता काय म्हणून करायची?

*(३० मार्च, १९८६)*

-०-०-०-